யாத்திரை

மாற்கு

நியூ செஞ்சுரி புக் ஹவுஸ் (பி) லிட்.,
41-பி, சிட்கோ இண்டஸ்டிரியல் எஸ்டேட்,
அம்பத்தூர், சென்னை - 600 050.
☎: 044 - 26251968, 26258410, 48601884

Language : Tamil
Yathirai
Author: **Marku**
N.C.B.H. First Edition: October, 2022
Copyright: Author
No.of Pages: 272
Publisher :
New Century Book House Pvt. Ltd.,
41-B, SIDCO Industrial Estate,
Ambattur, Chennai - 600 050.
Tamilnadu State, India.
Email: info@ncbh.in
Online: www.ncbhpublisher.in

ISBN : 978 - 81 - 2344 - 358 - 4
Code No. A 4711
₹ 350/-

Branches

Ambattur (H.O.) 044 - 26359906 **Spenzer Plaza (Chennai)** 044-28490027
Trichy 0431-2700885 **Pudukkottai** 04322- 227773 **Thanjavur** 04362-231371
Tirunelveli 0462-4210990, 2323990 **Madurai** 0452 2344106, 4374106
Dindigul 0451-2432172 **Coimbatore** 0422-2380554 **Erode** 0424-2256667
Salem 0427-2450817 **Hosur** 04344-245726 **Krishnagiri** 04343-234387
Ooty 0423 - 2441743 **Vellore** 0416-2234495 **Villupuram** 04146-227800
Pondicherry 0413-2280101 **Nagercoil** 04652 - 234990

யாத்திரை
ஆசிரியர்: மாற்கு
என்.சி.பி.எச். முதல் பதிப்பு: அக்டோபர், 2022

அச்சிட்டோர்: **பாவை பிரிண்டர்ஸ் (பி) லிட்.,**
16 (142), ஜானி ஜான் கான் சாலை, இராயப்பேட்டை, சென்னை - 14
☎: 044-28482441

All rights reserved. No part of this book may be reprinted or reproduced or utilised in any form or by any electronic, mechanical, or other means, now known or hereafter invented, including photocopying and recording, or in any information storage or retrieval system, without permission in writing from the publishers.

அணிந்துரை

பொறுமையுள்ளது பூமி; வாழ்வளிப்பது தண்ணீர்; உயிர் வளர்ப்பது நெருப்பு; உயிர் காப்பது காற்று. ஆயினும்,

பொறுமையான பூமியும் நடுக்கம் தருகின்றது; மனிதரின் கொடுமை தாங்காது நடுங்கி, பிளந்து, விழுங்கி தனது கோபத்தைக் காட்டுகின்றது.

வாழ்வளிக்கும் நீரும் கரை புரண்டோடி காட்டாறாக மாறி வெள்ளமெனப் பொங்கியெழுந்து அனைத்தையும் விழுங்கிவிடுவதும் உண்டு.

உயிர் வளர்க்கும் நெருப்பும் தீப்பிழம்பாகி கட்டுக்கடங்காத தனது அக்கினிச் சுவாலைகளால் பட்டதையெல்லாம் சுட்டெறிக்கும் நிகழ்வும் நடக்கின்றது.

இதமான காற்றும் புயலாகப் பிறப்பெடுத்து, சூறாவளியாகச் சுழன்று எதிர்பட்ட எல்லாவற்றையும் உடைத்தெறிவதையும் காண்கின்றோம்.

ஆக, நிலம், நீர், நெருப்பு மற்றும் காற்று போன்ற இயற்கைச் சக்திகள் உலகினையும் அதிலுள்ள படைப்புகள் அனைத்தையும் தாங்கி, உயிர் அளித்து பேணிப் பாதுகாத்து வரும் அதேவேளையில், அக்கிரமம் அதிகமாகி மனிதர்கள் தான்தோன்றித்தனமாக தன்னலவாதிகளாக இயற்கையைச் சுரண்டி வாழும் நேரத்தில் அவை மாற்றுச் சக்திகளாக மாறுவதில் வியப்பில்லை.

எரிமலை எப்பொழுதும் உறங்குவதில்லை. பொறுமையின் எல்லை கடந்தபின் குமுறிக் கொந்தளித்து நெருப்பும் கல்லும் கலந்த மழையினைப் பெய்து தனது எல்லைக்குள்ளேயுள்ள அனைத்தையும் அரவணைத்து விடுகிறது.

பயந்து பதுங்கி பின்னோக்கி ஓடும் பூனையும் ஒரு கட்டத்தில் புலியாக மாறி நம்மேல் பாய்வதுண்டு.

இன்றைய சமுதாயத்திலே தாழ்த்தப்பட்ட தலித் மக்களின் நிலையும் இதுவே. ஆண்டாண்டு காலமாக ஒடுக்கப்பட்டு அடிமைகளாக் கப்பட்ட அடித்தட்டு மக்கள் தங்களது தலைவிதியை ஏற்று தங்களது உழைப்பாலே உலகிற்கு உயிரளித்து வந்துள்ளார்கள். ஆனால் இன்று,

விழிப்புணர்வு பெற்று தங்களது உண்மை நிலையை உணரும்போது சாதியத்தின் சதித்திட்டத்தை அறிந்து வெகுண்டு விடுதலை முழக்கம் செய்து போர்ப்பயணம் செய்ய விழைந்துள்ளனர். "பொறுத்தது போதும் பொங்கியெழு" "போராடுவோம், போராடுவோம், சாகும்வரை போராடுவோம்" என்ற வீர முழக்கங்கள் வலுப்பெற்று வருகின்றன. வரலாற்றைச் சந்திக்க எழுந்துள்ள உருவமற்ற உழைக்கும் மக்கள், மறுக்கப்பட்ட மனிதம் தேடி மாபெரும் பயணமொன்றை மேற்கொண்டுவிட்டனர். விடுதலைப் பயணம் வீரகாவியமாகும் உச்சநிலையை நோக்கிச் சென்றுகொண்டுள்ளது.

ஆதியாகமத்திலிருந்து திருவெளிப்பாடு வரையிலான விவிலியம் விடுதலை வாழ்விற்கு மனித இனத்தை அழைக்கிறது. குறிப்பாக, எகிப்தியப் பேரரசன் பாரவோனின் ஆட்சியிலே அடிமைகளாக்கப்பட்டு அவலநிலையில் வாழ்ந்துவந்த இஸ்ராயேல் மக்களது இழிநிலை கண்டு அமைதி இழக்கிறார் கடவுள்; அவர்களை விடுதலை வாழ்விற்கு இட்டுச் செல்லத் துடிதுடிக்கிறார்; மோயீசன் வழி புதிய வாழ்விற்கு வழிகாட்டுகிறார்; வெற்றி பெறுகிறார்.

மீண்டும் மீண்டும் இஸ்ராயேல் மக்கள் மத்தியிலே பரவலாகப் புரையோடிப்போன பல அநீதங்களை அழுத்தந் திருத்தமாகச் சுட்டிக் காட்டி மாற்று முறைகளைக் கையாள வேண்டிய அவசியத்தைத் தனது இறைவாக்குநர்கள் வழி அறிவுறுத்தி வருகின்றார். நற்செய்தியிலும் வரலாற்று இயேசு அநீத அமைப்புக்களைக் கட்டியெழுப்பிக் காத்து வளர்த்த சமுதாய, சமயத் தலைவர்களைக் கடுமையாகச் சாடுகிறார்; ஒடுக்கப்பட்ட மக்களோடு ஒருவராகத் தம்மை இணைத்துக்கொள்கிறார்; அதன் விளைவாகக் கொலை செய்யப்படுகின்றார்; விடுதலை வாழ்விற்கு வித்திட்டுச் செல்கிறார்.

அண்மைக் காலத்தில் தென் அமெரிக்காவில் தோன்றி உலகெங்கும் பரவி வருகின்ற விடுதலை இறையியலும், திருத் தந்தையரது சமுதாயப் போதனைச் சுற்றுமடல்களும் மனித உரிமைகளுக்கும் விடுதலை வாழ்விற்கும் முன்னுரிமை அளித்து விடுதலைப் போராட்டங்களுக்கு ஊக்கம் கொடுத்து வருகின்றன. இந்திய, தமிழக ஆயர்களது அறிக்கைகளும், அனைத்திந்தியத் துறவியர் பேரவையும், மற்றும் குருக்கள், பொது நிலையினர் பேரவைகளும் தலித் மக்கள், பெண்கள் மற்றும் ஒன்றிணைக்கப்படாத தொழிலாளர்கள் ஆகியோரது மனித மாண்பு, உரிமை வாழ்வு இவற்றை வளர்க்க எல்லோரும் இணைந்து உழைக்க வேண்டும் என வற்புறுத்தி வருகின்றன.

இந்நிலையில் இன்றைய தமிழகத் திருச்சபையிலே சாதியம் தலைதூக்கி நிற்கிறது. பெரும்பான்மையான தலித் மக்கள் உரிமைகளும், வாய்ப்புகளும், மனித மாண்பும் மறுக்கப்பட்டு நிர்வாணிகளாக நிற்கின்றனர்; அவர்களுக்குரிய உரிமைகளை அரசிடம் கேட்பதிலும் திருச்சபை தயக்கம் காட்டி வருகிறது; சோர்வடைந்து சூம்பி நிற்கின்றது; நீதி ஞாயிறு நழுவி மறையும் நிலையில் உள்ளது; பத்து அம்சத் திட்டங்கள் பகிரங்கமாகப் பறைசாற்றப்பட்டு, வேண்டா வெறுப்பாக ஒருசில அம்சங்கள் அரை குறையாக நிறைவேற்றப்பட்டு வருகின்றன; மறை மாவட்டங்களில் தலித் மக்களது எண்ணிக்கைக் கணிப்பு முயற்சியும்கூட ஆமை வேகத்தில் ஊர்ந்து செல்கிறது; ஏனோ தானோவென்று சடங்குக்காக எடுக்கப்பட்டு வருகின்றது.

தலித் மக்கள் ஒன்றிணைந்து இயக்கமாக உருவாகித் தங்களது உரிமைப் போராட்டங்கள் நடத்த முன்வரும்போது அவர்களை அடக்கி ஒடுக்கி முடமாக்க விழைகின்றனர் சாதிக் கிறிஸ்தவர்களும் அவர்களிலிருந்து வந்த திருச்சபை ஆட்சியாளரும்; பிரித்தாளும் சூழ்ச்சியைக் கையாளுகின்றனர்; அவர்கள் மேல் அபாண்டப் பழிகளைச் சுமத்தி அடக்குமுறைகளை ஏவிவிடுகின்றனர்; ஏளனம் செய்து எள்ளி நகையாடி அவர்களைச் சிரிப்புப் பொருளாக்குகின்றனர்; அரசு இயந்திரத்தோடு கைகோர்த்து, தலித் மக்களின் நியாயமான வளர்ச்சியைச் சிதைக்கும் செயல்களில் ஈடுபடுகின்றனர்.

கத்தோலிக்க திருச்சபைக்குள் நிலவும் சாதிய ஒடுக்குமுறையின் பல்வேறு பரிமாணங்களைப் புரியும் மொழியிலே கதை வடிவிலே விறுவிறுப்பான நடையிலே தெளிவான முறையிலே வடித்துத் தருகிறார் இயேசு சபைத் தோழர் மாற்கு. இவர் அடித்தட்டு மக்கள் மத்தியிலே பங்குத் தொண்டராகப் பல ஆண்டுகள் சீரிய முறையில் பணியாற்றியவர்; 'அடித்தள விழிப்பினிலே' என்ற அனுபவ ஆய்வுக் கையேட்டையும், 'வருவான் ஒரு நாள்', 'சுவர்கள்', 'கத்தியின்றி இரத்தமின்றி' போன்ற நாவல்களையும் படைத்து, அவற்றின் வழி மக்கள் பிரச்சினைகளைத் திறமையாக அலசி ஆய்ந்து தனது சிந்தனையின் ஆழத்தையும் அனுபவச் செறிவையும் நம்மோடு ஏற்கனவே பகிர்ந்து கொண்டவர்.

'யாத்திரை' என்ற இந்நூலிலே தலித் மக்களின் விடுதலைப் பயணத்தை ஒரு மக்கள் இயக்கப் போராட்டமாக, மனித சிலுவைப் போராகச் சித்திரித்துக் காட்டுகின்றார். தலித் கிறிஸ்தவர்களுக்கெதிராக எண்ணற்ற ஆண்டுகளாக நிகழ்ந்து வரும் சாதிய ஒடுக்குமுறைகளைக் கண்டு

திருச்சபையின் பல பகுதியினர் வெவ்வேறு விதங்களில் செயல் படுகின்றதை உளவியல் ரீதியாகவும் நடைமுறைச் செயல் ஆய்வு ரீதியாகவும் அருமையாக அலசுகின்றார்.

* சாதியக் கிறிஸ்தவர்களின் அதிகார ஆணவம், பார்ப்பனியச் சூழ்ச்சி, கலாச்சார சீரழிவு, கொள்ளைக்கும் கொலைக்கும் அஞ்சாமை, பழைமையின் மேல் பற்று;

* தலித் கிறிஸ்தவர்களின் பிளவுபட்ட தன்மை, எளிதாகப் பிறரை நம்பி ஏமாந்து போகும் வெகுளித்தனம், பொருளாதார நலிவு மதத்தலைவர்கள் மீது மதிப்பு, புதிதாக வளர்ந்து வரும் விடுதலை யெழுச்சி, கலகப் பண்பாடு, பெண்களது விழிப்புணர்வு, நெஞ்சுறுதி, ஒன்றிய முயற்சிகள், செயல்வேகம்;

* தலித் அல்லாத குருக்களது கபட நாடகம், பழிவாங்கும் மனப்பாங்கு, சாதிய வளர்ப்பு முயற்சிகள், குழம்பிய நிலை;

* ராஜா போன்ற ஒருசில குருக்களது சிந்தனைத் தெளிவு, கற்பனை வளம், நீதி உணர்வு நிறைந்த சாதனைகள்;

* தலித் குருக்களின் இன உணர்வுச் செயல்பாடுகள்;

* ஆயரது அப்பட்டமான தடுமாற்ற நிலை, பாரம்பரியத்தையும் தற்காலிக அமைதியையும், கட்டிக்காக்க தலித் மக்கள் பக்கம் நீதி உள்ளது என்று உணர்ந்தும் அதைக் காற்றிலே பறக்க விட்டு, சமயத்திற்கேற்றாப் போல் நடந்து சமாளிக்கும் பச்சோந்திக் குணம், மக்களது இயக்கத்தைக் காட்டிக்கொடுத்து நிறுவனத் திருச்சபையின் நலனையே கட்டிக்காக்கும் நச்சுத் தன்மை;

இவை யாவற்றையும் தனக்கே உரிய பாணியில் தமிழகத் திருச்சபையின் சீரிய சிந்தனைக்கு விருந்தாகப் படைக்கிறார் ஆசிரியர். இருதரப்பு வாதங்களையும் ஒளிவு மறைவின்றி, குறைவின்றித் தெள்ளத் தெளிவாகத் தொகுத்துத் தருகிறார்.

இறுதியில்,

தலித் மக்களுக்கு நீதி கிடைக்கின்றதா? தங்களது முயற்சியில் வெற்றி பெறுகின்றார்களா? மனிதம் தேடி நீடிய பயணத்தை மேற்கொண்ட மக்களின் முடிவுதான் என்ன?

இத்தகைய வினாக்களுக்கு விடையளிக்க மறுக்கிறார் நாவலாசிரியர். வாசகர்களின் மனநிலைக்கேற்ப கதையின் முடிவினை அமைக்க அழைக்கிறார். இந்த யுக்தி நம்மைச் சிந்திக்கத் தூண்டும்; அன்றாட

நிகழ்வுகளிலே நீதியின் பக்கம் நின்று பறிக்கப்படும் உரிமைகளுக்காகப் பாதிக்கப்பட்ட மக்களோடு இணைந்து போராடி உண்மை மனிதர்களாக வாழ வழி வகுக்கும்.

தோழர் மாற்கு ஒரு பழுத்த சமயவாதி, ஆழ்ந்த திருச்சபைப் பிரியன். கிறிஸ்தவ சமயம் சொல்லும் சமத்துவம், சகோதரத்துவம், மற்றும் சமூக நீதி போன்ற விழுமியங்கள் சமுதாயத்திலே எல்லா மக்கள் மத்தியிலும் வேரூன்ற வேண்டும், செயலாக்கம் பெற வேண்டும், அதற்குத் திருச்சபை துணை நிற்க வேண்டும் என்று தீவிரமாக விரும்புபவர்; அதற்கென அயராது உழைப்பவர். இத்தகையதொரு நிலைப்பாட்டின் வெளிப்பாடாகத்தான் இப் புதினத்தை நான் கருதுகிறேன். தலித் மக்களும் தலித் அல்லாதோரும் இணைந்து புதியதொரு திருச்சபையை சமுதாயத்தைக் கட்டியெழுப்ப தோழர் மாற்கு விடும் சவால்களை நாம் ஏற்று இயேசு கண்ட இறையரசை நிஜமாக்குவோம்.

விடுதலைப் பயணம் தொடர்ந்திடுவோம் - நாம்
விடியலை நோக்கி நடந்திடுவோம்

மதுரை,
ஆகஸ்ட் 15, 1993

முனைவர் மி.ஜெயராஜ்
இயக்குநர்
சமுதாய சிந்தனை, செயல் ஆய்வு மையம்

முன்னுரை

மாற்கு எழுதிய 'யாத்திரை' என்ற இந்த நாவலின் தட்டச்சுப் பிரதியை வாசித்தேன். 'யாத்திரை' என்பது தமிழில் ஆரம்பத்தில் போருக்குச் செல்லப்படும் பயணத்தையே குறித்தது. அதியமானின் தகடூரைக் குறித்து நடந்த போர்ப் பயணத்தை ஒட்டி 'தகடூர் யாத்திரை' என்ற காப்பியம் தோன்றியிருக்கிறது. இன்று இதன் பாடல் வரிகள் சில கிடைக்கின்றன. மற்றவை மறைந்துவிட்டன.

அடுத்துக் கோயில், கடவுள் என்ற கலாச்சாரம் பிரபலமாகிய போது, கோயில்களுக்குப் பக்தர்கள் மேற்கொண்ட பயணத்தைக் குறிப்பதாக 'தலயாத்திரை' என்ற சொல் பயன்பட்டது. இன்றும் கிறிஸ்தவர்களிடையே 'திருயாத்திரை' என்ற சொல் பழக்கத்தில் இருக்கிறது. தற்கால அரசியல் போராட்ட வடிவங்களில் ஒன்றாக 'பாதயாத்திரை' என்ற வடிவம் அரசியல் பண்பைப் பெற்றுவிட்டது. மாற்குவின் இந்த நாவலின் உச்சநிலையில் 'பாதயாத்திரை' என்ற போர்வடிவம் தலித் அரசியல் வெளிப்பாடாக அமைந்திருப்பதால், 'யாத்திரை' என்ற தலைப்பு, இந்த தலித் நாவலுக்குப் பொருத்தமாக அமைந்துவிட்டது.

மதமும், புரோகித அமைப்பும், இதன் உருவாக்கமான கடவுளும் தலித்துகளுக்கு எத்தகைய கொடூரமான எதிரிகளாக இருக்கிறார்கள் என்பதை இந்த நாவல் உணர்த்துகிறது. திரும்பத் திரும்ப இந்த எதிரிகளுக்கு ஏற்ப சரிசெய்துகொள்ளுகிற போராட்டங்களையே தலித் கிறிஸ்த்தவர்கள் செய்யவேண்டியதிருக்கின்ற அவலமும் நாவலில் உணர்த்தப்படுகிறது. கித்தேரியான் போன்ற தலித் தலைவர்கள் உருவாக வேண்டும். பாதர் ராஜா எத்தனை ஆர்வமாக தலித்துகளுக்காகச் செயல்பட்டாலும்கூட, அவரிடமும் மேற்சாதி, புரோகித, அதிகாரச் சார்புகள் உறைந்து கிடப்பதையும், தலித் உணர்வும் போர்க்குணமும் அவரிடம் இல்லாதிருப்பதையும் நாவல் நுணுக்கமாக எடுத்துக்காட்டுகிறது.

சாதியும், மதமும் அழியாமல் தலித் மக்களின் இழிவும் அழியாது என்ற படிப்பினையை இந்நாவலிடமிருந்து உணரமுடிகிறது. தலித்துக்கு வெளியிலிருந்து, தலித் மக்களுக்குப் போராட்ட உணர்வையும், இயக்க வழிகாட்டல்களையும் வழங்குவது என்பது ஒருகட்டத்திற்கு மேல் சாத்தியமில்லை என்ற கருத்து வலுவூட்டப்படுகிறது. தலித்துகள்

தலித்தை ஒடுக்குபவர்களுக்கு இடையிலான போராட்டத்தில் நடுநிலை வகிப்பதோ, அமைதி காக்கச் சொல்லுவதோ, பொறுக்கச் சொல்லுவதோ இறுதியில் தலித்துக்கு எதிரான நிலைப்பாட்டிற்கே இட்டுச் செல்லும் என்ற பச்சையான உண்மை ஆணித்தரமாகச் சொல்லப் பட்டிருக்கிறது. கிறித்துவப் புரோகிதர்களையும், ஆயர்களையும், பூசைகளையும், நம்பிக்கொண்டிருக்கும் வரை தலித் கிறித்தவர்களுக்கு விடிவு ஏற்படாது என்ற தீவிர கருத்து தெளிவாக முன்வைக்கப் பட்டிருக்கிறது.

அதிகாரமும், பண பலமும், நில உடைமையும், மத அமைப்பும், புரோகித அதிகார ஏறுவரிசையும், உயர்சாதி அமைப்பும் ஒடுக்குகின்ற அரசியல், போலீஸ் முதலான நிறுவனங்களும் எப்போதும் சேர்ந்தே இயங்கிக்கொண்டிருக்கும். இந்த மேலாதிக்க அமைப்பில் நீதி, நியாயம் கிடைக்கும் என்று தலித்துகள் இவர்களின் மூடிய கோட்டைக் கதவுகளில் மோதிமோதி மண்டைகளை உடைத்துக்கொள்ளுவதில் பயன் இல்லை. இந்த அமைப்பும் அதன் ஒழுங்கும் அநீதி, வன்முறை ஆகியவற்றினால் கட்டி எழுப்பப்பட்டவை என்பதை தலித்துகள் இனியும் சோதித்து அறிவதற்கு அவசியமில்லை என்பதை நாவல் தெளிவாகச் சொல்லியுள்ளது. இந்நாவலாசிரியருக்கு ஏனோ கடவுளை விட முடியவில்லை. ஏதோ ஒரு விதத்தில் இவருக்குக் கடவுள் தேவைப்படுகிறார். அதனால்தான் கொடியவர்கள் கூறுகிற கடவுள் இல்லை என்று கூறுவதில் கடவுள் இருக்கிறார் என்கிறார்.

மதம் எதுவானாலும் புரோகிதக் கும்பல்கள் ஒரே மாதிரிதான் செயல்பட்டுக்கொண்டிருக்கின்றன. மக்களின் அறியாமைதான் இவைகளின் மூலதனம். இவைகள் மீது ஏற்படுத்தப்பட்டுள்ள புனிதப் பூச்சுகளைக் கலைத்துவிட்டால், இவற்றின் கோரவடிவம் புலப்பட்டு விடும். இந்நாவலில் இந்தப் புனிதப் பூச்சுக்கள் கலைக்கப்பட்டுள்ளன. பசுக்களைப் போல பாவனை செய்கிறவர்கள் கொடிய விலங்குகளாக இருப்பதை நாவல் தோலுரித்துக் காட்டுகிறது. தலித்துகள் பாவனை களைக் கண்டு ஏமாறக்கூடாது என்ற எச்சரிக்கை இந்த நாவலால் கிடைக்கிறது.

இந்நாவலில் தலித் மக்கள் மேற்கொள்ளும் போராட்டங்களில் சில நூதனமான உத்திகள் பின்பற்றப்படுவது கவனத்திற்குரியனவாகும். இவை ஒடுக்கப்பட்ட மக்களின் கலகப்பண்பாட்டுச் சிறப்பு அம்சங்களாக இருக்கின்றன. புனிதங்களை, மரியாதைக் குரியவற்றை, உயர்வானவற்றை முறை மீறச் செய்வது, தலை கீழாக்கிப் புரட்டுவது, கேலிக்குரியவை யாக மாற்றுவது ஆகியவை இத்தகைய அம்சங்களாகும். பிஷப்

மாளிகைக்குள் தலித் பெண்கள் கும்பலாக அத்துமீறி நுழைந்து, உணவுப் பொருட்களைப் பகிர்வது, பிஷப்புக்கு முன் ஒப்பாரி வைப்பது, குலவையிடுவது, கும்மியடிப்பது ஆகியவை தலித் கலகப் பண்பாட்டின் சிறந்த அம்சங்களாகும்; இதேபோல, புனிதமான பூசையைப் பகிஷ்கரித்து, பைபிளிலிருந்து தலித்துக்குச் சார்பான வாசகத்தைப் படிப்பது, புரோகிதரை வழிமடக்கி நடந்துபோக வைப்பது, சொகுசுக்காரைப் பறிமுதல் செய்வது, இயக்கத்தை உடைப்பதற்கு எதிரிகள் பணம் தரும்போது, அதை வாங்கி வந்து இயக்க நிதியாக்குவது ஆகியவற்றையும் தலித் கலகப் பண்பாட்டின் பகுதிகளாகக் காண வேண்டும். இயக்கத்தை உடைப்பதாக 'பொய்' கூறி, அதற்காக எதிரி தரும் பணத்தை வாங்கி, இயக்கத்தின் வளர்சிக்குத் தலித் பயன் படுத்துவது என்பது, வழக்கமான எதிரியின் 'நீதி'யைத் தலைகீழாகப் புரட்டுகின்ற தலித் கலக நீதியாகக் காணப்படுகிறது.

தலித்துகளை மட்டுமல்லாமல், இவர்களை நசுக்குகின்ற சாதி கிறிஸ்தவர்களின் 'நியாயங்களை' நாவலாசிரியர் விளக்கமாகத் தந்துள்ளார். ஆனால் அந்த 'நியாயங்கள்' எல்லாமே, தங்களுடைய ஆதிக்கம் கைமீறிப் போகக்கூடாதே, தலித்துகளை என்றென்றும் அடிமைகளாக வைத்து சுகம் கண்ட நிலை மாறக்கூடாதே, தலித்துகள் சமத்துவ நிலைக்கு வந்துவிட்டால் தாங்கள் தலித்துகளைப் போல ஆகிவிடக்கூடாதே என்ற பல்வேறு அவசியங்களால் வெளிப்படுபவை யாக உள்ளன.

சாதி மத அமைப்பிற்குள்ளே, பொருள் பலமும், அதை ஒட்டிய அதிகாரங்களும் உறைந்துபோயுள்ள புரோகித அமைப்பிற்குள்ளே ஒடுக்கப்பட்ட தலித் மக்களுக்கு 'மீட்சி'யை சாதித்துவிடலாம் என்பது கானல் நீர்தான்; கனவுதான் என்பதற்குப் பாதர் ராஜா நல்ல உதாரணம். இவர் எடுத்துக்காட்டுகிற நியாயங்கள் ஏதும் சாதித் தோல்களைத் துளைக்க முடியவில்லை; முடியாது. இறுதியில், அவரால் வெளியேறத்தான் முடிகிறது. அவரால் அவர் அங்கமாகியுள்ள அமைப்பையும் விடமுடிய வில்லை; நியாயம் வரும் எனக் காத்திருக்கிறார்; அமைப்பை நோக்கி வேகமாகக் கிளருகின்ற தலித் வேகத்திற்கும் அவரால் ஈடுகொடுக்க முடியவில்லை. இரண்டு அணிகளிலும் அவரால் கரைந்து கலக்க இயலவில்லை. வெளியேறுகிறார்.

இந்நாவலில் பிடித்த அம்சம்; திரளாக, முக அடையாளங்களின்றி மக்கள், இயக்க அடையாளம் பெறுகிறபோது, தனிப்பட்ட, திருப்புமுனையாக அமைகிற மாந்தரின் தனித்துவம் பலியாகிவிடக்கூடிய சாத்தியம் உண்டு. ஆனால் இந்நாவலில் பாதர் ராஜா, கித்தேரியான், இசக்கி,

ராயப்ப ரெட்டி, பிஷப் முதலான பாத்திரங்கள் தனித்த கருத்து மற்றும் உணர்வு முத்திரைகளோடு படைக்கப்பட்டிருக்கிறார்கள்.

சில அதிகாரங்களை சஸ்பென்ஸ் பாணியில் முடிப்பது. மூன்று சிறந்த கனவுகளுக்கு உரை எழுதுவது (வாசகன் மீது அவநம்பிக்கையா?) ஆகியவை தேவை இல்லை என்பது என் கருத்து.

இந்நாவலில் சிறப்பாக வந்துள்ள மற்றொரு விசயம் : தலித் நியாயங்ளை ஒரு சார்பாகக் கூறாமல், பலதரப்பட்ட எதிரிகளின் நியாயங்களோடு மோதவைத்து, அவற்றின் வலிமையை உணர்த்தியதாகும்.

தற்போது எழுச்சிபெற்றுள்ள தலித் மக்கள் எழுச்சியின் ஒரு பகுதியான தலித்திய இலக்கியத்திற்கு மாற்கு படைத்துள்ள இந்த நாவல் புதிய வரவாக அமைந்துள்ளது.

புதுச்சேரி,

31.07.1993 **ராஜ்கௌதமன்**

என்னுரை

ஒரு நீண்ட இடைவெளிக்குப் பின் 'யாத்திரை' என்ற இந்த நாவலை எழுதியுள்ளேன்.

இந்த நாவலை எழுதுவதற்கு நானும் ஒரு நீண்ட யாத்திரையை மேற்கொள்ள வேண்டிய சூழ்நிலை ஏற்பட்டது.

ஆண்டுக்கு ஒரு நாவல் எழுத வேண்டும் என்று திட்டமிட்டு எண்பதுகளின் ஆரம்பத்தில் மூன்று நாவல்களைத் தொடர்ந்து எழுதினேன்.

இவைகளைப் பணத்திற்காகவோ, புகழுக்காகவோ, இலக்கிய ரசனைக்காகவோ, பரிசுக்காகவோ, ஆராய்ச்சிக்காகவோ, பொழுது போவதற்காகவோ எழுதவில்லை.

மாறாகப் பாதிக்கப்பட்ட தலித் மக்கள் ஒன்றுசேர்ந்து ஓர் இயக்கமாக மாறி அநீத அமைப்பை எதிர்க்க வேண்டும் என்ற எண்ணத்தைப் பாதிக்கப்பட்ட மக்களுக்குக் கொடுக்க வேண்டும் என்ற நோக்கத்திற்காகவே எழுதினேன்.

ஆனால், என் எழுத்துக்கள் பாதிக்கப்பட்ட மக்களைச் சென்று சேர்வதற்குப் பதிலாக மற்றவர்களைச் சென்று சேர்ந்தன. சிலர் பொழுது போவதற்காகப் படித்தனர். சிலர் படித்துவிட்டு இது இலக்கியமா இலக்கியமில்லையா என்ற விவாதத்தில் ஈடுபட்டனர். சிலர் கல்லூரிகளில் பாடப்புத்தகமாக வைத்துவிட்டார்களே என்பதற்காகப் படித்தனர். சிலர் பட்டம் பெற ஆய்வுக்காகப் படித்தனர். ஆனால், படித்தவர்கள் அனைவரும் நன்றாக இருப்பதாகக் கூறினர்.

இந்தப் புகழ்ச்சி எனக்கு மகிழ்வைக் கொடுக்கவில்லை. மாறாக எழுதிய நோக்கம் நிறைவேறவில்லையே என்ற வேதனையைக் கொடுத்தது. எனவே, நான் சுயவிமர்சனம் செய்துகொண்டேன். நான் ஏன், எதற்காக எழுதுகிறேன்? யாருக்கு எழுதுகிறேன்? என்ன எழுதுகிறேன்? எந்தத் தளத்திலிருந்து எழுதுகிறேன்? எப்படி எழுதுகிறேன்? எழுதுவதின் நோக்கம் நிறைவேறியதா?

இந்தக் கேள்விக்கான பதில்கள் என்னைப் புதிய முறையில் செயலாற்றத் தூண்டின. எழுத்து வடிவத்தை விட்டுவிட்டு இயக்க வடிவைத் தேர்ந்துகொண்டேன். அடித்தட்டு மக்களோடு கலந்து, கரைந்து இயக்கமாக அம்மக்கள் ஒன்றுசேர உழைத்தேன்.

இவ்வாறு உழைத்த காலத்தில் என் உள்ளத்தில் என்னையும் அறியாமல் நாவலுக்கான ஒரு கரு உருவாகி மெதுவாக, மிக மெதுவாக, வளர்ந்து வந்திருக்கிறது.

ஏறக்குறைய ஏழு ஆண்டுகள் என் உள்ளத்தில் வளர்ந்திருக்கிறது. எழுதக்கூடாது என்று நான் எடுத்த தீர்மானத்திற்கு எதிராக இந்தக்கரு என்னில் எனக்குத் தெரியாமலே வளர்ந்து முதிர்ந்துவிட்டது.

முதிர்ச்சியடைந்த கரு வெளிவராமல் இருக்க முடியாதே! அதுபோல என்னையும் மீறி, எனது உறுதியைக் கிழித்துக்கொண்டு பிறந்ததுதான் இந்த யாத்திரை.

இந்த நாவல் ஒரு வித்தியாசமான முயற்சி. எனது வழக்கமான பாணியிலிருந்து விலகி இதை உருவாக்கியிருக்கிறேன். கதாநாயகன், கதாநாயகி, வில்லன் என்ற பார்முலாவை விட்டுவிட்டு இயக்கத்தை முன்னிருத்தி எழுத முயற்சி செய்திருக்கிறேன். இந்த முயற்சி வெற்றியா? தோல்வியா? தீர்மானிக்க வேண்டியது நீங்களே!

இந்த நாவலை எழுதிக்கொண்டிருந்தபொழுது, சொல்ல வேண்டிய விஷயங்கள் இன்னும் அதிகம் இருப்பதை உணர்ந்தேன். மிகப் பெரிய படைப்பாக உருவாகிவிடும் என்று எண்ணி அனைத்து விஷயங் களையும் சொல்லாமல் சுருகிக்கொண்டேன். இதைத் தொடர்ந்து யாத்திரையின் இரண்டாம் பாகம் எழுத எண்ணம். ஆனால் எழுதுவேனா? அப்படி எழுதினாலும் எப்பொழுது எழுதுவேன்? எனக்கே தெரியாது.

இந்த நாவலில் சாதிக் கிறிஸ்தவர்களில் இரண்டு சாதிகளைக் குறிப்பிட்டிருக்கிறேன். ஏதாவது சாதியைக் குறிப்பிட வேண்டும் என்பதற்காகத்தான் குறிப்பிட்டிருக்கிறேன். தவிர, மற்றபடி அந்தச் சாதிகளைக் குறிப்பிட்டதில் வேறு எந்தவிதமான உள் நோக்கமும் கிடையாது. அந்தச் சாதிகள் உள்ள இடத்தில் வெள்ளாளர், உடையார், வன்னியர், செட்டியார், கவுண்டர், தேவர், நாடார், யாதவர் போன்ற வேறு சாதிப் பெயர்களைப் போட்டுக்கொள்ளலாம். வாசிக்கும் நீங்கள் எந்தச் சாதியோ அந்தச் சாதியைப் போட்டுக்கொண்டு வாசிக்கலாம்.

இந்த நாவலில் வரும் பெயர்கள், இடங்கள், சம்பவங்கள் அனைத்தும் கற்பனையே. இவைகள் யாரையும் எந்த ஊரையும் குறிப்பனவல்ல. அதேபோல கதைக்காக ஆயர், பங்குக்குரு, தர்மகர்த்தா, நாட்டாமை போன்ற பதவிகளைக் குறிப்பிட்டுள்ளேன். மற்றபடி இப்பதவிகளில் இருந்த, இருக்கின்ற யாரையும் குறிப்பிடவில்லை.

நான் எழுதாமல் இருந்த காலத்தில் எழுத வேண்டும் என்று அடிக்கடி கூறி, வற்புறுத்தி எழுதத் தூண்டியவர் ஜார்ஜ் ஜோசப்.சே.ச.

எழுதியபொழுது அதைப் பொறுமையுடன் வாசித்து, தங்களது விமர்சனத்தைக் கூறியவர்கள் பூரணம் சே.ச., டைட்டஸ் சே.ச., ஜோமைக் சே.ச., அருள்ராஜா.

எழுத உற்சாகமூட்டியதோடு, இதை வெளியிட முன்வந்து ஓர் அழகிய அணிந்துரையும் எழுதிக் கொடுத்தவர் மைக்கேல் ஜெயராஜ் சே.ச.

தட்டெழுத்தில் விரைவாகப் பிரதியெடுத்துக் கொடுத்தவர்கள் ஆரோக்கிய மேரி, கிளாரா.

அதை வாசித்துப் பார்த்து பிழைகளைத் திருத்தியவர் பாமா.
ஒரு சிறந்த முன்னுரை எழுதிக் கொடுத்தவர் ராஜ் கௌதமன்.
அட்டைப்படம் வரைந்து கொடுத்தவர் ஓவியர் மருது.
அச்சடிக்க ஏற்பாடு செய்தவர் ர. ஜார்ஜ் சே.ச.

விரைவாகவும் அழகாகவும் மிகச் சிறப்பாகவும் அச்சிட்டுக் கொடுத்த நியூ செஞ்சுரி புத்தக நிறுவனத்தார்.

இவர்கள் அனைவருக்கும் எனது நெஞ்சார்ந்த நன்றி.

30.09.93   மாற்கு சே.ச
மதுரை

1

‘அந்த வெசயத்த அவெங்கிட்ட எப்பிடிச்சொல்றது? அப்படிச் சொன்னாலும் அவன் ஒத்துக்கிடுவானா? ஒருக்காலும் ஒத்துக்கமாட்டானே? சரி... சொல்லாமலே இருந்துக்கிட்டா...? கடவுளே... அப்பிடிச் சொல்லாமயும் இருக்க முடியாதே... கட்டாயஞ் சொல்லித்தானே தீரணும். என்னதாஞ் செய்றது...?

இஞ்ஞாசிக்கு என்ன செய்வதென்று தெரியவில்லை. ஒன்றும் புரியாமல் அந்தக் குடிசையில் இருட்டில் அமர்ந்திருந்தார். தான் இருட்டில் அமர்ந்திருப்பதுகூட அவருக்குத் தெரியவில்லை. அந்த அளவு அந்தச் செய்தி அவரைப் பாதித்திருந்தது. அந்தச் செய்தி அவரைப் பாதித்ததைவிட, அந்தச் செய்தியைத் தன் மகனிடம் எப்படிச் சொல்வது என்ற எண்ணம்தான் அவரை அதிகமாகப் பாதித்தது.

இஞ்ஞாசிக்கு வயது சுமார் ஐம்பது இருக்கும். கருத்த உடல் இன்னும் ஒரு முடிகூட நரைக்காத தலைமுடியை ஒட்ட வெட்டியிருந்தார். மெலிந்த ஆனால் வலுவான உடல். கையின் நிறத்திற்கும் உள்ளங்கையின் நிறத்திற்கும் அவ்வளவு பெரிய வித்தியாசம் எதையும் கண்டுபிடிக்க முடியாத அளவிற்கு உழைத்து உழைத்து காய்த்துப் போன கரங்கள்.

அந்த இருட்டில் சூனியத்தைப் பார்த்தபடியே அமர்ந்திருந்தார். எவ்வளவு நேரம்தான் அவரால் அப்படியே அமர்ந்திருக்க முடியும்? அவருக்குப் பசித்தது. காலையில் அந்தச் செய்தியைக் கேட்டதிலிருந்து ஒன்றும் சாப்பிடவில்லை. கவலைப்படுவதால் வேதனையான செய்தி மகிழ்வான செய்தியாகவா மாறிவிடப்போகிறது. அல்லது பசிதான் போய்விடுமா?

உணர்வு பெற்ற அவர் விழித்துப் பார்த்தார். தான் இருட்டில் அமர்ந்திருப்பதை அப்பொழுதுதான் உணர்ந்தார். மடியில் இருந்த தீப்பெட்டியை எடுத்து சிம்னி விளக்கை ஏற்றினார்.

அந்த ஒளியில் அடுப்படியில் இருந்த கூழ்ப்பானை தெரிந்தது. பானையைத் திறந்து பார்த்தார். சிறிது கூழ் இருந்தது. அதைக் கரைத்துக் குடிக்க எண்ணினார்.

கூழ்ப்பானைக்குப் பக்கத்தில் இருந்த சட்டியை எடுத்தார். அந்தச் சட்டி, அதுதான் அவரது பெரிய சொத்து. அந்தச் சட்டியில்

கூழ் ஊற்றி உப்பு போட்டுத் தண்ணீர் ஊற்றிச் சட்டி நிறையக் கரைத்து, ஒரு மிளகாயைக் கடித்து, அந்த உரைப்பில் ஒரே மூச்சில் கூழ் முழுவதையும் குடிப்பார். குடித்தபின் அவரது தொங்கு மீசையின் இரண்டு நுனியையும் இரண்டு கைகளால் பிடித்து முறுக்கி விடுவார். அப்படிச் செய்தால்தான் அவருக்குக் கூழ் குடித்த நிறைவு இருக்கும்.

அந்தச் சட்டியைப் பார்த்ததும் அவரது கண்களிலிருந்து அவரையும் அறியாமல் கண்ணீர் வழிய ஆரம்பித்தது. அந்தச் சட்டி அவரை அவரது கடந்தகால வாழ்வுக்கு இழுத்துச் சென்றது.

அந்தச் சட்டியைத் தூக்கிக்கொண்டுதான் இஞ்ஞாசி தினமும் வேலைக்குச் செல்வார். அறியாப் பருவத்திலிருந்தே அவருக்கு இந்நிலை ஏற்பட்டுவிட்டது.

அதிகாலையிலேயே எழுந்து அவர் வேலைபார்க்கும் ராயப்ப ரெட்டியார் வீட்டிற்குச் செல்வார். சட்டியை மாட்டுத் தொழுவத்தில் ஒரு மூலையில் வைத்துவிட்டுச் சாணியை அள்ளிக் குப்பையில் போட்டுவிட்டு, மாட்டுத் தொழுவத்தைச் சுத்தமாகக் கழுவி விடுவார்.

பிறகு வயலுக்குச் சென்று வேலை செய்வார். பிறகு எட்டரை மணிபோல் மீண்டும் ரெட்டியார் வீட்டிற்கு வருவார். அங்கே மாட்டுத் தொழுவத்தில் ரெட்டியார் மனைவி கொடுக்கும் கூழைத் தனது சட்டியில் வாங்கி மாடுகளுக்கிடையே அமர்ந்து அதைக் குடிப்பார்.

பின், மாடுகளை ஓட்டிக்கொண்டு மறுபடி வயலுக்குச் செல்வார். அங்கே, நாள் முழுவதும் வேலை இருக்கும். இருட்டும் நேரத்தில் மாடுகளைப் பத்திக்கொண்டு வந்து ரெட்டியாரின் தொழுவத்தில் கட்டி அதற்குத் தீனி போடுவார். பின் அங்கே கொடுக்கும் கூழை வாங்கிக் கொண்டு தன் குடிசைக்குச் செல்வார். இதுதான் விவரம் தெரிந்து நாளிலிருந்து அவர் செய்து வரும் வேலை.

இப்படி நாள் முழுவதும் உழைப்பதற்கு அவருக்குக் கிடைக்கும் கூலி, இரண்டு நேரக் கூழ், வாரத்திற்கு இரண்டு மரக்கா தானியம். அதை வைத்துத்தான் அவரும், அவர் மகனும் அந்தச் சேரித்தெருவில் உள்ள ஒரு குடிசையில் வாழ்ந்துவந்தனர்.

இந்த நிலையிலும் இஞ்ஞாசி தன் மகன் அந்தோனியை ஓரளவு படிக்க வைத்துவிட்டார். அந்தோனி கைக்குழந்தையாக இருந்த பொழுதே, இஞ்ஞாசி தன் மனைவியை இழந்தார். அவருக்கு வேறு திருமணத்தில் நாட்டமில்லை. நாட்டமில்லை என்று சொல்வதைவிட வறுமை அவரை அத்தகைய தீர்மானம் எடுக்கச் செய்தது என்று

சொல்லலாம். திருமணம் செய்துகொண்டால் இன்னும் குழந்தை பிறக்கும். வறுமை அதிகரிக்கும். வறுமையைப் போக்கக் கட்டாயமாகக் கடன் வாங்கவேண்டிய சூழ்நிலை உருவாகும். அந்தக் கடனை நிச்சயம் அடைக்க முடியாது. அந்தக் கடனை அடைப்பதற்காகத் தன் குழந்தைகளும் கொத்தடிமைகளாக வேலை செய்ய நேரிடும். இந்த நிலை வேண்டாம். தான் வாழ்ந்துவரும் கொத்தடிமை நிலையே போதும் என்று மறுமணம் செய்துகொள்ளாமலேயே வாழ்ந்தார். அவரது ஒரே இலச்சியம், மகனை நன்கு வளர்த்துப் படிக்க வைத்து அரசாங்க வேலைக்கு அனுப்புவதுதான்.

அதிலும் ஓரளவு வெற்றி பெற்றார் என்றே சொல்லவேண்டும். உள்ளூரிலுள்ள சாமியார் பள்ளியில் எட்டாம் வகுப்புவரை படிக்க வைத்துவிட்டார். அந்தச்சேரித் தெருவில் எட்டாம் வகுப்புவரை படித்தவன் அந்தோனி மட்டும்தான்.

அதற்கு மேல் படிக்கவைக்க வசதி இல்லை. சாமியார்கள் நடத்தும் அனாதைப் பள்ளியில் சேர்த்துவிடவும் யாரும் இல்லை. என்ன செய்வது? வேலை தேடும் படலம் ஆரம்பமானது. தன் மகன் அரசாங்க உத்தியோகம் பார்க்க வேண்டும் என்ற கனவு பகல் கனவாக மாறிவிடுமோ என்று இஞ்ஞாசி அஞ்சினார். பட்டப் படிப்பு படித்தவர்களுக்கே வேலை கிடைக்காத இந்தக் காலத்தில், எட்டாம் வகுப்புவரை படித்தவனுக்கா வேலை கிடைக்கப்போகிறது என்ற எண்ணம் அவருக்கு ஏற்படவில்லை. வேலை கட்டாயம் கிடைக்கும் என்று நம்பினார். அப்படி வேலை கிடைக்காவிட்டால்கூட தன்னைப் போல் தன் மகன் அடிமை வேலை செய்யக்கூடாது என்பதில் மட்டும் இஞ்ஞாசி உறுதியாக இருந்தார். எனவே, வேறு வேலைக்கு மகனை அனுப்பவில்லை.

தனக்கு வாரத்திற்குக் கிடைத்த இரண்டு மரக்கா தானியத்தில் பாதியை விற்று மகனிடம் அப்படியே கொடுத்துவிடுவார். அதை வைத்து மகன் செலவு செய்யட்டும்; வேலையும் தேடட்டும் என்று சுதந்திரமாக விட்டுவிட்டார். மீதி தானியத்திலும், ரெட்டியார் வீட்டிலிருந்து இரவு எடுத்துவரும் கூழிலும்தான் இருவருமே வாழ்ந்தனர்.

மகன் சுதந்திரமாக வாழ்ந்ததால் சுதந்திரமாக அவன் பேசும் பேச்சுக்களை, எண்ணங்களை வியப்போடு கேட்பார். மகனின் பேச்சை, எண்ணங்களைக் கேட்கக் கேட்க அவருக்குச் சில சமயம் பயமாகக்கூட இருக்கும். இத்தகைய எண்ணங்களும் சிந்தனைகளும் மகனை எங்கே கொண்டுபோய் விடப்போகிறதோ என்று பலமுறை நினைத்து நடுங்கியிருக்கிறார். அதனால்தான் அன்றுகூட அந்தச் செய்தியைச் சொல்லத் தயங்கினார்.

தன்மகன் அடிமையாக இல்லாமல் சுதந்திரமாக இருக்கிறானே என்று மகிழ்ந்தாரே தவிர, தான் அடிமையாக இருக்கக்கூடாது என்று ஒருபோதும் நினைத்ததில்லை. தனக்குக் கிடைத்த வாழ்வே இராயப்ப ரெட்டியார் போட்ட பிச்சை என்று நினைத்தார். இஞ்ஞாசிக்கு அவர்தான் கடவுள். வாழவைத்த தெய்வம். அவர் சொல்லை ஒருபோதும் தட்டிய தில்லை. எதிர்த்து ஒரு வார்த்தைகூட பேசியதில்லை. அந்த உணர்வு கூட ஏற்பட்டதில்லை. அவருக்குத் தெரிந்ததெல்லாம் விசுவாசமான கடின உழைப்பும் நன்றியுமே!

சுதந்திரமாக இருந்த மகனுக்கு ஒரு வேலை கிடைத்ததும் இஞ்ஞாசியின் மகிழ்வு அதிகரித்தது. இஞ்ஞாசி விரும்பியது போல் ஓர் அரசாங்க வேலைதான். அந்த ஊரில் உள்ள ஏரியிலும், ஏரியைச் சுற்றியுள்ள புறம்போக்கு நிலத்திலும் கருவேல மரக்கன்றுகளை நட்டு அதைப் பராமரிக்கும் வேலை. அதற்கு மாதம் நூற்றி ஐம்பது ரூபாய் சம்பளம்.

மகனுக்கு வேலை கிடைத்ததும் அவனுக்கு ஒரு கலியாணத்தை நடத்தி வைத்து, மாலையும் கழுத்துமா கண்குளிரப் பார்க்க வேண்டும் என்ற ஆசை ஏற்பட்டது. மகனுக்கு ஏற்ற பெண்ணும் பார்த்துவிட்டார். தான் பார்த்த பெண், தன் மகனுக்கு பிடித்துவிட்டதில் இஞ்ஞாசிக்குத் தலைகால் தெரியாத சந்தோஷம். கலியாண வேலை முழுவதும் மகனே செய்யட்டும் என்று அவன் பொறுப்பில் விட்டு விட்டு, கலியாணத்தைப் பற்றிக் கனவுகாண ஆரம்பித்துவிட்டார். கலியாண வேலை தொடங்கிய பின் ரெட்டியார் வீட்டுக் கூழுகூட அவருக்குக் கசந்தது. சே... எம்புட்டு வருசந்தான் இந்தக் கூழுத்தண்ணியவே குடுச்சுட்டுக் கெடக்குறது? நானா எம்புட்டு நாளைக்குக் கஞ்சி காச்ச முடியும்? ஒரு மருமக வந்து, அவ கையால் கஞ்சியோ கூழோ காச்சிக் குடிச்சா எப்படி இருக்கும்...!

அவரது ஆசை சிதையும் விதத்தில் அந்தத் திருமணத்திற்கு அப்படி ஒரு முட்டுக்கட்டை ஏற்பட்டுவிட்டது. அப்படி ஒரு தடை ஏற்படும் என்று சிறிதுகூட நினைக்கவில்லை. அந்தச் சேரியில் நடைபெற்ற எந்தத் திருமணத்திற்கும் கிடைக்காத ஒரு அந்தஸ்து தனது மகன் திருமணத்திற்குக் கிடைத்திருக்கிறது என்று எண்ணி எண்ணி மகிழ்ந்தார். பார்ப்பவர்களிடமெல்லாம் சொல்லிச் சொல்லி வியந்தார். ஆனால், அந்த மகிழ்ச்சிக்கு அப்படி ஒரு முடிவு வரும் என்று சிறிதும் நினைக்கவில்லை. இந்தச் செய்தியை அந்தோனியிடம் எப்படிச் சொல்வது?

சட்டியைப் பார்த்தபடியே தான் கனவில் மூழ்கிவிட்டதை இஞ்ஞாசி உணர்ந்தார். கண்ணீரைத் துடைத்தபடி பானையிலிருந்து சிறிது கூழை எடுத்து சட்டியில் வைத்தார். தண்ணீர் ஊற்றி உப்பு போட்டுக் கரைத்தார். மிளகாய் எடுப்பதற்காகப் பானையைத் திறந்தார்.

பானையில் ஒரு கருவாட்டுத் துண்டு கிடந்தது. என்றைக்கு வாங்கிப் போட்டதோ! எப்படியோ அங்கே கிடந்தது.

அதைப் பார்த்ததும் இஞ்ஞாசிக்கு ஒரே சந்தோஷம். 'கருவாடுன்னா அந்தோனிக்கு ரொம்ப பிடிக்கும். இந்தக் கருவாடச் சுட்டு அவன் வந்ததும் கூழோடு இதைக் குடுத்து குடிக்க வைச்சு, அப்பிடி அவன் குடிச்சிக்கிட்டு இருக்கும்போது பக்குவமா சங்கதியச் சொல்லி போடலாமே!'

இந்த எண்ணம் உதித்ததும் புது உற்சாகத்துடன் அவர் விரைந்து செயல்பட்டார்

அங்கே, மூலையில் இருந்த ஓர் அடி நீளமுள்ள மெல்லிய இரும்புக் கம்பியை எடுத்தார். அதில் அந்தக் கருவாட்டுத் துண்டைக் குத்தி பக்குவமாக நெருப்பில் சுட்டார்.

கருவாட்டின் மணம் அவர் மூக்கைத் துளைத்தது. நன்றாக மூச்சை இழுத்து அதன் மணத்தை முழுமையாக அனுபவித்தார். அந்த மணத்தில் தனது கவலையைக்கூட சிறிது மறந்தார்.

சுட்ட கருவாட்டை எடுத்து அங்கே கிடந்த ஒரு பழைய காகிதத்தில் சுற்றிக் கூழ்ப்பானைக்கு அருகில் வைத்தார். ஏதோ ஒரு மகத்தான காரியம் செய்துவிட்ட திருப்தி அவருக்கு ஏற்பட்டது.

பின்பு உற்சாகத்துடன் சுருட்டி வைக்கப்பட்டிருந்த ஓலைப் பாயை எடுத்துக்கொண்டு குடிசைக்கு வெளியே வந்தார்.

அப்பொழுது இரவு மணி ஒன்பது இருக்கும். மெல்லிய நிலவொளி வீசிக்கொண்டிருந்தது. அந்த நிலவொளியில் தெருவைப் பார்த்தார். ஆண்களும், பெண்களும் தெருவில் ஓலைப் பாயையோ அல்லது பழைய சேலையையோ விரித்து உறங்கிக்கொண்டிருந்தனர்.

இஞ்ஞாசியும் தெருவில் பாயை விரித்தார். அப்படியே படுத்து வானத்தைப் பார்த்தார். நிலவு வானத்தில் மிதந்து சென்றுகொண்டிருந்தது. சுற்றிலும் மேகக் கூட்டங்கள்

திடீரென்று இஞ்ஞாசியின் மனத்தில் இந்த எண்ணம் தோன்றியது. தான் பத்து எண்ணும் வரை இந்த மேகக்கூட்டம் நிலவை மறைக்கவில்லை என்றால் அந்தோனி அந்தச் செய்தியை ஏற்றுக் கொள்வான். மறைத்துவிட்டது என்றால் ஏற்றுக்கொள்ள மாட்டான்.

இந்த எண்ணம் வந்ததும் எழுந்து உட்கார்ந்தார். கழுத்து வலிக்க வானத்தை அண்ணாந்து பார்த்தார். 'ஒன்று, ரெண்டு' என்று மெதுவாக எண்ண ஆரம்பித்தார். எண்ணிக்கொண்டு இருக்கும்போது திக் திக் என்று இதயம் வேகமாகத் துடிக்க ஆரம்பித்தது. 'செவத்தியாரே, அந்தோனியாரே, வேளாங்கண்ணித் தாயே... நெலாவ மேகம் மறைக்காம காப்பாத்து' என்று செபம் சொல்ல ஆரம்பித்தார்.

பத்துக்குப் பதில் இருபது எண்ணிவிட்டார். மேகம் நிலவை மறைக்கவில்லை. மனத்தின் அடித்தளத்தில் இருந்து பெருமூச்சு ஒன்று வெளிப்பட்டது. மகிழ்ச்சி முகத்தை நிறைத்தது. அந்தோனி நிச்சயம் செய்தியை ஏற்றுக்கொள்வான் என்று நம்பினார். அந்தோனியை எதிர்பார்க்க ஆரம்பித்தார்.

இதுவரை அந்தோனியிடம் அந்தச் செய்தியை எப்படிச் சொல்வது என்று கவலைப்பட்ட இஞ்ஞாசியை இப்பொழுது வேறு கவலை நிறைத்தது.

'அந்தோனிய ஏன் இன்னும் காணோம்? சாயங்காலமே வாரேன்னு சொன்னானே! இம்புட்டு நேரமாயிருச்சே! ஏன் இன்னும் வரல. ஒருவேளை போன இடத்தில் எதுவும் ஆகிப்போச்சோ?

இந்த எண்ணம் தோன்றவும் அவரால் அமைதியாக இருக்க முடியவில்லை. மனம் படபடத்தது. எழுந்து தெருவில் படுத்திருந்த தன் இன மக்களை மிதித்து விடாமல் அந்தச் சேரிவழியாக நடந்து உயர்சாதியினர் வாழும் இடத்தை நோக்கிச் செல்ல நினைத்தார். அந்த உயர்சாதியினர் வாழும் இடம்வரைதான் அவ்வூர் பஸ் வரும். கடைசி பஸ் இரவு ஒன்பது மணிக்கு என்று இஞ்ஞாசிக்குத் தெரியும். அந்த பஸ்ஸில் வரலாம் என்று நினைத்தார்.

அப்பொழுது...

தூரத்தில் யாரோ நடந்து வருவது தெரிந்தது. இஞ்ஞாசி கண்களைக் கூர்மையாக்கிப் பார்த்தார். அந்த மங்கலான நிலவொளியில் நடந்து வருவது அந்தோனிதான் என்பதை உணர்ந்தார்.

அவர் உள்ளம் படபடத்தது. அந்த நேரத்தில் கூட அவருக்கு வியர்க்க ஆரம்பித்துவிட்டது.

மகன் வருவதற்குள் சாப்பாட்டை எடுத்து வைக்கலாமே! நேரத்தை வீணாக்காமல் மகனிடம் செய்தியைச் சொல்லலாமே...!

அவசர அவசரமாகக் குடிசைக்குள் நுழைந்தார்.

அவர் ஆசையோடு சுட்டுவைத்திருந்த கருவாட்டுத்துண்டு அங்கே இல்லை.

2

தெருவில் படுத்திருந்தவர்களை மிதித்துவிடாமல், கவனமாக, அதே சமயம் விரைவாகத் தனது குடிசையை நோக்கிச் சென்றான் அந்தோனி.

அப்பொழுது மட்டுமல்ல... கடந்த ஒரு சில நாட்களாகவே அவனது செயல்பாடுகளில் ஒரு வேகம் இருந்தது. உற்சாகம் இருந்தது. மகிழ்ச்சி நிறைந்திருந்தது.

தனக்குத் திருமணம் நடைபெறப்போகிறது என்பதால் ஏற்பட்ட உற்சாகம் அல்ல அது. மாறாக உயர்ந்த பதவியிலிருப்பவர் தன் திருமணத்தை நடத்திவைக்கப்போகிறாரே என்ற பெருமையால் ஏற்பட்ட உணர்ச்சி வேகம் அது.

ஆம்... அவனது திருமணத்தை நடத்திவைக்கப்போவது ஓர் ஆயர். அதுவும் அந்த ஊரில் பிறந்து வளர்ந்தவர்.

அந்த ஊருக்கு... அதுதான் பிச்சூருக்கு... ஒரு விசேசம் உண்டு. அந்த ஊரிலிருந்து பல தேவ அழைத்தல்கள் இருந்தன. இறைவனால் சிறப்பாக ஆசிர்வதிக்கப்பட்ட கிராமம் என்றே அவ்வூரைச் சொல்லுவார்கள்.

அந்த ஊரில் உள்ள அனைவருமே கிறிஸ்தவர்கள். சுமார் 2000 பேர் இருப்பார்கள். அவர்களில் சுமார் 500 பேர் தலித் கிறிஸ்தவர்கள். மற்றவர்கள் எல்லாம் ரெட்டியார்கள். ரெட்டியார்கள் அனைவருக்கும் நிலமிருந்தது. ரெட்டியார்கள் நிலத்தில் வேலை செய்துதான் தலித் மக்கள் தங்கள் பசியைப் போக்கி வாழ்ந்து வந்தார்கள்.

ரெட்டியார்களிடமிருந்துதான் தேவ அழைத்தல் முழுவதுமே இருந்தது. அவர்களிடமிருந்து இரண்டு ஆயர்கள். இருபத்தெட்டு குருக்கள் மற்றும் எண்ணற்ற கன்னியர்கள் உருவானார்கள். தலித் மக்களிடமிருந்து ஒரு சிஸ்டர்கூட உருவாகவில்லை.

ரெட்டியார்கள் பேசும் மொழி தெலுங்கு. எனவே அவ்வூரி லிருந்து தேவ அழைத்தலுக்கு அழைக்கப்பட்ட பலர் ஆந்திராவில் பணிபுரிந்து வந்தார்கள். அந்த இரண்டு ஆயர்கள்கூட ஆந்திர மாநிலத்தில்தான் பணியாற்றினார்கள்.

அந்த இரண்டு ஆயர்களில் ஓர் ஆயரின் தம்பிதான் இராயப்ப ரெட்டியார். இஞ்ஞாசி இவரிடம்தான் வேலை பார்க்கிறார். இந்த

இராயப்பரெட்டியார் மகளுக்குத்தான் திருமணம். தன் தம்பி மகளின் திருமணத்திற்கு வருவதற்குப் பல மாதத்திற்கு முன்பே நாள் குறிப்பிட்டு கொடுத்திருந்தார்.

இந்த நேரத்தில்தான் திடீரென்று ஆயரிடமிருந்து தம்பிக்குத் தந்தி வந்தது. தான் வெளிநாடு செல்லப்போவதாகவும் திருமணத்தைத் தான் வெளிநாடு செல்வதற்கு முன்பு மந்திரிக்க விரும்புவதாகவும் அத்தந்தியில் குறிப்பிட்டிருந்தார். அத்தந்தியில் தனக்கு வசதியான நாளையும், நேரத்தையும்கூட குறிப்பிட்டிருந்தார். அந்தத் தேதியில், அந்த நேரத்தில் திருமணத்தை நடத்த முடியாது என்றால் இன்னும் பல மாதங்களுக்கு அத்திருமணத்தைத் தன்னால் நடத்திவைக்க முடியாது என்றும் குறிப்பிட்டிருந்தார்.

ஆயர் அண்ணன் குறிப்பிட்ட தேதியையும், நேரத்தையும் ஏற்றுக்கொண்ட இராயப்ப ரெட்டியார், அவசர அவசரமாகத் திருமண ஏற்பாட்டைக் கவனிக்க ஆரம்பித்தார்.

அந்தோனியும் ஏற்கனவே தனது திருமணத்தை அதே நாளில், அதே நேரத்தில் வைப்பதற்குப் பங்குக் குருவிடம் பல நாட்களுக்கு முன்பே உத்தரவு பெற்றிருந்தான்.

அதனால்தான் அந்தோனி அவ்வளவு உற்சாகமாகச் செயல் பட்டான். அதற்கு இரண்டு காரணங்கள் இருந்தன. முதலாவதாகத் தனது திருமணம் ஓர் ஆயரால் நடத்தப்படுகிறது என்பதாகும். இரண்டாவது காரணம் மிகவும் முக்கியமானது. அவ்வூரில் ரெட்டியார்கள் திருமணமும், தலித் திருமணமும் ஒரே நேரத்தில் நடைபெற்றதே கிடையாது. ஒரே நாளில் திருமணம் நடைபெற்றால் கூட வெவ்வேறு நேரங்களில்தான் நடைபெறும். ஆனால், இந்த ஒரு வழக்கத்திற்கு மாறாக ரெட்டியார்கள் திருமணமும், தலித் திருமணமும் ஒரே நேரத்தில் நடைபெறப்போகின்றன என்பதில்தான் அந்தோனியின் உற்சாகம் இரட்டித்தது.

அவனுடைய உள்ளத்தில் ஒரு சந்தேகம் இருந்துகொண்டே இருந்தது. பிச்சூரில் சிலுவை வடிவிலான கோயில் இருந்தது. அக்கோயிலின் நேர்ச்சாலையில் ரெட்டியார்கள் இருப்பார்கள். இருபக்கமும் இருக்கும் சாலையில் தலித் மக்கள் இருப்பார்கள். ரெட்டியார்கள் திருமணம் நேர்ச்சாலையில் நடைபெறும். மணமக்கள் அமர்வதற்கு நாற்காலி போடப்பட்டிருக்கும். தலித் மக்கள் திருமணம் ப்க்கச் சாலையில்தான் நடைபெறும். மணமக்கள் தரையில்தான் அமர வேண்டும்.

இப்பொழுது இரண்டு திருமணங்களும் ஒன்றாக நடப்பதால் தனது திருமணம் பக்கச் சாலையில்தான் இருக்குமா? அல்லது நேர்ச் சாலையில் இருக்குமா...? நாற்காலி போடுவார்களா...? அல்லது தரையில்தான் அமர வேண்டுமா...?

இப்படிப்பட்ட எண்ணங்கள் எழுந்தாலும் அவைகளை அந்தோனி ஒதுக்கித் தள்ளினான். காரணம், அவைகளெல்லாம் அவனுக்கு பெரியதாகப் படவில்லை. தனது திருமணம் அவ்வூரைச் சார்ந்த ஆயர் அவர்களால் மந்திரிக்கப்படப்போகிறது. ஒரே நேரத்தில் உயர்சாதியினரின் திருமணத்தோடு தன் திருமணமும் நடக்கப் போகிறது என்ற நிறைவே அவனுக்கு மிகப்பெரிய நிறைவாகப்பட்டது. அதனால் அவன் மற்றவைகளைப் பற்றிக் கவலைப்படவில்லை.

அன்று திருமணப் பத்திரிக்கை அச்சிட்டு வருவதற்காகத்தான் பக்கத்து ஊரில் அச்சகத்திற்குச் சென்றான். எதிர்பார்த்ததைவிட வேலை விரைவில் முடிந்துவிட்டதால், பக்கத்து ஊரில் உள்ள தனது சொந்தக் காரர்களுக்குப் பத்திரிக்கையைக் கொடுத்துவிட்டு வந்தான். அதனால் தான் வீட்டிற்கு இரவு பிந்தி வந்தான்.

அவனுக்கு வயது இருபத்தைந்து இருக்கும். ஒல்லியான ஆனால் உறுதியான உடல் அமைப்பு. சிறிது சுருண்ட முடி. மெல்லிய மீசை. அந்த மீசை இருக்கிறது என்று தெளிவாகத் தெரியாத நிறம். அந்த அளவு கருப்பாக இருந்தாலும் முகத்தில் ஒரு கவர்ச்சி இருந்தது.

அவனுக்கு ஒரு குணமுண்டு. வழக்கமாகச் செய்யும் எதையும் சற்று வித்தியாசமாகச் செய்ய வேண்டும் என்ற எண்ணம் அவனுடைய உள்ளத்தில் தோன்றும். அதைப் பற்றியே நினைப்பான். பேசுவான். ஆனால், அதைச் செயல்படுத்தும் தைரியம் இருக்காது. மற்றவர்களின் ஏளனத்திற்கும் பயமுறுத்தலுக்கும் அஞ்சித் தனது புதிய சிந்தனைகளை ஒதுக்கிவிட்டு வழக்கப்படியே செய்து விடுவான். அவனது சிந்தனைகளுக்கு உற்சாகம் கொடுத்து ஒழுங்குபடுத்துபவர்கள் ஒருவர்கூட அவனுக்குக் கிடைக்கவில்லை.

அன்று திருமணப் பத்திரிக்கையை அச்சடிக்கச் சென்றபொழுது கூட வித்தியாசமாக அச்சடிக்கலாம் என்றுதான் எண்ணினான். ஆனால், அதற்கான தைரியம் இல்லாததால் வழக்கப்படியே 'நிகழும் மங்களகரமான ஆண்டு...' என்று அச்சடித்து வந்துவிட்டான்.

தன் தந்தையிடம் வித்தியாசமாக அச்சடித்ததாகவே சொல்லுவோம் என்ன சொல்கிறார் என்று பார்ப்போம் என்ற ஆவலில் தன் குடிசையை நெருங்கினான்.

குடிசைக்கு முன்பாக உட்கார்ந்து தவழ்ந்த நிலையில் குடிசைக்குள் நுழைந்தான். தன் தந்தை சோகமாக அமர்ந்து எதையோ வெறித்துப் பார்த்துக்கொண்டிருப்பதைக் கண்டு பதறிவிட்டான்.

"என்னப்பா... என்ன ஆச்சு... ஏன் ஒரு மாதிரியாக இருக்க" என்று அதிர்ச்சியுடன் கேட்டான்.

இஞ்ஞாசி அமைதியாக இருந்தார்.

தான் பிந்தி வந்ததால்தான் கோபமாக இருக்கிறார் என்று நினைத்தான் அந்தோனி. அவருக்கு உற்சாகம் கொடுக்கும்படி பேச்சை ஆரம்பித்தான்.

"திருமண அழைப்புங்கிறதுக்குப் பதிலா கண்ணீர் மண ஒப்பந்த அழைப்புன்னு போட்டிருக்கேன், பிடிச்சிருக்காப்பா"

இஞ்ஞாசி அமைதியாகவே இருந்தார்.

"பேச மாட்டியா... பரவாயில்ல. மேலே படிக்கிறேன். கேளு. பிறப்பால் தீண்டத்தகாதவர்களாக ஆக்கப்பட்ட என் உறவினர்களே! நீதி ஞாயிறு கொண்டாடும் இவ்வாண்டு, நீதி ஞாயிறு மாதம், நீதி ஞாயிறுக்கு அடுத்தநாள் காலை ஏழு மணிக்கு மேல் எட்டு மணிக்குள் கடந்த நாற்பது ஆண்டுகளாக இருபது மாடுகளுக்கும் அதிகமாகச் சாணி அள்ளும் கொத்தடிமைப் புகழ் பிச்சூர் சேரி இஞ்ஞாசியின் மகன் அந்தோனிக்கும், எருமையாச் சகதியில் புரண்டு வேலை செய்யும் கைநாட்டுப் புகழ் ஓமலூர் முத்துவின் மகள் இசக்கிக்கும் கண்ணீர் மண ஒப்பந்தம் நடைபெறப்போகிறது. பிச்சூர் புனித மரியன்னை ஆலயத்தில் பறையர்கள் அமரும் பகுதியில் இவ்வூர் இடையர் அவர்களால் இச்சடங்கு நடத்தி வைக்கப்படும். இதில் கலந்துகொண்டு, தங்களது வறுமை இவர்களையும் அடைய வாழ்த்திச் செல்லும்படி கேட்டுக்கொள்கிறேன். இப்படிக்கு அடிமையின் அடையாளம் இஞ்ஞாசி. அப்பா... நல்லா யிருக்காப்பா..."

அந்தோனியின் இரு கரங்களையும் இஞ்ஞாசி பற்றிக்கொண்டார். 'அந்தோனி... அப்பா அந்தோனி...' இஞ்ஞாசி சிறுபிள்ளை போல விம்மி அழ ஆரம்பித்தார்.

அந்தோனிக்கு ஏண்டா ஏமாற்றினோம் என்றாகிவிட்டது. "அப்பா... அழாத... உன்னை ஏமாத்த சும்மா வாசிச்சேன். நெசமான பத்திரிக இந்தா இருக்கு பாரு... வழக்கமா எழுதுறது மாதிரித்தான் எழுதியிருக்கேன். சீ... கண்ணத்தொட... இன்னைக்கு என்னமோ நீ ஒரு மாதிரியாவே இருக்க. என்ன சமாச்சாரம்?"

இஞ்ஞாசி கண்களைத் துடைத்துக்கொண்டு நிதானமாகப் பேசினார். "அந்தோனி... நீ இப்ப வாசிச்சியே... அது ரொம்ப நல்லா இருக்குது. எனக்கு ரொம்பப் பிடிச்சிருக்கு... அதுமாதிரியே புதுசா பத்திரிக்க அடிப்பா..."

"நீ என்ன சொல்லுற..." வியப்புடன் கேட்டான் அந்தோனி.

"ஆமா அந்தோனி... உனக்கு இப்பிடி அடிக்கத்தான் பிரியம்னா அதுமாதிரி அடிச்சிக்கோ... உன் விருப்பந்தான் என் விருப்பமும். ஆனா, ரெண்டே ரெண்டு மாத்தம் செஞ்சிரு. முதல்ல கலியாண நாள் மாத்திரு. பிறகு, பங்குச்சாமியார்தான் கலியாணத்த மந்திரிப்பாருன்னு போட்டுரு" என்று எவ்வித உணர்வையும் வெளிக்காட்டாமல் கூறினார் இஞ்ஞாசி.

பதறிப் போய்விட்டான் அந்தோனி... "எப்பா... என்ன சொல்லுற...!"

"அந்தோனி... நாம பறையங்க. பறையனுக்குரிய ஆசதான் நமக்கிருக்கணும். ரெட்டியார்களுக்குரிய ஆசய நாம நெனைக்கக் கூடாது."

"ஆசப்படுறதுல என்னப்பா தப்பு?"

"ஆசப்படுறதுல தப்பு இல்ல. ஆனா, ஆசய நிறைவேத்த நெனைக்கறதுதான் தப்பு."

"எப்பா... புரியும்படியாச் சொல்லு."

"கோபப்படாத அந்தோனி, நான் சொல்றத பொறுமையாக் கேளு."

"வெசயத்தச் சொல்லு" என்று பொறுமை இழந்து எரிச்சலுடன் கேட்டான் அந்தோனி.

"மகனே... காலைல வழக்கம்போல சட்டியத் தூக்கிக்கிட்டு வேலைக்குப் போனேன். சாணி அள்ளித் தொழுவத்தக் கழுவுன பெறகு, கூழுக்காகத் தொழுவத்துல காத்துக்கிடந்தேன். ரெட்டியார் வந்தாரு. 'ஏண்டா உனக்கு எம்புட்டு திமிரு இருந்தா எம்மக கலியாணத்த மந்தரிக்க வரும் என் அண்ணன் பிஷப்பு உன் மகன் கலியாணத்தையும் மந்திரிக்கணும்னு கேப்ப.. ஏண்டா நீயும் நானும் ஒன்னா? ரெண்டு கலியாணமும் ஒரே நேரத்துல எப்படிடா நடக்க முடியும்...? எனக்குச் சமமாடா நீ? எம் மகளுக்குச் சமமாடா உன் மகன்?' அப்படி இப்படின்னு திட்டினாரு. நானும் ஒண்ணுமே பேசல. பெறகு, அவரு 'உம்மகன்

கலியாணத்தை வேறநாளுல வச்சிக்கோ. இன்னைக்கு வேலை செய்ய வேண்டாம். வீட்டுக்குப் போ'ன்னு சொல்லிட்டாரு. நானும் வந்துட்டேன். அந்தோனி... வேண்டாம்பா, ரெட்டியார் வீட்டுக்கூழ கடந்த நா[illegible] வருசமா குடிச்சிருக்கேன். நீயும் பொறந்ததுலருந்து அவரு வீட்டு[illegible] சாப்பாட்டத்தான் சாப்பிட்டிருக்க. அப்படியிருக்க அவரே வேண்டாம்னு சொல்லுறப்ப என்னப்பா செய்ய முடியும்? வேண்டாம்பா..."

அந்தோனி துடிதுடித்துப் போய்விட்டான். அவனிடமிருந்த வேகம், மகிழ்ச்சி, உற்சாகம் ஒவ்வொன்றும் மறைய ஆரம்பித்தது. அதற்குப் பதிலாக மனதில் ஒரு வெறி தோன்றியது. தன் மனத்தில் வித்தியாசமாக எழும் எண்ணங்கள் ஒவ்வொன்றையும் நிறை வேற்றாமல் ஒதுக்கித்தள்ளிய அவன், தான் நினைத்துப் பார்க்காமலே வித்தியாசமாக வந்த ஒரு வாய்ப்பு பறிக்கப்படுகிறதே என்று கொதித்தான். இதை இப்படியே விடக்கூடாது. ஏதாவது செய்ய வேண்டும் என்ற வெறி ஏற்பட்டது.

"அப்பா... நீ சொன்னத நான் ஏத்துக்க மாட்டேன்" என்றான் உறுதியாக.

"நீ ஏத்துக்க மாட்டேன்னு எனக்குத் தெரியும். ஆனா யோசிச்சுப்பாரு. ஏத்துக்கிடமாட்டேன்னு உன்னால சொல்லத்தான் முடியுமே தவிர, வேறு என்ன செய்ய முடியும்? ரெட்டியாரை எதுத்து மல்லுக்கட்ட முடியுமா? எப்பிடி அவரை எதுக்க முடியும்...? இல்ல சாமியார்தான் ஓம்பக்கம் இருக்கப்போறாரா? அந்தோனி அப்படி ரெட்டியாருதான் என்ன தப்பைச் செஞ்சாரு? தம் மக கலியாணத்திற்கு வரும் தன் அண்ணன், தம் மக கல்யாணத்தை மட்டுந்தான் நடத்தணும்னு அவரு விரும்புறது எந்தவெதத்துல தப்பு...? சொல்லு."

"அப்பா... அவர் சொல்றது நியாயமா இருந்தாலும் நாமதான மொதல்ல கலியாண நாளையும் நேரத்தையும் குறிச்சிப் பங்கு சாமியார்ட்ட உத்தரவு வாங்குனோம். அப்பிடியிருக்க, அவுங்க அதே நாளுல அதே நேரத்துல கேக்குறாங்க. அதுதான் தப்பு. நாமதான மொதல்ல தேதி குறிச்சோம். அதனால் எந் திருமணம்தான் அந்த நேரத்துல நடக்கணும்னு கேக்குறதுல என்ன தப்பு? வேணும்னா எட்டு மணிக்கு எங்கலியாணம் முடிஞ்சப்பெறகு அவுங்க கலியாணத்த வச்சுக்கிடட்டும்."

இஞ்ஞாசி அமைதியாகப் பதில் கூறினார். "அந்தோனி... இதுல நாயம், அநியாயங்கிற பிரச்சினையோ நல்லது கெட்டதுங்கிற

பிரச்சினையோ இல்ல. அவுங்க பெரியவுங்க... பணக்காரங்க. அவுங்க சொன்னா சரின்னு ஏத்துக்கிடணும். நல்லதுக்குத்தான் சொல்றாங் கன்னு நெனைக்கணும். அப்பிடி இருந்தாத்தான் வாழலாம். பாவம்... பிஷப்புக்கு என்ன வேலயோ... உன் கலியாணம் ஒ█ மணிநேரம் பிந்தி நடக்குறதுனால அல்லது ஒருநா பொறுத்து █றதுனால நாம என்ன குறைஞ்சா போகப்போறோம். அந்தோனி... வீண் பிடிவாதமெல்லாம் நமளப்போல ஏழைகளுக்குக் கூடாதுப்பா... அது பணக்காரங்க, உயர்ந்த சாதிக் காரங்களுக்குத்தான் சரிப்படும்.''

''நீ என்ன சொன்னாலும் இந்த விசயத்த நான் சும்மா விடப் போறதில்ல'' என்றான் அந்தோனி உறுதியாக.

''டேய்... இப்ப நீ கோபத்துல இருக்கிற. என்ன பேசுறன்னு உனக்குத் தெரியல. பேசாம கூழைக் குடிச்சிட்டுத் தூங்கு. காலையில நிதானமா நினைச்சுப்பாரு. நான் சொல்றது ஏத்துக்கிடுவ.''

''அப்பா... பத்திரிக்கைகூட அடிச்சி சொந்தக்காரங்க எல்லாருக்கும் கொடுத்தாச்சு. இனிமே எப்படி மாத்துறது? கேவல மில்ல. வெக்கமில்ல.''

''நம்மளப்போல் ஏழைங்க கேவலம், வெக்கம் கிக்கமெல்லாம் பார்க்கக்கூடாது. சரி... நீ பத்திரிக்கையைக் கொடுத்திட்டயில. பரவாயில்ல. இனி பொறுப்ப எங்கிட்ட உட்டுரு. ரெட்டியார் உன் கலியாணம் முடிகிற வரைக்கும் என்ன வேலைக்கு வர வேண்டாம்னு பெரிய மனசு வச்சு சொல்லியிருக்காரு. லீவு நாள் கூலியக்கூட தாராளமா கொடுத்துருக்காரு. பேசாமத் தூங்கு. நான் எல்லாத்தையும் பார்த்துக்கிடுறேன்'' என்று கூறிவிட்டுக் கூழை மடக் மடக் என்று ஒரே மூச்சில் மிளகாய் இல்லாமலேயே குடித்துவிட்டுப் படுக்கத் தெருவுக்குச் சென்றுவிட்டார்.

அந்தோனி குடிசையிலேயே அமர்ந்து விட்டான். கூழ் குடிக்க முடியவில்லை. அவன் மனம் எரிந்தது. இந்த விஷயத்தை அப்படியே விட்டுவிட அவனால் முடியவில்லை. ஏதாவது செய்ய வேண்டும் என்று துடித்தான். ஆனால் என்ன செய்வது? எப்படிச் செய்வது? ஒன்றும் புரியவில்லை.

நினைத்துப் பார்த்தபடியே அமர்ந்திருந்தான்.

3

‘டாண்... டாண்... டாண்...’ அந்த அதிகாலையில் பிச்சூரிலுள்ள தேவாயலத்திலிருந்து மணியோசை எழுந்தது. அத் தேவாலயம் சிலுவை வடிவில் கட்டப்பட்டிருந்தது. அத் தேவாலயத்தின் மேற்புறத்திலும், வடப்புறத்திலும் ஆலயத்தை ஒட்டிய நிலையில் ரெட்டியார்கள் வாழும் வீடுகள் இருந்தன. அதன் தென்பகுதியில் கோயிலை ஒட்டி ஒரு சிறிய மலைக்குன்று. அக்குன்றின் உச்சியில் ஒரு கெபி இருந்தது. ஆலயத்தின் கிழக்குப் பகுதியில் சுமார் 200 மீட்டர் தூரத்தில் தலித் மக்கள் வாழும் சேரி இருந்தது.

அப்பொழுது அதிகாலை மணி ஐந்து இருக்கும். மணிச் சத்தத்தைக் கேட்ட மக்கள் கோயில் நோக்கிச் செல்ல ஆரம்பித்தார்கள்.

இரவெல்லாம் தூக்கமில்லாமல் விழித்திருந்த அந்தோனியும் அந்த மணிச் சத்தத்தைக் கேட்டான்.

அதுவரை ஒருமுடிவும் எடுக்காமல் குழம்பிக்கொண்டிருந்த அந்தோனிக்கு அந்த மணியோசை ஒரு தெளிவைக் கொடுத்தது. பிரச்சினையை எப்படி அணுக வேண்டும் என்ற ஒரு திட்டமான வழிமுறை அவனுக்குக் கிடைத்தது. அதைச் செயல்படுத்தத் தயாரானான்.

முகத்தைக் கழுவிக்கொண்டு தனது திருமண அழைப்பிதழை எடுத்துக்கொண்டு கோயில் நோக்கி மெதுவாக நடக்க ஆரம்பித்தான்.

“தந்தை, மகன், தூய ஆவியின் பெயராலே”

“ஆமென்”

“ஆண்டவர் உங்களோடு இருப்பாராக.”

“மீத்தோனு உண்டுனுகாக”

அந்த ஒலியைக் கேட்டபடியே அந்தோனி கோயிலை நோக்கி நடந்தான். திருப்பலி ஆரம்பமாகிவிட்டதே என்று அவன் அவசரப் படவில்லை. மெதுவாக, மிகமிக மெதுவாக நடந்தான்.

“புனித மாற்கு எழுதிய நற்செய்தியிலிருந்த வாசகம்.”

“ஏலின் வாரா மீக்கு மஹிம கழகுனு காக்கா.”

நற்செய்தியைக் குரு வாசிக்க ஆரம்பித்தார். அன்றைய தின வாசகமானது இயேசு எருசேலம் தேவாலயத்தில் நுழைந்து அங்கே விற்பவர்களையும் வாங்குபவர்களையும் துரத்தும் பகுதி வாசிக்கப் பட்டது.

வாசகத்தைக் கேட்டபடியே கோயிலை அந்தோனி அடைந்தான். கோயிலின் இடப்புறச்சாலை வழியாகக் கோயிலுக்குள் நுழைந்தான்.

அன்றைய தின வாசகமானது அவனை அந்த ஆலயத்தைக் கூர்ந்து பார்க்க அழைத்தது. ஆய்வுக் கண்ணுடன் பார்த்தான்.

அவன் அமர்ந்திருந்த பகுதியில் தலித் ஆண்கள் அமர வேண்டும். அப்பகுதியில் அவனைத் தவிர வேறுயாரும் இல்லை. அவனுக்கு நேர் எதிராக ஆலயத்தின் வலப்புறச்சாலை இருந்தது. அங்கே தலித் பெண்கள் அமர்வார்கள். அங்கே இரண்டே இரண்டு கிழவிகள் மட்டும் அமர்ந்திருந் தார்கள். பீடத்திற்கு நேராக இருந்த பெரிய நடுச்சாலையில்தான் ரெட்டியார்கள் அமர்வார்கள். அங்கே நல்ல கூட்டம் இருந்தது.

அந்தோனி கண்களை பீடத்தை நோக்கித் திருப்பினான். பூசைக்கு உதவி செய்யும் இரண்டு சிறுவர்கள் அவன் பார்வையில் பட்டனர். இருவருமே ரெட்டியார் இனத்தைச் சார்ந்தவர்கள். பீடச் சிறுவர்கள் அணியும் அந்த உடையைச் சிறுவயதில் தான் அணிய விரும்பி அடம்பிடித்ததும், அணியக்கூடாது என்று தன் தந்தை கூறி நன்கு அடித்ததும் அவன் ஞாபகத்திற்கு வந்தது.

அவனது பார்வை வாசக மேடைக்குச் சென்றது. வாசக மேடையைத் தன் இன மக்கள் அணுகி வாசித்தது கிடையாதே என்று எண்ணி வேதனைப்பட்டான்.

ஆர்மோனியம் இருக்கும் இடத்தைப் பார்த்தான். ஆர்மோனியம் இருக்கும் இடத்தில்தான் பாடகர் குழு இருக்கும். அந்தப் பாடகர் குழுவில்கூட ரெட்டியார்களே இருந்தனர்.

அந்தோனியின் மனம் கொதித்தது. 'ஏன் இந்த நிலை? எதுக்காக இந்தப் பாகுபாடு? இன்றை வாசகத்துல யேசு என் வீடு எல்லா இனத்தாருக்கும் செப வீடுன்னு சொன்னாரே! அதுக்குப் புறம்பா நடந்த எல்லாரையும் அடிச்சி விரட்டினாரே! ஆனா இவ்வூர் செப வீட்டுல பாகுபாடு இருக்குதே! இது யார் கண்ணிலும் படலையா? யேசுவின் பிரதிநிதியா திருச்சபைய நடத்தும் பாப்பானவருக்கு இது தெரியாதா? பிசப்புக்கு இந்த அநீதி பத்தித் தெரியாதா? குருக்க ஏன் இதப் பற்றிப் பேசுறது கிடையாது? இவுங்க அமைதியா இருந்தா எல்லாருமே அமைதியா

இருக்கணுமா? இவ்வூர் செப வீட்ல சேசுவின் வேலையைச் செய்யப் போறது யார்?' அந்தோனியின் இதயம் கொதித்தது.

திருப்பலி நடந்துகொண்டே இருந்தது.

"மீட்பரின் கட்டளைகளால் கற்பிக்கப்பட்டு, தேவ படிப்பினையால் பயிற்சி பெற்ற நாம் துணிந்து சொல்வோம்."

"பரலோக மந்துண்டு மாயொக்க தன்றி, மீ நாமமு பூஜிம்பபடுலுகாக மீ ராஜ்யமு வச்சுனுகாக. மீ சித்தமு..."

இந்தப் பதில் ஜெபத்தைக் கேட்ட அந்தோனிக்கு கோபம் அதிகரித்தது. 'ஏன் இந்த ரெட்டியார்கள் இப்படிச் செய்றாங்க? எல்லாருக்கும் தெரிஞ்ச தமிழிருக்க, தங்களுக்கு மட்டும் தெரிந்த தெலுங்கில செபத்தைச் சொல்லுறாங்களே! ஏன்...? கோயில்ல எல்லா விதத்திலும் புறக்கணிக்கப்படும் தலித் மக்க வழிபாட்டு மொழியிலுமா புறக்கணிக்கப்படணும்...?'

அந்தோனியிடம் மற்றொரு எண்ணமும் எழுந்தது. 'இதே மாதிரித்தானே காலங்காலமா ரெட்டியார்க செஞ்சிக்கிட்டு இருங்காங்க. என்னைக்கும் இல்லாம இன்னைக்கு மட்டும் இந்த எண்ணம் வரக்காரணம் என்ன? என் கலியாணத்துக்கு இடைஞ்சல் வந்திருச்சே என்ற எரிச்சலா? அல்லது இன்னைக்கு மட்டும் நான் திருப்பலிக்கும் வந்ததாலா? இதுமாதிரி மற்ற நாட்களில் பூசைக்கு வந்திருந்தா அதே எண்ணம் எங்கிட்ட வந்திருக்குமா? நான் மற்ற நாட்களில் பூசைக்கு வாரதில்ல. நான் மட்டுமா வாரதில்ல...! தலித் மக்கள் யாருமே வாரதில்லயே! ஏன்?'

காரணத்தை யோசித்துப் பார்த்தான். 'தலித் மக்க யாருமே வாரதில்லங்கிறதுக்காகச் செபத்தைத் தெலுங்கில ரெட்டியார்கள் சொல்லுறாங்களா? அல்லது ரெட்டியார்க தெலுங்கில செபத்தைச் சொல்லுறாங்கங்கிறதுக்காகத் தலித் மக்க கோயிலுக்கு வார தில்லையா? அல்லது கோயில்ல பாகுபாடு இருக்கே... ஏன் கோயிலுக்குப் போகணும்னு நினைக்கிறாங்களா? அப்படினா ஞாயிறு பூசையில் மட்டும் ஏன் கலந்துகிறாங்க? ஞாயிறு பூசைக்கு போகலன்னா சாவான பாவம்-நரகத்திற்குப் போவோம்னு பயந்து கோயிலுக்குப் போறாங்களா? அல்லது பாகுபாடு பற்றித் தலித் மக்களுக்கு ஒன்றும் புரியலையா? அல்லது புரிந்தும் பேசாம இருக்கிறாங்களா? இந்தப் பாகுபாடு இப்படியே நீடிக்கணுமா? அல்லது அதற்கு ஒரு முடிவு வேணுமா?'

முற்றுப்புள்ளி வைக்க வேண்டிய நேரம் வந்துவிட்டதை உணர்ந்தான் அந்தோனி. திருமணத்தை ஒரு பிரச்சினையாக உருவாக்க முடிவு செய்தான். பிரச்சினையை உண்டாக்கினால்தானே தீர்வும் பிறக்கிறது!

பூசை முடிந்து ஆட்கள் வீட்டிற்குச் சென்றுகொண்டிருந்தார்கள். அந்தோனி எழுந்து சுவாமியாரின் அறையை நோக்கிச் சென்றான்.

பங்குக்குரு விக்டருக்கு சுமார் நாற்பத்தைந்து வயது இருக்கும். நல்ல சிவந்த நிறம். அந்த நிறம் தெரியும்படி அளவோடு வெட்டப் பட்ட குருந்தாடி. சுருண்ட முடி. சுமாரான உயரம். பெரிய மூக்குக் கண்ணாடி. இவற்றோடு இளந்தொந்தியும் இருந்தது.

நல்லதைச் செய்ய வேண்டும் என்ற ஆவல் அவருக்கு அதிகம் உண்டு. மனத்திற்கு நல்லதென்று பட்டதைச் செய்வார். அப்படி நல்லதைச் செய்யும்போது யாரும் எதிர்த்தால் அப்படியே சோர்ந்து விடுவார். நல்லதைச் செய்வதையும் விட்டுவிடுவார். அவரது செயலில் உறுதி இருக்காது. அனைவரையும் திருப்திப்படுத்த வேண்டும் என்று நினைப்பார். எனவே, யார் பக்கமும் சாயாமல் நடுநிலை வகிப்பார். அப்படி நடுநிலை வகிப்பதே அநீதிக்குச் சார்பான நிலை என்பதை அவர் அறியார்.

சுவாமியார் விக்டரைக் கண்ட அந்தோனி அவரை வணங்கினான்.

அந்தோனியைக் கண்டதும் சிறிது வியப்புற்றார் பாதர் விக்டர். "யார்... அந்தோனியா?" என்று சிறிது குழப்பத்துடன் கேட்டார்.

"ஆமா சாமி... கலியாணப் பத்திரிக்கை கொடுத்துட்டுப் போகலாம்னு வந்திருக்கேன்" என்று கூறிய அந்தோனி, திருமணப் பத்திரிக்கையைச் சுவாமியாரிடம் கொடுத்தான்.

அதைக் குழப்பத்துடன் வாங்கிப் படித்தார். சிறிது நேரம் அறையின் மேல்சுவரையே பார்த்தார். பிரச்சினையைக் கவனமாக அணுக வேண்டும் என்ற உறுதியுடன், "அந்தோனி... அப்பா ஒண்ணும் சொல்லலையா" என்று கேட்டார்.

"அப்பா சொன்னார். நான் ஏத்துக்கிடல" என்றான் அந்தோனி விரைவாக.

அவனுடைய குரலில் உள்ள உறுதியைக் கண்ட சுவாமியார், பிரச்சினையை உருவாக்கத்தான் அந்தோனி வந்திருக்கிறான் என்பதை உணர்ந்துகொண்டார். மிகமிக எச்சரிக்கையாக கோபப்படாமல் அன்புடன் பேச வேண்டும் என்று உறுதி எடுத்துக்கொண்டார்.

“அந்தோனி... உட்கார்ந்து பேசலாமே” என்று கூறிய அவர் அந்தோனிக்கு ஒரு நாற்காலியைச் சுட்டிக்காட்டினார்.

“சாமி... நாற்காலியக் காட்டி ஏமாத்த வேண்டாம். நீங்க ஏற்கனவே ஒத்துக்கிட்ட நாள், நேரத்தில் என் கலியாணத்த நடத்துங்க” என்று சுற்றிவளைக்காமல் நேரடியாகவே விஷயத்திற்கு வந்தான் அந்தோனி.

“அந்தோனி... நீ கேட்பது முழுக்க முழுக்க நியாயமானதுதான்... ஆனால்...”

“எதுக்கு சாமி ஆனால்னு இழுக்குறீங்க. எம்பக்கம் நியாயம் இருந்தா அதை நிறைவேத்த வேண்டியது உங்க பொறுப்பு சாமி.”

“ஆனால் பிஷப் அன்று...”

“பிஷப்புக்கு ஒரு நியாயம்... எங்களுக்கு ஒரு நியாயமா சாமி”

“நான் அப்படி சொல்லலப்பா. உன் திருமண நாளில் பிஷப்பும் இங்க ஒரு திருமணத்திற்கு வருகிறார்னு கேள்விப்பட்டதும் முதல்ல நான்தான் உன்னைக் கூப்பிட்டு நீ கேட்காமலேயே இரண்டு திருமணத்தையும் ஒரே நேரத்துல நடத்தாலாம்னு சொன்னேன். நல்ல மனதோடதான் சொன்னேன். நீ ஒத்துக்கிட்ட. ஆனா ரெட்டியார் ஒத்துக்கிடல. நான் என்னப்பா செய்யட்டும்?”

"ரெட்டியார் ஒத்துகிடலயில. அத அப்பிடியே விடவேண்டியது தான். அதப் பத்தி நான் கவலைப்படல. அவுங்க எந்த நேரத்திலயாவது கலியாணத்த நடத்திக்கடட்டும். நீங்க ஏற்கனவே எனக்கு ஒத்துக்கிட்ட நேரத்துல என் கலியாணத்த நடத்துங்க.”

“அந்தோனி... நான் இராயப்ப ரெட்டியார்கிட்ட எவ்வளவோ பேசிப்பார்த்தேன். கேட்டுப்பார்த்தேன். கெஞ்சிப் பார்த்தேன். அவர் ஏத்துக்கிடல. என்னை என்னப்பா செய்யச் சொல்லுற.”

“சாமி... நீங்க யாருட்டயும் எனக்காகக் கெஞ்ச வேண்டாம். எனக்கு ஒத்துக்கிட்ட நேரத்துல என் கலியாணத்த நடத்திக் கொடுங்க.”

"அந்தோனி... நேரத்துல என்னப்பா இருக்கு. இறைவன் படைச்ச நேரம் எல்லாமே நல்ல நேரம்தான். நீ நேரத்தோட வா. அதிகால ஏழு மணிக்குள்ள உன் திருமணத்த நடத்தி முடிக்கிறேன். அல்லது எட்டு மணிக்குப் பிறகு வா எந்த நேரத்திலும் மந்திரிக்கிறேன்.”

“ஏன் சாமி... நேரத்துல என்ன இருக்குன்னு சொல்றீங்களே! இத அந்த ரெட்டியார்ட்ட சொல்றது.”

"சொன்னேனே! கேட்கலியே!"

"அப்ப நாந்தான் புறம்போக்கா... நீங்க எதச் சொன்னாலும் கேட்க நான் முட்டாள் இல்ல. சாமி... பத்திரிக எல்லாம் அடிச்சி சொந்தக்காரங்க இருக்கிற ஊருக்கு எல்லாம் கொடுத்தாச்சு. கலியாண நேரத்தையோ நாளையோ இனி என்னால மாத்த முடியாது."

"அந்தோனி மறுபடி பத்திரிக்க அச்சடிக்க நான் காசு தருகிறேன். எல்லா ஊருக்கும் நேருல சென்று பத்திரிக்க கொடுக்கும் செலவையும் நான் தருகிறேன். ஏன்... ஒண்ணுக்கு ரெண்டு மடங்கா தாறேன்."

அந்தோனிக்கு எரிச்சல் வந்தது. அதை அடக்கிக்கொண்டு அமைதியாக இருந்தான்.

"சரி... அந்தோனி... நாலு மடங்காத் தாறேன். திருமணச் செலவக்கூட நான் ஏத்துக்கிறேன். ஒத்துக்கோப்பா. வீணா பிரச்சின வேண்டாம்பா."

"ஏன் சாமி. லஞ்சம் கொடுத்து என்ன விலைக்கு வாங்கலாம்னு பாக்குறீங்களா" என்றான் கோபமாக.

"லஞ்சமா...? ஏன் பெரிய பெரிய வார்த்தையெல்லாம் சொல்லுற. உன் நன்மைக்குத்தான சொல்லுறேன்..."

"எந்தக் காலத்துல சாமியாருங்க எங்களுக்கு ஆதரவா, எங்க நன்மைக்காக மேச்சாதியினரப் பகைச்சிருக்கீங்க? எங்க நன்மைக்காக செய்றேன்னு சொல்லுறதெல்லாம் வெளி வேஷம். சாமி... எதுக்கு வீண்பேச்சு. உங்களால முடியுமா... முடியாதா?"

"நான் முடியாதுன்னு சொன்னா நீ என்ன செய்வ அந்தோனி" என்று பொறுமையுடனும், அதே சமயம் தயக்கத்துடனும் கேட்டார்.

"சாமி... என்ன செய்வேன்னா கேட்டீங்க... நான் குறிப்பிட்ட அதே நேரத்தில வீட்டுல வச்சி தாலி கட்டிட்டுப் போறேன். வீட்டுல வச்சி தாலிகட்டினா அது கலியாணமில்லையா? அல்லது குழந்தை தான் பிறக்காமப் போகுமா? சாமி... சொல்லப்போனா வீட்டுல வச்சி தாலி கட்டினாதான் அது உண்மையான கல்யாணம். அங்கதான் சேசு இருக்கார். இந்தக் கோயில சாதி வெறியங்க கூடும் சாதிக் கட்டிடமா மாறிப் போச்சு. சேசுவ நீங்க இங்கிருந்து வெளிய தூக்கி ஏறிஞ்சிட்டீங்க. உங்க கோயில்ல சேசு இல்ல. அவர் எங்க குடிசையிலதான் இருக்கார். அவர மறுபடி கோயிலுக்குக் கொண்டு வரலாம்னுதான் என் கலியாணத்தக் கோயில்ல நடத்த அனுமதி கேட்டேன். என் கலியாணத்த வேண்டாம்னு

மாற்கு

சொல்லிட்டு ரெட்டியார் கலியாணத்த நடத்திச் சாதி வித்தியாசப் படிதான் எல்லாம் நடக்குன்னு நிரூபிச்சிட்டீங்க. போறேன் சாமி... நீங்க சாதி வெறி பிடித்த உயர் சாதிக்காரங்களுக்கே சாமியாரா இருங்க. போறேன் சாமி" என்று கூறியபடியே சுவாமியாரின் அறையை விட்டு விரைவாக வெளியே வந்தான் அந்தோனி.

"அந்தோனி... அந்தோனி... என்னைப் புரிஞ்சுக்கோ... உன் வேதனை புரியுது. ஆனா நீ செய்ய நினைக்கிறது சரியில்ல... வேண்டாம்..."

சுவாமியாரின் புலம்பலைக் கேட்க அந்தோனி அங்கு இல்லை. விரைந்து நடந்தான். தனது முடிவைத் தன் தந்தையிடம் தெரிவித்தபின் பெண் வீட்டாரிடமும் தெரிவிக்க அந்தோனி விரைந்தான்.

4

"ஒவ்வொரு நாளும் நான் இரவைக் காண்கிறேன். ஒளியின் ஆதிக்கம் சிறிது சிறிதாய்க் குறைய இருள் சிறிது சிறிதாய் தனது கரங்களை நீட்டும். ஆனால், இன்று எல்லாமே விசித்திரமாக இருக்கிறது. பட்டப்பகலில் திடீரென்று ஒரு நொடியில் இருட்டிவிட்டது, மை இருட்டு.

அந்த வியப்பில் நான் இருந்தபொழுது திடீரென்று விதவிதமான சப்தங்கள், ஒலிகள், வெறிக் கூச்சங்கள், ஆயுதங்களின் மோதல்கள் என் காதில் விழுந்தன. வேதனைக் குரல்கள், மரண ஓலங்கள் எழுந்தன. நான் நடுங்கினேன். ஏதோ கலவரம் நடக்கிறதோ? மை இருட்டு. ஒன்றும் தெரியவில்லை.

தென்றலின் இனிமையை அனுபவித்தபடி மாலை நேரத்து அழகை ரசித்துக்கொண்டிருந்த நான், ஒரே நொடியில் வியர்த்துப் போனேன்.

அந்த மாலை நேரந்தான் எவ்வளவு இனிமையாக இருந்தது. அழகிய மேகக் கூட்டங்கள் வானத்தில் மிதந்துசென்றன. ஏதோ சக்திவாய்ந்த மந்திரவாதியைப் போல், மாஜிக் நிபுணரைப் போல் திடீர் திடீர் என்று தங்கள் உருவத்தை யானையாய், புலியாய், சிங்கமாய், தேராய், மரமாய்... மாற்றின. இவ்வாறு உருமாறிய மேகங்களுக்கு முதல்பரிசு, இரண்டாம்பரிசு கொடுப்பது போல அந்த மாலை நேரத்து ஒளி, மேகத்தில்பட்டு தங்கமாய், வெள்ளியாய் மின்னின. அந்த மேகங்கள் ஒன்றுசேராமல் தனியாகவே பயணித்தன.

இந்த அழகில் மூழ்கி இருந்த நான் நொடிப்பொழுதில் தோன்றிய இருளால், பயங்கரமான சப்தத்தால் பயப்படுவது இயற்கைதானே! பயத்துடன் மரண ஓலம் வரும் திசையை நோக்கி இருளில் பார்த்தேன். ஒன்றும் தெரியவில்லை. ஆனால், அந்த மரண ஓலத்தில் ஒலி சிறிது சிறிதாய் எழுந்து மேலே மேலே சென்றது. அந்த ஒலி தன் சக்தியை இழந்து மறையும் நேரத்தில் ஒளியாய் மாறிச் சிலுவையைப்போல் தோன்றி மறைந்தது.

வியப்புடனும், பயத்துடனும், அந்த ஒலியையும், ஒளியையும் கவனித்துக்கொண்டிருந்தேன். அப்பொழுது யாரோ என்னை நோக்கி ஓடிவரும் காலடியோசை கேட்டது. பயங்கர சப்தத்துடனும் வெறிக்

கூச்சலுடனும் ஓடிவருகிறார்கள். பயந்தேன். என்னைக் கொல்ல வருகிறார்களோ! எதற்காக? ஏன் என்ன தவறு செய்தேன்?

யோசிக்க நேரமில்லை. தப்ப வேண்டும். விலகி ஓடவேண்டும் நான் எழுந்து பயங்கர வேகத்தில் ஓடுகிறேன். மை இருட்டு. ஒன்றும் தெரியவில்லை. இருப்பினும் ஓட வேண்டும். தலை தெறிக்க ஓடினேன்.

எனக்கு மூச்சு வாங்குகிறது. கால்கள் சோர்வடைகின்றன. மயங்கி விழுந்துவிடுவதுபோல உணர்கிறேன். இருப்பினும் ஓடுகிறேன். எனது நண்பர்கள் யாராவது வந்து என்னைக் காப்பாற்றுவார்கள் என்ற நம்பிக்கையில் ஓடுகிறேன். அந்த மை இருட்டில் சூனியத்தை நோக்கி ஓடுகிறேன்.

ஊகும்... முடியாது. இதற்கு மேல் ஓர் அடிகூட எடுத்து வைக்க முடியாது. ஓடி ஓடிச் சாவதைவிட உட்கார்ந்து என்னைக் கொல்பவர்கள் யாரென்று பார்த்து, அவர்கள் கையால் சாவது மேல் என்று அப்படியே அமர்கிறேன். என்ன ஆச்சரியம்! அமர்ந்த உடன் என்னைத் துரத்தி வந்த சப்தம் கேட்கவில்லை. சுற்றிலும் பார்த்தேன். ஒன்றும் தெரிய வில்லை.

ஒருவேளை நான் அமர்ந்ததும் என்னைத் துரத்தி வந்தவர்கள் நின்றுவிட்டார்களா? ஏன் நிற்க வேண்டும்? இருளைப் பயன்படுத்திச் சப்தமில்லாமல் என்னை நெருங்குகிறார்களா? எனக்கு அவர்கள் தெரியவில்லையே! அப்படியானால் அவர்களுக்கும் நான் தெரியக் கூடாதே... அப்படியானால் நான் இங்கு இருப்பது தெரியாமல் தவிக்கிறார்களா?

களைப்பு சிறிது நீங்கியதால் ஓசைப்படாமல் எழுந்து நடக்க ஆரம் பிக்கிறேன். மெதுவாக... மிகமிக மெதுவாக... சப்தம் சிறிதும் இல்லாமல் நடக்கிறேன். என்ன ஆச்சரியம். மறுபடி என்னைத் தொடர்ந்த காலடியோசை கேட்கிறது. மறுபடியும் பயம் என்னை அப்பிக்கொள்ள ஓடுகிறேன். அந்த துரத்தும் சப்தமும் என்னைத் தொடர்கிறது.

மறுபடியும் சோர்ந்துபோய் அமர்கிறேன். அந்தச் சப்தமும் நின்று விடுகிறது. நான் வியப்படைகிறேன். ஒன்றும் புரியவில்லை.

நான் இனி எழுந்திருக்கப்போவதில்லை. வருவது வரட்டும். அப்படியே அமர்ந்திருக்கிறேன்.

திடீரென்று என்னை நோக்கி விசித்திரமான ஓர் உருவம் வருவது தெரிந்தது. உருவம் சரியாகத் தெரியவில்லை. அதன் கையில் ஒரு பெரிய ஆயுதம் இருக்கிறது. எழுத்தாணி போல் இருக்கிறது பேனாவின்

நிப்புபோல் இருக்கிறது. அதன் கூர்மையான பகுதியிலிருந்து இரத்தம் சொட்டுச் சொட்டாய் வடிந்தபடி இருக்கிறது. அந்த விசித்திர ஆயுதம் எத்தனை பேரைக் குத்திக் கொலை செய்திருக்கிறதோ! என்னை நோக்கி அந்த ஆயுதம் வருகிறது.

அதே நேரத்தில் அதற்குப் பின்னால் ஒரு சிறிது ஒளிவட்டம் தோன்றியது. விதவிதமான கலர்களால் ஒளிக்கதிர்களைப் பரப்பியபடி இருந்தது. அதன் அழகு, அதன் கவர்ச்சிகரமான தோற்றம் பல உயிரினங்களைக் கவர்ந்தது.

எழுத்தாணி போன்ற கூரிய விசித்திரமான ஆயுதத்தால் தாக்கப்பட்டு, காயமுற்று நடக்கச் சக்தியின்றி பசியாலும், நோயாலும் வருந்திக் கொண்டிருந்த உயிரினங்கள் மகிழ்வுடன் அந்த ஒளி வட்டத்தை நோக்கி அதன் கவர்ச்சியில், அழகில் மயங்கிச் சென்றுகொண்டிருந்தன.

ஆனால், அந்த ஒளிவட்டத்தை அடைந்ததும் அந்த உயிரினங்கள் ஓலமிட ஆரம்பித்தன. மரண ஓலமது. அந்த அழகு ஒளி அந்த உயிரினங்களைச் சுட்டெரித்தது.

நான் வியப்படைகிறேன். அந்த அழகிய ஒளிவட்டம்கூட ஓர் ஆயுதமா? மக்களை மயக்கி அழிக்கும் ஒரு விசித்திரமான கொலைக் கருவியா! நான் நடுங்கினேன்.

அந்த இரண்டு விசித்திரமான கொலைக் கருவிகளும் என்னை நோக்கி வருகின்றன. ஒன்று குத்திக் காயப்படுத்த வருகிறது. மற்றொன்று என்னை எரித்துச் சாம்பலாக்க வருகிறது.

கூடாது... இந்தக் கொலைக் கருவியின் பிடியில் நான் சிக்கக் கூடாது. தப்பிக்க வேண்டும். எழுந்து மறுபடி ஓடுகிறேன்.

திடீரென்று கால்தடுக்கிக் கீழே விழுகிறேன். தடுக்கிவிட்ட பொருளைப் பார்த்தேன். அது பொருள் அல்ல. ஒரு மனிதனின் கால். அந்தக் காலுக்குச் சொந்தமானவரைப் பார்த்தேன். அவன் முகத்தைப் பார்த்ததும் என் மூச்சே நின்றுவிட்டது போல் உணர்ந்தேன்.

வழியில் யார் வந்தால் என்னைக் காப்பாற்றுவான் என்று நினைத்தேனோ அவனேதான். என் நண்பன்தான் என்னைக் கீழே விழச்செய்தான். தெரியாமல் தட்டி விட்டிருப்பானோ!

இல்லை... தெரிந்தேதான் தட்டி விட்டிருக்கிறான். இல்லா விட்டால் நான் கீழே விழுந்துவிட்டதைக் கண்டு கைகொட்டிச் சிரிப்பானா!

மாற்கு

எனக்கு கோபம் வருகிறது. இவனெல்லாம் நண்பனா? கொலை காரப் பாவி.

அந்தக் கொலையாயுதங்கள் இரண்டும் என்னை நெருங்கிவிட்டன. என்னருகில் வந்ததும் நின்றன.

இப்பொழுது நான் நன்றாகப் பார்த்தேன். அந்த விசித்திரமான ஆயுதங்களைச் சுமந்து வந்தவர்களின் உருவம் தெளிவாகத் தெரிந்தது.

பனிரண்டு வெண்குதிரைகள் பூட்டப்பட்ட ஓர் அழகிய ரதத்திலிருந்து விசித்திரமான ஆயுதத்துடன் வந்தவர் இறங்கினார். அவரது உடையும், நடையும் ஏதோ அரசர் என்பதை உணர்த்தியது.

ஒளிவட்ட ஆயுதத்தை உடையவர் மேலிருந்து கீழ்வரை ஒரே துணியால் தன்னை மூடியிருந்தார். தலையில் ஒரு பெரிய குல்லா இருந்தது. கழுத்தில் தங்கச் சங்கிலி தொங்கியது. இடது கையில் ஒரு நீண்ட தடியை வைத்திருந்தார். வலது கை விரலில் ஒரு மோதிரம் பளிச்சிட்டது. அந்தக் கையில் அந்த ஒளிவட்டத்தை வைத்திருந்தார்.

என்னை நெருங்கி வந்து உற்றுப் பார்த்த அவர்கள் ஆனந்தமாகக் கூத்தாட ஆரம்பித்தார்கள். ஊழிக் கூத்து என்று கேள்விப்பட்டிருக்கிறேன். அது இதுதானோ!

வெற்றிக் களிப்பில் அவர்கள் கூத்தாடிக் கொண்டிருந்தார்களே தவிர, அவர்கள் களைத்துப்போனதாகத் தெரியவில்லை. என்னைக் கொல்வது போலவும் தெரியவில்லை.

எல்லாம் முடிந்துவிட்டது என்று நினைத்த எனக்கு சிறிது நம்பிக்கை தோன்றியது. இவர்களிடமிருந்து தப்பிக்க வேண்டும். எழுந்து ஓடித் தப்பிக்க முடியாது. எதிர்த்துத் தாக்க வேண்டும்.

கீழே கிடந்த நான் என்னைச் சுற்றிலும் பார்த்தேன். மனித எலும்புகள் சில என்னைச் சுற்றிலும் கிடந்தன. அந்த எலும்புத் துண்டுகளை ஒவ்வொன்றாய்ப் பொறுக்கி, ஒன்றுசேர்த்து, என் இரு கைகளிலும் வைத்துக்கொண்டேன்.

ஆடிக்கொண்டிருந்த இருவரையும் நான் பார்த்தேன். நல்ல சமயம் வரட்டும் என்று காத்திருந்தேன். வலுவாக அந்த எலும்புத் துண்டுகளைப் பிடித்துக்கொண்டேன்.

நான் எதிர்பார்த்த சமயம் வந்தது. எலும்புத் துண்டுகளை இறுகப் பற்றியபடி கண்களை மூடிக்கொண்டு 'ஆ...' என்று கத்தியபடி என் சக்தி அனைத்தையும் ஒன்றுசேர்த்து ஓங்கி ஓர் அடி அடித்தேன்.

அந்த இருவரில் எவர்மீதோ அடி வலிமையாக விழுந்திருக்க வேண்டும். யார் மீது அடிபட்டது என்று பார்க்க கண்களைத் திறந்தேன்.

என்ன ஆச்சரியம்... எனக்கு முன்பாக யாரும் இல்லை. நான் என் படுக்கயில் இருப்பதை அறிந்தேன். அப்படியானால் இதுவரை நான் கண்டது கனவுதானா...!

என் உடல் வியர்த்திருந்தது. விளக்கைப் போட்டேன். உடலைத் துடைத்துக்கொண்டேன். நான் யாரை அடித்தேன் என்று நினைத்துப் பார்த்தேன். அதுமட்டும் எனக்குத் தெரியவில்லை."

தான் கண்ட கனவை ஒரே மூச்சில் விரைவாக டைரியில் எழுதி முடித்த ஓமலூர் பங்குக்குரு ராஜா, கை கால்களை உதறிக்கொண்டார்.

ஓமலூர் ஓர் அழகிய சிறுஇடம். அங்கு மக்களே கிடையாது. பழைய காலத்து சிறிய கோயில் ஒன்று இருந்தது. கோயிலைச் சுற்றி வரிசை வரிசையாகப் பல பெரிய நிழல்தரும் மரங்கள் இருந்தன. எந்த வெயில் நேரத்திலும் அங்கே நிழல் இருக்கும். குளிர்ச்சியாகவும் இருக்கும். காரணம், அந்த இடத்தைச் சுற்றிலும் பச்சைப் பசேர் என்ற வயல்வெளி. அக்கோயிலுக்குச் செல்பவர்கள் அந்தக் கோயில் அமைந்துள்ள அமைதியான, இயற்கையான சூழ்நிலையைக் கண்டு மெய் மறந்துவிடுவார்கள்.

அந்தக் கோயிலை ஒட்டி இருந்த சிறிய வீட்டில்தான் பாதர் ராஜா இருந்தார். அவருக்கு சுமார் நாற்பது வயது இருக்கும். நல்ல வளர்த்தி. குறைந்தது ஆறு அடியாவது இருப்பார். மெலிந்தோ, தடித்தோ இல்லாமல் வளர்த்திக்கேற்ற உடல் பருமன். மா நிறம். வயதை மீறிய முகத்தோற்றம். தலைமுடி அந்த வயதிலேயே நரைத்திருந்தது. கரடு முரடான தோற்றம். அவரைப் பார்க்கும் யாரும் அவருக்கு 50 வயதிற்கு மேல் இருக்கும் என்றுதான் சொல்லுவார்கள். எப்பொழுதும் ஏதோ ஆழ்ந்த சிந்தனையில் இருப்பது போன்றே காணப்படுவார்.

வெளித்தோற்றம் கரடு முரடாக இருந்தாலும் அவரிடம் அன்பு இருந்தது. அந்த அன்பு ஏழைகள் மீது இருந்தது. ஏழைகளுக்கு நல்லது செய்ய வேண்டும் என்ற கொள்கைப் பிடிப்பு இருந்தது. கொள்கைப் பிடிப்பு இருந்ததால் ஏழைகளுக்கு நல்லது என்று பட்டதை துணிந்து செய்வார். எத்தகைய எதிர்ப்பைக் கண்டும் அஞ்சமாட்டார். துணிவுடன் செயல்படுவார். மேலிடத்தில் அவருக்கு நல்ல பெயரே கிடையாது.

ஓமலூருக்குப் பங்குக் குருவாக வந்த புதிதில் ஏதோ காட்டில் இருந்ததுபோல் உணர்ந்தார். அந்த இடம் அவருக்குப் பிடிக்கவே இல்லை. காரணம், அங்கு மக்களே இல்லை. மக்களே இல்லாத இடத்தில் பங்கு எதற்கு? கோயில் எதற்கு? குருவானவர் எதற்கு? விருப்பம் இல்லாமலேயே தங்கினார்.

மேற்றிராசனத்திலிருந்து ஓமலூர் வெகு தூரத்தில் இருந்தாலும், அங்கு செல்வதற்குப் பஸ் வசதி இல்லாததாலும், பங்கிற்குச் சொத்து இல்லாததாலும், அங்குள்ள கிறிஸ்தவர்கள் அனைவருமே தலித் கிறிஸ்தவர்களாக இருந்ததாலும் இந்த இடம் பங்குக் குருக்களைப் பொறுத்த அளவில் தண்டனை இடமாகக் கருதப்பட்டது. தனக்குக் கீழ்ப்படியாமல் பிரச்சினை கொடுப்பவர்களை ஓமலூருக்குத்தான் ஆயர் மாற்றுவார். அப்படிப்பட்ட இடம் அது.

தன்னைத் தண்டிப்பதற்காகத்தான் ஆயர் அவர்கள் தன்னை அங்கு பங்குக் குருவாக நியமித்திருக்கிறார் என்ற எரிச்சலில் பாதர் ராஜாவுக்கு அந்த ஊர் பிடிக்காமல் போனது இயற்கைதான்.

ஆனால், சிறிது காலத்திற்குள்ளாகவே அவருக்கு அந்த இடம் மிகவும் பிடித்துவிட்டது. காடுபோல் தோன்றிய இடம் உண்மையில் காடு அல்ல. சோலை என்று உணர்ந்தார். மக்கள் இல்லாத இடமல்ல மாறாக கோயிலின் நான்கு திசைகளிலும் சுமார் ஒரு கிலோமீட்டர் தூரத்தில் நான்கு ஊர்கள் இருக்கின்றன. அந்த நான்கு ஊர் மக்களுக்கு மையமான இடம் என்பதை உணர்ந்தார். தலித் மக்களே இருப்பதால், அந்த மக்களுக்குப் பணிபுரிய சந்தர்ப்பம் கிடைத்திருக்கிறதே என்று மகிழ்ந்தார்.

அந்த நான்கு ஊர்களிலும் உள்ள கிறிஸ்தவ, இந்து தலித் மக்கள் நிலமற்ற விவசாயக் கூலிகளாக இருந்தார்கள். நிலமுள்ள உயர் சாதியினரிடம் வேலை செய்து வந்தார்கள். இவ்வாறு பொருளா தாரத்தில் பின் தங்கி இருந்ததால், அவர்களின் கலாச்சாரமும் ஓர் அடிமைக் காலச்சாரமாக இருந்தது. கல்வி அறிவு அற்றவர்களாகவும், ஒதுக்கப்பட்டவர்களாகவும், ஒடுக்கப்பட்டவர்களாகவும் இருந்தார்கள்.

இந்த மக்களை மதம், கட்சி இவற்றிற்கு அப்பாற்பட்ட நிலையில் ஏழைகள் என்ற அடிப்படையில் ஒன்றுசேர்த்தார். இவர்களை ஒன்று சேர்க்கும் இடமாக ஓமலூரைப் பயன்படுத்தினார். அவர்களை மர நிழலில் அமரவைத்து விழிப்புணர்வுக் கருத்துக்களைக் கொடுத்தார். அவர்களை ஒன்றுசேர்த்து ஓர் இயக்கமாக உருவாக்கினார்.

இந்த இயக்கத்தின் மூலமாக ஒரு சில அடிமைப் பழக்கவழக்கங் களை அவர்கள் நிறுத்தினார்கள். அரசிடமிருந்து சேரிக்குத் தேவையான வசதிகளைப் பெற்றார்கள். கூலி உயர்வுகூட சிறிது கிடைத்தது.

இந்தச் சமயத்தில்தான் இந்திய கத்தோலிக்க ஆயர்களின் பேரவை நீதி ஞாயிறைக் கொண்டாட வேண்டும் என்ற அழைப்பைக் கொடுத்தது. தலித் கிறிஸ்தவர்களுக்கு மற்ற இந்து தலித் மக்களுக்கு உரிய அரசு சலுகைகள் கிடைக்க வேண்டும். அதற்கு மக்களை அரசுக்கு எதிரான போராட்டத்திற்குத் தயாரிக்கும் விதத்தில் நீதி ஞாயிறைச் சுதந்திர தினத்துக்கு அடுத்து வரும் ஞாயிற்றுக்கிழமையில் கொண்டாட வேண்டும் என்ற அறிவிப்பைக் கொடுத்தது.

இந்த அறிவிப்பு பாதர் ராஜாவுக்கு எரிச்சலைக் கொடுத்தது. ஏழை மக்களை ஏன் மதத்தின் அடிப்படையில் பிரிக்க வேண்டும்? இவ்வாறு பிரிப்பது ஏழைகளின் ஒற்றுமையைப் பிரிப்பது தானே? இச்செயல் சரியான செயல்தானா? இந்திய ஆயர்கள் ஏன் இப்படி ஓர் அறிவிப்பைக் கொடுக்க வேண்டும்? முதலாளித்துவ நாட்டின் ஏஜெண்டாக இந்திய ஆயர்கள் செயல்படுகிறார்களா? இதை ஆதரிக்க வேண்டுமா? எதிர்க்க வேண்டுமா? ஓர் முடிவுக்கு வரமுடியாத நிலையில் உள்ளத்தில் போராடிக் கொண்டிருந்தார்.

பாதர் ராஜாவுக்கு ஒரு விசித்திரமான குணம் இருந்தது. அவர் அடிக்கடி கனவு காண்பார். எல்லோருமே கனவு காண்பது இயற்கைதான். ஆனால், அந்தக் கனவுகள் கண்விழிக்கும்பொழுது மறந்துவிடும். மறைந்துவிடும். ஆனால் பாதர் ராஜாவுக்கு அப்படியல்ல. அவர் காணும் கனவு விழித்தவுடன் மிகத் தெளிவாக அவர் ஞாபகத்திற்கு வரும். அந்தக் கனவுகளை அப்படியே அவர் தனது டைரியில் எழுதுவார்.

அதற்காக அவரை கனவை நம்புகிறார் என்று சொல்ல முடியாது. கனவுகள் வாழ்க்கையில் நடக்கப்போவதை முன் உணர்த்துபவைகள் என்ற நம்பிக்கையோ அல்லது அவைகள் நிஜவாழ்க்கையின் பிரதிபலிப்புகள் என்றோ அல்லது நமது பிரச்சினைகளுக்குத் தீர்வு கூறுபவைகள் என்றோ அவர் நம்பவில்லை. மாறாக, அவர் ஒரு எழுத்தாளர் என்பதால் சிறுசிறு விஷயங்களைக்கூட ஆழ்ந்து ரசிப்பவர். தான் காணும் கனவுகளில் சுவாரஸ்யமாய் இருப்பவைகளை, அதில் இலக்கிய நயம் இருப்பவைகளை, அதில் உருவகங்கள், அடையாளங் கள், சின்னங்கள், குறியீடுகள் முதலியவைகள் இருப்பவைகளை அவர் டைரியில் எழுதி வைக்கிறார்.

சில சமயங்களில் தான் காணும் கனவுகள் என்ன சொல்ல வருகின்றன என்று அவர் நினைத்துப் பார்ப்பதும் உண்டு. அதை நம்புவதற்காக அல்ல. மாறாக ஓர் ஆவலுக்காக, ஓர் அடையாளத்தின் சின்னத்தின், குறியீட்டின் பொருளை உணர்ந்தோம் என்ற நிறைவை அடைவதற்காக அவ்வாறு செய்வது உண்டு.

சில சமயங்களில் ஏதாவது ஒரு பிரச்சினைக்குத் தீர்வு காண முடியாமல் அதே சிந்தனையில் தூங்கும்பொழுது அவருக்குக் கட்டாயம் கனவு வரும். அந்தக் கனவின் அர்த்தத்தை நினைத்துப் பார்க்கும் பொழுது அர்த்தமே கிடைக்காது. ஆனால், பிரச்சினை முடிவுற்ற பின்பு கனவின் அர்த்தம் முழுவதுமாக அவருக்கு விளங்கும். பிரச்சினையுடன் தூங்கும் நாட்களில் காணும் கனவிற்கு சில சமயங்களில் அர்த்தம் அரைகுறையாக விளங்கும். முழுவிளக்கம் கிடைத்ததே இல்லை.

ஆனால், அன்று கண்ட கனவின் பொருள் ஓரளவு விளங்குவது போல் தோன்றியது. மறுபடி மறுபடி நினைத்துப் பார்த்தார். எழுதியதைத் திரும்பத் திரும்ப வாசித்தார். வாசிக்க வாசிக்க, நினைக்க நினைக்க அவர் முகம் மலர்ந்தது. ஏதோ ஒன்றைக் கண்டுபிடித்துவிட்ட திருப்தி இருந்தது.

5

“இப்பிடியா நடந்துச்சு? இப்பிடியும் நடக்குமா? சாமியார்க இப்பிடியும் செய்வாங்களா?” தனது திருமணத்திற்கு ஏற்பட்டுள்ள பிரச்சினை பற்றி ஓமலூர் வந்து அந்தோனி கூற, அதைக் கேட்டு கித்தேரியான் வேதனைப்பட்டார். தன் மகள் இசக்கியின் திருமணம் சிறப்பாக, மிக மிகச் சிறப்பாக நடக்க வேண்டும் என்று கித்தேரியான் மிகவும் விரும்பினார். இப்படி ஒரு தடை வரும் என்று அவர் சிறிதும் எதிர்பார்க்வில்லை. இந்தத் தடையை எப்படியும் தகர்க்க வேண்டும் என்ற எண்ணம் உதித்தது. இந்த எண்ணம் ஏற்படவும் அவருடைய வேதனை கோபமாக மாறியது. கோபம் வெறியாக மாறியது. அந்த வெறியுடன் அந்தோனியையும் அழைத்துக்கொண்டு ஓமலூர் பங்குச்சாமியார் ராஜாவை நோக்கிச் சென்றார்.

ஆறடி உயரம் வளர்ந்திருந்த கித்தேரியாரின் நடைக்கு ஈடு கொடுக்க முடியாமல் அந்தோனி அவரைத் தொடர்ந்து வேகமாக நடந்தான். வேகமாக நடந்தான் என்று சொல்லுவதைவிட ஓடினான் என்றே சொல்லலாம். அந்த அளவு வேகமாக கித்தேரியான் நடந்தார். கித்தேரியானுக்கு வயது சுமார் அறுபது இருக்கும். இந்த வயதில் இந்த வேகமா என்று அந்தோனி ஆச்சரியப்பட்டான். இடுப்பில் கட்டியிருந்த வெள்ளை வேஷ்டியை மடித்துக்கொண்டு, மேலே அணிந்திருந்த இளநீலக் கலர் சட்டையின் பட்டன்களை போட்டுக் கொண்டே வேகமாக நடந்தார். இந்த அளவு வேகமும், கோபமும் வர அவருக்குக் காரணம் இருந்தது.

இளம் வயதிலேயே கித்தேரியானை இடதுசாரிக் கொள்கை மிகவும் கவர்ந்தது. எனவே, பொதுவுடமைக் கட்சியில் சேர்ந்தார். கட்சியினர் தங்களது கொள்கையைப் பற்றி நடத்திய பல பயிற்சி வகுப்புகளுக்குத் தொடர்ந்து சென்றார். அதனால் பொதுவுடமைக் கொள்கைகளையும், அதன் செயல்பாடுகளையும் ஓரளவு விளக்கமாக அறிந்திருந்தார். கட்சி நடத்திய பல போராட்டங்களில் துணிவுடன் கலந்துகொண்டார். குறிப்பாக பொதுவுடமைக் கட்சி ஐம்பதில் பிற்பகுதியிலும், அறுபதில் முற்பகுதியிலும் உழுபவனுக்கே நிலம் என்ற கொள்கையை முன்வைத்து நில ஆக்கிரமிப்பு போராட்டம் நடத்திய நேரத்தில் இவரும் நில ஆக்கிரமிப்பில் ஈடுபட்டார்.

அதனால் பலமுறை சிறைக்குச் சென்றார். இவரின் இளமைக் காலம் முழுவதுமே போராட்டத்திலும் சிறையிலும் சென்றது. அதனால் திருமணம்கூட செய்துகொள்ளவில்லை.

பொதுவுடமைக்கட்சி ஏழைகளை ஒரு வர்க்கமாகத்தான் பார்த்ததே தவிர, அந்த ஏழைகளில் பெரும்பான்மையினர் தலித் மக்கள் என்றோ, இவர்களுக்கு என்று தனியாகப் பிரச்சினை இருக்கிறது என்றோ உணரவில்லை. உணரவில்லை என்று சொல்வதைவிட உணர மறுத்தது என்றுதான் சொல்லலாம். தன் இன மக்கள் அனுபவிக்கும் வேதனையையும் புறக்கணிப்பையும் கட்சி பார்த்தாலும் அதைப் போக்க போராட்டம் நடத்தாமல் பார்த்துக் கொண்டிருக்கிறதே என்று கொதித்தார். அதனால் வெறுப்புற்று கட்சியிலிருந்தே வெளியேறினார். சுயமாகச் செயல்பட ஆரம்பித்தார். தன் இன மக்களை ஒன்றுசேர்த்து அவர்களை சாதியத்திற்கு எதிராக ஒரு நெடிய போராட்டத்திற்குத் தயாரிக்க வேண்டும் என்ற வெறியே அவருள் இருந்தது. ஆனால், தனி மனிதனாகிய அவரால் பெரிய அளவில் ஒன்றும் சாதிக்க முடிய வில்லை. தன் ஊரில் உள்ள தன் இன மக்களின் பொது நலனுக்காக அவர்களை ஒன்றுசேர்த்து, ஒரு சில போராட்டங்களை நடத்தினாரே தவிர பெரிய அளவில் ஒன்றும் சாதிக்கவில்லை.

திருமணம் செய்துகொள்ளாத கித்தேரியான் தன் தம்பி முத்துவின் மகள் இசக்கியைத் தானே வளர்க்க ஆரம்பித்தார். தனது ஒரே சொத்து அவள்தான் என்றும், தனது வாரிசு அவள்தான் என்றும் நம்பி அவளை முழுவதுமாக அன்பு செய்தார். முடிந்த அளவு படிக்கவும் வைத்தார். அவளை வித்தியாசமாக வளர்க்க எண்ணினார். எனவே, அவளுக்குச் சமூக விழிப்புணர்வைச் சிறிது சிறிதாக சிறுவயதிலிருந்தே ஊட்டினார் வித்தியாசமாகச் சிந்திக்க, பேச, செயல்பட கற்றுக்கொடுத்தார். பெண்களை ஒன்றுசேர்த்து சிறு சிறு போராட்டங்களில் ஈடுபடவும் செய்தார்.

அவளுக்கு வயதாகிறது என்று அவளது திருமணத்திற்கும் ஏற்பாடு செய்தார். இப்பொழுது அந்தத் திருமணத்திற்கு சாதியின் பெயரால் பிரச்சினை வருகிறது என்பதை அவரால் எப்படித் தாங்கிக்கொள்ள முடியும். அதனால்தான் அந்த வெறியுடன் புறப்பட்டார்.

அங்கே ஓமலூர் கோயிலுக்கு முன்பாக உள்ள மரநிழலின் அப்பங்கைச் சார்ந்த கிறிஸ்தவர்கள் அனைவரும் ஒன்றுகூடியிருந்தனர். ஆண்கள், பெண்கள், இளைஞர்கள், இளம்பெண்கள் என்று அனைவருமே அமர்ந்திருந்தனர்.

கூட்டத்தைக் கண்டதும் கித்தேரியானின் கோபமும், வெறியும் சிறிது தணிந்தன. கூட்டத்தில் குழப்பம் ஏற்படுத்தாமல் கூட்டம் முடிந்ததும் சாமியாரைப் பார்க்கலாம் என நினைத்த கித்தேரியான் கூட்டத்தில் ஒருவனாக அமர்ந்தார்.

தனது அழைப்பை ஏற்று பெரும் எண்ணிக்கையில் வந்த மக்களை மகிழ்வுடன் பார்த்தார் பாதர் ராஜா. அவர்களிடம் பேச ஆரம்பித்தார். "நம்ம பங்கைச் சார்ந்த கிறிஸ்தவங்க எல்லாரும் கூடியிருக்கிறோம் நம்ம பங்குல கிறிஸ்தவங்கன்னு சொன்னாலே தலித் கிறிஸ்தவுங்கதான்."

அவர் சொல்லி முடிப்பதற்கு முன்பாகவே ஒருவர் கேட்டார். "சாமி... தலித் கிறிஸ்தவுங்கன்னா என்ன சாமி அர்த்தம்."

"நல்ல கேள்வி, இந்தியாவுல சாதிக இருக்குன்னு நமக்குத் தெரியும். நம்மப்போல உள்ளவுங்களுக்குப் பலபெயர் இருக்கு. காந்தி நமக்கு அரிசனங்கன்னு பெயரைக் கொடுத்தாரு. வெள்ளைக்காரன் நம்ம செட்யூல்டு வகுப்பினன்னு சொன்னான், உயர்ந்த சாதிக்காரங்க நம்மப் பார்த்து நம்ம பஞ்சமர்க, இழிசனர், அவர்ணர், தீண்டத் தகாதவர்க, சேரிமக்க அப்படீன்னு சொல்றாங்க. இதெல்லாம் பொதுவா நமக்கு இருக்கிற பேரு. பிறகு இதயும் பள்ளன், பறையன், சக்கிலியன்னு கூப்பிடுறாங்க. இப்படி நமக்குப் பெயர் வச்சது பூராம் மற்ற சாதிக்காரங்க. நமக்கு நாமளே பெயர் வச்சாத்தான நல்லது"

"ஆமாம்... நியாயம்தானே" என்றார் கேள்வி கேட்டவர்.

"தலித் என்பது வடமொழி வார்த்தை. இதுக்கு நசுக்கப்படுதல், நொறுக்கப்படுதல்லு அர்த்தம். நாம் பொருளாதார, சமூக, கலாச்சார, அரசியல், மத ரீதியில ஒதுக்கப்படுகிறோம் - நசுக்கப்படுகிறோம் என்பதை உணர்த்தவும், இப்படி நாம உணர்ந்தால்தான், இதற்கு எதிராகச் செயல்படுவோம் என்கிற எண்ணத்திலயும், மேலும் சக்கலியன், பள்ளன், பறையன்னு பிரிஞ்சிருக்கிற நாம் ஒண்ணா இருக்கணும்னு தலித் என்கிற பெயரை நம் தலைவர் டாக்டர் அம்பேத்கர் நமக்குக் கொடுத்திருக்கார். இம்மக்களில் கிறிஸ்தவ மதத்த ஏற்றுக் கொண்டிருக்கும் நம் போன்றவர்களை தலித் கிறிஸ்தவுங்கன்னு அழைக்கிறோம்." பாதர் ராஜா சிறுபிள்ளைகளுக்கு வகுப்பு எடுப்பு போலச் சொன்னார்.

"சாமி சொல்றது சரிதான். எனக்குப் பிள்ள பெறந்தா அதச் சாமியாருட்ட கொண்டு வந்து சாமி நீங்க ஏதாவது நல்ல பேரா வைங்கன்னுதான் இதுவரை சொல்லியிருக்கேன். இனிம அப்பிடிச் செய்யமாட்டேன். அடுத்த ஒரு பிள்ளை பெத்து நாந்தான் அதுக்கு பேரு வைக்கப்போறேன்னு" ஒருத்தர் சொல்ல எல்லோரும் சிரித்தனர்.

சிரிப்பு அடங்கியதும் சுவாமியார் தொடர்ந்தார். "தலித்னா என்னன்னு இப்ப புரிஞ்சிருக்கும். இன்னைக்கு தலித் கிறிஸ்தவுங்களாகிய நாம எதுக்குக் கூடியிருக்கோம்னு யாருக்காவது தெரியுமா" என்று கேட்டார்.

"சாமி... நாம எதுக்கு கூடியிருக்கோம்னு எனக்குத் தெரியாது. ஆனா, இப்பிடி ஒரு கூட்டம் தேவையான்னு எம்மனசுல படுது" என்றாள் இசக்கி.

அனைவரும் அவளை வியப்புடன் பார்த்தனர். அந்தோனி அவளை ஆவலுடனும் காதலுடனும் பார்த்தான். அவளது தோற்றத்தைக் கண்டு அவன் வியந்தான்.

இசக்கிக்கு வயது சுமார் இருபத்திநாலு இருக்கும். கருத்த உடல். அதைப் பற்றி கவலைப்படாதவளாக கருப்புதான் அழகு என்று கூறுவதுபோல பெருமையுடன் நிமிர்ந்து நின்று பேசினாள். சுருண்ட தலைமுடி, தலைமுடியைப் பின்னி ஜடையாகவோ அல்லது முடித்து கொண்டையாகவோ போடவில்லை. மாறாக, முடியை ஒன்றுசேர்த்து தூக்கி சொருகியிருந்தாள். சேலையைக்கூட முன்னாள் நிறைய மடிப்பு விழுதுபோல கொசுவம் வைத்துக் கட்டாமல் வேலைக்குச் செல்லும் தலித் பெண்கள் கட்டுவதுபோல சிறிது தூக்கி, கரண்டைக் கால் தெரிவது போலவும் இடுப்பைச் சுற்றி அரை அடி நீளத்திற்கு சேலை தொங்கிக்கொண்டிருப்பது போலவும் கட்டியிருந்தாள். அவள் முகத்தில் மஞ்சள் தெரிந்தது. மஞ்சள் தேய்த்து குளித்திருப்பாள் என்று நினைத்தான். பொட்டுச் சிரட்டையில் உள்ள கட்டியான கருப்புச் சாந்தில் சில துளிகள் தண்ணீர்விட்டுத் தேய்த்து அதைப் பொட்டாக நெற்றியில் வைத்திருந்தாள்.

அந்தோனிக்கு அவளது தோற்றம் வியப்பைக் கொடுத்தது. பள்ளி இறுதி வகுப்புவரை படித்திருந்த அவள், படித்த பெண்களைப் போல தனது நடை, உடை, பாவனையை மாற்றிக்கொள்ளாமல், படிக்காமல் வேலை செய்யும் பெண்களைப்போல எப்படி இருக்க முடிகிறது என்று வியந்தான். அதுமட்டுமில்லாமல் அதே தோற்றத்தில் எப்படித் துணிந்து எழுந்து பேசமுடிகிறது என்றும் ஆச்சரியப்பட்டான்.

அவள் கேட்ட கேள்வியின் பொருளை முழுவதும் புரிந்து கொள்ள முடியாத பாதர் ராஜா, "அம்மா இசக்கி, கேள்வியக் கொஞ்சம் விளக்க முடியுமா?" என்றார்.

இசக்கி எழுந்து எல்லாரையும் பார்த்துக் கூற ஆரம்பித்தாள். எல்லாரும் அவளையே பார்த்தார்கள்.

"நாங்க சேரிக் கிறிஸ்தவுங்க. உங்க பாசையில நாங்க தலித் கிறிஸ்தவுங்க. எங்களோட சேரியில் இந்துக்களும் வாழ்றாங்க. எங்க எல்லாருக்கும் மதத்துக்கும் அப்பாற்பட்ட நிலையில ஒரே மாதிரியான பிரச்சின இருக்கு. ரெண்டு பேருக்குமே ஊருக்குள்ள வீடு கட்டி வாழ முடியாது. ஊருக்கு வெளிய சேரியிலதான் குடிசபோட்டு வாழணும். பொதுக்கெணத்தப் பயன்படுத்த முடியாது. செத்தமாட்டத் திங்கிறது, கூழு வாங்குறது, பறையடிக்கிறது, பிணம் எரிக்கிறது மாதிரியான அடிமைத் தொழில்கள ரெண்டுபேருமே செய்றோம். கொத்தடிமைக மாதிரி வாழ்றோம். பிரச்சினைக ரெண்டு பேருக்கும் ஒண்ணுதான். மதம் எங்களுக்குப் பிரச்சினையே இல்ல. இந்துக்க திருநாளுக்கு நாங்க வரிக் குடுக்கோம். எங்க திருநாளுக்கு அவுங்க வரிக்கொடுக்குறாக. இப்பிடி இருக்க, அவுக இந்துக்க அவுங்களோட சேரவேண்டாம். கிறிஸ்தவுக மட்டும் ஒண்ணா சேருங்கன்னு சொல்லி எங்களப் பிரிக்கப் போறீகளா? இது தேவையா...? நாங்க இது வரைக்கும் எந்தக் கூட்டமானாலும் ஒருதாய் பிள்ளைங்க மாதிரி ஒண்ணா கூட்டம் போடுவோம். இந்துக்க இல்லாம நாமபோடும் இந்தக் கூட்டம் தேவைதானா?" என்றாள் உணர்ச்சியுடன்.

அவளைப் பெருமையுடன் பார்த்தார் கித்தேரியான். அவளது சிந்தனைத் தெளிவைக் கண்டு வியந்த அவர், சாமியார் என்ன பதில் சொல்லப்போகிறார் என்று ஆவலுடன் காத்திருந்தார்.

"இசக்கி சொல்றது நெசந்தான். ஆனா, ஆழ்ந்து பார்த்தா நாம இன்னும் சில துன்பங்கள சேர்த்து அனுபவிக்கிறோம் என்பது புரியும். நாம சேரியில வாழ்கிறோமே! அது சமூகப் பிரச்சின. நாம கொத்தடிமைகளா வாழ்கிறோமே! அது பொருளாதாரப் பிரச்சின. ஒரு சில அடிமை வேல செய்கிறோம்! அது கலாச்சாரப் பிரச்சின. இந்தப் பிரச்சினைக ரெண்டுபேருக்கும் பொது. இதப்போக்க அவுங்களோட ஒண்ணு சேர்ந்து செயல்படலாம். வேண்டாம்னு சொல்லல. ஆனா அரசியல் பிரச்சினைனு ஒண்ணு இருக்கு. மதப் பிரச்சின ஒண்ணு இருக்கு. இந்த ரெண்டு பிரச்சினைகளும் கிறிஸ்தவுங்களுக்கு அதிலும் நம்மைப்போல தலித் கிறிஸ்தவர்களுக்கு மட்டும்தான் இருக்கு. இப்படி பிரச்சின உள்ளவுங்க ஒண்ணு சேர்றது சமூகத்தில் நடைபெறும் சாதாரண நிகழ்ச்சி. மீனவுங்க தங்க பிரச்சினைக்கா ஒண்ணு சேர்றாங்க. ஆலைத் தொழிலாளிக, ஆசிரியர்க, விவசாயிக, கட்டடத் தொழிலாளிக, சலவைத் தொழிலாளிக, வாகன ஓட்டிக... இப்படி ஒவ்வொரு குழுவும் தங்க பிரச்சினைக்காக ஒண்ணு சேர்றாங்க. அதுமாதிரி நம்ம பிரச்சினைக்கு நாம ஒண்ணுசேர்றோம். இதுல என்ன தப்பு" பாதர் ராஜாவின் விளக்கத்தை ஆமோதிப்பது போல தலையை ஆட்டினாள் இசக்கி.

“இப்ப என்ன பிரச்சினைக்காக நாம கூடியிருக்கோம் சாமி.”

“அதத்தான் சொல்லப்போறேன். அதுக்கு முன்னால நான் ஒரு கனவு கண்டேன். அதச் சொல்றேன். அப்ப நம்ம பிரச்சினை நல்லா புரியும்.”

ஒரு நிமிடம் கண்களை மூடி, தான் கண்ட கனவை நினைத்துப் பார்த்தார் பாதர் ராஜா. அதை அப்படியே சொல்ல ஆரம்பித்தார். அதை அனைவரும் மெய் மறந்து கேட்டுக்கொண்டிருந்தார்கள். அதன் முடிவில் கனவைப் பற்றிய விளக்கம் கொடுக்க ஆரம்பித்தார்.

“அந்த அழகிய மேகக் கூட்டம் ஒண்ணாச் சேரணும்னு விரும்பினேன். ஆனா அந்த மேகக் கூட்டங்க சிங்கமா, புலியா, தேரா, மரமா வெவ்வேற வடிவத்துல இருந்துச்சு. ஒவ்வொரு உருவமும் ஒரு பிரச்சினைன்னு நினைச்சேன். அப்படி பிரச்சினைக அடிப்படையில் சேரும்போதுதான் அதுக்கு வெற்றி கிடைச்சது. உடனே அது கலைந்து வேறு உருவமா மாறுச்சு. ஆக பிரச்சினை அடிப்படையில சேர்வது நிரந்தரமல்ல. தற்காலிகமானதுன்னு நினைச்சேன்.”

“நல்லாத்தான் இருக்கு” என்றார் ஒருவர்.

“ஏய்... சும்மா இரு... சாமியார் சொல்லட்டும்” என்றார் மற்றொருவர்.

“பிரச்சினைக அடிப்படையிலதான் ஒண்ணு சேரணும். ஆனா எந்த பிரச்சினயத் தொர்டுவது... அதுக்கு விடை நான் கேட்ட மரண ஓலம்தான். மரண ஓலத்தின் ஒலி மேலெழுந்து சிலுவையா மாறுச்சு. தனிப்பட்ட ஓலம் ஒரு சமூக அடையாளமா வெளிப்பட்டுச்சு. ஆக பிரச்சினைய தனியா, அதாவது தனிப்பட்ட ஒரு மனிதனுடைய பிரச்சினைய பாக்கக்கூடாது. மாறாக அதே பிரச்சினையால் பாதிக்கப் பட்ட எல்லாத்தையும் ஒண்ணு சேர்க்கிற மாதிரி பார்க்கணும்னு புரிஞ்சிக்கிட்டேன். அதோட, அந்தப் பிரச்சினை கிறிஸ்தவுங்க பிரச்சினைனும் புரிஞ்சிக்கிட்டேன்.”

எல்லாரும் அவர் சொல்வதையே கவனமாகக் கேட்டார்கள்.

“நான் ஓடியது கிறிஸ்தவுங்க பிரச்சினையச் சந்திக்காம பயந்து ஓடியிருக்கேன்... ஆனா அந்தப் பிரச்சின என்னத் தொரத்திக்கிட்டே வந்திருக்கு. அந்தப் பிரச்சினதான் என்ன...? கனவுல உட்கார்ந்து பார்த்தப்பதான் தெரிஞ்சது. அந்தக் குதிரை பூட்டிய ரதம், ரதத்தி லிருந்து ராஜா இறங்கியது. இவர் நம் நாட்டுக் குடியரசுத் தலைவர். அவர் கையிலிருந்த பேனா போன்ற விசித்திர ஆயுதம்தான் தலித்

கிறிஸ்தவுங்களுக்கு உரிமையில்லங்கிற சட்டம்னு புரிஞ்சிக்கிட்டேன். அதேபோல நீண்ட உடை, தலையில குல்லா, தங்கச் சங்கிலி, கையில் பெரிய கம்பு".

"சாமி... சாமி... அது யாருன்னு எனக்கு தெரியும்... நான் சொல்றேன். அது பிஷப்பு" என்றார் ஒருவர்.

"சரியாச் சொன்னீங்க... பிஷப்புன்னு சொல்லுறதவிட நிறுவனத் திருச்சபைனு சொல்லலாம். அந்த நிறுவனத் திருச்சபை மதம், கடவுள், மறு உலகம், மோட்சம் என்ற அழகிய ஒளி வட்டத்தைக் காட்டி பாதிக்கப்பட்ட தலித் மக்களைக் கவர்ந்து அழிக்கிறது. இந்த இரண்டு பிரச்சினைகளையும் சந்திக்கக் கீழே கிடந்த மனித எலும்புகளை எடுத்து ஒன்றுசேர்த்தேன். நீங்கதான் அந்த மனித எலும்புக. பிரச்சினையால் பாதிக்கப்பட்டு எவ்வித முன்னேற்றமும் இல்லாம பசியால், நோயால் வாடி எலும்புக்கூடாய் மாறிட்டீங்க. உங்கள ஒண்ணுசேர்த்து, இந்த அரசையும் நிறுவனத் திருச்சபையையும் தாக்க வேண்டும். அந்தத் தாக்கு திருச்சபை மீதா! அரசு மீதா! அதுக்குள்ள நான் விழிச்சிட்டேன். ஆனா அரசுமீதுதான் தாக்கியிருக்கேன்னு நினைக்கிறேன். ஏன்னா நீதி ஞாயிறு கொண்டாட வேணுமா வேண்டாமா என்ற சிந்தனையில் இருந்தப்பதான இந்தக் கனவையே கண்டேன். இந்த முயற்சிக்கு எனக்கு யாரும் உதவ மாட்டங்க.. என்னை எதிர்ப்பாங்கன்னு எனக்குத் தெரியுது. என் நண்பர்களே என் காலை தட்டி கீழே விழவைச்சாங்களே! இருந்தாலும் நான் ஓயப்போவதில்ல... உங்கள ஒண்ணு சேர்த்துப் பிரச்சினயத் தீர்க்காம நான் விடப்போரதில்ல.

தான் பேச வேண்டிய நேரம் வந்துவிட்டதை உணர்ந்த கித்தேரியான் எழுந்து கேட்டார். "சாமி... கனவை அடிப்படையா வச்சி எப்படி இப்படிப்பட்ட உறுதியான தீர்மானத்துக்கு வரலாம்.

"நல்ல கேள்விதான். நான் கனவ நம்புறதில்ல. எவ்வளவோ கனவு காண்கிறேன். அதெல்லாம் மறந்து போகுது. ஆனா, பிரச்சினயைப் பற்றி நினைக்கும்போது தோன்றும் கனவு ஆச்சரியப்படக்கூடிய விதத்துல எனக்கு நல்லா ஞாபகத்துக்கு வருது. அது ஏன்? எனக்குத் தெரியல. இருந்தாலும் கனவு நெசமோ பொய்யோ. அத விடுங்க ஆனா, அரசாங்கத்துக்கு எதிரா நாம ஒண்ணு சேர்ந்து ஒரு போராட்டத்தத் தொடங்கணும். அதுக்காகத்தான் இப்ப கூடியிருக்கோம்."

கித்தேரியான் தன் பக்கத்தில் இருந்த அந்தோனியிடம் கண்ணைக் காட்ட, அந்தோனி எழுந்து கோபத்துடன் பேச ஆரம்பித்தான்.

"சாமி... நீங்க அரசாங்கத்துக்கு எதிரா போராடுறது இருக்கட்டும். மொதல்ல திருச்சபையில இருக்கிற பாகுபாட்ட போக்கப் பாருங்க

திருச்சபையில நீதி செத்துக் கெடக்கு. அதப்போக்கக் காணும். அத விட்டுட்டு நீதி ஞாயிறு கொண்டாடுறது எந்த விதத்துல நியாயம்? மொதல்ல ஒங்க கண்ணுல இருக்குற விட்டத்த எடுத்துட்டுப் பெறகு அரசாங்கம் கண்ணுல இருக்குற துரும்ப எடுக்கலாம்."

அங்கே அதுவரை இருந்த சலசலப்பு அடங்கி அமைதி ஏற்பட்டது. எல்லாரும் அந்தோனியையே வியப்புடன் பார்த்தனர். யார் இந்த இளைஞன்? இவன் என்ன சொல்கிறான் என்ற கேள்வி ஒவ்வொருவர் மனதிலும் எழுந்தது.

இசக்கி அவனைப் பார்த்து வியப்புற்றாள். அவன் பேசியது அவளுக்கு மிகவும் பிடித்திருந்தது.

பாதர் ராஜா ஒரு நிமிடம் அசையாமல் அப்படியே நின்று அந்தோனியையே உற்றுப் பார்த்தார். பிறகு நிதானமாக அவனிடம் கேட்டார்.

"தம்பி, நீ சொல்லுறது நியாயம்தான். உண்மைதான். திருச்சபையிலும் பாகுபாடு இருக்கு. அதப்பற்றி விவாதிக்கிறதுக்கு முன் நீ யாருன்னு நாங்க தெரிஞ்சுக்கிடலாமா?

"சாமி... இது வேற யாருமில்ல, நம்ம மருமகப் பிள்ளதான். எந்தம்பி முத்து மக இசக்கிய இவனுக்குத்தான் கொடுக்கப்போறோம். நீங்கதான் ஓலை எழுதி வாசிச்சிங்க. பத்திரிக்க கொடுக்க வந்தான். கூட்டத்துக்கு வான்னு நான்தான் கூட்டிக்கிட்டு வந்தேன்" என்றார் கித்தேரியான்.

"ஓ... நீ பிச்சூரா" என்றார் பாதர் ராஜா.

"ஆமா சாமி" என்றான் அந்தோனி.

"நீ சொல்லுறத கொஞ்சம் விளக்கமா சொல்லேன்" என்றார் பாதர் ராஜா.

"சாமி... எங்க ஊருல ரெட்டியார் கிறிஸ்தவுங்க இருக்குறாங்க. பறக் கிறிஸ்தவுங்களும் இருக்குறாங்க. இந்தப் பறக்கிறிஸ்தவங் களாகிய எங்களுக்குக் கோயில்ல தனி இடம். நாங்க பூசைக்கு உதவி செய்ய முடியாது. வாசகம் வாசிக்க முடியாது. பாதம் கழுவுற சடங்குல பங்கு கொள்ள முடியாது. பாடகர் குழுவில இருக்க முடியாது. நன்மைகூட தனியாக் கடேசிலதான் குடுப்பாங்க. திருமணம் ஒரே நேரத்துல நடக்க முடியாது. இப்ப எனக்கும் அந்தப் பிரச்சினை வந்திருக்கு. பங்குப் பேரவையில் எங்களுக்கு எடமில்லை. பங்குத் திருவிழாவுல கலந்துகொள்ளக்கூடாது. தேர்கூட எங்க தெருவுக்கு வராது. செத்தா

எங்க பொணத்த கோயிலுக்குக் கொண்டுபோகக் கூடாது. தூம்பாவ நாங்க பயன்படுத்தக்கூடாது. தனித் தனி கல்லறை. பங்கு நிலத்த நாங்க குத்தகைக்கு எடுக்கக்கூடாது. சாமி... இப்படி ஏகப்பட்ட பாகுபாடு எங்க ஊருல இருக்கு. இதுமாதிரி எத்தனை ஊர்ல இருக்கோ... இதவிட என்னென்ன பாகுபாடு இருக்கோ? இதெல்லாம் திருச்சபையில இருக்கிற பாகுபாடு. கடவுள் நம்மப் படைச்சாரு. நாமெல்லாம் கடவுள் பிள்ளைங்க. அதனால் நாமெல்லாம் சகோதரர்கள்னு சமத்துவக் கொள்கையைச் சொல்லிட்டுச் சாதியக்காட்டி எல்லாப் பாகுபாட்டையும் அனுமதிக்கிறீங்க. இந்தச் சாதிப்பாகுபாடு உங்க கண்களுக்குத் தெரியலையா? இந்தப் பாகுபாட்டப் போக்குறத்துக்குப் போராட வேண்டியதுதானே! அதவிட்டுட்டு அரசாங்கத்துக்கு எதிராகப் போராடுறது எந்த விதத்தில நாயம்" என்றான் அந்தோனி காரசாரமாக.

ஓமலூர் பங்கு கிறிஸ்தவர்கள் அனைவரும் தலித் மக்களாக இருந்ததால் அங்கே பாகுபாடு எதுவும் இல்லை. எனவே பிச்சூரில் இருக்கும் பாகுபாட்டைப் பற்றிக் கேட்டபொழுது எல்லோருக்கும் புதிதாக இருந்தது. இந்தப் பாகுபாட்டைப் போக்கத்தான், முதலில் போராட வேண்டும் என்ற எண்ணம் சிலரிடம் எழுந்தது. இன்னும் சிலர் அரசுக்கு எதிராகத்தான் போராட வேண்டும் என்று நினைத்தனர். விவாதம் சூடுபிடிக்க அங்கே பிரச்சினை வளர்ந்தது. ஒரு முடிவும் எடுக்கப்படாமல் கூட்டம் குழப்பத்தில் முடிந்தது.

6

பல நாட்களாகத் திட்டமிட்டு ஏற்பாடு செய்யப்பட்ட கூட்டம் குழப்பத்தில் முடிந்தது பற்றி பாதர் ராஜா அதிகம் கவலைப்பட வில்லை. குழப்பமே இறைவனின் சித்தத்தால் ஏற்பட்டது என்று நினைத்தார்.

கித்தேரியான், அந்தோனி இவர்களின் குறுக்கிட்டால் திருச்சபை யிலுள்ள பாகுபாட்டை எதிர்க்க மக்களை ஒன்றுசேர்த்து ஒரு போராட்டத்தை ஆரம்பிக்க வேண்டும் என்று முதலில் நினைத்த அவர், அரசாங்கத்துக்கு எதிராகப் போராட்டத்தை வலுப்படுத்துவதற்கே இறைவன் இவ்விருவரையும் அனுப்பி இருக்கிறார் என்று நினைக்க ஆரம்பித்தார். அவர் அப்படி நினைப்பதற்குக் காரணமும் இருந்தது.

சென்னையில் கோடம்பாக்கத்திலுள்ள ஒரு தெருவில் சூசை என்ற தலித் கிறிஸ்தவர் செருப்புத் தைக்கும் தொழில் செய்தார். அரசாங்கம் செருப்புத் தைக்கும் தொழிலாளர்களுக்கு பெட்டிக்கடை வைப்பதற்கு உதவி செய்யப்போகிறது என்று கேள்விப்பட்டு மற்ற இந்து தலித் செருப்புத் தைக்கும் தொழிலாளர்களோடு சேர்ந்து சூசையும் இந்த அரசு உதவிக்கு மனுச் செய்தார். சூசைக்கு மட்டும் அரசு உதவி செய்யவில்லை. கிறிஸ்தவராக சூசை இருப்பதால் அவர் பிற்படுத்தப் பட்டவர்; தாழ்த்தப்பட்டவருக்கு அளிக்கப்படும் இந்த உதவியைப் பெறும் தகுதி இவருக்கு இல்லை என்று அரசு கூறிவிட்டது. சூசை அரசுக்கு எதிராக உச்ச நீதிமன்றத்தில் வழக்குத் தொடுத்தார். விசாரணையின் முடிவில் நீதிபதி, 'இந்து மதத்தில் தீண்டாமை இருப்பதால் அரசின் உதவி இந்து தலீத் மக்களுக்கு கிடைத்திருக்கிறது. கிறிஸ்தவ மதத்திலும் உயர்சாதி கிறிஸ்தவர்கள் தலீத் கிறிஸ்தவர்களைத் தீண்டத்தகாதவர்களாக நடத்துகிறார்கள் என்று நிரூபித்தால் தலித் கிறிஸ்தவர்களுக்கும் இந்தச் சலுகை வழங்கப்படலாம்' என்று தீர்ப்புக் கூறினார்.

அந்தத் தீர்ப்பை நினைத்துப் பார்த்தார் பாதர் ராஜா. பிச்சூரில் இருக்கும் பாகுபாட்டைப் பற்றிப் பத்திரிகைக்கு எழுதினால் என்ன? அதை அடிப்படையாக வைத்து கிறிஸ்தவத்தில் தீண்டாமை இருக்கிறது என்று நிரூபித்தால் என்ன? அப்படி நிரூபித்தால் தலித் கிறிஸ்தவர்களுக்கும் அரசு சலுகை கிடைக்குமே!

பிச்சூரைப்பற்றிப் பத்திரிகைகளுக்கு எழுதத் தீர்மானித்தார் பாதர் ராஜா. பிச்சூரைப் பற்றி அதிகம் தெரிந்துகொள்ள வேண்டும் என்ற ஆவலில் புது உற்சாகத்துடன் அந்தோனியிடம் விவரம் கேட்க ஆரம்பித்தார். மறுநாள் பிச்சூருக்கு நேரில் வருவதாகவும் கூறினார்.

மறுநாள் மாலை சுமார் நான்கு மணி இருக்கும். தனது மோட்டார் சைக்கிளில் பிச்சூரை நோக்கி விரைந்துகொண்டிருந்தார் பாதர் ராஜா.

பாதர் ராஜாவுக்கு ஒரே ஒரு நோக்கம் மட்டுமே இருந்தது. பிச்சூருக்கு நேரடியாகச் செல்ல வேண்டும்; அங்குள்ள சாதிப் பாகுபாடுகளை நேரடியாகக் காண வேண்டும்; பிறகு, அதனடிப்படையில் ஒரு கட்டுரை எழுதி வெளியிட வேண்டும்.

பாதர் ராஜா, தன் நோக்கத்தை நிறைவேற்ற அன்றைய தினத்தைத் தேர்ந்தெடுத்தற்குக் காரணம் இருந்தது. பிச்சூரில் இருந்தது மோட்ச ராக்கினி மாதா கோயில். கோயில் திருவிழா ஆகஸ்ட்டு பதினைந்தாம் தேதி மிகச்சிறப்பாகக் கொண்டாடப்படும். முதல் நாள் திவ்விய நற்கருணை சுற்றுப்பிரகாரம் இருக்கும். திருநாளன்று திருப்பலியும் தேர்ப்பவனியும் இருக்கும். இந்தக் கொண்டாட்டங்கள் எப்படி நடைபெறுகின்றன என்பதை நேரில் பாருங்கள் என்று அந்தோனி விடுத்த அழைப்பை ஏற்றுதான் பிச்சூருக்குச் செல்ல முடிவு செய்தார்.

பாதர் ராஜாவை பிச்சூருக்கு வரச்சொல்லி அந்தோனி அழைத்தற்குக் காரணம் இருந்தது. திருச்சபையில் இருக்கும் பாகுபாட்டை பாதர் ராஜா நேரில் கண்டால் அந்தப் பாகுபாடு போக ஒரு போராட்டம் நடத்துவார் என்றும் அதோடு பிச்சூர் பங்குக்குருவோடு பேசி தன் திருமணப் பிரச்சினையையும் தீர்ப்பார் என்றும் அவன் நினைத்தான்.

ஆனால் அவனுக்கு பாதர் ராஜாவின் நோக்கம் தெரியவில்லை. அவருடைய நோக்கத்தை அறிந்துகொள்ளாமலேயே அவருக்கு உதவ அந்தோனி முன்வந்தான்.

பிச்சூருக்கு இன்னும் ஒரு கிலோ மீட்டர் தூரம் இருக்கிறது என்பதை வழியோரம் நடப்பட்டிருந்த கல்லின் மூலம் அறிந்த பாதர் ராஜா, அங்கேயே மோட்டார் சைக்கிளை நிறுத்தினார்.

பிச்சூரிலுள்ள சிறு குன்றின் மேலிருந்த மாதாகெபி, அந்தக் குன்றின் அடிவாரத்தில் பிரமாண்டமான கோபுரங்களுடன் இருந்த கோயில் ஆகிய இரண்டுமே அந்த மாலை நேர வெயிலில் பிரகாசித்தன.

மோட்டார் சைக்கிளின் மீது சாய்ந்திருந்தபடி அதன் அழகை ரசித்துக்கொண்டிருந்தார் பாதர் ராஜா.

“சாமி... சர்வேஸ்வரனுக்கு தோஸ்திரம்.”

வணங்குபவன் யாரென்று பாக்கத் திரும்பினார் பாதர் ராஜா. அந்தோனி நின்றுகொண்டிருந்தான்.

“சாமி... ரொம்ப நேரமா காக்க வச்சிட்டேனா?”

“இல்ல... இப்பத்தான் வந்தேன். ஊரை பார்த்துக்கிட்டு இருக்கேன்” என்றார்.

பக்கத்தில் உள்ள குடிசையைச் சுட்டிக் காட்டிய அந்தோனி, “சாமி, இங்கதான் நான் இருக்கேன். இதச் சுத்தியுள்ள எடத்துல கருவேல மரம் நட்டிருக்கு. இவைகளைப் பாதுகாப்பதுதான் என் வேல. இது சாதாரண வேலயில்ல. அராசங்க வேல. வாங்க, அந்தக் குடிசைக்குப் போகலாம்” என்று அழைத்தான்.

பாதர் ராஜா மோட்டார் சைக்கிளைத் தள்ளிக்கொண்டு அந்தக் குடிசைக்குச் சென்றார். மோட்டார் சைக்கிளை நிறுத்திவிட்டுத் தனது உடைகளை மாற்ற ஆரம்பித்தார். அழுக்கு வேஷ்டியையும், கசங்கிய சட்டையையும் அணிந்துகொண்டார். ஒரு சிறிய டைரியை எடுத்துக் கொண்டார்.

“நீ எங்கூட வரவேண்டாம். நான் போய் தகவல்களை சேகரிக்கிறேன். ராத்திரி இங்கே வாரேன்” என்று கூறிய பாதர் ராஜா, பிச்சூரை நோக்கிப் புறப்பட்டார்.

பிச்சூரைப் பற்றி ஏற்கனவே அவர் அதிகம் கேள்விப்பட்டிருந்தார் இறைவனால் சிறப்பாக ஆசீர்வதிக்கப்பட்ட கிராமம் என்றும், அதனால்தான் அந்த ஊரில் இருந்து மட்டும் இரண்டு ஆயர்களும், இருபதுக்கும் மேற்பட்ட குருக்களும், எண்ணற்ற கன்னியர்களும் உருவாகியிருக்கிறார்கள் என்றும் கேள்விப்பட்டிருந்தார். தன்னுடன் செமினரியில் படித்த அவ்வூர் சாமியார் ஒருவர் கூறிய இத்தகவலை நினைத்துப் பார்த்தார். ஆனால் கேள்விப்பட்டதற்கு முற்றிலும் மாறாக அல்லவா அந்தோனி சொல்கிறான்.

பிச்சூரை அடைந்த அவர், பிச்சூர் சுவாமியாரின் கண்களில் பட்டுவிடாமல் இருக்கவேண்டும் என்று மிகவும் கவனமாக செயல்பட்டார்.

கோயிலை அடைந்தார். அங்கே...

அழகாக ஒரு டிராக்டரில் தேர் தூக்கிவைக்கப்பட்டு ஜோடிக்கப் பட்டிருந்தது. அன்னையின் சுரூபம் மட்டும் தேரில் வைக்கப்படவில்லை.

கோயிலுக்குள் நேர்ச்சாலை வழியாக நுழைந்தார். அந்தக் கோயில் சிலுவை வடிவில் கட்டப்பட்டிருந்தது.

நேர்ச் சாலையில் நுழைந்த அவர், அங்கேயே முழந்தாள் படியிட்டு அன்னையிடம் தான் வந்த காரியத்தை வெற்றிகரமாக நடத்தி முடிக்கவேண்டும் என்று உருக்கமாக செபித்துக்கொண்டிருந்தார்.

அப்பொழுது...

அவரை நோக்கி வெள்ளைச் சட்டை போட்ட ஒருவர் வந்தார் வந்த அவர் பாதர் ராஜாவிடம் ஏதோ தெலுங்கில் கேட்டார்.

தெலுங்கு தெரியாத பாதர் ராஜா அவர் கேட்பது ஒன்றும் புரியாமல் விழித்தார்.

அவர் விழிப்பதைப் பார்த்ததும் "டேய்... உன்னப் பார்த்தப்பவே ரெட்டியார் இல்லன்னு தெரிஞ்சுக்கிட்டேன். இருந்தாலும் உன்னை சோதிக்கத்தான் தெலுங்கில் கேட்டேன். ஏண்டா நீ பறையன்தானே" என்றார் வெள்ளச் சட்டைக்காரர்.

"ஆமாங்க." என்ன நடக்கிறது என்று பார்ப்பதற்காக அப்படி ஒரு பொய்யைச் சொன்னார் பாதர் ராஜா.

"ஏண்டா... பறப்பயலே உனக்கு எவ்வளவு திமிர் இருந்தா நாங்க இருக்கிற பக்கம் வருவ. போடா அந்தப் பக்கம்" என்று கோபமாகக் கத்த ஆரம்பித்தார்.

பாதர் ராஜாவின் ரத்தம் கொதித்தது. கோபத்தில் உதடுகள் துடித்தன. அந்த ஆளை அப்படியே அறைய வேண்டும் என்று கை பரபரத்தது. கோபத்தை அடக்கிக்கொண்டு அந்த ஆள் சுட்டிக்காட்டிய குறுக்குச் சாலைக்குச் சென்றார்.

அந்தோனி சொன்னது உண்மைதான். ஆலயத்தில் இப்படி ஒரு பாகுபாடா என்ற வேதனை அவர் நெஞ்சை அடைத்தது.

அவர் அப்படி ரெட்டியாரால் விரட்டப்பட்டதைப் பார்த்த ஒருவர் ராஜாவிடம் வந்து, "நீங்க வெளியூரா" என்று கேட்டார்.

"ஆமா..."

"யார் வீட்டுக்கு வந்திருக்கீங்க"

"நான் ஓமலூர்... அந்தப் பையன் அந்தோனி வீட்டுக்கு வந்திருக்கேன்."

"ஓகோ... பொன்னு வீட்டுகாரங்களா... வாங்க, தேர் புறப்படப் போகுது. போய் பார்க்கலாம்."

பாதர் ராஜா எழுந்து அவருடன் வெளியே வந்தார். வெளியே கூட்டமாகப் பெண்களும் சிறுவர் சிறுமியர்களும் ஒரு ஓரமாக நெறுக்கிக்கொண்டு நின்றுகொண்டிருந்தார்கள்.

அங்கே சென்ற அந்த ஆளைத் தொடர்ந்து பாதர் ராஜாவும் சென்றார்.

"இங்க இவ்வளவு நெருக்கமாருக்கே அந்தப் பக்கம் போவோம்... அங்கிட்டு கொஞ்சப்பேர்தான் இருக்கிறாங்க" என்றார் பாதர் ராஜா.

"போச்சு... அங்கயெல்லாம் போகக்கூடாதுங்க. இங்கதான் நாம இருக்கணும். தேர்ப் பக்கத்துலகூட போகக்கூடாது. இங்க நின்று மாதாவ பாத்துட்டு போக வேண்டியதுதான்."

"ஏன்? நீங்களும் தேர்ச்சுற்றுப் பிரசாரத்துல கலந்துகிட மாட்டீங்களா?"

"நல்லா கேட்டீங்க போங்க... இங்க கோயில் திருநாளுனா ரெட்டியார்க மட்டும்தான் கொண்டாடுவாங்க. அவுங்களே வரிப் போடுவாங்க. ஒவ்வொரு நாளும் சின்ன தேரைத் தூக்கிக்கிட்டு அவுங்க தெருக்கள்ள பவனி போவாங்க. இன்னைக்கு கடைசி நாள். பெரிய தேர் போகுது. நம்ம தெருவுக்கு தேர் வராது. இவுங்க தெருவுல மட்டும்தான் சுத்தும். நம்ம போயி மாதாவத் தொட்டுக்கூடக் கும்பிடக்கூடாது. தொட்டா தீட்டாம். தூரத்துலயே பாத்துக்கிட வேண்டியதுதான். மாலை, மெழுகுதிரின்னு பொறுத்தனைகூட பண்ணக்கூடாது. பொறுத்தன பண்ணணும்னா ரெட்டியார்ட்ட காசக் கொடுக்கணும். அவுங்க நம்ம சார்புல பொறுத்தன பண்ணுவாங்க."

"நாங்களும் திருநாளுல கலந்துக்கிடுவோம்னு ஏன் நீங்க கேட்கக் கூடாது" என்று கேட்டார் பாதர் ராஜா.

"கேட்டா அம்புட்டுத்தான், ஏண்டா பறக் கழுதைக்கு அம்புட்டு திமிரான்னு வெட்டிக் கொன்னுபோடுவாங்க. எதுக்கு இந்தத் தொல்லைனு ஒதுங்கி நின்னு தேர்ல மாதாவப் பாத்துட்டு வீட்டுல போயி மாட்டக் கீட்ட அடிச்சுக் கறியும் சோறும் திம்போம். இம்புட்டுத்தான் எங்க திருநாளு."

இவர்கள் கிறிஸ்தவர்கள் இல்லைய? இவர்களுக்குத் திருவிழா கொண்டாட உரிமை இல்லையா? இந்தத் திருவிழாவைப் பற்றி விரிவாகக்

கட்டுரையில் எழுதவேண்டும் என்று பாதர் ராஜா தீர்மானித்தார். ஒவ்வொரு செயலையும் கூர்ந்து கவனித்தார்.

டிராக்டரில் இருந்த தேரில் அன்னையின் சுரூபத்தைக் கட்டிக் கொண்டு இருந்தார்கள். அந்த டிராக்டருக்குப் பக்கத்தில் மாட்டு வண்டியில் ஜெனரேட்டர் இருந்தது.

அந்த ஜெனரேட்டருக்கு பக்கத்தில் உள்ள கோயில் சுவரில் டியூப் லைட்டுகள் கட்டி வைக்கப்பட்ட நிலையில் பத்துக் கம்புகள் சாற்றி வைக்கப்பட்டிருந்தன. தீவட்டிகள், பெட்ரோமாக்ஸ் லைட்டுகளுக்குப் பதிலாக இப்பொழுது, புதிதாக அந்த டியூப் லைட்டுகளைத்தான் பவனிக்குப் பயன்படுத்துகிறார்கள். காலம் மாறிவிட்டதல்லவா? இன்னும் பழைய நிலையிலேயே திருவிழாவைக் கொண்டாட முடியுமா?

மாட்டு வண்டிமேல் இருந்த ஜெனரேட்டர் இயங்க ஆரம்பித்தது.

அடுத்த வினாடி...

அன்னையின் தேரில் பொருத்தப்பட்டிருந்த அனைத்து விளக்குகளும் ஒன்று போல பிரகாசித்தன. அன்னை ஒளி வெள்ளத்தில் மிதக்க ஆரம்பித்தாள். அன்னை மோட்சத்தில் இருப்பது போன்ற ஒரு தோற்றத்தை அந்த மின் விளக்குகள் கொடுத்தன.

கம்புகளில் கட்டப்பட்டிருந்த டியூப் லைட்டுகளும் எரிந்தன.

உயர்சாதிக் கிறிஸ்தவர்கள் அனைரும் தேரைச் சுற்றி நின்று கொண்டிருப்பதைப் பார்த்தார் பாதர் ராஜா.

பவனி புறப்படுவதற்கான அனைத்து ஏற்பாடுகளும் சரியாக இருக்கிறதா என்று பார்ப்பதுபோல அங்கும் இங்கும் சென்று கொண்டிருந்தார் அந்த வெள்ளைச்சட்டைக்காரர். அவர்தான் அவ்வூர் தலைமைத் தர்மகர்த்தா ராயப்ப ரெட்டி என்றும், அவருக்குப் பக்கத்தில் இருப்பவர் உதவித் தலைமை தர்மகர்த்தா தும்மா ரெட்டி என்றும் அறிந்துகொண்டார்.

அந்தத் தர்மகர்த்தாக்கள் பங்குச் சாமியார் விக்டருக்கு மாலை அணிவித்து, சந்திப்பு கொடுத்து அழைத்து வந்தார்கள்.

பாதர் விக்டரைப் பார்த்த பாதர் ராஜா, அவர் கண்களுக்குப் படாமல் மறைந்துகொண்டார்.

பாதர் விக்டர் அவ்விடம் வந்ததும் கூட்டம் அமைதி காத்தது.

அமைதியாக இருந்த அந்தச் சூழ்நிலையில் பங்குக்குரு சத்தத்தை உயர்த்திச் செபம் சொல்ல ஆரம்பித்தார். செபத்தில் முடிவில்

'பரலோகத்தில் இருக்கிற எங்கள் பிதாவே...' என்ற செபத்தின் முதல் பாதியைச் சொல்லித் தேரை மந்திரிக்க ஆரம்பித்தார்.

தேர் மந்திரிக்கப்பட்டதும் ராயப்ப ரெட்டி "ம்...டியூப் லைட்டைத் தூக்குங்க... சீக்கிரம்... நேரமாகுது... தேர் புறப்படணும்" என்றார். டியூப்லைட் கம்புகள் அப்படியே இருந்தன. யாரும் தூக்கவில்லை.

"எங்கே அந்தப் பறக் கழுதைங்க... லைட்டைத் தூக்காம அன்னையைக் காக்க வைக்கிறாங்களே..." ராயப்ப ரெட்டி கோபத்தில் கத்தினார்.

ரெட்டியார்களின் கூட்டமே கத்த ஆரம்பித்தது. டியூப்லைட் கம்புகள் தூக்கப்படவில்லை. சுமார் பதினைந்து நிமிடங்கள் ஒரே கூச்சலும் குழப்பமுமாக இருந்தது. அந்த நேரத்தில்...

மூச்ச வாங்க ஓடிவந்து லைட்டைத் தூக்க ஆரம்பித்தார்கள் தலித் கிறிஸ்தவர்கள், சட்டை இல்லாத உடம்பு முழுவதிலும் வைக்கோல் தூசி ஒட்டியிருந்தது. அழுக்கு வேஷ்டியுடனும், பரட்டைத் தலையுடனும் இருந்த அவர்களின் உடலிலிருந்து வியர்வை ஆறாக ஓடியது.

"எங்கேடா போயிருந்தீங்க இவ்வளவு நேரம்?" ஆத்திரத்தில் பற்களை நறநறவென்று கடித்தபடியே ஒருவனுக்கு ஓங்கி ஓர் அறை கொடுத்தார் தலைமை தர்மகர்த்தா. அவ்வளவுதான்... கோபத்தில் குதித்துக்கொண்டிருந்த ரெட்டியார்கள் தர்ம அடிகளைத் தாராளமாகக் கொடுக்க ஆரம்பித்தார்கள்.

முதலில் அடி வாங்கியவர் தன்னை அடித்த தலைமை தர்மகர்த்தாவை ஏறிட்டுப் பார்த்தார். அந்தப் பார்வை பாதர் ராஜாவை வெகுவாகப் பாதித்தது. 'நான் குற்றமில்லாதவன்... என்னை ஏன் அடிக்கிறாய்' என்று கேட்பதுபோல இருந்தது அவர் பார்வை.

இவைகள் அனைத்தையும் பார்த்துக்கொண்டு தனக்கும் இந்தப் பிரச்சினைக்கும் சம்பந்தமில்லாததுபோல் ஒதுங்கி நின்று கொண்டிருந்த பாதர் விக்டரின் செயல் இன்னும் அதிகமாக பாதர் ராஜாவைப் பாதித்தது.

அந்தப் பத்துபேரும் அனைத்து அடிகளையும் அமைதியாக வாங்கிக்கொண்டிருந்தார்களே தவிர, எதிர்த்து ஒரு வார்த்தைகூட பேசவில்லை. ஆனால், அவர்களின் முகங்களில் சொல்லொண்ணா வேதனை நிறைந்திருந்திருந்ததை பாதர் ராஜாவால் உணர முடிந்தது.

அடித்து ஓய்ந்த அந்த ரெட்டியார் கும்பலை வெறுப்புடன் பார்த்தார் பாதர் ராஜா. 'பிந்தி வந்தாங்கங்கிற ஒரே காரணத்துக்காக இப்படியா எல்லார் முன்னாலும் அடிப்பது? அதுவும் ஏன் பிந்தி வந்தாங்கங்கிற காரணத்தக்கூட கேட்காமலா அடிப்பது? சிறு பையன்கள்கூட பெரிய தலித் ஆண்கள் அடிக்கிறாங்களே! இப்படியா அடிப்பது?' பாதர் ராஜாவின் ரத்தம் கொதித்தது.

தலைமை தர்மகர்த்தா மைக்கில் பேச ஆரம்பித்தார். "அன்புள்ளவர்களே... எப்பவும் இல்லாத விதத்தில் தேர் மந்திரிக்கப் பட்ட உடன் தேர் புறப்படாமல் அன்னையைக் காக்க வைத்து அவமரியாதை செய்துவிட்டார்கள் சிலர். அதற்குப் பரிகாரம் செய்ய வேண்டும். நாளை ஊர்க்கூட்டம் போட்டு தீர்மானிப்போம். இப்ப தேர் புறப்படட்டும்."

அந்த அறிவிப்பைத் தொடர்ந்து ரெட்டியார்களின் தெருக்களில் மட்டும் பவனி வருவதற்காக அந்தப் பத்துப் பேரும் லைட் தூக்க, அன்னையின் தேர் ஆடம்பரமாகப் புறப்பட்டது.

பாதர் ராஜா மனத்து வேதனைகளையெல்லாம் அடக்கிக் கொண்டு லைட் தூக்கிச் சென்ற அந்த பத்துப்பேரையும் பார்த்தார். 'நடந்ததைப் பெரிதாக நினைக்காமல் பயபக்தியுடன் லைட் தூக்கிச் செல்கிறார்களே! எப்படி இவர்களால் முடிகிறது! இவ்வளவு அடிகள் பெற்றபின்பும் ஒரு எதிர்ப்பும் இல்லாமல் எப்படி இவர்களால் பக்தி யுடன் இருக்க முடிகிறது? இவ்வளவு அடிகள் கொடுத்தது போதாது என்று மறுநாள் ஊர்க்கூட்டம் போட்டும் தண்டனை கொடுக்கப் போகிறார்களா? இவர்கள் மனுஷங்களா... இல்ல மிருகங்களா?'

இவ்வளவு கொடுமைகளைப் பார்த்த பாதர் ராஜாவால் அங்கே இருக்க முடியவில்லை. கனத்த இதயத்துடன் மெதுவாகத் தனது மோட்டார் சைக்கிள் இருந்த இடம் நோக்கி நடக்க ஆரம்பித்தார்.

7

அன்று இரவே ஓமலூருக்குத் திரும்பி வரும் திட்டத்தில்தான் பாதர் ராஜா பிச்சூருக்குச் சென்றிருந்தார்.

ஆனால், அன்றைய நிகழ்வுகளைப் பார்த்த அவரால் திரும்பி வர முடியவில்லை. மனம் சோர்ந்திருந்த நிலையில் தன்னால் மோட்டார் சைக்கிளில் ஓமலூருக்குச் செல்ல முடியாது என்று எண்ணினார். அங்கேயே அந்தக் காட்டில் இருந்த குடிசையில் அந்தோனியுடன் தங்கத் திட்டமிட்டார்.

அவ்வாறு அங்கே தங்க நினைப்பதற்கு மற்றொரு காரணமும் இருந்தது. மறுநாள் ஊர்க்கூட்டம் போட்டு பிந்தி வந்ததற்காக அந்தப் பத்துப் பேருக்கும் தண்டனை கொடுக்க ரெட்டியார்கள் திட்டமிட்டிருந்தால் என்ன தண்டனை கொடுக்கப்போகிறார்கள் என்று பார்க்கும் ஆவலும் அவரிடம் இருந்தது. அவர்கள் பெறப்போகும் தண்டனையால் இன்னும் தான் மனத்தளவில் கஷ்டப்பட வேண்டியிருக்கும் என்று உணர்ந்தாலும் ரெட்டியார்கள் கொடுக்கும் அந்தத் தண்டனையையும் அதைத் தலித் மக்கள் எப்படி எதிர்கொள்ளுகிறார்கள் என்பதையும் பார்த்துவிடுவது என்று முடிவு செய்தார்.

தனக்கு முன்னால் எரிந்துகொண்டிருந்த சிம்னி விளக்கையே பார்த்துக்கொண்டிருந்த அந்தோனியைப் பார்த்து பாதர் ராஜா கேட்டார். “அந்தோனி உங்கிட்ட ஒண்ணு கேக்கலாமா?”

“கேளுங்க சாமி.”

“அந்தோனி... இன்னைக்கு ராத்திரி இங்க தங்கலாமா?”

“சாமி... நீங்களா! இந்தக் குடிசையிலா!” என்று வியப்புடன் கேட்டபடி நிமிர்ந்து உட்கார்ந்து அந்தோனி மெதுவாகக் கூறினான். “சாமி... என்ன சொல்றதுன்னு தெரியல. இங்க தரயிலதான் படுக்கணும். கரடு முரடான மண்தர... விரிக்க ஒன்னும் கிடையாது. சாக்குதான் இருக்கு. தலவானி கிடையாது. கையத்தான் வச்சுக் கிடனும். கொசு கடிக்கும், பூச்சி, பூரான் கூட கடிக்கும், பாம்பு கூட வரலாம். காத்து வராது வேர்த்து ஊத்தும், பஞ்சு மெத்தையில, பேன் காத்துல கொசுவலக்குள்ள நிம்மதியா தூங்குற உங்களால இது முடியுமா சாமி?”

“என்னால் முடியும் அந்தோனி.”

"சாமி நீங்க இப்பிடி சொல்றதே மனசுக்கு எவ்வளவு சந்தோஷமா இருக்குன்னு தெரியுமா.... சாமி... நீங்க இங்க தங்க நானு குடுத்து வச்சிருக்கணும்."

"இது மாதிரி பேசாத... இங்க தங்க நான்தான் குடுத்து வச்சிருக்கணும். இப்பிடி ஒரு சந்தர்ப்பம் கெடச்சதேன்னு எவ்வளவு சந்தோஷப் படுறேன்னு தெரியுமா!"

"சாமி... இப்படி ஒரு சந்தர்ப்பம் ஒருநா கிடைச்சதேன்னு எவ்வளவு சந்தோஷப்படுறீங்க... இது மாதிரி காலம் பூரா உங்களால இருக்க முடியுமா?"

அவன் கேட்ட கேள்வி நெருப்பாய் அவர் மனதைச் சுட்டது. 'ஒரு ராத்திரி ஒரு அனுபவத்துக்காக தங்கலாம்... காலம் பூரா இருக்க முடியுமா?... முடியாதே... அப்ப அனுபவங்கிறது ஒரு ஏமாற்று வேலையா...! யார ஏமாத்துறேன்? என்னையா! இந்த தலித் மக்களையா! குருத்துவத்தையா!'

"சாமி... ஏம் பேசாம இருக்குறீங்க. ஏதாவது தப்பா பேசிட்டேனா... மன்னிச்சுக்கோங்க.... எனக்கு எப்பவுமே இப்படித்தான். எங்க என்ன பேசுறது... எப்பிடி பேசுறதுன்னு தெரியாம பேசிருவேன்."

"நீ என்னப்பா தப்பா பேசிட்ட. நீ சொன்னது சரிதான்."

மறுபடியும் இருவருமே அமைதியாக இருந்தனர். பாதர் ராஜாவைப் பற்றியே அந்தோனி நினைத்தான். 'ராத்திரி பட்டினி யாவுல இவரு இருக்காரு. எங்கிட்ட இருக்க கூழ குடிப்பாரா...! சரி... கேப்போம். குடிக்கிறேன்னா குடுப்போம். மாட்டேன்னா பட்டினியா கிடக்கட்டும்? முடிவுசெய்த அந்தோனி பாதர் ராஜாவிடம் கேட்டான். "சாமி... எங்கிட்ட கூழு இருக்கு. குடிக்கிறீங்களா?"

அவன் அப்படிக் கேட்டது, அவரது மனதை மகிழ்வால் நிறைத்தது. "கொடுப்பா... குடிக்கிறேன்."

"சாமி... இன்னைக்கு எங்க தெருவுல எல்லா வீட்டுலயும் மாட்டுக்கறியும் சோரும் இருக்கும். ஆனா நானு இன்னைக்கு கூழத்தான் காச்சினேன். வேணும்னேதான் கூழ் காச்சினேன். அடிமைக மாதிரி திருளா கொண்டாடிட்டு சோறும் கறியும் தின்னா போதும்னு எங்க ஆளுக நெனைக்காங்க... என்னால் அப்படி நெனைக்க முடியல. மனுசன்னா மானம் வேணும். மானத்த வித்துட்டா கறியும் சோறும் திங்கிறது. என்னைக்கு எங்க ஆளுக ரெட்டியார்களோட சமமா இருந்து திருளா கொண்டாடுறாங்களோ அந்தத் திருளா அன்னைக்குத்தான்

மாட்டுக்கறியும் சோறும் திம்பேன். சாமி... நானு என்னென்னமோ பேசுறேன்... நீங்க கூழும் குடிக்க மாட்டீங்க. மாட்டுக் கறியும் திங்க மாட்டீங்க. உங்க கிட்ட போயி இதெல்லாம் சொல்றேன் பாருங்க."

அந்தோனி சொல்வதில் நியாயம் இருப்பதை பாதர் ராஜா உணர்ந்தார். 'கூழையோ அல்லது மாட்டுக் கறியையோ சாமியார் ஏறிட்டுக்கூட பார்க்க மாட்டாங்க. இன்னைக்குகூட கூழு குடிக்க ஆசைப் படும் நான், அந்தோனி சொல்ற மாதிரி காலம் பூரா குடிச்சிக்கிட்டு இருப்பேனா? மாட்டேன்... ஆமா... காலம் பூரா நான் மட்டுமில்ல இந்த மக்களும் இந்தக் கூழக் குடிக்கக் கூடாது. இவுங்களும் தினமும் சோறு சாப்பிடணும். நல்ல வசதியான வீட்டுல இருக்கணும். நல்ல துணிமணிகள உடுத்தணும். அதுக்கு இந்த மக்களுக்கு அரசாங்க சலுக வேணும். இன்னைக்கு பார்த்த பாகுபாட வச்சி பத்திரிகையில எழுதி அரசாங்கத்துக்கு எதிரா கேஸ் போட்டு ஜெயிச்சி...'

"சாமி... என்ன சாமி யோசனையில் மூழ்கிட்டீங்க. கூழ் வேணாமா?"

அந்தோனி கொடுத்த கூழை ஆசையுடன் குடித்தார் பாதர் ராஜா.

"சாமி... இந்தக் கூழ காலம் பூரா குடிச்சிக்கிட்டே இருந்திருவேன். இந்தக் குடிசையில கொசுக்கடியில் பூரானோட, பாம்போட என்னால வாழ்நாள்பூரா இருக்க முடியும். ஆனா... ஆனா... அந்த ரெட்டியார்க எங்கள மனுசனா நடத்துறதில்ல. இந்தக் கொடுமையைத்தான் ஒரு நிமிஷங்கூட பொறுக்க முடியல. சாமி... இந்தக் கொடும போகணும். அதுக்கு என்ன சாமி செய்யலாம்....?"

பாதர் ராஜா கூழ் குடிக்காமல் அவனையே பார்த்தார். தனது சிந்தனைக்கும், அவனது சிந்தனைக்கும் உள்ள வேறுபாட்டை அவரால் தெளிவாகப் புரிந்துகொள்ள முடிந்தது. 'பாவம், தெரியாம பேசுறான்... சொல்லப்போனா இப்பிடி பாகுபாடு இருப்பதுகூட நல்லதுக்குத்தான்? இப்படி பாகுபாடு இருந்தாத்தான கேஸ் போட முடியும்? கேஸ் போட்டு செயிச்சு அரசு சலுக கிடைக்சா பொருளாதார முன்னேற்றம் இருக்கும். பொருளாதாரத்துல முன்னேறிட்டா சாதிப் பாகுபாடு தானா மறையப் போகுது.'

"என்ன சாமி... கூழ் குடிக்காம என்னையே பாக்குறீங்க. கூழ் நல்லாலையா?"

அவனுக்கு பதில் கூறுவது போல, ஒரே மூச்சில் கூழைக் குடித்தார்.

இரவில் அவரால் தூங்க முடியவில்லை. கடினமான தரையும், கொசுக் கடியும், வியர்வையும் காரணங்கள் என்றாலும் அதைவிட அந்தோனி மனித மாண்புதான் முக்கியம் என்று கூறிய கருத்து அவரை அதிகமாகச் சிந்திக்க வைத்தது. தூக்கம் வராமல் புரண்டு புரண்டு படுத்தார். விடியும் நேரத்தில் அவரை அறியாமலேயே தூங்கிவிட்டார்.

மறுநாள் கண்விழித்துப் பார்த்தபொழுது காலை ஒன்பது மணி ஆகியிருந்தது. 'இவ்வளவு நேரமா தூங்கிட்டேன். ஊர்க்கூட்டம் இருக்குமே! போகணுமே!'

அவர் விழித்ததைப் பார்த்த அந்தோனி, சூடாக பாலில்லாத வரக்காப்பி கொடுத்தான். அவசர அவசரமாக குடிக்க ஆரம்பித்தார்.

அவர் குடிப்பதையே பார்த்துக் கொண்டிருந்த அந்தோனி, இதுதான் சரியான சமயம் என்று உணர்ந்து, அவரிடம் தான் கேட்க வேண்டும் என்று நினைத்ததைக் கேட்க எண்ணியவனாகப் பேச்சை மெதுவாக ஆரம்பித்தான்.

"சாமி... எங்க ஊர் சாமியார இன்னைக்கு பாப்பீங்களா?"

"எதுக்கு அந்தோனி கேக்குற?"

"எங் கலியாணத்தைப் பற்றி நீங்க கொஞ்சம் அவர்ட்ட சொல்லணும்."

"சரி... முடிஞ்சா பாக்குறேன்."

"அது போதும் சாமி."

அவன் ஏதோ கேட்கிறான் என்பதற்காகப் பதில் சொன்னாரே தவிர மற்றபடி பிச்சூர் சாமியாரைப் பார்த்து திருமணம் பற்றி பேச வேண்டும் என்று பாதர் ராஜா நினைக்கவில்லை. மாறாக, திருமணத்தில் பிரச்சினை வந்தால் அதையும் பாகுபாடு என்று எழுதலாம் என்றே எண்ணினார். எனவே, பிச்சூர் சாமியாரைப் பார்த்து பேசப் போவதில்லை என்ற முடிவுடன் பிச்சூரை நோக்கி வேகமாக நடந்தார்.

தன் பிரச்சினைக்கு பாதர் ராஜா நல்ல தீர்வு கொண்டு வருவார் என்று எண்ணி அந்தோனி அவர் சொல்வதையே பார்த்துக் கொண்டிருந்தான்.

பாதர் ராஜா பிச்சூருக்கு செல்வதற்கும் ஊர்க்கூட்டம் கோயிலுக்கு முன்பாக ஆரம்பிப்பதற்கும் சரியாக இருந்தது.

தர்மகர்த்தாக்கள் பனிரெண்டு பேரும் அமர்ந்திருந்தார்கள். அவர்களுக்கு முன்பாக முந்தின இரவு அடிவாங்கி லைட் தூக்கிய அந்தப் பத்துப்பேரும் கைகட்டியபடி நின்றுகொண்டிருந்தார்கள்.

"என்ன, கூட்டத்தை ஆரம்பிக்கலாமா?" என்று கேட்டார் ராயப்ப ரெட்டி.

"ஆரம்பிக்கலாமே" என்றனர் மற்ற தர்மகர்த்தாக்கள்.

"ஐயா... மொதலாளி... சாமியார் கூட்டத்துக்கு வரலையா" என்று கேட்டார் அந்தப் பத்து பேரில் ஒருவர்.

தும்மா ரெட்டி கூறினார். "நீங்க சொன்னதால நா போய் பங்குச் சாமிய ஊர்க்கூட்டத்துக்குக் கூப்பிட்டேன். எனக்கும் ஊர்க்கூட்டத்துக்கும் சம்பந்தமில்லைன்னு சாமியார் சொல்லிட்டார். கூட்டத்துக்கு வர மறுத்துட்டார்."

"ஐயா... நாங்க எல்லாரும் போயி அவரு காலுல உழுந்தாவது கூட்டிக்கிட்டு வாரோம்... போகவா..."

"ஏண்டா பறநாயே... நாங்க கூப்பிட்டே வராத சாமியாரு நீங்க கூப்பிட்டாடா வரப்போறாரு. அவரு வந்தாக்கூட நாங்க சொல்கிற தீர்ப்பத்தான் சரின்னு சொல்லப் போறார்" என்றார் ராயப்ப ரெட்டி.

நியாயமாகத் தீர்ப்பு வழங்க சாமியார் கட்டாயம் வருவார் என்று எதிர்பார்த்த அந்தப் பத்துபேரும் மிகவும் ஏமாற்றமடைந்தது அவர்கள் முகத்தில் தெரிந்தது.

அவர்களது ஏமாற்றத்தைக் கண்டுகொள்ளாத ராயப்ப ரெட்டி தொடர்ந்து பேசினார். "ஏண்டா... நீங்க செய்தது தப்புதானே...? நம் அன்னைய, தேவமாதாவ, லூர்து நாயகிய காக்க வைக்கலாமா? அது பாவமில்லையா... அதுக்குப் பரிகாரம் செய்ய வேண்டாமா?"

"ஐயா, நேத்து நாங்க அடி வாங்கினப்பயே சொல்லணும்னு நெனச்சோம்...வீணால பிரச்சினை வேண்டாம்னுதான் சொல்லல. இப்பச் சொல்றோம்... நாங்க பிந்தி வந்தது தப்புதான். ஆனா ஏன் பிந்தி வந்தோம்னா..."

அவர் சொல்லி முடிப்பதற்கு முன்பாகவே குறுக்கிட்டார் தலைமை தர்மகர்த்தா. "நேத்து நீங்க அறுவடைக்குப் போனீங்க அதனால் பிந்தி வந்தீங்க..."

"நீங்க சொல்றது சரிங்க. நாங்க அறுக்கப் போனது உங்கப் பக்கத்துல உட்கார்ந்திருக்கிற உதவி தலைமை தர்மகர்த்தா வயலுக்குத்தாங்க."

“அறுவடைய சீக்கிரமா முடிச்சிட்டு ஏன் வரலை?”

“ஐயா, நாங்க அவரிடம் லைட் தூக்கப் போகணும்... எங்கள உடுங்கன்னு கேட்டோம்... அவரு உடலிங்க.”

“ஏன் விடணும்? வழக்கமா ஒரு நாளுல முடிய வேண்டிய அறுவடைதான் அது. அறுத்துட்டுப் போங்கன்னு சொன்னேன். இதுல என்ன தப்பு? வேணும்னே மெதுவா வேலயைச் செய்துட்டுப் பெறகு பாதியிலேயே போகணும்னா எப்படி விடுவேன்... சோம்பேறிக் கழுதைகளா” என்று கத்தினார் உதவித் தலைமை தர்மகர்த்தா.

“ஐயா... எங்களச் சோம்பேறிகன்னு மட்டும் சொல்லாதீங்க” என்று உதவித் தலைமை தர்ம கர்த்தாவைப் பார்த்துக் கூறிய அவர், பின் எல்லாரையும் பார்த்துக் கூறினார். “அவரு சொல்றது உண்மை தான். ஒரே நாளுல அறுவட முடியக்கூடிய வயலுதான் அது. ஆனா வழக்கமாக அதுல 15 பேரு வேல செய்வாங்க. 15 பேருக்குப் பதிலா 10 பேர வேலசெய்ய வச்சி ஒரே நாளுல முடிக்கணும்னா எப்படிங்க முடியும்? அஞ்சு ஆளுகளக் கொறைச்சு, அந்தக் கூலியையும் அவரே எடுத்துக்கிட்டு அம்புட்டு வேலையும் எங்களச் செய்ய வச்சாரே.. இது நாயமா?... இதக் கேக்கக்கூடாதா? வேலய முடிக்க முடியாத நெலையில் நாங்க லைட் தூக்கப் போறோம்னு கேட்டோம்... விடல. இதுல யார் குத்தமுங்க...”

“டேய்... என்ன நீ... என்னென்னவோ பேசுற? நாம இங்க கூலிப் பிரச்சினயப் பத்திப் பேசுறதுக்கா கூடியிருக்கோம்? நம் அன்னைய தேவமாதாவ அவமரியாதை செய்ததுக்குப் பரிகாரம் பண்ணக் கூடியிருக்கோம். சும்மா பேச்ச வளக்காதே" என்றார் கோபத்துடன் ராயப்பரெட்டி.

"ஐயா... நான் வீணாப் பேச்ச வளக்கலீங்க. நாயத்தத்தாங்க பேசுறேன். பதினைஞ்சு பேர வேலைக்கு வச்சிருந்தா நாங்க ஏங்க பிந்தி வாரோம்? அதுமட்டுமில்லீங்க... தேர்ப் பவனிக்கு நேரமாகுன்னு தெருஞ்சி ஐயா கிட்டப்போயி, ‘ஐயா ஐயா... லைட் தூக்கப் போகணும்... எங்கள உட்டுடுங்க. மீதி இருக்கும் அறுவடய நாளைக்கு வந்து செய்றோம். கூலி கூட வேண்டாம். மாதாவக் காக்க வைக்கிறது நல்லதில்ல’ அப்படீன்னு ரெண்டாந் தடவையும் கேட்டேங்க. அதுக்கு ஐயா கோவமா ‘உதவித் தலைமை தர்மகர்த்தாவாகிய நான் போகாமலா மாதா பவனிய ஆரம்பிச்சிருவாங்க? நிலா வெளிச்சம் இருக்கு. அறுவடைய முடிச்சிட்டுப் போங்கன்னு சொல்லிட்டு அவரு போயிட்டாருங்க. அதனாலதான்...”

"டேய்... மறுபடி மறுபடி அதயே ஏண்டா சொல்லுற? நீங்க எல்லாரும் பிந்தி வந்தீங்க. அதனால லைட் தூக்காம மாதாவக் காக்க வச்சி அவமானப்படுத்தீட்டிங்க இது தப்புத்தான்?" என்றார் மறுபடி ராயப்ப ரெட்டி.

"ஐயா மறுபடியும் அதயே சொல்லாதீங்க, மாதாவ அவமரியாதப் படுத்தணும்கிற எண்ணம் கொஞ்சம் கூடக் கெடையாதுங்க. ஐயா... ஒண்ணு சொல்றேன். கோவிச்சுக்கிடாதீங்க... நீங்க சொல்லுறபடி நேரங் கழுச்சி பவனி புறப்பட்டா தேவமாதாவுக்கு அவமரியாதன்னு தெரிஞ்ச நீங்க, அதத் தடுத்திருக்கலாமே!" என்றார் முகத்தில் பிரகாசத்துடன்.

"நீ என்னடா சொல்லுற?" என்றார் தலைமைத் தர்மகர்த்தா ஆச்சரியத்துடன்.

"ஆமாங்க... நீங்க இருநூறு குடும்பத்தார் இருக்கீக. எம்புட்டோ ஒளவட்டங்க ஒங்ககிட்ட இருக்காக. அவுகள்ல பத்துபேரு லைட்டத் தூக்கியிருந்தா அன்னைக்கு அவமரியாத இல்லாம பவனிய நடத்தி யிருக்கலாமே" என்றார் அவர்.

அதைக் கேட்ட ஒவ்வொரு உயர் சாதியினரின் முகமும் சிவந்தது. உதடுகள் துடித்தன. கண்களில் தீப்பொறி பறந்தது. "ஏண்டா.. பற நாயே... புறம்போக்கு படுவா... எங்கள என்ன பறப்பயலுகனாடா நெனச்ச? உன்ன... உன்ன என்று கூறிக்கொண்டே அவன் கன்னத்தில் பளார் என்று ஓர் அறை கொடுத்தார் ஒருவர். அதைத் தொடர்ந்து இன்னும் பல கோப அடிகள் கிடைத்தன."

கன்னத்தைத் தடவிய அவர் பரிதாபமாக ஏறிட்டுப் பார்த்தார். "ஏங்க... அப்படீன்னா தேவ மாதாவுக்கு லைட் தூக்குறது கேவலமாங்க?" அவர் கண்கள் தாழ்ந்தன. அதன் பிறகு அவர் பேசவே இல்லை.

"யோவ் தர்மகர்த்தா... சீக்கிரம் தீர்ப்புக்கூறும். மாதாவ அவமரியாத செய்ததற்குப் பரிகாரம் செய்கிற மாதிரி தீர்ப்பு கூறும்" என்றார் ஒருவர்.

தலைமை தர்மகர்த்தா ஒரு நிமிடம் மௌனமாக இருந்தார். பிறகு குரலை உயர்த்தித் தீர்ப்பு வழங்கினார். "இப்ப விசாரிச்சதில் உண்மை வெளிவந்திருக்கு. அதாவது தேர்ப்பவனி இருக்குன்னு தெருஞ்சிருந்தும் வேண்டுமென்றே பிந்தி வந்து அன்னையை அவமரியாதப் படுத்திட்டாங்க. அதுக்குப் பரிகாரம் என்னென்னா... இன்னைக்கு மத்தியானம் உச்சி வெயிலுல இவுங்க கையில எரிகிற மெழுகு திரிய பிடிச்சபடி

முட்டிபோட்ட நிலயில கோயிலச் சுத்தி வரணும். மெழுகுதிரி கரைஞ்சு போறதுவர சுத்திக்கிட்டே இருக்கணும். அப்படிச் செய்தா மெழுகுதிரி கரையிற மாதிரி மாதாவுக்குச் செய்த அவமரியாதையும் கரைஞ்சு போகும்.”

“சரியான பரிகாரம்” என்று கூறிய உதவித் தலைமை தர்மகர்த்தா, “நேத்து செய்த வேலைக்கு இவனுகளுக்கு இன்னும் கூலி கொடுக்கல. அந்தப் பணத்துக்கு சாமியாருகிட்டப் போயி நல்ல பெரிய மெழுகுதிரிய வாங்கிட்டு வர்றேன்” என்று வேகமாகப் புறப்பட்டார் அவர்.

பாதர் ராஜாவால் இந்த அநியாயத்தைக் கொஞ்சம்கூட ஜீரணித்துக் கொள்ள முடியவில்லை. ‘இது ஒரு ஊரா...? இவங்க கிறிஸ்தவங்களா...? இவுங்களுக்கு கோயிலும், சாமியாரும் தேவையா...? இவுங்க அன்னைக்கு எடுக்கும் விழாவ அன்னை ஏத்துக்கிடுவாங்களா...?’

அன்னையைப் பற்றி நினைத்துப்பார்த்தார் அவர். ‘செல்வரை வெறுங்கையராய் அனுப்பினார்; வலியோரை அரியணையிலிருந்து அகற்றினார்; நெஞ்சிலே செருக்குற்றவர்களைச் சிதறடித்தார், என்று உரைத்த அன்னை இந்தச் செல்வர்கள, வலியவர்கள, செருக்குடையவர்கள விரும்புவாங்களா? இவுங்க கொண்டாடிய இந்த விழாவ ஏற்கவா போறாங்க...? இந்த ஆணவத்தையும், அநீதியயும், சாதி வெறியையும் கண்டு அமைதியாவா இருக்கப் போறாங்க? பசித்தோர நலன்களால் நிரப்பினார்; தாழ்ந்தோர உயர்த்தினார் என்ற அன்னை இங்க தாழ்ந்து, கூனிக் குறுகிப்போய் நிற்கும் இந்த தலித் மக்கள் துன்பங்களத் துடைக்காமலா போகப்போறாங்க.’ பாதர் ராஜாவின் இதயம் ஓலமிட்டது.

அன்று நண்பகல்.

அந்தப் பத்துப்பேரும் கோயிலுக்கு முன்பு ஒன்றுகூடிப் பரிகாரம் செய்ய ஆரம்பித்தார்கள்.

அவர்களின் கரங்கள் எரியும் மெழுகுதிரியைப் பிடித்துக் கொண்டன.

முழங்கால்கள் கரடு முரடான சூடான பாதையில் பட்டுத் தேய்ந்து இரத்தம் சிந்தின.

மண்டையை உச்சி வெயில் பிளந்தது.

உடலின் வியர்வை ஆறாகக் கொட்டியது.

எரியும் திரியிலிருந்து உருகிவழிந்த சூடான மெழுகு கைகளில் பட்டுப் பொசுக்கியது.

அவர்கள் முட்டி தேயத் தேய, மெழுகுதிரி கரையக் கரைய கோயிலைச் சுற்றிச் சுற்றி வந்து பரிகாரம் செய்தார்கள்.

பாதர் ராஜாவின் கண்களில் ரத்தக் கண்ணீர் வழிந்தது. அவரது இதயத்தை இந்த நிகழ்ச்சி கசக்கிப் பிழிந்தது. மனதில் ஒரு பூகம்பம் ஏற்பட்டு எரிமலையாய் நெருப்பைக் கக்கியது.

'இப்படி அப்பட்டமா, பகிரங்கமா அநீதி நடக்கே...! தீண்டாம தாண்டவமாடுதே. இதப் பார்த்துக்கொண்டு பங்குச் சாமியார் சும்மா இருக்காரே. விடக்கூடாது... இந்த அநீதிய எதிர்த்து திருச்சபையில ஒரு பெரிய போராட்டத்த ஆரம்பிக்கணும். என்ன செய்யலாம்?'

யோசித்தபடியே குடிசையை நோக்கி நடந்தார். அவருடைய உணர்ச்சிக் கொந்தளிப்பு சிறிது குறைந்தது. தான் பிச்சூர் சென்ற நோக்கத்தை அமைதியாக சிந்தித்துப் பார்த்தார். அவர் எண்ணத்தில் சிறிது மாற்றம் ஏற்பட்டது.

'ஆம்... இந்த நிகழ்ச்சி நடந்ததுகூட நல்லதுக்குத்தான். இதப்பற்றி பத்திரிகைகளுக்கு எழுதுவேன். தீண்டாம திருச்சபையில இருக்குன்னு கோர்ட்டுல நிரூபிப்பேன். இந்த தலித் மக்களுக்கு அரசு சலுக கிடைக்க முயற்சி செய்வேன். அரசு சலுக கிடைச்சா... பொருளாதாரத்தில் இம்மக்க முன்னேறுவாங்க. பொருளாதாரத்துல முன்னேறினா ரெட்டியார்களச் சார்ந்திருக்க வேண்டியதில்ல. ரெட்டியார்களைச் சார்ந்திராட்டா தீண்டாம மறையும். ஏற்றத்தாழ்வு ஒழியும்.சமத்துவம் மலரும்.'

பாதர் ராஜா அந்தோனியிடம் சொல்லாமலே மோட்டார் சைக்கிளை எடுத்துக்கொண்டு வேகமாக ஓமலூருக்குச் சென்றார். தன் அறைக்குச் சென்ற உடனேயே பேப்பரையும் பேனாவையும் எடுத்தார். மடமடவென்று தான் கண்டவைகளைத் தொகுத்து சிறப்பாக ஒரு கட்டுரை எழுதினார். அந்தக் கட்டுரையை பிரபலமான ஒரு பத்திரிகைக்கு அனுப்பினார். ஒரு பெரிய காரியத்திற்கு அடித்தளமிட்ட மன நிறைவு அவரிடம் எழுந்தது.

8

கருவேல மரச் செடிகளுக்குத் தண்ணீர் ஊற்றிக்கொண்டிருந்த அந்தோனி, மோட்டார் சைக்கிள் சப்தம் கேட்டு நிமிர்ந்து பார்த்தான். பாதர் ராஜா புறப்பட்டுக்கொண்டிருப்பது தெரிந்தது. படபடப்புடன் "சாமி... சாமி..." என்று சப்தமாகக் கூப்பிட்டபடியே பதறியடித்துக் கொண்டு ஓடி வந்தான். ஆனால் அதற்குள் பாதர் ராஜா புறப்பட்டுச் சென்று விட்டார்.

பாதர் ராஜா சென்ற திசையையே ஏமாற்றத்துடன் அந்தோனி பார்த்தான். பார்வையிலிருந்து அவர் மறைய மறைய அவனது ஏமாற்றம் கோபமாகக் கொப்பளித்தது. பற்களை நறநறவென்று கடித்தான். கோபத்தில் பக்கத்தில் கிடந்த கல்லை எடுத்து பாதர் ராஜா சென்ற திசையில் ஓங்கி எறிந்தான்.

அவனது கோபம் அடங்கவில்லை. பிச்சூர் சாமியாரைச் சந்தித்து விட்டு தனது திருமணம் பற்றி ஒரு நல்ல முடிவோடு பாதர் ராஜா வருவார் என்று எதிர்பார்த்துக்கொண்டிருந்த அவனுக்கு அவர் தன்னிடம் சொல்லிக்கொள்ளாமலே சென்றது கோபத்தை மூட்டியதில் வியப்பில்லை. கோபத்துடன் அப்படியே அந்த வெயிலில் அந்தக் காட்டில் அமர்ந்தான். அவனது கோபம் வேதனையாக மாறி கண்ணீராக வெளிப்பட்டது.

அவனிடம் மாறுபட்ட எண்ணம் அப்பொழுது தோன்றியது. 'பாதர் ராஜா பிச்சூர் சாமியாரப்பாத்து எங்கலியாணத்தப் பத்தி பேசியிருப்பாரோ? ஆனா பிச்சூர் சாமியார் கொஞ்சங்கூட விட்டுக் கொடுக்காம இருந்திருப்பாரோ? அத எங்கிட்ட எப்படிச் சொல்ற துன்னு தெரியாமத்தான் சொல்லிக்கிடாம போயிட்டாரோ... ஆமா. இப்பிடித்தான் இருக்கும். இல்லாட்டி ராத்திரி எங்கிட்டயே தங்கி, எங்கூழயும் குடிச்சவரு சொல்லாமலா போவாரு.'

இந்த எண்ணம் தோன்றியதால் பாதர் ராஜாமேல் ஏற்பட்ட கோபம் மறைந்தது. கண்களைத் துடைத்துக்கொண்டு அடுத்து தன் திருமணத்திற்கு என்ன செய்யலாம் என்று யோசித்தபடியே வேலை செய்ய ஆரம்பித்தான்.

அப்பொழுது அவன் கேள்விப்பட்ட மற்றொரு செய்தி அவன் மனதைக் கசக்கிப் பிழிந்தது. அந்தச் செய்தியை அவனால் சீரணித்துக்

கொள்ள முடியவில்லை. 'இந்த ரெட்டியார்கள் போட்ட தண்டனைய எதுக்கு எங்கப்பா ஏத்துக்கிடணும்? மண்டயப் பிளக்கிறத வெயில்ல, மொழங்காலு தேயத்தேய, மெழுகுதிரியப் பிடிச்சுக்கிட்டு கோயில ஏன் சுத்திவரணும் ? செய்ய மாட்டேன்னு சொன்னா அந்த ரெட்டியார்க என்ன பண்ணிருவாங்க? மனுசங்களா அவனுக? ஈவு இரக்கங்கெட்ட மிருகப்பயல்க! என்ன, மிஞ்சி மிஞ்சிப்போனா வேலை வெட்டி ஒண்ணும் தரமாட்டோம்னு சொல்லுவாங்க. சொல்லிட்டுப் போகட்டுமே! எஞ் சம்பளத்த வச்சி ரெண்டு பேரு கஞ்சிகுடிக்க முடியாதா என்ன.'

திருநாட்களில் ஊருக்குள் செல்லாமல் காட்டிலேயே தங்கியிருந்தான் அந்தோனி. தன் தந்தை தண்டனை அனுபவித்தார் என்ற செய்தியானது அவனை வெறியனாக்கியது. கோபத்தில் தன் வீடு நோக்கிப் புறப்பட்டான்.

குடிசையில் இஞ்ஞாசி படுத்திருந்தார். அவரது முட்டியில் கட்டு போடப்பட்டிருந்தது.

இஞ்ஞாசியின் நிலையைக் கண்டதும் அந்தோனியின் கோபம் மறைந்தது. அன்பு ஊற்றெடுத்தது. கண்கள் பனித்தன. மெதுவாகச் சென்று தந்தையின் படுக்கை அருகில் அமர்ந்தான்.

"ரொம்ப வலிக்குதா!" பாசத்துடன் கேட்டான்.

"இல்லயே!"

"அப்பா... இந்தத் தண்டனய ஏன் ஏத்துக்கிட்டீங்க?"

"ஏன் ஏத்துக்கிடக்கூடாது?" என்று உடனே கூறிய இஞ்ஞாசி, தன் மகனின் தலைமுடியை அன்புடன் கோதியபடியே சொன்னார். "தப்பு செஞ்சா தண்டன அனுபவிக்கத்தானே வேணும்."

"நீங்க செஞ்சது தப்புன்னு உங்க மனசுக்குப் படுதா?"

"எம் மனசுக்கு தப்புன்னு படுது... படலங்கிறது பெரிய காரியமில்ல. தலமத் தர்மகர்த்தா, அதுதான் நம்ம மொதலாளி ராயப்பு ரெட்டிக்குத் தப்புன்னு படுது. அவருக்குத் தப்புன்னு பட்டா தப்புதான்."

"அப்பா... அவர் சாதி வித்தியாசம் பாக்குறார். அத அடிப்படையா வச்சுத்தான் தண்டன குடுத்திருக்கார். நீங்க வேணும்னு தீவட்டி தூக்க பிந்திப் போகலியே! உதவித் தலைமை கர்த்தா விடாததுனாலதான பிந்திப் போனீங்க. அதுக்கு நீங்களா பொறுப்பு. மொதல்ல உங்கள யாரு வேலைக்குப் போகச் சொன்னது? உங்களுக்கு லீவு குடுத்தா பேசாம வீட்ல கெடக்க வேண்டியதுதான! எதுக்கு வேற எடத்துல வேலைக்குப்

போகணும்? அப்பிடிப்போனதுனாலதான இந்தப் பெரச்சன வந்துச்சு. அது மட்டுமல்ல. நாம ஏன் தீவட்டியத் தூக்கணும்? தீ வட்டி தூக்குறது தாழ்ந்த வேலையாக் கருதி அத நம்மளச் செய்யச் சொல்றாங்க. அப்பிடிப்பட்ட அடிம வேலய நாம ஏன் செய்யணும்? ரெட்டியார்க தெருவுக்குத்தா தேர் போகுது. அப்ப அவுங்களே ஏன் தீவட்டியத் தூக்கக்கூடாது?"

"அந்தோனி... இப்படி நீ பேசாத. அன்னையின் தேர்ப் பவனிக்குத் தான் நாம விளக்குப் பிடிக்கிறோம். இது எவ்வளவு பெரிய பாக்கியம் தெரியுமா? பரம்பர பரம்பரயா நமக்குக் கெடக்கிற பாக்கியம்பா இது! இந்தப் பாக்கியத்தையா சாதி வித்தியாசம்னு சொல்லுற... இந்தப் பாக்கியத்தையா அடிம வேலனு சொல்லுற... இந்தப் பாக்கியத்தையா விட்டுறணும்னு சொல்லுற... டேய் நீ மட்டுமில்ல... இன்னும் உன்னைப் போல ஆயிரம் பேரு இதச் சாதி வித்தியாசம்னு சொன்னாலும் சரி... அடிமை வேலன்னு சொன்னாலுஞ் சரி... மற்றவுங்க விட்டாலுஞ் சரி... நானு இதவிடமாட்டேன். டேய்... அன்னைக்காக... நம்ம தேவ மாதாவுக்காக அந்தத் தீவட்டியத் தூக்கிட்டுப் போகும்போது கெடைக்கிற திருப்தி இருக்கே... அத எப்படிச் சொல்றது. அனுபவிச்சிப் பாத்தாத்தான் தெரியும்."

"அப்பா... தீவட்டி தூக்குறது பரம்பர பரம்பரயா நமக்குக் கெடைக்கிற பாக்கியம்னு நீங்க சொல்றீக. ஆனா, உண்மையில இது பரம்பர பரம்பரயா நமக்கு கெடக்கிற அடிமைத்தனம். அதனாலதான் மதம் மனிதனை மயக்கும் மதுன்னு படிச்சவுங்க சொல்லுவாங்க."

"டேய்... யாரு என்ன சொன்னா எனக்கென்னடா... மாதா மேல நம்பிக்க வச்சி தீவட்டியத் தூக்காதவுங்க ஆயிரஞ் சொல்லலாம். அதப்பத்தி எனக்குக் கவலயில்ல. அவங்களும் நம்பிக்கையோட தீவட்டியத் தூக்கட்டும்... அப்பத் தெரியும் இதோட மகிம... அப்பக் கெடக்கிற சுகம் இருக்கே... அப்பப்பா... அதெல்லாம் உனக்குச் சொன்னா புரியாது. தேருக்கு முன்னால மாதாவ நெனச்சுக்கிட்டு, பக்தியோட வெளக்கத் தூக்கிட்டுப் போனா உடம்பே புல்லரிக்குண்டா."

"அப்படின்னா முட்டி போட்டுக்கிட்டு மெழுகுதிரியோட கோயில்லச் சுத்திவிட்டு, இப்ப முட்டுல கட்டுப்போட்டுக்கிட்டுப் படுத்துக்கெடக்கை யிலும் உடம்பு புல்லரிக்கோ!" அந்தோனி இளக்காரமாகக் கேட்டான்.

"ஆமா... அதுல என்ன சந்தேகம். மத்தவுங்க இத தண்டனயாப் பார்க்கலாம். ஆனா நானு, தண்டனையா பாக்கல. மாதாமேல நான் வச்சியிருக்கிற அன்பக் காட்டுறதுக்கு ஒரு சந்தர்ப்பம் கெடச்சதேன்னு பூரிச்சுப்போனேன்."

அந்தோனிக்கு தன் தந்தையின் பேச்சு வியப்பாக இருந்தது. 'மாதாமேல வச்சிருக்கிற அன்பக்காட்ட இது மாதிரி தனக்கே துன்பம் வருவிக்கிற செயல்மூலம்தான் வெளிப்படுத்தணுமா? இத்துன்பங்காளல யாருக்கு என்ன லாபம்? இதயா மாதா விரும்புறாங்க? இதப்போல அர்த்தமில்லாத துன்பங்களப் பக்திமுயற்சிகள்னு சொல்லிக்கிட்டு எவ்வளவு வேதனைப்படுகிறோம்? ஒருசந்தி, உபவாசம்னு பட்டினியா இருப்பது; நடந்தே திருத்தலங்களுக்குப் போவது; செருப்புப் போடாம இருப்பது; இன்னும் எம்புட்டோ நடக்கே. ஏன் இப்படிச் செய்கிறோம்? நம்மளாவா இப்பிடிச் செய்றோம்? இல்லையே... இப்படி செய்யனுங்கிற இந்த கருத்த மத்தவுங்க தானே கொடுத்திருக்காங்க... யாரு ? ரெட்டியார்களா? உயர் குலத்தச் சேர்ந்த குருக்களா? பிரச்சினையைத் திசை திருப்ப இவ்வாறு செய்றாங்களா? ஏழை மக்களுக்குப் பயன்படாத எந்தச் செயல்லயும் அர்த்தம் இருக்கா? தாழ்ந்தவுங்கள இறைவன் உயர்நில அடைய அரசுக்கு எதிரா, அதிகார வர்க்கத்திற்கு எதிரா உண்ணா விரதமிருப்பது, பாதயாத்திரை போவது... இப்பிடிச் செஞ்சா இதில் அர்த்தமிருக்கு. இப்படி வரும் துன்பத்தில் பொருள் இருக்கு. இத விட்டுட்டு மற்ற பக்தி முயற்சிகளால வரும் துன்பங்களுக்குப் பொருள் இருக்கா?'

அந்தோனியின் சிந்தனையை இஞ்ஞாசி கலைத்தார். "அந்தோனி... இந்தப் பரிகாரங்கூட உனக்காகத்தா செஞ்சேன். மகிழ்ச்சியோட செஞ்சேன்.

"எனக்காகவா...?" அதிர்ச்சியுடன் கேட்டான் அந்தோனி.

"ஆமா... உனக்காத்தான் செஞ்சேன். உங் கலியாணம் எந்தப் பரெச்சினையுமில்லாம ஒழுங்கா நடக்கணும்னுதான் செஞ்சேன்."

"அப்பா... சாமியார்..."

அந்தோனியைப் பேச விடவில்லை இஞ்ஞாசி. "சாமியார்ட்ட நீ பேசி சண்ட போட்டத தப்புன்னோ, இல்ல சரின்னோ நானு சொல்லல. உங் கலியாணம் ஒழுங்கா நடக்கணும். அவ்வளவுதான்."

"அப்பா உங்ககிட்ட பேசிப் பயனில்ல. எஜமான விசுவாசத்துல, குருட்டுப் பக்தியில ஊறிப்போன உங்களுக்கு உண்மை புரியாது. ஆனா, ஒண்ணுமட்டும் தெளிவாச் சொல்றேன். என் கலியாணம் பத்திரிக்கையில குறிப்பிட்டபடி அதே நாளுல, அதே நேரத்துல நடக்கும்."

"அந்தோனி... நீ குறிப்பிட்ட நேரத்துல உங் கலியாணத்த சாமியார் மந்திரிக்கப் போறதில்ல. அப்படி இருக்க, உன் கலியாணம் எப்படிடா

நடக்கும்? நான் சொல்லுறத கொஞ்சமாவது கேளு. என்ன மீறி எல்லாருக்கும் பத்திரிக்க வச்சுட்ட... பரவாயில்ல, கலியாணம் இருக்குன்னு எல்லாரும் வருவாங்க. கோயில்ல கலியாணம் இல்லாம வீட்டுல வச்சி தாலி கட்டுனா மத்தவுங்க என்ன நெனப்பாங்க? அதவிடு... நாம அப்பிடி செய்யலாமா...? சாமியார் சொல்லுறபடிதான் செய்யணும். சாமியார்க சொல்லுறது நல்லதா கெட்டதான்னு நாம யோசிக்கக் கூடாது. சாமியார்க செயல நம்மால புரிஞ்சிக்கிட முடியாது. சாமியார் யாரு? கடவுளின் மறுரூவம். அவர் சொல்றது தேவ வாக்கு. அவர் சொல்லுறபடி உங் கலியாணத்த அதிகாலயிலோ இல்ல ரெட்டியார்க கலியாணம் முடிஞ்ச பெறகோ வச்சுக்கிடலாம். குரு பாவத்தக் கட்டிக்கிடாத. வேண்டாம்."

"குரு பாவத்த நான் கட்டிக்கிட வேண்டாம்னு நீங்க சொல்றீங்க. நான் நம்ம பாவத்த குரு கட்டிக்கிட வேண்டாம்னு சொல்றேன். அப்பா சாமியார் மொதல்ல சரின்னு சொன்ன திருமண நேரத்த மாத்தி நமக்கு எதிரா செயல்படுறாரு... நேத்து கோயில்ல சாமியார் பங்களா முன்னாலதான் உங்களுக்கு அந்த ரெட்டியார்க தண்டன குடுத்தாங்க. சாமியார் நெனைச்சிருந்தா வந்து தடுத்திருக்கலாம்ல. செய்யல. இதனால அநீதிக்குத் துணைபோன பாவத்தையும் சாமியார் கட்டியிருக்கார். இந்த பாவப்பட்ட சாமியார் கையாலயா நான் தாலிய வாங்கி கட்டணும். நடக்காது. நமக்கெதிரா அவரு செஞ்ச பாவத்துக்கு மன்னிப்பு வேணும்னா முதல்ல குறிப்பிட்ட நேரத்துல கலியாணம் நடக்கணும்... இல்ல அதே நாளுல, அதே நேரத்துல எங் கலியாணம் நடந்தே தீரும். சாமியார் பாவத்துலயே சாகட்டும்."

"அந்தோனி... இப்பிடியெல்லாம் பேசாத. சாமியார் பாவம் செஞ்சா கடவுள் தண்டிக்கட்டும். இல்ல மன்னிக்கட்டும். நம்ம யாரு? பாவத்த மன்னிக்க...? இல்லன்னா தண்டிக்க? வீண் பிடிவாதம் வேண்டாம்பா. சாமியார் பாவத்துல சாகணும்கிறதுக்காக நீ பாவம் கட்டிக்கிடணுமா?"

"அப்பா உங்கிட்ட பேசி பயனில்ல" என்று கூறிய அந்தோனி குடிசையை விட்டு வெளியேறினான்.

அவன் செல்வதையே பார்த்துக்கொண்டிருந்தார் இஞ்ஞாசி. அவனைப் பற்றி அவர் அதிகம் பெருமைப்பட்டார். எடுத்த காரியத்தை எப்படியும் விடாமல் சாதித்துக் காட்டுவேன் என்ற வைராக்கியம் தன் மகனிடம் இருப்பதில் அவருக்கு அதிக மகிழ்ச்சி.

அவன் பேசுவதில் உள்ள நியாயம் முழுவதையும் அவரால் புரிந்து கொள்ள முடிந்தது. அதை ஏற்றுக்கொள்ளவும் முடிந்தது. ஆனால், திருமணத்தை ஆலயத்திற்கு வெளியே வைத்து நிறைவேற்றுவதை

அவரால் கற்பனைசெய்துகூட பார்க்க முடியவில்லை. ஆலயத்திற்கு வெளியே நடக்கும் திருமணமானது திருமணமே அல்ல... அது விபச்சாரம் என்ற எண்ணம் அவர் மனதின் அடித் தளத்தில் மிக ஆழமாக வேரூன்றியிருந்தது. ஆலயத்திற்கு வெளியே திருமணம் நடந்தால் தன் மகன் விபச்சார வாழ்வு, பாவ வாழ்வு வாழ்வானே என்கிற பயம்தான் அவரை அத்தகைய நிலைப்பாடு எடுக்கச் செய்தது. தன் மகனின் திருமணம் எப்படியும் ஆலயத்தில்தான் நடக்க வேண்டும் என்கிற உறுதியில் சிறிதும் பின்வாங்கிவிடக்கூடாது என்ற வைராக்கியமும் அவரில் பிறந்தது.

குடிசையில் இருந்த மாதா படத்தைப் பார்த்தார். அவரது உதடுகள் அன்னையைப் பார்த்து செபிக்க ஆரம்பித்தன. "அம்மா... தாயே... எம் மகன் தாயில்லா பிள்ள, நீதான் தாய் மாதிரி இருந்து அவன் மனச எப்பிடியும் மாத்தணும். நீ மாத்துவேன்னு நம்புறேன். அதுக்காகத்தானே நேத்து முட்டி போட்டு பரிகாரஞ் செஞ்சேன். என்னுடைய பரிகாரத்துக்கு பலனில்லாம போகாதுன்னு நம்புறேன். எங்குடும்பத்த கைவிட்றாத தாயீ..." அவர் கண்களில் நீர் வழிந்தது.

அதே நேரத்தில், வெளியே சென்ற அந்தோனியும் ஒரு வைராக்கியத்தில்தான் இருந்தான். எப்படியும் தன் திருமணம் குறிப்பிட்ட நாளில், குறிப்பிட்ட நேரத்தில் இருக்க வேண்டும் என்ற வைராக்கியம்தான். தன் தந்தையைச் சந்தித்தால் அவர் திருமண நேரத்தை மாற்றுவது பற்றியே பேசுவார் என்று தந்தையைச் சந்திப்பதையும் தவிர்த்தான். காட்டிலேயே தங்கியிருந்து திருமண ஏற்பாட்டைக் கவனிக்க ஆரம்பித்தான். தன் மாமா கித்தேரியான் ஏதாவது ஏற்பாடு செய்து வருவார் என்று நம்பினான்.

'இந்தக் கலியாணம் மட்டும் கோயில்ல நடந்துட்டா, பெறகு மகன் என்ன செஞ்சாலும் செஞ்சிட்டுப்போறான்னு விட்டுரனும், அவன் படிச்சபய பலமாதிரி யோசிப்பான். நாலு லெக்கு போறான்... வாரான்... அவன் நெனச்சமாதிரி இருந்துட்டுப்போறான். நம்ம அனாவசியமா அவன் வழியில தலையிடக்கூடாது. அவன் என்ன செஞ்சாலும் அவனுக்கு சார்பா இருந்து ஊக்குவிக்கணும்.' இஞ்ஞாசி முடிவு செய்துகொண்டார்.

திருமணம் முடிந்தபின் திருச்சபையில் இருக்கும் சாதியத்திற்கு எதிராக, ரெட்டியார்களுக்கு எதிராகப் போராட வேண்டும் என்ற வெறியும் சிறிது சிறிதாக அவனிடம் வளர்ந்துகொண்டே வந்தது.

தந்தையும் மகனும் இவ்வளவு வைராக்கியமுடன் இருக்க அவர்கள் ஆவலுடன் எதிர்பார்த்த அந்த திருமண நாளும் நெருங்கிக் கொண்டிருந்தது.

9

திருமணப்பெண் வீட்டாரை ஏற்றிவந்த டிராக்டர் பிச்சூரிலுள்ள சேரியை அடைந்தது. டிராக்டரிலிருந்து முத்து, கித்தேரியான், மணப்பெண் இசக்கி மற்றும் மணப்பெண்ணுக்கு நெருங்கிய ஓமலூர் கிராமத்து உறவினர்கள் அனைவரும் ஊரின் எல்லையிலேயே இறங்கினார்கள்.

அவர்கள் வழக்கப்படி மணமகன் வீட்டில்தான் திருமணம் நடைபெறும். திருமணத்திற்கு முதல்நாள் இரவே மணப்பெண், மணமகனின் ஊருக்கு வந்துவிட வேண்டும். இரவில் அவளை நன்கு அலங்கரித்து தீவட்டியை ஏந்தியபடி ஊர்வலமாக மணமகன் வீட்டிற்கு அழைத்து வருவார்கள்.

டிராக்டர் சத்தத்தைக் கேட்டு ஓடிவந்த சிறுவர், சிறுமியர்கள் அதில் ஏறிக்கொண்டு 'ஓ'வென்று கத்தி தங்கள் மகிழ்ச்சியை வெளிப் படுத்திக்கொண்டார்கள். சிறுவர்களின் ஆடல், பாடல்களில் அந்த டிராக்டர் ஆடியது.

மணப்பெண் வந்துவிட்டாள் என்று செய்தி சேரியில் பரவ, மணப்பெண்ணைப் பார்க்க சேரிமக்கள் திரண்டனர்.

இஞ்ஞாசி முதல் ஆளாக ஓடிவந்தான். முத்துவின் கைகளைப் பிடித்துக்கொண்டு "முத்து... வந்துட்டியா.... எல்லாம் நல்லா நடக்கணும்... ஒரு பிரச்சினையுமில்லாம கலியாணம் முடியணும்" என்றார் கண்களிலிருந்து கண்ணீர் வழிய,

"இஞ்ஞாசி... ஏன் அழுகிற... எல்லாம் நல்லபடி முடியும். என் அண்ணன்தான் இந்தக் கலியாணத்தயே நடத்துறான். அவனுக்கு நாட்டு நடப்பு நல்லா தெரியும். அவன் பார்த்துக்கிடுவான், கவலப்படாத" என்றார் முத்து.

இருப்பினும் இஞ்ஞாசி அமைதியடையவில்லை. திருமணம் திருமணப் பூசையில்லாமலேயே முடிந்துவிடுமோ என்ற பயமும், வேதனையும் அவரை வாட்டின.

கித்தேரியானிடம் சென்று தனது கவலையை வெளிப்படுத்த விரும்பினார் முத்து.

இரவாகிவிட்டதால் பெண்ணை ஊர்வலமாக அழைத்துச் செல்லும் ஏற்பாட்டை கித்தேரியான் கவனித்துக்கொண்டு இருந்தார்.

கித்தேரியானிடம் சென்ற முத்து தன் கவலையை வெளியிட ஆரம்பித்தார்.

"மச்சான், இதெல்லாம் தெருவுலவச்சு பேசுற பேச்சு இல்ல. வீட்டுல போயி பேசுவோம். ஊர்வலத்துக்கு நேரமாயிருச்சு. இப்ப போயி இதப்பத்தி பேசுறீக. நீங்கதான் பொண்ண அழச்சிட்டுப் போகணும். பொண்ணு ஜோடிச்சிட்டு ரெடியா இருக்கு. வாங்க... பொண்ணுக்கு சிலுவபோட்டு கூட்டிட்டுப் போங்க" என்றார் கித்தேரியான்.

சில ஆண்கள் தீப்பந்தம் ஏற்றி பிடித்தனர். சிலர் தாங்கள் கொண்டு வந்த பறை, தப்பட்டை முதலியவைகளைத் தீயில் வாட்டி அடிக்க ஆரம்பித்தார்கள். சில இளைஞர்கள் அதற்கேற்றபடி ஆட ஆரம்பித்தார்கள், சிறுவர் சிறுமியர்கூட தாளம் தப்பாமல் ஆடினர். பெண்கள் மகிழ்வுடன் குலவையிட்டனர்.

இஞ்ஞாசிக்கு என்னசெய்வது என்று தெரியவில்லை. சூழ்நிலை அவனைக் கட்டாயப்படுத்த, பெண்ணை ஆசீர்வதித்து நெற்றியில் சிலுவையிட்டார்.

உடனே பெண்களின் குலவைச் சத்தம் அதிகரிக்க ஊர்வலம் ஆரம்பமானது.

பெண்ணைப் பற்றிய விமர்சனத்தில் ஒரு பெண்கள் குழு மூழ்கியது. "படிச்சவன்னு சொன்னாக. இப்பிடி படிக்காத நம்மள மாதிரி சேல கட்டியிருக்கா" என்றாள் ஒருத்தி, "என்னைவிட கருப்பா இருக்கா" என்றாள் ஒரு கருத்த பெண். "பொம்பளைகளுக்கு கூட்டம் போடுவாளாம். நல்லா பேசுவாளாம். பொம்பளைககூடப் போயி கலைக்டருட்ட யெல்லாம் சண்ட போடுவான்னு சொன்னாக. ஆனா இப்பிடி இருக்கா" என்றாள் மற்றொருத்தி.

"இவன் சாமியார்கிட்ட சண்ட போடுறான். அவ கலெக்டருட்ட சண்ட போடுறா-சரியான சண்டபோடுற ஜோடியாவுல்ல இருக்கு" என்று இன்னொருத்தி சொல்ல அனைவரும் சிரித்தனர்.

பெண்களின் விமர்சனத்துடன் கலந்த குலவைச் சத்தத்துடனும், ஆடல், பாடல்களுடனும், தாரை, தப்பட்டை முழக்கங்களுடனும் நகர்ந்த ஊர்வலம் இஞ்ஞாசி வீட்டை அடையும்போது, இரவு மணி ஒன்பது ஆகிவிட்டது. இஞ்ஞாசி, வீட்டு வாசலில் இருந்தார்.

அவர்கள் வழக்கப்படி புதுப்பெண் மாமனார், மாமியார் காலில் விழுந்து வணங்கியபின் வீட்டிற்குள் சென்று அங்கு இருக்கும் குத்துவிளக்கில் ஒளியேற்றுவாள். வீட்டிற்கு விளக்கேற்றிவைக்க ஒரு பெண் வந்துவிட்டாள் என்று பெண்களெல்லாம் குலவையிட்டு தங்கள் மகிழ்வை வெளிப்படுத்துவார்கள்.

இஞ்ஞாசியின் கால்களைத் தொட்டு இசக்கி வணங்கினாள். இஞ்ஞாசி அவளைத் தூக்கிவிட்டார்.

"இசக்கி போமா... போ... வீட்டுக்குள்ள போயி வெளக்கேத்து" என்று கூறினார்.

வீட்டிற்குள் செல்வதற்காகக் காலெடுத்து வைத்தாள் இசக்கி.

"ஏம்மா... கொஞ்சம் பொறு. வீட்டுக்குள்ள போகாத. மொதல்ல எனக்கு ஒண்ணு தெரிஞ்சாகணும்" என்று அமைதியாகக் கூறினார் இஞ்ஞாசி. அதுவரை அடக்கிவைத்திருந்த உணர்வுகள் மெதுவாகச் சிதற ஆரம்பித்தன.

"உனக்கு என்ன பைத்தியமா பிடிச்சிருக்கு. விளக்கேத்தி வைக்கும் போது இப்படி*அபசகுணம் மாதிரி தடுத்து நிறுத்துறயே." அதுவரை நடந்த நிகழ்ச்சி எதிலும் கலந்துகொள்ளாத அந்தோனி, முதன் முறையாகப் பேசினான்.

"பைத்தியம் எனக்குப் பிடிக்கலடா... உனக்குத்தாண்டா பிடிச்சிருக்கு, இல்லாட்டி சாமியார எதுத்துக்கிட்டு இப்படி நிப்பியா." இஞ்ஞாசி பொறுமையை இழந்து கத்தினார்.

அங்கே ஓடி வந்தார் முத்து. "இஞ்ஞாசி... என்னப்பா... என்ன பிரச்சின, நீ கேக்காமலே எங்கண்ணன் பொண்ணுக்கு மூக்குல, காதுலன்னு முக்கா பவுணு நக போட்டிருக்காரு. சாமான் சட்டுக வேற இருக்கு. வேற என்னப்பா பிரச்சன."

"மச்சான்...உங்கிட்ட இதெல்லாம் கேட்டேனா? கேக்கல. ஆனா ஒன்னே ஒண்ணுமட்டும் கேக்கிறேன். நாளைக்கு உம் மக கலியாணம் கோயில்ல சாமியாருக்கு முன்னால நடக்கணும். வேற ஒண்ணுமே இல்லப்பா."

"ஆமா... அவரு முன்னாலதான் நடக்கும். இதுல என்ன பிரச்சின இருக்கு" என்றார் முத்து. நடந்த நிகழ்ச்சி எதுவுமே அவருக்குத் தெரியாது.

இடையில் புகுந்த கித்தேரியான், "தம்பி, இதுல ஒரு பிரச்சினை இருக்கு. போன வாரம் அந்தோனி வந்து எங்கிட்ட அதச் சொன்னான். நான் உங்கிட்ட சொல்லுறதாச் சொன்னேன். வேல அவசரத்துல மறந்திட்டேன்."

"என்ன பிரச்சினை?"

கித்தேரியான் பிரச்சினையை அனைவருக்கும் கேட்கும்படி சப்தமாக, விளக்கமாகச் சொன்னார்.

"இப்படி ஒரு பிரச்சின இருக்குன்னு தெரியாதே" என்று கத்தினார் முத்து.

"அதான் இப்ப தெரிஞ்சிருச்சில, என்ன செய்யலாம்னு யோசிப்போம்" என்றார் கித்தேரியான்.

"இதுல யோசிக்கிறதுக்கு என்ன இருக்கு. பேசாம சாமியார் சொன்ன நேரத்துல தாலியக் கட்ட வேண்டியதுதான். நமக்கெதுக்கு ரெட்டியார் களோடு வீண் தகறாறு" என்றார் இஞ்ஞாசி.

"அதில்ல மச்சான், சாமியார் எப்பிடி சொன்ன நேரத்துல தாலிய மந்திரிக்காம பத்திரிக்க அடிச்ச பிறகு நேரத்த மாத்தலாம்" என்றார் கித்தேரியான்.

"நீயும் எம் மகன் கச்சியில சேர்ந்திட்டியா?"

"நான் யாரு கச்சியிலயும் சேரல. நீதி, நேர்ம எங்க இருக்கோ அங்கதான் நானிருப்பேன். நா மட்டுமென்ன நாமெல்லாருமே இருக்கணும்."

"நீதி, நேர்மங்கிறது எங்க இருக்கு? சாமியாரு, ரெட்டியாரு இவுக சொன்னா அதெக் கேக்குறதுதான் நீதி. அதுதான் நேர்ம. அத விட்டுட்டு அவுகள எதுத்து நின்னா அது காவாலித்தனம்" என்றார் இஞ்ஞாசி கோபமாக.

"அப்பிடின்னா என்ன காவாலிப்பயனுனா சொல்லுற" என்று கோபமாகக் கேட்டான் அந்தோனி.

"மச்சான், நீதி நேர்மங்கிறது எப்பவும் மதவாதிங்ககிட்டயும், சாதி வெறியங்ககிட்டயும் இருக்காது. நம்ம மாதிரி ஏழைக கிட்டத்தான் எப்பவும் இருக்கும்" என்றார் கித்தேரியான்.

இவர்கள் சண்டையைப் பார்த்து என்ன செய்வது என்று தெரியாமல் விழித்துக்கொண்டிருந்தாள் இசக்கி.

"மச்சான் இஞ்ஞாசி, எம் மக இப்ப வீட்டுக்குள்ள போயி விளக்கேத்தட்டுமா... வேண்டாமா... அதச் சொல்லு முதல்ல" என்றார் முத்து.

"நானென்ன வேண்டாம்னா சொல்றேன். ஆனா, நாளைக்கு தாலிய எங்க வச்சுக் கட்டப்போறீகன்னு சொல்லி முடிவெடுத்துட்டுப் போயி விளக்கேத்தட்டும்."

"நீ என்ன நெனக்கிற. அத மொதல்ல சொல்லு."

"சாமியாருட்ட கேட்டா ரெட்டியாருக திருமணத்துக்குப் பெறகு நம்ம கலியாணத்த வச்சுக்கிடலாம்னு சொல்லியிருக்காரு, அதுபடிதான் நடக்கணும்."

"இல்ல... மொதல்ல சாமியார் ஒத்துக்கிட்ட நேரத்துலதான் வைக்கணும். அப்பிடி மாட்டேக்கு சொல்லிட்டா அதே நேரத்துல வீட்டுல வச்சி தாலிகட்ட வேண்டியதுதான்" என்றான் அந்தோனி.

"படுவா... அப்படிச் சொல்லாதடா... நாக்கு அழுகப்போகுது. கோயில்ல தாலிகட்டாம வீட்டுல கட்டுனா அது பெரிய பாவம்டா. சாவான பாவம்."

"சாதி வெறிபிடித்த சாமியாருக கையால் தாலி வாங்கி கட்டுறதுதான் சாவான பாவம்."

"டேய்... இப்படி எல்லாம் பேசாத. கடவுளு ஆசிர்வாதம் கெடைக்காது."

"சாதி வெறிபிடித்த சாமியாரு கையால தாலிவாங்கி கட்டுனாத்தான் கடவுளு ஆசீர்வாதம் இருக்காது. வீட்டுல கட்டுனா கட்டாயம் கடவுள் ஆசிர்வாதம் இருக்கும்."

கூட்டம் இவர்கள் பேசுவதை அமைதியாகக் கேட்டுக் கொண்டிருந்தது. என்ன சொல்லுவது என்று யாருக்கும் தெரியவில்லை.

"இப்படியே பேசுனா எப்படி...? அண்ணே நீதான் ஒரு முடிவச் சொல்லணும்" என்றான் முத்து பொறுமை இழந்தவனாக.

"அந்த முடிவு கோயில்ல தாலி கட்டுறதாகத்தான் இருக்கணும், இல்லாட்டி ஏத்துக்கிட மாட்டேன்" என்றார் இஞ்ஞாசி.

"ஏற்கனவே முடிவு செஞ்ச நேரமாத்தான் இருக்கணும். இல்லாட்டி நான் தாலி கட்டமாட்டேன்" என்றான் அந்தோனி.

"சரி... நீங்க ரெண்டு பேரும் பேசாம இருங்க... ஏம்மா.. இசக்கி நீ என்னம்மா சொல்லுற" என்று கேட்டார் கித்தேரியான்.

ஒரு நிமிடம் அமைதியாகக் கூட்டத்தைப் பார்த்த இசக்கி தெளிவாகச் சொன்னாள். "பெரியப்பா... நீங்க என்ன சொன்னாலும் நான் அதக் கேக்குறேன்."

ஒரு நிமிடம் யோசித்த கித்தேரியான் கூட்டத்தைப் பார்த்துச் சொன்னான். "நானா முடிவு செய்யப் போறதில்ல. இங்க எல்லாரும் இருக்கோம். எல்லாருமே சேர்ந்து முடிவெடுப்போம்."

"அதுதான் சரி. இங்க நாங்களா கூட்டம் போட்டு பேசினதேயில்ல. என்ன பிரச்சன்னாலும் முடிவெடுக்க ரெட்டியார் கிட்டத்தான் ஓடுவோம். அவுக சொல்ற முடிவ அப்பிடியே ஏத்துக்கிடுவோம். இப்ப நாமளே பேசி முடிவெடுப்பதுதான் சரி" என்றான் அந்தோனி. அவனுக்கு ஆதரவாகப் பலர் கத்தினர். இஞ்ஞாசிக்கு என்ன சொல்வதென்று தெரியவில்லை. வேண்டா வெறுப்பாகத் தலையாட்டி தனது சம்மதத்தைத் தெரிவித்தார்.

எல்லாரும் அந்த வீட்டிற்கு முன்பாக அமர்ந்தார்கள்.

தீவட்டி எரிந்துகொண்டிருந்தது. எரிந்துகொண்டிருந்த தீவட்டி அணைந்து விடாதபடி ஒருவன் ஒரு சட்டியிலிருந்த மண்ணெண்ணெயை அகப்பையில் கோரி தீவட்டியில் அவ்வப்பொழுது ஊற்றிக்கொண்டிருந்தான்.

தான் திட்டமிட்டபடி அனைத்தும் நடந்துகொண்டிருப்பதைக் கண்ட கித்தேரியானுக்கு ஓரளவு திருப்தி ஏற்பட்டது. அடுத்த அடியை மிகவும் கவனமாக எடுத்து வைக்க எண்ணினார். தீவட்டி வெளிச்சத்தில் கூட்டத்தில் உள்ள ஒவ்வொருவரையும் உற்றுப் பார்ப்பதுபோல சிறிதுநேரம் பார்த்தார். பிறகு மெதுவாக உறுதியான குரலில் தனது எண்ணங்களை வெளியிட்டார்.

"நாம மொதத் தடவயா இங்க இப்பிடி கூடியிருக்கோம்னு நெனைக்கும் போது எனக்கு ரொம்ப சந்தோஷமா இருக்கு. மொதத்தடவயா ரெட்டியார்ட போகாம நம்ம பிரச்சனய நாமளே பேசித் தீக்கப்போறோம். நாளைக்கு கலியாணம் கோயில்லயா, இல்ல கோயிலுக்கு வெளியில யான்னு முடிவு செய்ய மட்டும் நாம இங்க கூடியிருக்கோம்னு நீங்க நினைக்கலாம். ஆனா, நானு அப்படி நினைக்கல. மொதத் தடவயா நாம இப்பிடி ஒண்ணா கூடியிருக்கதுனால நமக்கு என்னென்ன பிரச்சன இருக்குனு மொத்தமா பேசுவோம். பிறகு, இந்த மாதிரி பிரச்சனக நடக்காம இருக்க என்னென்ன செய்யலாம்னு பேசுவோம். அப்பிடிப் பேசினா, தன்னாலயே இந்தக் கலியாணப் பிரச்சினைக்கும் ஒரு முடிவு தெரிஞ்சிரும். நீங்க என்ன சொல்றீங்க."

"ஆமா... அப்பிடித்தான் பேசணும். கடந்த வாரங்கூட லைட் பிடிக்க பிந்திப் போனாம்னு உச்சி வெயில்ல மெழுகுதிரியப் பிடிச்சிக்கிட்டு முட்டியாலயே கோயிலச் சுத்தி வரவச்சாங்க அந்தக் கொலைகாரப் பாவிங்க. நாங்க அப்பிடி என்ன தப்பு செஞ்சிட்டோம்? இப்பிடியே விட்டுப்போனா நம்ம இனமே அழிஞ்சிரும். நம்ம பிரச்சினை எல்லாத்தையும் பேசி முடிவு எடுக்கிறதுதான் நல்லது" என்றார் முட்டுக்காலில் கட்டுப் போட்டிருந்த முத்தையன்.

“நம்ம பிரச்சனைய விடிய விடிய பேசுனாலும் தீராதே.”

“விடிகிறவரதான் இன்னைக்கு ஒரு நாளைக்கு பேசுவோமே! தெனமும் ராத்திரி கஞ்சியையோ, கூழையோ குடிச்சுப்போட்டு தெருவுல தூங்குவோம். இன்னைக்கு ஒருநாளு தூங்காமத்தான் இருப்போமே” என்று மறுபடியும் கூறினான் முத்தையன்.

“எதுக்கு வளவளன்னு பேசிக்கிட்டு. நம்ம பிரச்சனகள மொதல்ல பேசுவோம். நானே ஆரம்பிக்கேன்” என்று கூறிய அந்தோனி பேச ஆரம்பித்தான். “இந்த ஊருல கோயில்ல ஒதுக்கப்பட்ட தனியிடத்துல தான் நம்ம ஆளுக உட்காரணும். நம்மாளுக பூசைக்கு உதவி செய்யக் கூடாது. வாசகம் வாசிக்கக் கூடாது. பாடகர் குழுவில் இருக்கக் கூடாது. பாதம் கழுவும் சடங்குல இருக்கக் கூடாது. ஞான உபதேசக் கிளாசில் நம்ம பிள்ளைக தனியாத்தான் இருக்கணும், மாதா சப, நன்மரண சப போன்ற பக்த சபைகள்ள அவுங்களோட சேர்ந்து நம்ம பிள்ளைகளும் இருக்க முடியாது. நமக்கு தனியாதான் பக்த சப வச்சுகிடனும். திருநாளு கொண்டாடுனா நம்மகிட்ட வரி வாங்க மாட்டாக. நம்மளோட சேர்ந்து திருநாள் கொண்டாட மாட்டாக. நாமளா தனியாவும் கொண்டாடக் கூடாது. சப்ரத்தத் தூக்கவோ, தொடவோ கூடாது. சப்பரம் நம்ம தெருவுல வரக் கூடாது. கோயில் நிலத்த நாம குத்தகைக்கு எடுக்கக் கூடாது. கோயில் நிர்வாகத்துல நாம தலையிடக் கூடாது. தனியா நம்மளுக்குன்னு கல்லறை வச்சிக்கிட்டு அங்கதான் பொதைக்கணும். செத்துப் போன நம்ம பொணங்களை கோயிலுக்குக் கொண்டுவரக் கூடாது.” திருமணம் நினைத்தபடி நடக்காமல் போய் விடுமோ என்ற வேதனையில் தனது உணர்வுகளை வெளியிட்டான் அந்தோனி.

“ஏண்டா... இம்புட்டுதானா... இன்னும் இருக்கே. யாராவது சொல்லுங்கடா...” என்று கத்தினார் ஒருவர். “இங்க செபங்களெல்லாம் தெலுங்கிலதான் சொல்றாங்க. எங்களால் கோயில்ல செபமாலைகூட சொல்ல முடியல. நன்ம வாங்குறதுன்னா மொதல்ல ரெட்டியார்க வாங்குனப் பெறகுதான் நாங்க வாங்கணும். தூம்பா இருக்கு அந்த தூம்பாவுல ரெட்டியார்க பொணத்த மட்டும்தான் வைப்பாக. நாங்க பயன்படுத்தக்கூடாது” என்றார் செபமாலை என்ற இளைஞன். பெயருக்கு ஏற்றபடி செபமாலை பக்தி அவரிடம் அதிகம். கோயிலில் ஒருநாள் தமிழில் செபமாலை சொல்ல முயன்று அதனால் ரெட்டியார்களிடம் அடிபட்டவர் இவர்.

“கோயில் காரியத்துலயே இம்புட்டு பாகுபாடுன்னா மத்த காரியங்கள்ள எம்புட்டு இருக்கும்னு பாருங்க. நாங்க ரெட்டியார்க தெருக்கள்ள செருப்புப் போட்டுக்கிட்டுப் போகக்கூடாது. வேஷ்டிய

காலுவரையில் தொங்கவிட்டுக்கிட்டு போகக்கூடாது. சைக்கிள்ளயும் போகக்கூடாது. அங்குள்ள குழாயில தண்ணி எடுக்கக்கூடாது" என்று ஆவேசமாகக் கூறினார் மற்றொருவர். இவர் ரெட்டியார் தெருவில் சைக்களில் சென்றதற்காக உதை வாங்கியவர். இப்பிடி சைக்கிளில் சென்று உதை பட்டதால் சைக்கிளான் என்று பட்டப் பெயர் வைத்தனர். அப்பெயரே அவருக்கு நீடித்துவிட்டது.

"ஏண்டா பள்ளிக்கூடத்த விட்டுட்ட... பங்கு பள்ளிக்கொடத்துல ரெட்டியார்க பிள்ளைகள பெஞ்சில உக்கார வைப்பாக, எங்க பிள்ளைகள தனியா தரையில உக்கார வச்சிருவாக. எங்க பிள்ளைகளுக்கு சரியா சொல்லிக்கொடுக்கிறது இல்ல. வாத்தியாரு எல்லாம் அவுக ஆளுக" என்று கத்தினார் படிக்க விரும்பி முடியாமல் போன ஓர் இளைஞர்.

"இந்தச் சாமியாருக, சிஸ்டருக பிரச்சன பெரிய பிரச்சன. இவுக உசந்த சாதிக்காரனுக வந்தா உக்கார வைப்பாக. நாம் போனா நின்னுக்கிட்டே இருக்கணும். மேச்சாதிக்காரங்க தெருவுக்குப் போவாங்க. அவுக வீட்டுகள்ள வந்து சாப்பிடுவாக. நம்ம தெருவுக்கு வரக்கூட மாட்டாக. நம்ம தெருவுக்கு வந்து தண்ணியாவது குடிச்ச சாமியாரோ, சிஸ்டரோ இதுவர இல்ல." என்றார் தனிக்கிளாஸ். அவரின் ஞானஸ்நானப் பெயர் தனிஸ்லாஸ். ஆனால் தனிக்கிளாஸ் என்றுதான் அவரை அழைப்பார்கள். அவ்வூரில் டீக்கடை இருந்தது. ரெட்டியார்களுக்கு ஒரு விதமான ஸ்பெஷல் கிளாசில் டீ கொடுப்பார்கள். தலித் மக்களுக்கு தனியா கிளாஸ் இருக்கும். இந்த கிளாஸை இவர்களே எடுத்து டீக்கடைகாரரிடம் நீட்ட, அவர் ஊற்றும் டீயைக் குடித்துவிட்டு இவர்களே கழுவி வைத்துவிட்டு வர வேண்டும். இந்த தனிக்கிளாஸில் டீ குடிக்கம் கமாட்டேன் என்று சொன்னதால் தலீத் மக்களே இவரை தனிக்கிளாஸ் என்று கேலியாகக் கூப்பிட ஆரம்பித்தனர். அந்தப் பெயரே நிலைத்துவிட்டது.

"நீங்க எல்லாத்தையும் சொன்னீங்க. கூலியப்பத்தி மட்டும் சொல்லலையே. அதையும் சொல்லுங்க" என்றாள் நாயகத்தின் மனைவியான வாயாடி அமலோற்பவம். அவளுக்கு தெருவில் சண்டைபோடுவது என்றால் அல்வா சாப்பிடுவது மாதிரி. பிடிபிடி என்று எல்லாரையும் ஒருபிடி பிடித்துவிடுவாள்.

"ஏன் நீயே சொல்லேன். சண்டமட்டும் ஏழு ஊருக்கு கேக்கிற மாதிரி போடுற. இப்ப இங்க பேசினா என்ன?" என்றார் நாயகம்.

அவரை முறைத்துப் பார்த்து அமலோற்பவம் துணிவுடன் பேசினாள். "நம்ம ஊர்ல ரெட்டியார்கட்டத்தான் நெலம் இருக்கு. எம் புருஷனபோல நம்மள்ள எல்லாரும் ரெட்டியார்கட்ட பண்ண

வேல செய்றோம். ரெட்டியார்கட்ட நூறோ ஐநூறோ கடன வாங்கிட்டு அந்தக் கடன அடைக்க முடியாம காலம் பூரா கொத்தடிமையா இருக்கோம். அவுக கொடுக்கிற கூலியில ஒருவேள கஞ்சியக்கூட பிள்ள குட்டிக ளோட திருப்தியா குடிக்க முடியல. பக்கத்துல உள்ள ஊர்கள்ள கொடுக்கிற கூலியக்கூட நமக்கு கொடுக்கிறதில்ல. ஆனா, நாளு ஒண்ணுக்கு பத்து மணிக்கு மேல வேல செய்ய வச்சிருவாக. அதுமட்டுமில்லாம ஆட்டுலோன்னு, மாட்டுலோன்னு நமக்கு வர்ர லோனையும் புடுங்கி வாய்க்கரிசி போடுறானுங்க."

"ஏம்பா... நீ செயிலுக்கு போன கதயச் சொல்லேன். ஏன் நீ பேசாம இருக்க" என்று ஒருவரைப் பார்த்து கூறினார் சைக்கிளான். அதுவரை அமைதியாக இருந்த அவர் கோபமாகப் பேச ஆரம்பித்தார். "இங்க நாம எல்லாக் கச்சியிலயும் இருக்கோம். ஆனா கச்சியில வெறும் எண்ணிக்கைத்தான் இருக்கோம். ஆனா எல்லாக் கச்சியிலயும் பொறுப்பான பதவிகள்ள நாம யாரும் இல்ல. ரெட்டியார்தான் இருக்காக. பஞ்சாயத்து போர்டு தலைவர் பதவி... ஏன் வார்டு மெம்பர்கூட அவுகதான் இருக்காக. பஞ்சாயத்து போர்டு தேர்தல் வந்துச்சு. மொத மொதல்ல ரெட்டியார்கள் எதுத்து நான் நின்னேன். நானு தேர்தல்ல நிக்கேங்கிறதுக்காக எம்மேல திருட்டுப் பட்டம் கட்டி ஜெயில்ல தள்ளிட்டானுக. இவனுக மனுஷங்களா?"

சிறிது நேரம் அமைதி நிலவியது. கொடுமைகள் அனைத்தையும் ஒன்றுசேரக் கேட்டதால் ஒவ்வொருவர் உள்ளத்திலும் புயல் எழும்பியது. புயலுக்கு முன்பு தோன்றும் அமைதி என்று கூறுவது இதைத்தானோ?

கித்தேரியான் அமைதியாக, ஆனால் தீவிரமாகச் சிந்தித்துக் கொண்டிருந்தார். இவ்வளவு அதிகமான பிரச்சினைகள் அவ்வூரில் இருக்கும் என்று அவர் சிறிதுகூட நினைக்கவில்லை. தனது சக்திக்கு மீறிய பிரச்சினைகள் என்பதை உணர்ந்தார். தான் ஒருவன் மட்டும் சிந்தித்துச் செயல்பட்டால் முடியாது. ஒரு சங்கமாக, இயக்கமாக பாதிக்கப்பட்டவர்கள் ஒன்றுசேர்ந்து போராடினால்தான் முடியும். ஆனால், எப்படி ஒன்றுசேர்வது? எப்படி இயக்கமாக மாறுவது? எப்படிப் போராடுவது? இதற்கு முதல்படி என்ன? இந்த திருமணப் பிரச்சினைக்கு என்ன முடிவு?

யோசித்த கித்தேரியானுக்கு ஒரு விடை கிடைத்தது. அந்த விடையை ஏற்றுக்கொள்ளச் செய்வதற்காக அந்தோனியை அமைதியாகப் பார்த்தார்.

10

அப்பொழுது இரவு மணி ஒன்பது இருக்கும்.

பிச்சூர் கோயில் மண்டபத்தில் ரெட்டியார்கள் அனைவரும் ஒன்றுகூடினர்.

ஒவ்வொருவருடைய முகத்திலும் சோகம் குடிகொண்டிருந்தது. எதையோ இழந்துவிட்ட வேதனை அவர்களிடம் காணப்பட்டது.

அந்தக் கூட்டத்தில் நடுநாயகமாக அமர்ந்திருந்தார் தலைமைத் தர்மகர்த்தா ராயப்ப ரெட்டி. அவருக்குப் பக்கத்தில் பிரபலமான கத்தோலிக்க வார இதழ் கிடந்தது. அந்த வாரத்து இதழ் இது.

மென்மையாக வீசிக்கொண்டிருந்த காற்றில் அதன் பக்கங்கள் படபடத்துக்கொண்டிருந்தன.

அந்த வார இதழையே பார்த்துக்கொண்டிருந்த ராயப்ப ரெட்டி, ஏதோ நினைத்தவராகத் திடீரென்று கூட்டத்தைப் பார்த்துக் கேட்டார்.

"நம்ம மானம், மரியாத, அந்தஸ்து எல்லாமே போயிருச்சு. நம்மளப்பற்றி எவனோ ராஜாவாம்... மோசமா எழுதியிருக்கான். இதவாசித்த பிறகும் நாம உயிரோட இருக்கணுமா? மானம் போன பிறகு எதுக்கு வாழணும்."

ராயப்ப ரெட்டி கூட்டம் நடத்தும் முறையே சிறிது வித்தியாசமாக இருக்கும். எந்த விஷயத்தையும் நேரடியாகச் சொல்லமாட்டார். சுற்றி வளைத்துப் பேசுவார். கூட்டத்தில் இருப்பவர்களுக்கு ஒன்றும் புரியாது. குழம்பிப் போவார்கள். ஒன்றும் புரியாமல் குழம்பிப் போயிருப்பவர்களின் உணர்ச்சிகளைத் தூண்டும் விதத்தில் மேலும் உணர்வுப் பூர்வமாகப் பேசுவார். கேட்பவர்கள் தங்கள் சுய சிந்தனையை இழந்து, உணர்ச்சியின் உச்சியில் இருக்கும்பொழுது சட்டென்று விஷயத்தைச் சொல்லி, அந்த விஷயத்தின் மூலமாக எதைச் சாதிக்க நினைத்தாரோ அதைச் சாதித்துக்கொள்வார். அல்லது ஒன்றும் தெரியாதவர் போல் அமர்ந்துகொண்டு மற்றவர்கள் சொல்வதைக் கேட்டுக்கொண்டோ அல்லது அதை மறுத்துக்கொண்டோ இருப்பார். அனைவரும் பேசிப் பேசி ஓய்ந்திருக்கும்பொழுது சட்டென்று தனது எண்ணத்தைக் கூறி காரியத்தைச் சாதித்துக்கொள்வார்.

கவலையின் விளிம்பிலிருந்து அவர் பேசிய பேச்சைக் கேட்டு கூட்டம் அமைதியாக இருந்தது. மூச்சுவிடும் சப்தம்கூட கேட்க வில்லை. எவ்விதச் சலனமுமின்றி அனைவரும் கனத்துப்போன இதயங்களுடன் சோர்வுடன் அமர்ந்திருந்தனர்.

சிறிது நேர அமைதிக்குப் பிறகு மறுபடி தொடர்ந்தார். “நாம யாருக்கு என்ன தீம செஞ்சோம். ஒண்ணும் செய்யலையே... நாம யாராவது எந்த ஞாயிற்றுக்கிழமையாவது கோயிலுக்குப் போகாம இருக்கோமா? கோயில் வரி கொடுக்காம இருக்கோமா? எந்த வீட்டுல யாவது மசுவாதி கலியாணம் நடந்திருக்கா? இல்ல... இல்லவே... இல்ல. ஞானகாரியத்துல அப்படி புனிதமா இருக்கோம். அதுமட்டும் தானா? ஒவ்வொரு வீட்டுல இருந்தும் கடவுளுக்குன்னு ஒரு குருவோ, கன்னியோ அர்ப்பணிச்சிருக்கோம். இந்த ஊர்ல நம்ம சாதியில் இருந்து ரெண்டு பிஷப்புக இருக்காங்க. இருபத்திரெண்டு குருக்க உருவாயிருக்காக. குடும்பத்துக்கு குறைஞ்சது ஒரு சிஸ்டராவது போயிருக்காங்க. அப்படி இருக்க, நம்ம மேல யாரோ சேத்த அள்ளி வீசியிருக்காங்களே? அது ஏன்? நாம என்ன தப்பு செஞ்சோம்? சாதி வித்தியாசம் பாக்குறது தப்பா? சாதி வித்தியாசம் பாக்குறது நம்ம சமூகத்துல ஏத்துக்கொள்ளப் பட்ட ஒரு நீதி. அதுக்கும் மதத்துக்கும் என்ன சம்பந்தமிருக்கு? ஒரு சம்பந்தமும் இல்ல. அப்படி இருக்க, ரெண்டையும் சம்பந்தப்படுத்தி இந்த மாதிரி நம்மள கீழ்த்தரமா எழுதியிருக்காங்களே? அது ஏன்? அவுங்க நோக்கம் என்ன?”

“கிறிஸ்தவ மதத்துல சாதி வித்தியாசம் பார்க்கலாமா? பாக்குறது தப்புதான்" என்றார் கீழத்தெரு சேவியர் ரெட்டி.

இப்படி ஒரு கேள்வி வரும் என்று ராயப்ப ரெட்டி சிறிதும் எதிர்பார்க்கவில்லை ஒரு நிமிடம் சேவியர் ரெட்டியையே பார்த்துக் கொண்டிருந்தார். ஓர் ஆழ்ந்த அமைதிக்குப் பிறகு பேச ஆரம்பித்தார்.

“நம்ம உதவி தலைமை தர்மகர்த்தாவுக்கு தும்மா ரெட்டின்னு பேரு வச்சிருக்காக. எனக்கு ராயப்ப ரெட்டினு பேரு வசிருக்காக. எதுக்கு நமக்கு இந்த பேர வச்சிருக்காகன்னு தெரியுமா?

தெரியாது என்பதற்கு சாடையாகத் தலையாட்டினார் சேவியர் ரெட்டி.

“உங்களுக்கு இதுகூட தெரியல. தெரியாததுனாலதான் இப்படிப்பட்ட கேள்விகளக் கேக்குறீங்க. இங்க இருக்கிற எல்லாரும் நல்லா கேட்டுக் கோங்க. நான் சொல்லப்போறது ரொம்ப முக்கியமான விஷயம். எல்லாருக்கும் நல்லா தெரிஞ்சிருக்க வேண்டிய விஷயம். இந்த

விஷயங்களெல்லாம் தெரிஞ்சாத்தான் நாம நடந்துக்கிடுறது நியாயம்னு தெரியும். எனக்குக்கூட தெரியாமத்தான் இருந்துச்சு. எங்கண்ணன் பிஷப், இப்ப என் மகள் கலியாணத்துக்கு வந்தவர் இதயெல்லாம் சொன்னார். ஒரு புஸ்தகமும் கொடுத்தார். அதப் படிச்சுத்தான் நானே தெரிஞ்சுக்கிட்டேன்" என்று முன்னுரையுடன் பேச ஆரம்பித்தார் ராயப்ப ரெட்டி.

ஏதோ ஒரு புதிய செய்தி, ஆனால், மிக முக்கியமான செய்தியைக் கூறப்போகிறார் என்று எல்லா ரெட்டியார்களும் கவனமாகக் கேட்க ஆரம்பித்தனர். சோர்ந்து போய் உட்கார்ந்திருந்த ரெட்டி இளைஞர்களும் நிமிர்ந்து உட்கார்ந்து ஆர்வமாகக் கேட்க ஆரம்பித்தனர்.

"நம்ம ஜனங்கள்ள நெறைய பேருக்கு தும்மா ரெட்டி, ராயப்ப ரெட்டின்னு ஏன் பேர் வைக்கிறாங்கன்னா... தும்மா ராயப்பா என்ற ரெட்டியார்தான் முதல் முதல்ல மதம் மாறி கிறிஸ்துவரானாரு. அவரு சொந்த ஊரு ஆந்திராவிலுள்ள அனந்தப்பூர் பகுதியில் உள்ள அலுமுரு என்ற கிராமம். மிகப் பெரிய பணக்காரர். தீராத நோயினால் கஷ்டப்பட்டாரு. மருந்துகளாலயோ, இந்து பிராமணர்களாலயோ நோயத் தீக்க முடியல. ரெண்டு வருஷமா கஷ்டப்பட்டாரு. நோயின் வேதனை தாங்க முடியாம விஷங் குடிச்சுக்கூட சாக நெனச்சார்.

"அப்பத்தான் வெள்ளக்காரச் சாமிகளான லே கோக் சாமியும், துலாபோந்தென் சாமியும் புது மதமாகிய கிறிஸ்துவ மதம் போதிக்கிறதக் கேள்விப்பட்டார். ரெண்டு பேரும் சேசுசபை சாமியாருக. அவுங்க தர்மாவரத்தில் தங்கியிருக்கிறதா கேள்விப்பட்டு, தன் தம்பி கொண்டப்பா ரெட்டியிடம் வெள்ளைக்காரச் சாமியார கூட்டிவரச் சொல்லி அனுப்பினாரு.

"கொண்டப்பா ரெட்டியும் லே கோக் சாமியப்பார்க்க தர்மாவரம் போனார். இவர்போனப்ப சாமியார் அங்க இல்ல. உபதேசியார்தான் இருந்தார். உபதேசியார் அலுமுரு கிராமத்திற்கு வந்த நோயினால கஷ்டப்பட ரெட்டியாருக்கு யேசுவப்பத்தி எடுத்துச் சொல்லியிருக்காரு மூணுநாள் அந்த உபதேசியார் அங்க தங்கியிருக்கார். யேசுவப்பத்தி கேட்ட ரெட்டியார், அவரைப் பற்றி மேலும் கேட்கணும்னு ரொம்ப ஆசப்பட்டிருக்காரு.

"அந்தச் சமயத்தில் லே கோக் சாமியார் கிருஷ்ணாபுரம் வந்திருக்கிறார்னு கேள்விப்பட்டு அங்க ஆட்கள அனுப்பியிருக்காரு. அவுங்ககிட்ட அந்த லே கோக் சாமியார் தன்னால் வியாதிய குணமாக்க முடியாது என்றும், ஆனா யேசுவப் பத்தி சொல்ல முடியும்முன்னும் சொல்லியிருக்காரு. அவுங்களும் அத ஊருல போய் சொல்லியிருக்காங்க.

“அப்ப ரெட்டியாருடைய வியாதி முத்திப்போச்சு. காய்ச்சலும், இருமலும் அதிகரிச்சிருக்கு. இருந்தாலும் கிருஷ்ணாபுரம் போய் புதிய சாமியார்ட்ட புதிய மதத்தப்பத்தி கேக்கணும்னு ஒரே பிடிவாதமா இருந்துருக்காரு. அதனால அவரத் தூக்கிக்கிட்டு அவரோட இருபது சொந்தக்காரங்க கிருஷ்ணாபுரத்துக்குச் சென்றாக. லே கோக் சாமியார் கிறிஷ்தவ மதம் பற்றி போதிச்சார். ரெட்டியார்க்கு கிறிஸ்தவ மதம் ரொம்ப பிடிச்சிப்போச்சி. ஞானஸ்நானம் பெறணும்னு விடாம கேட்க ஞானஸ்நானமும் கொடுக்கப்பட்டது. *1715*ஆம் வருடம் செப்டம்பர் மாதம் தும்மா ராய்ப்ப ரெட்டின்னு பேர வச்சிக்கிட்டு கிறிஸ்தவ மதத்துக்கு மதம் மாறினார் அந்த பணக்கார நோயாளி ரெட்டியார்.

“தும்மா ராயப்ப ரெட்டி கிறிஸ்துவரானதுனால அவரோட சேர்ந்து மற்ற எட்டு ரெட்டியார்க கிறிஸ்தவரானாங்க. இருபது ரெட்டியார்க கிறிஸ்தவர்களாவதற்கு தயாரிச்சிக்கிட்டு இருந்தாங்க.

“இந்த நிலையில அதே வருஷம் டிசம்பர் மாதம் இருபத்தி நாலாம் தேதி தும்மா ராயப்பரெட்டி இறந்துபோனார். அவருடைய விசுவாசத்தப் பார்த்த மத்த பதினாறு ரெட்டிங்க அன்றே ஞானஸ்நானம் பெற்றாக. அடுத்தநாள் கிறிஸ்மஸ் அன்னைக்கு அவர அடக்கம் செஞ்சாங்க.

“லே கோக்சாமியார் தங்க ஊருக்கு வரணும்னு புதுசா மனம் மாறிய ரெட்டியார்க கேக்க சாமியாரும் அங்க போனார். அங்க கொஞ்ச நாள் தங்கியிருந்து ஐம்பது பேருக்கு மேல ஞானஸ்நானம் கொடுத்தார்.

“இவுங்க இப்படி மனம் மாறியதால் பிராமணங்களுக்கு கோபம். சிவலிங்கம் என்ற பூசாரி இந்த ரெட்டியார் கிறிஸ்தவுங்களுக்கு தொந்தரவு கொடுக்க ஆரம்பித்தார். அனந்தப்பூர் அரசண்டபோய் லே கோக் சாமியாருக்கு எதிரா பொய் சொன்னார். அனந்தப்பூர் அரசன் தீர யோசிச்சு புதுசா வந்திருக்கிற சாமியார் தமது எல்லையில் இல்லன்னும், பாலபுரம் அரசனிடம் சென்று சொல்லும்படியும் சொல்லிவிட்டார்.

“இவுங்க தொந்தரவு சமாளிச்சிட்டு இருந்தப்ப மகாராஷ்ட்ர படைக வந்து இவுங்க கிட்ட கொள்ளையடிச்சாங்க. இவுங்க கிறிஸ்தவுங் களானதுனாலதா இந்துக் கடவுள் தண்டிச்சதா மத்தவுங்க சொன்னாங்க. அப்படி கொள்ளையடிக்கப்பட்டாலும் விசுவாசத்துல உறுதியா இருந்தாங்க.

“கோயில் கட்டணும்னு ஆசப்பட்டாங்க. அனந்தப்பூர் இளவரசன் உத்தரவும் கொடுத்து மரஜாமான்களும் கொடுத்தார். பிராமணங்க அதைத் தடுக்க எம்புட்டோ முயன்றும் முடியல. அலமுரு கிராமத்துக்கு ரெண்டு கிலோமீட்டர் தூரத்திலுள்ள முடிகுப்பா என்ற ஊர்ல கோயில் ஒண்ணு கட்டுனாங்க. தங்க பணத்த வச்சுத்தான் கோயிலக் கட்டுனாக.

"இப்படி இருக்கிற சமயத்துல 1735ஆம் வருடம் மாதுராயலு என்ற மராட்டிய பிராமணன், இவுங்க வாழ்ந்த பகுதிய முற்றுகை யிட்டான். நமது ரெட்டியார் கிறிஸ்தவுங்கதான் நிலச் சொந்தக்காரங் களாக, பணக்காரங்களாக இருந்தாங்க. எல்லா ரெட்டி ஆண்களும் முற்றுகையை எதித்துப் போராடினாங்க. மராட்டியர் பகுதியில் பல வீரர்க செத்தாலும் கிறிஸ்தவ ரெட்டியார்கள்ள ஒருவர் கூட சாகல. ஏன்னா, கடவுள் நம்ம பக்கம் இருந்தாரு. மூணு மாசம் முற்றுகை நீடிச்சது. இனிமேலும் தாக்குப்பிடிக்க முடியாதுன்னு அங்கயிருந்து புறப்பட்டு தங்க பூர்வீக இடமான புக்காபுரம் செல்ல ரெட்டியார்க தீர்மானிச்சாங்க. தாங்க புக்காபுரத்திற்கு பத்திரமா போய்ச் சேர்ந்து, அங்குள்ள நிலத்தையும் பெற்றால் அங்கு ஒரு கோயில் கட்டுவதாக கடவுளுக்கு வாக்கு கொடுத்த பெறகே புறப்பட்டாங்க.

"எகிப்திலிருந்து இஸ்ரயேல் மக்கள் புறப்பட்டதுபோல் அலுமுருவிலிருந்து இரவோடு இரவாக வீட்டுல லைட்டப் பொருத்தி வச்சிட்டு, உடமைக, கால் நடைக, தங்க நகைக, குழந்தைகளக் கூட்டுக்கிட்டு சப்தமில்லாம, எதிரிகளுக்குத் தெரியாம புறப்பட்டாங்க. இருநூத்தி நாற்பது மைலுக்கு அப்பாலுள்ள புக்காபுரம் வந்து பத்திரமா சேர்ந்தாங்க.

"வெங்கடகிரி அரசன் இவுங்களுக்கு விவசாயத்திற்கு நிலமும், தங்குவதற்கு இடமும் கொடுத்தார். அரிகாட்லா பகுதியில் தங்குனாங்க. அங்கு தங்க வாக்குப்படி ஒரு கோயிலும் கட்டினாங்க. 1752-க்குப் பிறகு குண்டூர் பகுதியில் வாழ ஆரம்பிச்சாங்க.

"1784ஆம் வருஷம் மிகப்பெரிய பஞ்சம் ஏற்பட, பஞ்சத்திலிருந்து தப்பிக்க மனந்தே என்ற சேசுசபை சாமியாரு நம் முன்னோர்கள் ஆந்திராவிலிருந்து கீழச்சேரிக்கு கூட்டி வந்தார். கீழச்சேரியில் நம் முன்னோர்க வாழ்ந்தப்ப ராயப்ப ரெட்டின்னு ஒருத்தருக்கு கலைக்டரோடு நல்ல தொடர்பு. கலைக்டர் ராயப்ப ரெட்டியிடம் நீங்க எந்த நிலத்தையும் தேர்ந்துகொண்டு அங்க உங்க சாதி மக்களோட வந்து குடியேறலாம்னு சொன்னார். அத ஏத்துக்கொண்ட ராயப்ப ரெட்டி, நமது முன்னோர்களோட 1828ஆம் வருஷம் இங்கு வந்து குடியேறினாரு. இங்கு கடந்த நூற்றி ஐம்பது வருஷத்துக்கும் மேல் நாம் வாழ்ந்து பலுகி பெருகியிருக்கோம்." ஒரே மூச்சில் சொல்லி முடித்த அவர், சிறிது நேரம் அமைதியாக இருந்தார். பிறகு மிகவும் உணர்ச்சிப் பூர்வமாகச் சொல்ல ஆரம்பித்தார்.

"இதையெல்லாம் எதுக்குச் சொல்றேன் தெரியுமா? நம்ம சரித்திரம் நமக்குத் தெரிஞ்சிருக்கணும். தெரிஞ்சாத்தான் நாம ஏன் இப்ப இப்படி இருக்கோம்னு தெரியும். நம்ம சாதியில முதல் முதல்ல மனந்திரும்பிய

தும்மா ராயப்ப ரெட்டிய அவரு மதம் மாறுனபோது சாதிய விடச்சொல்லி கேக்கல... அவர் ரெட்டியாராத்தான் கிறிஸ்தவத்துல சேர்ந்தாரு. ரெட்டியாராகத்தான் செத்தாரு. அவருக்குப் பின்னால மனம் மாறினவுங்களும் ரெட்டியாராத்தான் மதம் மாறினாங்க. சாதிய விடவே இல்ல. சாதிய விடலன்னு சொல்லுறத விட, சாதிய விடச்சொல்லி நம்ம முன்னோர்கள அப்ப மதம் மாத்திய வெள்ளைக்காரச் சாமியாருக கேக்கவே இல்ல. சாதி ஒரு தடையாக இல்ல.சாதிய ஒரு தடையாருந்தா கடவுள் அருள் நமக்கு கிடைச்சிருக்குமா? அன்னைக்கு எகிப்திலிருந்து இஸ்ராயேல் மக்கள் தப்பியபோது இஸ்ராயேல் மக்களாகத்தான் தப்பிச்சாங்க. அதுபோல நம்ம முன்னோர்களும் அலுமுரு கிராமத்துல இருந்து தப்பிச்சப்ப, ரெட்டியார் கிறிஸ்தவர்களாகத்தான் தப்பிச்சாங்களே தவிர வெறுங் கிறிஸ்தவங்களா, சாதியில்லாத கிறிஸ்தவங்களா தப்பிக்கல. அங்க பாலைவனத்துல இஸ்ராயேல் மக்கள இறைவன் அழிச்சாரு. ஆனா நம்மள அழிக்கல. ஏன்னா கடவுள் கட்டளைப்படிதான் நடந்திருக்கோம். அங்கிருந்து இருநூற்றி நாற்பது மைல் நடந்து புக்காபுரம் போனபோதும் சரி, அங்கிருந்து குண்டூருக்கு போனப்பவும் சரி, பிறகு அங்கிருந்து தமிழகத்துக்கு வந்த போதும் சரி, தமிழகத்துல இந்த பிச்சூருக்கு வந்தபோதும் சரி நம் சாதிமேல கடவுள் அருள் இருந்திருக்கு. நம்மள அவர் தண்டிக்கவே இல்ல. மாறாக, போன எல்லா இடத்திலேயும் நல்ல நிலத்த நமக்கு கொடுத்திருக்கார். இந்தச் சமயங்களிலெல்லாம் நாம ரெட்டியார் கிறிஸ்தவங்களாகத்தான் இருந்திருக்கமே தவிர, சாதி இல்லாத கிறிஸ்தவங்களா நாம இல்ல. சாதி பாக்குறது பாவம்னா அன்றைய தினம் இஸ்ராயேல் மக்களை அழிச்சது போல நம்ம ஏன் கடவுள் அழிக்கல? அதனால சாதி வேற. மதம் வேற. சாதி இவ்வுலக வாழ்க்கமுற. மதம் மறு உலக வாழ்க்க பற்றியது. ரெண்டையும் ஒன்னாக்கி குழப்ப சிலர் பாக்குறாங்க. திருத்தந்தை பதினைந்தாம் கிரகொரிகூட 1624லேயே அதாவது நம்ம முன்னோர்க மனம் திரும்புறதுக்கு முன்னாலயே சாதிய அடையாளங்கள கிறிஸ்தவ மதத்துக்கு மாறுற இந்துக்க விட வேண்டிய அவசிய மில்லன்னு சொல்லியிருக்காரு. இதெல்லாம் தெரியாம நம்ம மேலே குற்றஞ் சாட்டியிருக்காங்க. நம்மள சாதி வெறியர்கன்னு சொல்லி நம்மள, நம்ம சாதிய கேவலமா எழுதியிருக்காங்க. இப்ப இவ்வளவையும் கேட்ட பிறகு... யோ... சேவியர் ரெட்டி நீங்க சொல்லுங்க... சாதிக்கும் கிறிஸ்தவ மதத்துக்கும் தொடர்பிருக்கா?"

சேவியர் ரெட்டி சொல்வதற்கு முன்பாக உணர்ச்சிவசப்பட்ட ரெட்டியார்கள் சப்தமாகக் கத்தினார்கள். "தொடர்பு இல்ல."

"நாம கிறிஸ்தவ மதத்துல ரெட்டியார்களாகவே இருக்கலாம்ல." மறுபடியும் கேட்டார் ராயப்பரெட்டி.

"இருக்கலாம்" என்றது கூட்டம்.

"இருக்கலாம்னு ஏன் சொல்லணும். ரெட்டியார்களாகவே இருந்தோம். ரெட்டியார்களாவே இருக்கோம். ரெட்டியார்களாகவே இருப்போம்" என்றார் சேவியர் ரெட்டி.

"நல்லா சொன்னீங்க... இப்ப நம்மள இழிவுபடுத்தி இந்த கட்டுரை வந்திருக்கு. இது யார் எழுதினான்னு தெரியல. ஏதோ ராஜான்னு போட்டிருக்கு. எதுக்கு எழுதினான்? ஏன் எழுதினான்? ஒண்ணும் புரியல. இது யார்னு மொதல்ல கண்டுபிடிக்கணும்".

"எனக்குத் தெரியும். ராஜாங்கிறது ஓமலூர் பங்குச் சாமியார். அவரத்தான் யாரோ நம்ம திருநாளப்ப மோட்டார் சைக்கிள்ள இப்பக்கம் பார்த்தாகச் சொன்னாங்க. அவருதான் எழுதியிருக்கணும். இப்படி நம்மள அவமானப்படுத்தின அந்த ஆள சாமியார்னு கூடப் பார்க்காம வெட்டணும்" என்றார் தும்மா ரெட்டி ஆவேசமாக. அவருக்கு ராயப்ப ரெட்டியைப்போல தந்திரமாகப் பேச, செயல்படத் தெரியாது. உடனடி அடிதடி, வெட்டு, குத்து என்றுதான் பேசுவார். உணர்ச்சியின் மொத்த உருவம் அவர்.

இப்பக்கம் அவன் வரட்டும், அவன அவனுடைய மோட்டார் சைக்கிளோடு தீவச்சு கொழுத்தி சாம்பலாக்குறேன்" என்றான் மற்றொரு இளைஞன்.

"இப்பக்கம் வர்றதுக்கு ஏன் காத்துக்கிட்டு இருக்கணும் இப்பவே ஓமலூர் போய் பங்களாவோட தீவச்சு கொளுத்துவோம்" என்றார் மற்றொருவர்.

அனைத்தையும் கேட்டுக்கொண்டு இருந்த ராயப்ப ரெட்டி, அமைதியாக ஆனால் நிதானமாகச் சொன்னார். "ஆமா... நீங்க அடிப்பீங்க... உதைப்பீங்க. மறுபடியும் அவரு இன்னுங் காட்டமா எழுதுவாரு. இல்லாட்டி வேறு யாரும் எழுதுவாங்க. அடிக்கிறது, வெட்டுறது, குத்துறது பிரச்சினைக்கு தீர்வு இல்ல; நாம கிறிஸ்தவங்க. பகைவனையும் மன்னிக்கணும். கண்ணுக்கு கண் பல்லுக்கு பல்லுன்னு வாங்கக் கூடாது. அது நமக்கு அழகில்ல. அவர மன்னிச்சிருவோம்."

"அதுக்காக இப்படி எழுதுனவுன சும்மா விட்டு விடவா? இனியும், இது மாதிரி எழுத மாட்டான்கிறது என்ன நிச்சயம்?" என்றார் தும்மா ரெட்டி ஆவேசமாக.

"நான், அடிக்கக்கூடாது... பழிக்குப்பழி வாங்கக் கூடாதுன்னு தான் சொன்னேனே தவிர, இனிமே இது மாதிரி எழுதாம இருக்க ஏதாவது வழி செய்யாம இருக்கக் கூடாதுன்னு சொல்லலையே. இனிமே அவரு எழுதாம இருக்க நாம என்ன செய்யலாம்?"

"எழுதாம இருக்கிறதுக்கு வழிவக பார்த்தா மட்டும் போதாது. எழுதுனதுக்கு மன்னிப்பு கேட்டு மறுபடி அதே பத்திரிகையில வெளிவரணும்" என்றார் தும்மா ரெட்டி.

"ஆமா... இதுவும் நல்ல யோசனையாத்தான் படுது. அதுக்கு என்ன செய்யலாம்" என்றார் ராயப்ப ரெட்டி யோசனையுடன்.

"நாம தர்ம கர்த்தாங்க எல்லாரும் ஏன் அந்தச் சாமியாரப் பார்த்து பேசி நம்ம உணர்வுகளைச் சொல்லக்கூடாது" என்றார் சேவியர் ரெட்டி.

"ஆமா... மயிலே மயிலே இறகு போடுன்னா போடவா போகுது. போடாது. உதைக்காம பிரச்சினைக்குத் தீர்வு வராது" என்றான் ஓர் இளைஞன் காட்டமாக.

"டேய்... திரும்பவும் அப்படி சொல்லாத. அவரு தலித்களுக்குச் சார்பா எழுதியிருக்காரு. அப்படி எழுதினதுனால அவர அடிக்கப் போயி, நம்மளப்பத்தி எழுதினதுனாலதான இந்த ரெட்டியார்க நம்ம சாமியார அடிச்சாங்கன்னு அந்த தலித் மக்களெல்லாம் ஒண்ணு சேர்ந்து நம்ம தாக்க ஆரம்பிச்சா... நாம மறுபடி வீடு, வாச, நெலம் எல்லாத்தையும் விட்டுட்டு ஆந்திராவுக்கு ஓட வேண்டியதுதான். ஏன்னா நாம எண்ணிக்கையில ரொம்ப கொஞ்சப்பேரு. அவுங்க எண்ணிக்கையில அதிகம். எதையும் யோசிச்சுப் பேசு. யோசிக்காம பேசாத" என்று சிறிது கோபமாகக் கூறினார் ராயப்ப ரெட்டி.

"ஆமா... யோசிக்க வேண்டிய விஷயம்தான்" என்றார் தும்மா ரெட்டி.

"இத ஏன் நான் சொல்லுறேன்னா, என்மக திருமணத்திற்கு என் அண்ணன் பிஷப் வந்து கலியாணத்த மந்திரிச்சாரு. அதே நேரத்துல தான் எங்க கலியாணம் நடக்கணும்னு அந்த பறப்பயலுக கேட்க ஒரே பிரச்சின. கடைசில ஓமலூர் போய் பொண்ணு ஊர்ல கலியாணத்த அதே நேரத்துல வச்சிருக்காங்க. இந்த ராஜா சாமியார்தான் அந்த கலியாணத்தையும் நடத்தி வச்சிருக்காரு. இதெல்லாம் நல்லதுக்குன்னு தெரியல. நமக்கு எதிரா இந்த மக்கள இந்த சாமியாரு ஒண்ணு சேக்குராரோன்னு பயப்படுகிறேன். நாம ஏடா கூடான்னு ஏதாவது செய்ய, பிரச்சன பெருசா ஆகக்கூடாது. அதனாலதான் இந்தக் கூட்டத்தையே போட்டேன். எனக்கு ஒரு யோசனை தோணுது" என்றார் ராயப்ப ரெட்டி.

"சொல்லுங்க."

சிறிது நேரம் அமைதியாக இருந்த ராயப்ப ரெட்டி தனது எண்ணத்தைக் கூற ஆரம்பித்தார். அவர் கூறக்கூற எல்லா ரெட்டியார்களது முகங்களும் மலர்ந்தன. சிறந்த வழி ஒன்று கிடைத்துவிட்டது என்று மகிழ்ந்தனர். அந்த வழியைச் செயலாக்க முடிவும் எடுத்தனர்.

11

ஒரு மலைக்கும் மற்றொரு மலைக்குமிடையே உள்ள பெரிய பள்ளத்தாக்கு அது. எங்கு பார்த்தாலும் பசுமை. செடிகளும், கொடிகளும், மரங்களும் நிறைந்திருந்தன. பழ மரங்களில் பறவைகளும், குரங்குகளும் மகிழ்வுடன் கத்திக்கொண்டு பழங்களை உண்டு கொண்டிருந்தன.

பசுமையான பகுதியில் பல்வேறு விதமான மிருகங்கள் துள்ளிக் குதித்து மகிழ்வுடனும், சுதந்திரமாகவும் சுற்றிக்கொண்டிருந்தன.

அந்தப் பள்ளத்தாக்கின் நடுவில் ஒரு பெரிய ஏரி. பலவகைப் பட்ட மீன்கள், நீர்வாழ் பிராணிகள் அந்த ஏரியில் நிறைந்திருந்தன.

ஊர்வன, நடப்பன, நீந்துவன, பறப்பன போன்ற அனைத்து உயிரினங்களும் சுதந்திரமாகவும் நிறைந்த சந்தோஷத்துடனும் வாழ்ந்து கொண்டிருந்தன.

அப்பொழுது அங்கு ஒரு மிக விசித்திரமான மிருகம் ஒன்று வந்தது. அந்த மிருகத்திற்கு ஆறு கால்கள் இருந்தன. பாதங்களில் புலிகளுக்கு இருப்பதுபோன்ற பயங்கரமான நகங்கள் இருந்தன. தலை சிங்கத்தின் தலையைப்போல் இருந்தாலும் அதற்கு யானையைப் போல் துதிக்கை இருந்தது. கழுகைப்போன்ற சக்தி வாய்ந்த இறக்கைகள் இரண்டு இருந்தன. மீனுக்கு இருப்பதுபோல விசித்திரமான வால் ஒன்றும் அந்த மிருகத்திற்கு இருந்தது. உடலின் நிறம் பச்சோந்தியைப் போல நேரத்துக்கு நேரம் மாறிக்கொண்டிருந்தது.

அந்த விசித்திரமான மிருகம் யானையைப்போல கம்பீரமாக நடந்தது. புலியைப் போல் பாய்ந்து ஓடியது. கங்காருவைப்போல் துள்ளித் துள்ளிப் பாய்ந்தது. கால்களை மடக்கிக்கொண்டு பாம்பைப் போல் ஊர்ந்து சென்றது. கழுகைப் போல் வானத்தில் பறந்தது. மீனைப்போல் நீரில் விரைந்து நீந்தியது.

அந்த விசித்திரமான விலங்கைப் பார்த்து அனைத்து மிருகங்களும் அஞ்சி நடுங்கின. பயந்து செயலிழந்தன. மகிழ்ச்சியை மறந்தன. சுதந்திரத்தை இழந்தன. அந்த விசித்திர மிருகத்திடம் அனைத்து மிருகங்களும் பயந்து வந்து தண்டனிட்டு பணிந்து கிடந்தன. தங்களுக்கு என்ன நேருமோ என்று அஞ்சி அஞ்சிச் செத்தன.

விசித்திர மிருகம் மகிழ்ச்சியில் வளைந்து ஊர்ந்தது. குதித்துக் குதித்து ஓடியது. மேலும் கீழும் பறந்தது. துள்ளித் துள்ளி நீந்தியது. ஊர்வன, நடப்பன, நீந்துவன, பறப்பன ஆகிய அனைத்து உயிரினங்களின் மீதும் ஆதிக்கம் செலுத்தி அவைகளைக் கொத்தடிமைகளாய் வைத்திருந்தது. ஏதாவது ஒரு மிருகத்தைப் பிடித்து அதைத் துன்பப்படுத்தி, அந்த துன்பத்தில் சிரித்து மகிழ்ந்தது அந்த விசித்திர மிருகம்.

அப்பொழுது அங்கு மற்றொரு மிருகம் வந்தது. அந்த மிருகத்திற்கு எறும்பின் சுறுசுறுப்பு இருந்தது. மயிலின் அழகு இருந்தது. குயிலின் இனிமை இருந்தது. புறாவின் கபடமின்மை இருந்தது. தேனீயின் உழைப்பு இருந்தது. புலியின் பலம் இருந்தது. மானின் வேகம் இருந்தது.

இந்தப் புதிய மிருகம் விசித்திர மிருகத்தைக் கண்டது. அதனுடைய கொடுமையைக் கண்டது. மற்ற மிருகங்களின் பயத்தையும், அடிமைத் தனத்தையும் கண்டது. இந்தக் கொடுமையை இப்படியே விட்டு விடுவதா? சிந்தித்தது. அதனின் அழகு, இனிமை, சுறுசுறுப்பு, பலம், கபடமின்மை, உழைப்பு, வேகம் அனைத்தும் சேர ஒருவிதமான கருப்புப்பசை அதனிடமிருந்து தோன்றியது.

அந்த கருப்புப் பசையைக் கண்ட விசித்திர மிருகம் அப்படியே நின்றது. அதன் முகத்தில் கலவரம் தெரிந்தது. என்ன செய்வது என்று தெரியாமல் விழித்த அந்த விசித்திர மிருகம், மிருகங்களைக் கொடுமைப்படுத்துவதை விட்டு விட்டு அப்படியே பின்வாங்கியது.

புதிய மிருகம் மகிழ்ந்தது. விசித்திர மிருகத்தை பின்வாங்கச் செய்துவிட்டோமே என்று ஆனந்தத்தில் ஆடியது. மகிழ்வு நிறைந்த இனிமையான குரலில் பாடியது. உங்கள் எல்லோருக்கும் விடுதலை என்று அடிமைப்பட்டுக்கிடந்த அனைத்து உயிரினங்களிடமும் மகிழ்ச்சியில் ஆனந்தக் கூத்தாடியபடியே கத்தியது.

விசித்திர மிருகம் பின் வாங்கியது, பதுங்கிப் பாய்வதற்கேயன்றி புறமுதுகிட்டு ஓடுவதற்கல்ல. பதுங்கிய அந்த விசித்திர மிருகம் திடீரென்று பாய்ந்தது. அதன் துதிக்கையில் துப்பாக்கியைப்போல் ஓர் வளைந்த கம்பு இருந்தது. அந்தக் கம்பிலிருந்து வெண்மையான புகை வெளிவந்து புது மிருகத்தைச் சூழ்ந்துகொண்டது. அந்த வெண்புகை புது மிருகத்தைத் தாக்கிச் செயலிழக்கச் செய்துவிட்டது. கை, கால்கள் விளங்காமல் கோமா நிலைக்கு வந்துவிட்டது அந்தப் புதிய மிருகம், வாயை மட்டுமே அசைக்க முடிந்தது.

புது மிருகத்தை செயலிழக்கச் செய்துவிட்ட மகிழ்ச்சியில் விசித்திர மிருகம் வேகமாக ஊர்ந்தது. ஓடியது. துள்ளியது. பாய்ந்தது. பறந்தது. மிதந்தது. நீந்தியது. கொடூரமாக அனைத்து உயிரினங்களையும் சித்திரவதை செய்ய கோபமாகப் பார்த்தது.

அந்த புதிய மிருகத்தைச் சுற்றி அனைத்து உயிரினங்களும் கவலையோடு நின்றுகொண்டிருந்தன. தங்களுக்குக் கிடைத்த சுதந்திரம் பறிபோய்விட்டதே என்ற கவலை அந்த உயிரினங்களிடம் இருந்தன. தங்கள் விடுதலைக்காக முயன்ற ஒரே உயிரும் செயலிழந்துவிட்டதே என்ற வேதனையும் இருந்தன.

கவலையுடன் இருந்த உயிரினங்கள் அதே கவலையுடன் விசித்திர மிருகத்தைப் பார்த்தன. அதனுடைய கவலைகள் விசித்திர மிருகத்தைக் கண்டதும் பயமாக மாறவில்லை. மாறாக அவைகளின் வேதனை வெறுப்பாக மாறியது. அந்த வெறுப்பு கோபமாக மாறியது. கோபத்தில் ஒவ்வொரு உயிரினமும் கத்திக்கொண்டு ஒன்றுபோல அந்த விசித்திர மிருகத்தின்மேல் பாயத் தயாராயின.

வேண்டாம்... வேண்டாம்... என்று அந்தப் புதிய மிருகம் கத்த, அப்படி கத்துவதையும் பொருட்படுத்தாமல் அனைத்து உயிரினங்களும் ஒன்றுபோல விசித்திர மிருகத்தின் மீது பாய்ந்தன.

புதிய மிருகம் என்ன நடக்குமோ என்ற பயத்துடன் வேண்டாம் வேண்டாம் என்று கத்திக்கொண்டிருந்தது.

பாதர் ராஜா தூக்கத்திலிருந்து விழித்துக்கொண்டார். அவருடைய உதடுகள் வேண்டாம் வேண்டாம் என்று கத்திக்கொண்டிருந்தன. உடல் முழுவதும் வியர்த்திருந்தது. படுக்கை வியர்வையால் நனைந்திருந்தது.

தான் அதுவரை கண்டது கனவு என்பதைப் புரிந்துகொள்ள பாதர் ராஜாவுக்கு ஒருசில வினாடிகள் எடுத்தன. படுக்கையிலிருந்து எழுந்து உட்கார்ந்தார். வியர்வையைத் துடைத்துக்கொண்டார். நன்கு விடிந்துவிட்டது. நன்கு விடிந்த பிறகும் தூக்கமா? விடிந்த பின்பு இத்தகைய கனவா? ஏன் இந்தக் கனவு? இந்தக் கனவின் பொருள் என்ன? அந்த விசித்திர மிருகம் எதைக் குறிக்கிறது? புதிய மிருகம் யார்? யோசித்தார்....

ஊகும்... எவ்வளவுதான் யோசித்தாலும் பாதர் ராஜாவால் கனவின் பொருளை உணர்ந்துகொள்ள முடியவில்லை. கனவுக்கு ஏதோ ஒரு முக்கியமான கருத்து இருக்கிறது என்பது மட்டும் தெரிந்தது. அந்தக் கருத்து என்ன? அதுதான் அவருக்குப் புரியவில்லை.

கனவின் பொருளை அறிந்துகொள்ளும் விதத்தில் சமீபத்தில் நடந்த முக்கியமான நிகழ்ச்சிகளைப் பற்றி நினைத்துப் பார்த்தார். முக்கியமான நிகழ்ச்சி என்று அவர் மனதுக்குப்பட்டது அந்தத் திருமணம்தான். பிச்சூரில் நடைபெற வேண்டிய திருமணம் இறுதி நேரத்தில் கித்தேரியானின் விருப்பத்தின்படி ஓமலூரில் நடைபெற்றது. அந்தத் திருமணத்திற்கும் கனவிற்கும் சம்பந்தம் இருக்கிறதா என்று யோசித்தார். திருமணத்தைக்

குறிக்கும் எந்த அடையாளமும் கனவில் இருப்பது போலத் தெரிய வில்லை. இன்னும் ஒருசில நாளில் முக்கியமானவர்களை அழைத்துக் கொண்டு வருவதாகக் கித்தேரியான் குறிப்பிட்டது ஞபாகத்திற்கு வந்தது. ஒருவேளை அந்தக் கூட்டத்திற்கும் கனவிற்கும் ஏதாவது தொடர்பு இருக்குமோ? ஒன்றும் புரியவில்லை. ஒன்றும் புரியாமல் விழித்துக் கொண்டிருந்தபோது தந்தி ஒன்று வந்தது.

தந்தி ஆயரிடமிருந்து வந்திருந்தது. உடனே வந்து பார்க்கச் சொல்லியிருக்கிறார். ஆயர் தன்னை எதற்காகக் கூப்பிட்டிருக்கிறார் என்று யோசித்துப் பார்த்தார். ஒன்றும் பிடிபடவில்லை 'திட்டுறதுக்காக இருக்குமோ? அப்படி என்ன தப்பு செஞ்சேன்? தெரியலையே! ஒருவேள மாற்றம் இருக்குமோ? ஏதாவது புது வேலயக் கொடுக்கப் போறாரா? எதுக்காக இந்தத் திடீர் மாற்றம்?'

எதற்கு ஆயர் அழைத்திருக்கிறார் என்று தெரியாமலேயே ஆயரைப் பார்க்கப் புறப்பட்டார் பாதர் ராஜா.

ஆயருக்கும் அந்த இரவு தூக்கமற்ற இரவாகவே இருந்தது. புதிதாகத் தோன்றியுள்ள பிரச்சினையை எப்படி சமாளிப்பது என்ற கவலையே அவருடைய தூக்கமின்மைக்குக் காரணமாக இருந்தது.

ஆயர், சிறந்த நிர்வாகி என்று பெயர் பெற்றவர். எளிமை யானவர். வீண் ஆடம்பரம் எல்லாம் அவரிடம் கிடையாது. யார் எந்த நேரத்தில் சென்றாலும் அவரைப் பார்க்கலாம். ஒவ்வொருவருக்கும் எவ்வளவு நேரமென்றாலும் செலவிடுவார். தன்னைக்காண வருபவர்கள் சொல்வதைப் பொறுமையுடன் கேட்பார். தன்னால முடிந்த உதவியைச் செய்வார். அவரை தேடிச் சென்றவர்கள் தாங்கள் நாடிவந்த காரியம் முடியாமல் சென்றதில்லை.

சிறந்த பக்திமான். கோயிலில் காலையில் அதிக நேரம் செபத்தில் ஈடுபடுவார். அந்த செபம், நாள் முழுவதும் அவரை வழி நடத்தும். கோபமே படமாட்டார். சப்தத்தை உயர்த்திக்கூட பேசமாட்டார். எப்பொழுதும் ஓர் அமைதியான ஆழ்ந்த புன்னகை அவருடைய முகத்தில் தவழ்ந்தபடி இருக்கும்.

சிறந்த படிப்பாளி, அவருடைய அறையில் புத்தகங்கள் நிறைந் திருக்கும். ஓய்வு நேரம் முழுவதையும் படிப்பதிலும், படித்தவைகளைப் பற்றிக் குறிப்பெடுப்பதிலும், எடுத்த குறிப்புக்களைப் பற்றிச் சிந்திப் பதிலுமே இருப்பார்.

சிறந்த பிரசங்கியும்கூட. எளிய நடையில் உயர்ந்த, சிறந்த கருத்துக்களைக் கூறுவார். விவிலிய அறிவு அதிகம் உள்ளவர் என்று அவருடைய பிரசங்கத்தைக் கேட்கும் யாருமே எளிதில் கூறிவிட முடியும்.

அதிக உயரமும் இல்லை. குட்டையாகவும் இல்லை. நடுத்தர உயரம். சிவந்த நிறம். அளவோடு வெட்டப்பட்ட தாடி. வயது சுமார் 60 இருக்கும். பாதி முடி நரைத்துவிட்டது. ஒளிமிக்க கண்கள். பார்ப்பவர் யாரையும் கவரும் இனிமையான முகம்.

அப்படிப்பட்டவர்தான் தூக்கமில்லாமல் புரண்டு புரண்டு படுத்தார். அவரது தூக்கமின்மைக்குக் காரணம் அன்று அவரைப் பார்க்கவந்த பிச்சூர் தர்மகர்த்தாக்கள்தான்.

அந்தத் தர்மகர்த்தாக்கள் பனிரெண்டு பேரும் அவரை அன்று மாலை காண வந்தார்கள். தங்களைப் பற்றி பாதர் ராஜா தரக்குறைவாக எழுதியிருப்பதாகவும், அவரைக் கூப்பிட்டு கண்டிக்க வேண்டும் என்றும், அப்படி எழுதியதற்காக மன்னிப்புக் கேட்டு பத்திரிக்கையில் வெளியிட வேண்டும் என்றும், இனிமேல் இதுபோல எழுதுவதில்லை என்று அவர் உறுதிதர வேண்டும் என்றும் கோரிக்கைகளை வைத்தனர்.

அனைத்தையும் பொறுமையுடன் கேட்ட ஆயர் அவர்கள், பாதர் ராஜா எழுதிய கட்டுரையை வாசித்துப் பார்த்தார். பாதர் ராஜாவைப் பற்றி நன்கு அறிந்தவர் அவர். பொய்யான செய்திகளை எழுதியிருக்க மாட்டார் என்பது அவருக்கு நன்கு தெரியும். செய்திகள் அனைத்தும் உண்மையானவை என்பதும் தெரியும். 'உண்மையான செய்திகள் எழுதின அவரைக் கண்டிப்பது சரியா? இல்ல மன்னிப்பு கேளுன்னு சொல்றதும் சரியா? இனிமே இது மாதிரி எழுதக் கூடாதுன்னு உத்தரவு போடுறதும் சரியா?'

அனைத்துமே தவறு என்று ஆயருக்குப் பட்டது. அதே சமயத்தில் ரெட்டியார்கள் சாதி வித்தியாசம் பார்ப்பது திருச்சபையின் கோட்பாடுகளுக்கு முரணானது என்பதும் தெரிந்தது. ஆனால், அதை ரெட்டியார்களிடம் கூற அவர் தயங்கினார். 'இன்னைக்கு சமூகத்துல சாதி இல்லாமலா இருக்கு? எங்கயும், எல்லா மதத்திலேயும் சாதி இருக்கு. திருச்சபையினால சாதிய ஒழிக்கமுடியுமா? இல்ல திருச்சபைக்குள்ள இருக்கிற சாதியத்தான் ஒழிக்க முடியுமா? கிறிஸ்தவுங்க மட்டும் சமூகத்துல தனியாவா வாழ்றாங்க? மற்றவங்களோட சேர்ந்துதான வாழ்றாங்க. கிறிஸ்தவுங்க சாதி வித்தியாசம் பார்க்காம இருந்தாக்கூட மத்தவுங்க பார்ப்பாங்க. அதனால் சாதிய ஒழிக்க முடியாதே! அப்படியே ஒழிக்க நடவடிக்கை எடுத்தாலும் வீணா கலவரந்தான் வரும். ஒருத்தர ஒருத்தர் அடிப்பாங்க. வெட்டுவாங்க... குத்துவாங்க... அதனால எத்தனை பேர் சாவாங்களோ! எத்தனைபேர் கை, கால் இழந்து தவிப்பாங்களோ! எத்தன வீடுக சாம்பலாகுமோ? எவ்வளவு சொத்துக அழிபடுமோ? எம்புட்டு பேர் திருச்சபையிலிருந்து விலகுவாங்களோ? எத்தன புதுச் சப தோன்றுமோ? இதெல்லாம் தேவயா? சாதி அழிக்கப்பட வேண்டியது

தான். ஆனா, மிக ஆழமா ஆணி வேரோட இருக்கும் சாதிய ஒரே நாளுல ஒழிக்க முடியுமா? சாதிப் பாகுபாடு அழிஞ்சிக்கிட்டுதான் இருக்கு. சில நூற்றாண்டுகளுக்கு முந்தி தலித் மக்க மற்ற சாதிக்காரங்களப் பாக்கவே கூடாதுங்கிற பார்க்காமைச் சட்டம் இருந்துச்சே! அது இப்ப போன இடம் தெரியல. அது மாதிரி தலித் மக்க மற்ற சாதிக்காரங்க பக்கத்துலகூட வரக்கூடாதுங்கிற அருகாமைச் சட்டம் இருந்துச்சே! அதுவும் அழிஞ்சு தானே போச்சு. பல நூறு வருஷ வளர்ச்சினாலதான இந்தக் கொடுமைகள் அழிஞ்சிபோச்சி. இப்ப தலித் மக்க மற்ற சாதி காரங்களத் தொடக் கூடாதுங்கிற தீண்டாமதான நாட்டுல இருக்கு? இதுவும் நாளா வட்டத்துல மறையத்தான் போகுது. அப்படி மறையப் போற ஒரு கொடுமைக்காக எதுக்கு வீணா ஒரு கலவரத்த தொடங்கணும்.'

இந்த எண்ணம் ஆயர் மனதில் தோன்றினாலும் இந்த எண்ணத்திற்கு உடனடியாக மறுப்பும் அவரிடம் தோன்றியது. 'எம் மனசுல இது மாதிரியான எண்ணம் ஏன் வரணும்? சாதியத்துக்கு சார்பா நான் ஏன் நிலைப்பாட எடுக்கணும்? நானும் ஓர் உயர் சாதிக்காரங்கிற சுயநலத்தினாலயா? கலகம் வரும்ணு பயப்படுகிறதெல்லாம் பிரச்சனயச் சந்திக்க பயப்படும் கோழைத்தனத்தின் வெளிப்பாடா? சேசு எப்பவும் ஏழை சார்பா, பாதிக்கப்பட்டவுங்க சார்பாதான நிலைப்பாடு எடுத்தார்! அப்பிடிப்பட்ட சேசு ஆரம்பிச்ச திருச்சபையில பொறுப்பான பதவியில இருக்கும் நான் ஏன் ஒரு நிலைப்பாடு எடுக்க பயப்படணும்?'

ஆழ்ந்து யோசித்தபொழுது தலித் மக்களுக்குச் சார்பாக நிலைப்பாடு எடுக்க வேண்டும் என்ற கருத்துத் தெளிவு ஏற்பட்டது. அதேசமயத்தில் தலித் மக்களுக்குச் சார்பாக ஒரு நிலைப்பாடு எடுக்காமல் நடுநிலையில் இருந்து பிரச்சினையை ஆராய்வதுதான் புத்துசாலித்தனம்... நிர்வாகத் தந்திரம் என்ற எண்ணமும் அவரிடம் தோன்றியது. எதன்படி செயல் படுவது என்று ஆழ்ந்து நினைத்துப் பார்த்து ஒரு முடிவிற்கு வர அவருக்கு அவகாசம் தேவைப்பட்டது.

எனவே, மிகவும் கவனமுடன் தன்னைச் சந்திக்க வந்த ரெட்டியார் களிடம் கூறினார். "நீங்க போயிட்டு நாளைக்கு வாங்க. நான் பாதர் ராஜாவுக்கு தகவல் அனுப்பி நாளை வரச்சொல்றேன். உங்க உணர்வுகள அவர்ட்ட சொல்லுங்க. அவரது உணர்வுகளையும் சொல்லட்டும் எல்லாரும் பேசி ஒரு முடிவு எடுப்போம்."

ரெட்டியார்கள் சென்றபின் பாதர் ராஜாவிற்கு தகவல் அனுப்பிவிட்டு படுக்கச் சென்றவர்தான். தூக்கம் வராமல் புரண்டு புரண்டு படுத்தார். மறுநாள் நடக்க இருக்கும் கூட்டமே அவரது மனக் கண்முன் தோன்றி பயமுறுத்தியது.

'நாளைய கூட்டத்துல பாதர் ராஜாவுக்குச் சார்பா பேசவா? இல்ல ரெட்டியார்களுக்கு சார்பா பேசவா? இல்ல பேசாமலே இருக்கவா? பாதர் ராஜாவக் கண்டிக்கவா? இல்ல ரெட்டியார்களக் கண்டிக்கவா? அல்லது ரெண்டு பேரையுமே கண்டிக்கவா? இல்ல கண்டிக்காமலே பேசாம இருக்கவா?'

ஆயர் அவர்களால் ஒரு நிலைப்பாடு எடுக்க முடியவில்லை. ஆனால், ஒன்றே ஒன்றில் மட்டும் மிகவும் தெளிவாக இருந்தார். தான் ஆயராக இருக்கும் காலத்தில் எந்த விதமான கலவரமோ, குழப்பமோ, கருத்து வேற்றுமையோ வரக்கூடாது என்பதுதான் அது. தனது ஆட்சி காலத்தில் அமைதி, சமாதானம் நிலவ வேண்டும் என்று விரும்பினார்.

'இதுக்கு ஒரே வழி பாதர் ராஜா அமைதியா இருக்கணும். அவர் பிரச்சினையைத் தூண்டுகிறது மாதிரி பேசக் கூடாது... எழுதக் கூடாது. அவரக் கட்டுப்படுத்தணும்.'

முடிவு எடுத்த பின்பு கூட ஆயருக்கு நிம்மதி இல்லை. படுக்கையில் இருந்து எழுந்து அமர்ந்தார். 'நானெடுத்த முடிவு சரியா? தப்புன்னு மனசு சொல்லுதே. அநீதிக்கு சார்பா, சாதிக்காரங்களுக்கு சார்பா முடிவெடுக் கிறேன்! தப்பான முடிவுன்னு தெரிந்தும் அந்த முடிவு எடுக்கேனே! ஏன்? எனக்கு இதவிட்டா வேற வழி தெரியலையே! இல்ல... இல்ல... வேற வழி தெரியுது. அந்த வழி கலக வழி... புரட்சி வழி... போராட்ட வழி... ஆனா, இந்த வழியில் போக பயமா இருக்கு...'

படுக்கையில் எழுந்து அமர்ந்து அவர் மறுபடியும் படுத்தார். பழைய சிந்தனையே மீண்டும் வந்தது. 'யேசு ஊர் ஊரா போய் மக்கள்ட்ட பேசினாரே! அப்ப மக்கள்ட்ட அநீதிய எதுக்கணும்னுதான பேசினார். தீய மூட்டவே வந்தேன்னு சொன்னாரே! ஒருவனுக்கு எதிரா மற்றவனப் பிரிக்கத்தான் வந்தேன்னும் சொன்னாரே? சமாதானத்தையல்ல, வாளையே கொண்டு வந்தேன்னு சொன்னாரே? ஊர் ஊராப் போய் கலகம் உண்டாக்குறான்னுதானே சேசு பேர்ல குற்றம் சொன்னாங்க. இப்படிப்பட்ட சேசுவத் தலைவர்னு சொல்லும் நான் ஏன் பிரச்சினையைக் கண்டு பயப்படணும்? கலவரம் வந்துரும்னு ஏன் கவலப்படணும்? கலவரம் இல்லாம, புரட்சி இல்லாம எங்காவது ஒரு மாற்றம் வந்திருக்கா இல்லையா? அப்பிடி இருக்க ஏன் கலவரத்தக் கண்டு பயப்படணும்?'

மறுபடியும் படுக்கையிலிருந்து எழுந்து அமர்ந்தார். படுக்கையி லிருந்துதான் அவரால் எழுந்திருக்க முடிந்ததே தவிர, அவரது மன வோட்டத்திலிருந்து அவரால் எழுந்திருக்க முடியவில்லை. அதே நினைவு அவரை வாட்டியது.

'கலவரத்தக் கண்டு பயப்பட வேண்டாம் தான். ஆனா, அந்தக் கலவரம் ஏன் என் காலத்துல வரணும்? இதுக்கு முன்னால வந்திருக்கலாமே! ஏன் வரல? என் பதவிக் காலத்துக்குப் பிறகு வரலாமே! இப்ப ஏன் வரணும்? கலவரம் வந்தா அத எதிர்கொள்த சக்தி எனக்கு இல்லையே? கலவர சமயத்தில் என்ன செய்றதுன்னே தெரியாதே!'

'ஏன் பயப்படணும்? கலவர சமயத்துல என்ன செய்யணும்னு ஆண்டவர் வழி காட்டுவாரே! என் திறமையிலா திருச்சபைய நடத்து கிறேன். இல்லையே! கடவுள் அருளாலதான நடத்துறேன். அப்பிடி இருக்க எதுக்கு பயப்படணும்? கலவர நேரத்துல கடவுள் வழிகாட்ட மாட்டார்னு ஏன் நினைக்கணும்? அந்த அளவு கடவுள் மேல் விசுவாசம் எனக்கில்லையா?'

ஆயருக்கு என்ன செய்வதென்று தெரியவில்லை. அந்த நடுநிசியில் கட்டிலிலிருந்து எழுந்தார். தனது அறையில் இருந்த பாடுபட்ட சுரூபத்தின் முன்பு முழந்தாளிட்டார். அவரது வேதனை நிறைந்த குழப்பமான கண்கள் பாடுபட்ட சுரூபத்தைக் கண்டன. ஒரு வினாடிதான் அதைப் பார்த்தார். தொடர்ந்து அதைப் பார்க்கக்கூடிய சக்தி அவரிடம் இல்லை. தலையைக் குனிந்துகொண்டார். அமைதியாக அப்படியே இருந்தார்.

அவரது இதயத்தின் அடித்தளத்திலிருந்து செபம் ஊற்றெடுத்தது. 'இறைவா... சாதிப்பாகுபாடு திருச்சபையில் இருக்கிறதுன்னு எனக்கு நல்லா தெரியும். ஆனா, இந்த சாதிப்பாகுபாடு கொஞ்சம் கொஞ்சமா மறைஞ்சுக்கிட்டு இருக்கு. பொறுமையா இருந்தா இன்னும் ஒரு நூற்றாண்டுல கட்டாயம் முழுசா மறைஞ்சிரும். இத நான் உண்மையாகவே நம்புகிறேன். இப்ப சாதிப்பாகுபாட்டுக்கு எதிரா ஒரு நிலைப்பாடு எடுத்தா உயர் சாதிக்காரங்க மனங்க கடினப்பட்டுப் போகும். நிச்சயமா அப்படித்தான் நடக்கும்னு நம்புறேன். அப்படி கடினப்பட்டுப்போனா இன்னும் ஒரு நூற்றாண்டு இல்ல. பல நூற்றாண்டு ஆனாலும் இந்தச் சாதிப்பாகுபாடு மறையாது. அதனால் இப்ப சாதிக்கு எதிரா ஒரு நிலைப்பாடு எடுக்காம இருக்கப்போறேன். இதுதான் சிறந்த வழின்னு எனக்குப்படுது. என்னைப் பலர் ஏசலாம், கோழைனு தூற்றலாம். முதுகெலும்பு இல்லாதவன்னு இகழலாம். உயர் சாதிக்காரங்களோட சேர்ந்துகொண்ட கயவன்னு சொல்லலாம். பரவாயில்லை. சொல்லட்டும், நான் எடுத்திருக்கும் நிலை திருச்சபையின் நன்மைக்காகத்தான் என்பது உங்களுக்குத் தெரியும். என்மனசு சுத்தமா இருக்கு. அதுபோதும் எனக்கு. எந்த ஏச்சுக்கும், பேச்சுக்கும் கலங்கிவிடாம திடமான மனசுடன் இருக்க எனக்கு உமது வரங்களைக் கொடுங்க.' அவரது கண்கள் பனித்தன.

12

ஆயர் இல்லத்தில் கூட்டம் ஆரம்பானது. நடுவில் ஆயர் அமர்ந்திருக்க, அவருக்கு முன்பாக இரண்டு பக்கத்திலும் பிச்சூர் தர்மகர்த்தாக்களாகிய பனிரெண்டு ரெட்டியார்களும் வரிசைக்கு ஆறுபேர் என்று அமர்ந்திருந்தனர். அந்த இரண்டு வரிசை முடிவில் ஆயருக்கு நேர் எதிராக ஓமலூர் பங்குக்குரு ராஜா அவர்கள் அமர்ந்திருந்தார்.

தன்னை எதற்கு அவர் அழைத்தார் என்று தெரியாமலேயே அங்கு வந்த பாதர் ராஜாவுக்கு பிச்சூர் ரெட்டியார்களைப் பார்த்ததும் தான் அழைக்கப்பட்டதன் காரணத்தைப் புரிந்துகொண்டார். பாதர் ராஜாவுக்கு ஆயரின் இந்தச் செயல் சிறிதும் பிடிக்கவில்லை. அவருடைய மனதில் பல்வேறு எண்ணங்கள் தோன்றி அவரை வாட்டியது.

'ரெட்டியார்க என்னபத்திச் சொன்னதக் கேட்ட ஆண்டவர் என்னக் கூப்பிட்டு நடந்ததக் கேட்டிருக்கலாமே! ஏன் கூப்பிடல? இந்தக் கூட்டத்துக்கு முன்னாலயாவது கொஞ்ச நேரம் எங்கிட்ட தனியா பேசி யிருக்கலாமே! ஏன் பேசல? என்னத் தனியாச் சந்திக்கிறத ஆண்டவர் தவிர்க்கிறாரா? ஏன் தவிர்க்கணும்? அப்படின்னா ரெட்டியார்க சொன்னத முழுசும் நம்பிட்டாரா? நான் எழுதினது தப்புன்னு முடிவு செஞ்சிட் டுத்தான் கூட்டத்துக்கு ஆண்டவர் வந்திருக்காரா? தப்புன்னு முடிவு செஞ்சிட்டா அதுக்குப் பிறகு எதுக்கு கூட்டம்? ஒருவேள கூட்டத்துல என்ன மன்னிப்பு கேக்கச் சொல்லுவாரோ? அப்படிக் கேக்கச் சொன்னா என்னால எப்படி மன்னிப்பு கேக்க முடியும்? செய்யாத தப்புக்கு எப்படி மன்னிப்பு கேக்க முடியும்? நிச்சயம் கேக்க மாட்டேன். ஆனா அதேசமயம், கூட்டத்துல எல்லாருக்கும் முன்னால மன்னிப்பு கேக்க மாட்டேன்னு ஆண்டவர எதுத்துப் பேசினா நல்லா இருக்குமா? இப்பிடி ஒரு சிக்கல்ல ஆண்டவர் எதுக்கு என்ன மாட்டவைக்கணும்? இப்ப என்ன செய்றது? சரி... வருவது வரட்டும். கடவுள் விட்ட வழி.'

பாதர் ராஜா இவ்வாறு நினைத்துக்கொண்டிருந்த அதே நேரத்தில் அவரைக் கூட்டத்தில் அமர்ந்திருந்த எல்லா ரெட்டியார்களும் வெறுப்புடனும் கோபத்துடனும் பார்த்தனர். வேஷ்டி ஜிப்பாவில் இருந்த அவரது தோற்றம் அவர்களை இன்னும் கொதிப்படையச் செய்தது. தும்மா ரெட்டி பற்களை நறநறவென்று கடித்தார்.

ரெட்டியார்களின் கோபப் பார்வையை ஆயர் கவனிக்கத் தவறவில்லை. ரெட்டியார்களின் கோபத்தைக் குறைக்காமல் கூட்டம் நடத்துவதில் அர்த்தமில்ல என்பதைப் புரிந்துகொண்ட ஆயர் அவர்கள், அவர்களின் கவனத்தைத் திருப்ப முடிவு செய்தார். செபம் ஒன்றுதான் இத்தகைய சூழ்நிலையை மாற்ற ஏற்ற மருந்து என்பதை உணர்ந்த அவர், "ஒரு செபத்துடன் கூட்டத்தை ஆரம்பிக்கலாமா?" என்று மெதுவாகக் கேட்டார்.

ரெட்டியார்களின் பார்வை ஆயரை நோக்கித் திரும்பியது. அங்கு ஓர் அசாதாரணமான அமைதி நிலவியது. அந்த அமைதியைக் கலைத்து ஆயர் அவர்கள் ஒரு சிறு செபம் சொல்ல ஆரம்பித்தார்.

"தூய ஆவியே இங்கே எம்மீது எழுந்து வாரும். எமது புத்திக்கு ஒளியைக் கொடுத்தருளும். நாங்கள் பேசுவது உமது எண்ணமாக, உமது சிந்தனையாக இருக்கட்டும். எங்களது நலனை நினைத்துப் பார்க்காமல் திருச்சபையின் நலனை நினைத்துப் பேசி முடிவெடுக்க உதவியருளும். இந்த மன்றாட்டுக்களை எங்கள் ஆண்டவராகிய கிறிஸ்து வழியாகத் தந்தையே இறைவா உம்மிடம் சமர்ப்பிக்கிறோம் ஆமென்."

செபம் சொல்லி முடித்த பின்பு அங்கே அமைதி நிலவியது.

பாதர் ராஜா கூட்டத்திற்கு வந்திருந்த ஒவ்வொருவரையும் அமைதியான, சாந்தமான முகத்துடன் பார்த்தார். தர்மகர்த்தாக்களோ தொடர்ந்து வெறுப்புடன் பாதர் ராஜாவைப் பார்த்தனர்.

இந்த அமைதியை நீடிக்க விடக்கூடாது என்று விரும்பிய ஆயர், தர்மகர்த்தாக்களைப் பார்த்து, "உங்க பிரச்சினை என்ன? சுருக்கமாகச் சொல்லுங்க" என்றார்.

பாதர் ராஜாவோ ஆயரைப் பார்த்து, "ஆண்டவரே, இங்கு கூட்டத்துக்கு வந்திருக்கிற எல்லாரும் எனக்கு அறிமுகம் இல்லாதவுங்க. ஒருத்தருக்கொருத்தர் அறிமுகம் செய்தபிறகு கூட்டத்த ஆரம்பிக்கலாமே" என்று கூறிய அவர், "நான் பாதர் ராஜா, ஓமலூர் பங்குக்குரு" என்று தன்னை அறிமுகப்படுத்திக்கொண்டார்.

பாதர் ராஜா தனது அறிமுகத்தை முடிப்பதற்கு முன்பே ராயப்ப ரெட்டி அமைதியாக, ஆனால் கேலியாகப் பேச ஆரம்பித்தார். "நீங்கதான் பாதர் ராஜாவா!" பிறகு பாதர் ராஜாவின் வேஷ்டியையும், ஜிப்பாவையும் உற்றுப் பார்த்த அவர், "இந்தக் காலத்துல யார் சாமியாருனுகூடத் தெரியல. அறிமுகப்படுத்த வேண்டியிருக்கு. நான் யாரோ ஒரு கிராமத்தான் ஆண்டவரைப் பார்க்க வந்திருக்கார்னு நெனைச்சேன்" என்று இளக்காரமாகக் கூறினார்.

ரெட்டியார்கள் அனைவரும் சிரித்தனர். அவர்கள் சிரித்ததால் உற்சாகமடைந்த ராயப்பரெட்டி, மறுபடி பாதர் ராஜாவைப் பார்த்துக் கேட்டார். "பாதர்... உங்க அங்கி எங்க? அங்கி இல்லாம எப்படி வெளியே வரலாம்.''

பிரச்சினை எங்கோ செல்வதைக் கண்ட ஆயர், ராயப்ப ரெட்டியைப் பார்த்து, பூச வைக்கும்போது மட்டும் அங்கி இருந்தாப் போதும்னு மறைமாவட்ட ஒழுங்கு இருக்கு. அதன்படி தான் பாதர் ராஜா சாதாரண உடையில இருக்கார். இப்ப நீங்க உங்கள் அறிமுகப்படுத்துங்க" என்றார்.

"ஆண்டவரே, அறிமுகம் வேண்டாம்னு நான் நெனைக்கிறேன். ஏன்னா ஓமலூர் பங்குச் சாமியாருமேல எங்களுக்கு நம்பிக்க இல்ல. நாங்க இங்க எங்க பெயரைச் சொல்ல, அத பாதர் தெரிஞ்சுக்கிட்டு, நாங்க பேசினவைகள இன்னார்தான் இதச் சொன்னார்னு நாளைக்கு இவர் எழுதவோ, பேசவோ மாட்டார்னு எப்படிச் சொல்ல முடியும். அறிமுகம் வேணும்னா நாங்க பிச்சூர் ரெட்டியார்க. அதத் தெரிஞ்சுக்கிட்டா போதும்" என்றார் ராயப்பரெட்டி.

"ரொம்ப சந்தோசம்... நீங்க பனிரெண்டு பேர் வந்திருக்கீங்க. பிச்சூருல மொத்தம் பனிரெண்டு ரெட்டியார்கதானா... இல்ல... இதுக்கும் மேல இருக்காங்களா? இதுக்கும் மேல நூற்றுக்கணக்கானவுங்க இருக்குறாங் கன்னு எனக்குத் தெரியும். அவுக எல்லாரும் வராம நீங்க மட்டும் ஏன் வந்திருக்கிறீங்க" என்று கேட்டார் பாதர் ராஜா.

பாதர் ராஜா ஏன் இப்படி சம்பந்தமில்லாத கேள்வியைக் கேட்கிறார் என்று சந்தேகித்த ஆயர், நேரடியாகப் பிரச்சினைக்கு வரும்படி அழைக்கலாம் என நினைத்தார். அவருக்கு பாதர் ராஜாவைப் பற்றி நன்கு தெரியும். ஏதாவது உண்மையை வெளிக் கொண்டு வரவே அவ்வாறு கேள்வி கேட்கிறார் என்று உணர்ந்தார். மேலும், முடிந்த அளவு அமைதி காப்பது நல்லது என்ற முடிவில் இருந்த அவர், நடப்பது நடக்கட்டும் என்று அமைதி காத்தார்.

"நாங்க ரெட்டியார்களுடைய பிரதிநிதிக" என்றார் காட்டமாக தும்மாரெட்டி.

"பிரதிநிதிகன்னா உங்களத் தேர்ந்தெடுத்தாங்களா... என்னைக்குத் தேர்ந்தெடுத்தாங்க."

"தேர்ந்தெடுக்கப்பட்ட பிரதிநிதிகளல்ல நாங்க. பரம்பர பரம்பரயா இருக்கிற பிரதிநிதிங்க."

"அப்படியா! சந்தோஷம். பரம்பரபரம்பரயா உள்ள பிரதிநிதி களாகிய நீங்க, உங்க சாதிப் பிரதிநிதிகளா...? இல்லப் பங்குப் பிரதிநிதிகளா?"

"நாங்க எல்லாரும் பங்குப் பிரதிநிதிக."

"ஓகோ... அப்படியா... சந்தோஷம்... ஆமா கோயில் பிரதிநிதிகன்னா தலித்து மக்களிடமிருந்த கோயில் பிரதிநிதிக இல்லயா...? இல்லன்னா தலித் பிரதிநிதிகள நீங்க கூட்டிக்கிட்டு வரலையா."

"எங்க ஊர்ல பங்குப் பிரதிநிதிக எல்லாரும் நாங்கதான் - தலித் பிரதிநிதிக யாரும் கிடையாது."

"தலித் பிரநிதிக யாரும் கிடையாதுன்னு சொல்றதைவிட பங்குப் பிரதிநிதிகளாக நீங்க மட்டும் இருக்கிறீங்கன்னு சொல்றது தான் சரி. தலித் பிரதிநிதிக இருக்கக் கூடாதுன்னே நீங்க செயல்படுறீங்க. திருச்சப சட்டம் 536ன்படி பங்குல பங்குப் பேரவ இருக்கணும்னு இருக்கு. அந்தப் பங்குப் பேரவயில எல்லா தரப்பிலிருந்தும் பிரதிநிதிக இருக்கணும்னு இருக்கு. இதுக்கு முரண்பாடா நீங்க செயல்படுறீங்க... அப்படித்தானே!"

"பாதர்... என்ன பேசுறோம்னு கொஞ்சம் யோசிச்சு பேசுங்க. ஏதோ சட்டம் கிட்டம்னு சொல்றீங்களே... எந்தச் சட்டத்துல வீட்டுக்கு ஒரு சிஸ்டர், சாமியார் இருக்கணும்னு இருக்கு. ஒரு சட்டத்துலயும் இல்லயே! ஆனா, எங்க ரெட்டியார்கள்ள வீட்டுக்கு ஒரு சிஸ்டர் இருக்காங்க. எங்க ரெட்டியார்கள்ள இருந்து மட்டும் 22 பேர் மறைமாவட்ட குருக்களாக இருக்காங்க. அவங்க இல்லனா இங்க இந்த மேற்றிராசனம் நடக்குமா? மேற்றிராசனத்தயே நடத்துறது நாங்க. இந்த மாதிரி சட்டத்துல இல்லாதவைகள நாங்க செஞ்சு மேற்றி ராசனத்துக்கு உதவுறோம். நீங்க என்னமோ பெருசா பங்குப் பேரவ அதுஇதுன்னு பூச்சாண்டி காட்டுறீங்களே! பங்குப் பேரவ பெரிசா...? இல்ல வீட்டுக்கு ஒருத்தர கடவுளுக்கு ஒப்புக்கொடுக்குறது பெருசா?"

"எதுக்கு பிரச்சனய வளக்கிறமாதிரி பங்குப் பேரவ அது இதுன்னு நாம பேசணும். நேரடியா விஷயத்துக்கு வாங்க" என்றார் சேவியர் ரெட்டி.

பாதர் ராஜா எழுதிய கட்டுரை வெளிவந்த பத்திரிகையைக் காட்டிய ராயப்ப ரெட்டி, "இந்த பத்திரிக்கையில எங்க ஊரப்பத்தி வெளிவந்திருக்கிற கட்டுரைய எழுதியது நீங்கதான?" என்றார்.

"ஆமா... நான்தான்."

"கட்டுரையில் எழுதிய செய்திகள யார் உங்ககிட்ட சொன்னது."

"யார் எங்கிட்டச் சொன்னதுன்னு உங்ககிட்ட சொல்ல வேண்டிய அவசியமே இல்ல. எழுத்தாளன்கிற முறையில யாருட்ட இருந்தும் எப்படியும் செய்தியச் சேகரிக்கிற உரிமை எனக்கு இருக்கு."

"அதுக்காக எப்படினாலும் எழுதலாமோ?"

""நான் உண்மையத்தான் எழுதியிருக்கேன். பொய்யின்னா எந்தச் செய்தி பொய்யின்னு சொல்லுங்க. அதோட என்ன பரிகாரஞ் செய்யணுமோ அதையும் சொல்லுங்க. கட்டாயம் செய்றேன்."

"உண்மையான செய்தியவா எழுதியிருக்கீங்க. எது உண்ம? உண்மனா என்னன்னு உங்களுக்குத் தெரியுமா? நாங்க என்ன சாதி வெறியங்களா? திருச்சபைக்கு இத்தன குருக்களையும், கன்னியர் களையும் கொடுத்து, தாழ்ந்த மக்க மத்தியில் போய் வேலபாருங்கன்னு எங்க பிள்ளைகள அனுப்பிவைச்சிருக்கும் நாங்களா சாதி வெறியங்க."

"இங்க பாருங்க... நானு எழுதினது ஏதாவது தவறுனா, பொய்யினா அதச் சுட்டிக்காட்டுங்க. அத விட்டுட்டு என்னென்னமோ பேசுறீங்க."

"ஆமா... மொதல்லயே கேக்கணும்னு நெனச்சேன். இப்பத்தான் ஞாபகம் வருது. எதுக்கு எங்களப்பத்தி, எங்க ஊரப் பத்தி எழுதுனீங்க? என்ன நோக்கத்துக்காக எழுதுனீங்க?"

"எல்லாரும் நல்லா கேட்டுக்கோங்க. உங்கள கேவலப்படுத்தணும், அவமானப்படுத்தணுங்கிறது என் நோக்கமில்ல. தலித் கிறிஸ்தவுங்களுக்கு அரசாங்க சலுக கிடையாது. அவுங்களுக்கு அரசாங்க சலுக வேணும்னா அவுங்களும் அவுங்க மதத்துக்குள்ள தீண்டாமையினால கஷ்டப்படு றாங்கன்னு கோர்ட்டுல நிரூபிக்கணும். அப்படி நிரூபிக்க ஒருசில இடங்கள்ள நடக்கிற தீண்டாமைய வெளிக்கொண்டுவரணும்னு வக்கீல்க சொன்னாங்க. அதனாலதான் எழுதுனேனே தவிர, உங்களக் கேவலப்படுத்துறதுக்கு இல்ல."

"ஆமா... எத்தனை ஊருல இதமாதிரி தீண்டாம இருக்கு. அந்த ஊருகளையெல்லாம் விட்டுட்டு ஏன் எங்க ஊரைப்பத்தி மட்டும் எழுதியிருக்கீங்க? அதுக்குக் காரணம் என்ன?"

"ஓமலூருக்குப் பக்கத்தில் உங்க ஊர் இருக்கிறதுனால அதப்பத்தி எழுதினேன். இன்னும் என்னென்ன ஊர்ல தீண்டாம இருக்குன்னு சொல்லுங்க. அந்த ஊரப்பத்தியும் எழுதுறேன்."

"அப்ப எங்களப் பத்தி எழுதினது தப்பு இல்லன்னு சொல்றீங்க."

"உண்மையத்தான எழுதினேன், இதுல என்ன தப்பு இருக்கு."

"இவங்கிட்ட இப்பிடிப் பேசிக்கிட்டு இருக்கக்கூடாது. இனுமே இப்பிடி எழுதுவாயான்னு நாலு சாத்து சாத்தணும்" என்றார் தும்மா ரெட்டி கோபமாக. மரியாதையான வார்த்தை மறைய ஏகாரத்தில் பேசினார் அவர்.

"இது பிஷப் வீடாப் போச்சு. இல்லன்னா இப்பிடி எழுதின இவங்கைய ஒடிச்சி இனிம எப்பவுமே எழுதாதபடி செய்திருப்பேன்" என்றார் மற்றொரு தர்மகர்த்தர் ஆத்திரத்துடன்.

"கொஞ்சம் பொறுமையா பேசுங்க. கோபப்பட்டு பேசாதீங்க" என்றார் ஆயர் கண்டிப்பாக. பிரச்சினைய வளரவிடக்கூடாது என்ற எண்ணம் அவரது மனதில் தோன்றியது.

"ஆண்டவரே, நாங்க இதுவர கோபப்பட்டோமா? பொறுமையாத்தானே பேசினோம். ஆனா இவர், தான் எழுதினது சரின்னுதான் சாதிக்கிறாரே தவிர, தான் எழுதினது எங்க மனசப் புண்படுத்தியிருக்குன்னு கொஞ்சமாவது நெனைக்கிறாரா?" என்றார் ராயப்ப ரெட்டி.

"நானும் ஒண்ணு கேக்குறேன். நான் உண்மைய எழுதினது உங்க மனசப் புண்படுத்தினதாகவே வச்சிக்கிடுவோம். அதுபோல நீங்க இந்தத் தீண்டாம என்னுங் கொடுமைய காலங்காலமா கடைப் பிடிச்சிட்டு வர்ரீங்களே. அதுனால அந்த ஏழை தலித் கிறிஸ்தவுங்க மனம் எவ்வளவு புண்படும்ன்னு என்னைக்காவது நெனைச்சிருக்கீங்களா?" என்ற கேள்வியைக் கேட்டார் பாதர் ராஜா.

"யோவ்... நானு உங்கிட்ட பேசல, பிஷப்புகிட்ட பேசுறேன்" என்று முதன் முதலாகக் கோபப்பட்டு பேசிய ராயப்ப ரெட்டி, ஆயரிடம் "ஆண்டவரே, எங்களால இவருட்ட பேச முடியாது. ஏதோ நீங்க சுமூகமா பிரச்சனய தீர்த்துக்கிடலாம்னு சொன்னதுனாலதான் வந்தோம். இல்லாட்டி வந்திருக்கவே மாட்டோம். இந்த பிரச்சனய நாங்க எப்படி கையாளனுமோ அதுபடி கையாண்டுக்கிறோம்" என்று மிரட்டும் தொனியில் பேசினார்.

"அது என்னன்னுதான் சொல்லுங்களேன். ஏன் நானே சொல்லுறேன். இன்றைக்கு இந்த ஆள் இந்த இடத்துவிட்டு வெளியே வரட்டும். இவரு உருப்படியா ஊர்போய் சேர்ராரா இல்லையானு நாங்க பாத்துக்கிறோம்" என்றார் தும்மாரெட்டி கோபமாக. அவர் பற்களை நரநரவென்று கடித்த சப்தம் அங்கு தெளிவாகக் கேட்டது.

"ஐயா... நீங்க அப்படியெல்லாம் பேசக்கூடாது. உங்ககோரிக்கை என்ன? மொதல்ல அதச் சொல்லுங்க." கூட்டத்தில் சூட்டைத் தணிக்க வேண்டும் என்பதற்காக அன்பாகக் கேட்டார். ஆயர்.

"ஆண்டவரே! பாதர் ராஜா தான் எழுதினதுக்கு மன்னிப்பு கேக்கணும். அந்த மன்னிப்பு பத்திரிக்கையிலும் வெளிவரணும். இனிமே இவர் எங்களப்பத்தி எழுதக்கூடாது. அவ்வளவுதான்."

"ஐயா... பாதர் ராஜா சார்புல நான் மன்னிப்பு கேக்குறேன். ஏதோ தப்பு நடந்துபோச்சு. மன்னிச்சுக்கோங்க..." என்று ஆயர் அவர்கள் சொல்லி முடிப்பதற்கு முன்பாக பாதர் ராஜா குறுக்கிட்டார்.

"ஆண்டவரே... குறுக்க பேசுறதுக்காக மன்னிக்கணும். குற்றம் செஞ்சவன்தான் மன்னிப்பு கேக்கணும். நான் குற்றம் செய்யவே இல்லன்னு சொல்லிக்கிட்டு இருக்கும்போது, நான் குற்றம் செஞ்சது மாதிரி நீங்க ஒத்துக்கிட்டு அதுக்கு மன்னிப்பும் கேக்குறீங்களே, இது நியாயமா? நான் குற்றம் செய்திருந்தா நானே மன்னிப்பு கேட்பேன். என் சார்புல நீங்க மன்னிப்பு கேட்க வேண்டாம். கேக்கவும் கூடாது."

"பாதர்... இப்படிப் பேசாதீங்க. நாம செய்த குற்றங்கள யேசு சுமக்கலையா... அதுபோல நீங்க செய்த குற்றத்த நான் சுமக்கக் கூடாதா... இப்ப நீங்க குற்றம் செய்ததா இவுங்க சொல்றாங்களே... அந்தக் குற்றத்த நான் ஒத்துக்கிறேன். நீங்க ஏத்துக்கிட வேண்டாம். நீங்க தயவுசெய்து கொஞ்சம் பொறுமையா இருங்க. அது மட்டும் போதும்" என்று கூறிய ஆயர், தர்மகர்த்தாக்களைப் பார்த்து "ஆமா மன்னிப்பு எந்த பத்திரிக்கையில வெளிவரணும்?" என்று கேட்டார்.

"ஆண்டவரே... என்ன பேச்சுப் பேசுறீங்க? உங்க மன்னிப்பு பத்திரிகையில வெளிவரணுமா? வேண்டாம் ஆண்டவரே! நீங்க எங்களப் புரிஞ்சுக்கிட்டீங்களே! அது மட்டும் போதும். மேலும் எங்களுக்குச் சார்பா பேசுறீங்க. இதவிட வேறு என்ன வேணும். ஆனா ஒண்ணே ஒண்ணு. இனிமே இந்தச் சாமியார் எங்களப்பத்தி எதுவும் எழுதக்கூடாது. அதத் தெளிவாச் சொல்லிவிடுங்க" என்றார் ராயப்ப ரெட்டி.

"இனிமே பாதர் ராஜா உங்களப்பத்தி எதுவும் எழுதமாட்டார். அவர் சார்பாக நான் இதச் சொல்றேன்" என்றார் ஆயர் உறுதியாக. இந்தச் சூழ்நிலையில் இதுதான் சரியான முடிவு என்று அவருக்குப் பட்டது. தனது முடிவுபற்றி பாதர் ராஜா என்ன நினைக்கிறார் என்று அறிய அவருடைய முகத்தைப் பார்த்தார்.

ஆயர் இப்படி ஒரு உத்தரவு கொடுப்பார் என்று சிறிதும் எதிர்பார்க்கவில்லை பாதர் ராஜா. உணர்ச்சியுடன் உடல் துடிதுடிக்கக் கூறினார். "ஆண்டவரே... என்ன பேசுறீங்கன்னு தெரியுதா... எனது எண்ணங்களை வெளியிட எனக்கு உரிமை இருக்கு. இது எனது அடிப்படை உரிமை. இதை நீங்க தடுக்க முடியாது.

"பாதர்... என்ன பேசுறேன்னு எனக்கு நல்லாவே தெரியும். எனக்கு கீழ்ப்படிவதாக உறுதி கொடுத்திருக்கீங்க. அந்த உறுதிய இப்ப நீங்க நிறைவேற்றுகிற காலம் வந்திருச்சு. நீங்க, நான் சொல்கிறபடி செய்துதான் ஆகணும்" என்றார் அமைதியாகவும் அதே சமயத்தில் உறுதியாகவும்.

"ஆண்டவரே, கீழ்ப்படிதல்னு சொல்லி என்ன எழுதவிடாமச் செய்யலாம். ஆனா, இங்க நான் மட்டும் எழுதல. எத்தனையோ பேர் எழுதுறாங்க. இன்னைக்கு கீழ்ப்படிதலக்காட்டி என்ன எழுதவிடாமச் செய்யலாம். நாளைக்கு இன்னொருத்தன் எழுதுவான். அத என்ன செய்யப்போறீங்க? நூற்றுக்கணக்கானபேர் எழுதுறதுக்கு தயாராக இருக்குறாங்க. அவுகள உங்களால் என்ன செய்ய முடியும்? பிரச்சினையத் தீக்குறதுக்கு இதுவா வழி? இது வழியே இல்ல. இது... இது..."

"பாதர்... நீங்க இப்ப உணர்சியில் இருக்குறீங்க. என்ன பேசுறீங்கன்னு உங்களுக்கே தெரியல. மற்றவுங்க எழுதும்போது அத எப்படிச் சமாளிக்கலாம்னு அப்பப் பாக்கலாம். இப்ப நீங்க பேசாம இருங்க. அது போதும்" என்று கண்டிப்புடன் பாதர் ராஜாவைப் பார்த்துக்கூறிய ஆயர், ரெட்டியார்களிடம் "சரி... நீங்க போகலாம். சந்தோஷம் தானே" என்றார்.

"ஆண்டவரே! இதே மாதிரி எங்களுக்குச் சார்பா இருந்தா போதும். போயிட்டு வாரோம்" என்று கூறிய ராயப்ப ரெட்டி, ஆயர் அருகில் சென்று முழந்தாளிட்டு ஆயரின் மோதிரத்தை முத்தி செய்துவிட்டுப் புறப்பட்டார். அவரைப்போல மற்றவர்களும் ஒவ்வொருவராக ஆயரின் மோதிரத்தை முழந்தாளிட்டு முத்தி செய்ய ஆரம்பித்தார்கள்.

பாதர் ராஜா அனைத்தையும் பார்த்துக்கொண்டே இருந்தார். அவர் மனதில் ஒரு பூகம்பம் உண்டாகிக்கொண்டு இருந்தது. ஆயர் மட்டில் இருந்த மதிப்பு ஒரு நொடியில் அவரிடமிருந்து மறைந்தது. ஆயர் இப்படி நடந்துகொள்வார் என்று சற்றும் எதிர்பர்க்கவில்லை. ரெட்டியார்களுக்குப் புத்தி சொல்லி அவர்களைத் திருத்துவார் என்று எதிர்பார்த்தார். இப்படிக் காலை வாரிவிடுவார் என்று சற்றும் எதிர் பார்க்கவில்லை.

'ஏன் இப்படி ஒரு முடிவ ஆயர் எடுக்கணும்? ரெட்டியார்கள நெனைச்சுப் பயமா? எதுக்குப் பயப்படணும்? என் உயிருக்கு ஆபத்துங்கிற கரிசனையா? உயிருக்காகச் சேசுவின் கொள்கைய விடலாமா? இல்ல... திருச்சபையில பிரச்சின வரும்கிற பயமா? ரெட்டியார்க மதத்த விட்டுட்டுப் போயிறுவாங்கங்கிற அச்சமா? ஏன் இப்படி ஒரு

நிலப்பாட எடுக்கணும்? சாதிக் கொடுமைக்கு எதிரா ஒரு நிலைப்பாடு எடுக்கும் நல்ல சந்தர்ப்பத்த ஆயர் விட்டுட்டாரே!'

பாதர் ராஜாவிற்கு தான் முதலில் கண்ட கனவு ஞாபகத்திற்கு வந்தது. "அந்த கனவில் நான் யார் மீதோ அடிக்க அந்த அடி அரசு மீது விழுந்துச்சுன்னு நெனச்சேன். ஆனா அது தப்பு. அந்த அடி திருச்சப மீதுதான் விழுந்திருக்கு. ஆமாம்... திருச்சப மீதுதான். நான் திருச்சபையில இருக்கும் சாதிக்கொடுமைக்கு எதிரா போர்க்கொடி தூக்கணும். அதுதான் கனவின் அர்த்தம். அந்தக் கனவுப்படிதான் நடக்கணும்."

அவருக்கு உடனடியாக அன்று காலை கண்ட கனவு ஞாபகத்திற்கு வந்தது. அந்தக் கனவின் பொருளும் சிறிது சிறிதாக விளங்க ஆரம்பித்தது. 'ஓ... அந்த விசித்திர மிருகங்கிறது திருச்சபையில இருக்கிற சாதிக் கொடுமையோ! அம்மிருகம் ஊர்வன, நடப்பன, பறப்பன, நீந்துவன எல்லாத்தையும் கொடுமைப்படுத்துச்சே! அதுபோல இந்தச் சாதிக் கொடுமையானது ஏழைகளச் சமூக ரீதியா, பொருளாதார ரீதியா, அரசியல் ரீதியா, மத ரீதியா அடிமைப்படுத்துதோ! அப்படித்தானே! அதுதானே நெசம். அந்தப் புதிய மிருகம் யார்? அது நான்தானா? அதனிடமிருந்து புறப்பட்ட கரும்பசை என் எழுத்தா? வெண்புகை என்னைச் செயலிழக்கச் செய்ததே! அது இந்த ஆயரின் உத்தரவா? இனி வழி என்ன? அங்கே எல்லா உயிரினங்களுக்கும் ஒன்றுசேர்ந்து அந்த விசித்திர மிருகத்தை அழிக்கப் புறப்பட்டுச்சே. அதுமாதிரி சாதியக்கொடுமையால, தீண்டாமையால பாதிக்கப்பட்ட எல்லாரும் ஒன்றுசேர்ந்து போராட வேண்டுமோ? இவுங்க ஒன்றுசேர்ந்து போராடுவதை நான் தடுக்கக்கூடாதோ?... ஆமாம்... நான் தடுக்கக் கூடாது! மாறாக பாதிக்கப்பட்ட எல்லாரும் ஒன்றுசேர்ந்து இயக்கமா உருவாக நான் உழைக்கணும். என் திறமைகள அதுக்காகப் பயன் படுத்தணும்.'

தன்னை அன்புடன் யாரோ தொடுவதை உணர்ந்த பாதர் ராஜா, ஏறெடுத்துப் பார்த்தார். ஆயர் அன்பு தவழும் சாந்தமான முகத்துடன் தனது கரங்களைத் தொட்டுக்கொண்டு நிற்பது தெரிந்தது.

அவசரமாக எழுந்தார் பாதர் ராஜா. சுற்றிலும் பார்த்தார். ரெட்டியார்கள் அனைவரும் சென்றுவிட்டதை உணர்ந்தார். அமைதியாகத் தலை குனிந்து நின்றார்.

"பாதர்... என்மேல் கோபமா?"

"..."

"என்மேல கோபமாயிருப்பீங்கன்னு எனக்கு நல்லா தெரியும். ஆனா, ஒண்ணே ஒண்ணு மட்டும் உங்ககிட்ட சொல்றேன் பாதர்."

வியப்புடன் ஆயரை நிமிர்ந்து பார்த்தார் பாதர் ராஜா.

"நான் திருச்சபையில சாதிய ஆதரிக்கிறேன்னு மட்டும் நினைக்காதீங்க. திருச்சபையில சாதிக்கு இடமே இல்ல. ஆனா, அதப் போக்கணும்னா பொறுமையா இருக்கணும். பொறுமையா இருந்தா சாதிப்பாகுபாடு தானா மறைஞ்சிரும். இந்த சாதிப் பாகுபாட்டைப் போக்க நாம எடுக்கிற ஒவ்வொரு நடவடிக்கையும் சாதியத்த வளக்குமே தவிர ஒழிக்காது. இத மட்டும் புரிஞ்சிக்கிட்டாச் சரி."

அமைதியாக ஆயரைப் பார்த்தார் பாதர் ராஜா. 'இந்த மூவாயிரம் வருஷமா பாதிக்கப்பட்ட தலீத் மக்கள் பொறுமையாத்தானே இருந்திருக்காங்க. திருச்சபை இந்தியாவில் தோன்றுனதிலிருந்து அவுங்க பொறுமையாத்தானே இருந்திருக்காங்க. ஆனா, சாதி மறையல. பொறுமை, அமைதி, சாந்தம்னு சொல்றது எல்லாம் உயர்ந்த சாதிக்காரங்க பாஷை. இனிமே இந்த பாஷை, இந்த மொழி தலித் மக்களுக்குத் தேவையில்ல. இனி போராட்டம்தான் அவுங்க பேசுற மொழி!'

அமைதியாக ஆயரின் முன்பு மண்டியிட்டு அவருடைய மோதிரத்தை முத்தமிட்டு புறப்பட்டார். தலித் மக்களை ஒன்றுசேர்த்து ஓர் இயக்கமாக்கி, திருச்சபையில் இருக்கும் சாதியத்தை எதிர்த்துப் போராட வேண்டும் என்ற வேகம் அவருடைய நடையில் வெளிப்பட்டது.

13

ஆயர் அவர்கள் எடுத்த நிலைப்பாட்டால் பாதர் ராஜா சிறிது அதிர்ச்சியடைந்தாலும் அந்த அதிர்ச்சியால் அவர் சோர்ந்துவிடவில்லை. மனம் தளர்ந்துவிடவில்லை.

அமைதியாக நினைத்துப் பார்த்தபொழுது ஆயர் அவர்களால் இத்தகைய நிலைப்பாடுதான் எடுக்க முடியும் என்பதை பாதர் ராஜா உணர்ந்தார். ‘அதிகாரத்துல உள்ளவுங்க யாராக இருந்தாலும் சரி... இது மாதிரியான நிலப்பாடுதான எடுப்பாங்க. இதுக்கு மாறா, பாதிக்கப்பட்ட மக்களுக்குச் சார்பாகவா நிலைப்பாடு எடுப்பாங்க! மாட்டாங்களே! மாற்றங்கிறது பெரும்பாலும் அமைப்புக்கு உள்ளிருந்தா வருது. இல்லயே, வெளியிலிருந்து தானே வருது. அமைப்புக்கு உள்ளேயே இருந்து வருகிற மாற்றம் பெரும்பாலும் அந்த அமைப்ப உடைச்சிருக்கு. இதத் தவிர மாற்றத்தக் கொண்டுவரலையே. மாற்றத்தைக் கொண்டுவர முயன்ற மார்ட்டின் லூத்தரால் திருச்சப உடைஞ்சதுதானே உண்மை. கத்தோலிக்க திருச்சப மாறலையே!’

‘அப்படீன்னா மாற்றங்கிறதே திருச்சபையில சாத்தியமில்லயா? திருச்சபைக்குள்ளாக இருந்து மாற்றமே வரலயா? பொதுச் சங்கங்க வழியாக மாற்றம் வந்திருக்கே! அந்தப் பொதுச் சங்கங்கதான் மாற்றங்களக் கொண்டு வந்துச்சா... இல்ல அதற்கான அடித்தளம் வேற எங்கேயோ இருக்கா?’

பாதர் ராஜா யோசித்தபொழுது மாற்றமானது முதலில் ஒரு சிலரால் கொண்டுவரப்பட அதைத் தடுக்க முடியாத திருச்சபை, பின் மாற்றங்களை ஏற்றுக்கொண்ட ஒரு சில நிகழ்ச்சிகள் அவருக்கு ஞாபகத்திற்கு வந்தன. லத்தீன் மொழியிலேயே உலகம் முழுவதும் திருப்பலி நடைபெற்றது. இதனால் மக்களுக்குப் பயனில்லை என்று உணர்ந்த சில விழிப்புணர்வு மிக்க குருக்கள், தாய்மொழியில் மொழி பெயர்த்துத் திருப்பலி நிறைவேற்றினர். ஆனால், திருச்சபை இதைத் தவறு என்று கண்டித்தது. இந்தக் கண்டிப்பை ஒதுக்கிய குருக்கள் தாய் மொழியால் மக்கள் பயனடைகிறார்கள் என்று கண்டுகொண்டு தொடர்ந்து தாய்மொழியில் திருப்பலி நிறைவேற்றினர். இந்த நிலை வேகமாகப் பரவ ஆரம்பிக்கவே, வேறு வழியில்லாத திருச்சபை தாய் மொழியில் திருப்பலி நிறைவேற்றலாம் என்று சட்டமியற்றிவிட்டது.

அதேபோல குருக்கள் அங்கி அணியும் பாரம்பரியத்தை மாற்றி பல குருக்கள் சாதாரண உடை அணிய, அதுவே வழக்கமாகிப் பின் சட்டமாகிவிட்ட நிலையையும் உணர்ந்தார்.

இப்படிப்பட்ட நிகழ்ச்சிகள் பாதர் ராஜாவை சிந்திக்கத் தூண்டின. ‘சட்டங்களையும், பாரம்பரியத்தையும் மீறினாத்தான் மாற்றம் வரும்னா ஏன் எனக்கு ஆயர் இட்ட தடைய எதிர்த்து நான் செயல்படக் கூடாது? தொடர்ந்து நான் ஏன் எழுதக் கூடாது.’

யோசித்த பொழுது, தனியாக மாற்றம் கொண்டு வர முயன்ற பலர் தூக்கி எறியப்பட்ட நிகழ்ச்சிகள் அவரது ஞாபகத்திற்கு வந்தன. அரசியலில் நுழைந்த சிலரும், இறையியலில் புதுக்கருத்தை வலியுறுத்திய சிலரும் தூக்கி எறியப்பட்ட நிகழ்ச்சியை நினைத்துப் பார்த்தார். ஆக, மாற்றம் தனியொரு மனிதனால் வராது. அப்படி வருவதாக இருந்தால், அந்த மனிதனுக்குத் திருச்சபையில் அதிகாரம் இருக்க வேண்டும். அதோடு, மக்கள் மத்தியில் செல்வாக்கும் பெற்றிருக்க வேண்டும். அப்படியில்லையென்றால் மாற்றம் மக்களிடமிருந்து வரவேண்டும் என்பதை உணர்ந்தார்.

அதே சமயம் வேறு எண்ணமும் அவரிடம் தோன்றியது. மக்கள் மாற்றம் வேண்டும் என்று போராடியபோது கத்தோலிக்கத் திருச்சபை எத்தகைய நிலைப்பாடு எடுத்தது என்று யோசித்துப் பார்த்தார்.

‘18ஆம் நூற்றாண்டில் நடந்த பிரஞ்சுப் புரட்சிய திருச்சப ஆதரிக்கல. 19ஆம் நூற்றாண்டில் ஆரம்பித்த தொழிலாளர் இயக்கத்தயும் புரட்சியையும் திருச்சபை ஆதரிக்கல. கியூபாவில் சுதந்திரத்த ஆதரிச்சாலும் புரட்சியை திருச்சப எதுத்துச்சு. வியட்னாமில் சமாதானங்கிற முகமூடியப் போட்டுக்கிட்டு புரட்சியை எதுத்துச்சு. கொலம்பிய புரட்சியில திருச்சப புரட்சிக்கு ஆதரவா ஒரு நிலைப்பாடு எடுக்காததால புரட்சியாளனா இல்லாத எந்த கிறிஸ்தவனும் சாவான பாவத்தில இருக்கிறான்னு கூறி கமிலோ டோரஸ் என்ற குரு, அங்கிய கழட்டிவிட்டு புரட்சியில குதிச்சார். ஆயுதம் ஏந்தினார். தென்னாப்பிரிக்காவில்கூட திருச்சபை நிர்வாகம் பூராம் வெள்ளக்கார சாமியார்கதான் வச்சிருந்தாங்களே தவிர கருப்பு இன நீக்ரோ சாமியார்கட்ட இல்ல. இப்பிடி கருப்பு சாமியார்களுக்கு முதலிடம் தராம வெள்ளக்கராங்களுக்கு முதலிடம் தர்ரதன் மூலம் மறைமுகமாக தென் ஆப்பிரிக்க புரட்சிய எதுக்குது. இதுமாதிரி லத்தீன் அமெரிக்காவில் வெனின்சுலா, பெரு, பொலிவியா, பராகுவே, பிரேசில், உராகுவே போன்ற நாடுகள்ள புரட்சிகர இயக்கத்தோட சேராம நடுநில வகிப்பதன் மூலம் அந்த அமைப்புக்கு சார்பாகவே திருச்சப இருக்கிறதே தவிர புரட்சிக்கு, மாற்றத்திற்குச் சார்பாக இல்ல.

இப்பிடிப்பட்ட சரித்திர, பாரம்பரியச் சூழ்நிலையில் தமிழக ஆயர் மட்டும் ஆதிக்க சக்திகளுக்கு எதிரா ஒரு நிலைப்பாடு எடுப்பாரா? எடுப்பார்னு எதிர்பார்க்க முடியுமா?'

பாதர் ராஜாவின் சிந்தனை மேலும் வளர்ந்தது. 'தமிழகக் கிறிஸ்தவத்துல முக்கால் வாசிக்கும் மேல தலித் கிறிஸ்தவுங்கதான் இருக்குறாங்க. இவுங்கதான் மெஜாரட்டி. இப்பிடி இருக்க, தமிழகத்துல இருக்கிற 14 மறை மாவட்டங்கள்ள ஒண்ணுலகூட தலித் ஆயர் இல்லயே? தலித்துங்க முக்கால் வாசிப்பேர் இருந்துகூட ஒரு தலித் ஆயர் கூட இல்லயே? அப்படியே தலித் ஆயர் இருந்தாலும் கூட தலித் பிரச்சினைக்கு சார்பா ஒரு நிலைப்பாடு எடுக்க முடியாத நிலையில நிறுவனத் திருச்சப இருக்கிறப்ப, தலித் அல்லாத ஆயர் எப்படி தலித்துக்கு ஆதரவா ஒரு நிலைப்பாடு எடுப்பார்னு எதிர்பார்க்கலாம்? நிச்சயமா எதிர்பார்க்கக் கூடாது. மாற்றம் வேணும்னா மத்த நாடுகளப் போல பாதிக்கப்பட்ட மக்க ஒண்ணு சேரணும். இங்க தமிழகத்துல தலித் கிறிஸ்தவுங்க ஒண்ணு சேரணும். ஓர் இயக்கமாக மாறணும்.

தலித் கிறிஸ்தவ மக்கள் ஒண்ணு சேர்ந்து ஓர் இயக்கமாக மாறுவதற்கான சாத்தியக் கூறுகள் இருக்கின்றனவா என்று யோசித்துப் பார்த்தார் பாதர் ராஜா.

'பாதிக்கப்பட்ட தலித் கிறிஸ்தவ மக்க எண்ணிக்கையில திருச்சபையில அதிகம். இவுங்கள ஒருங்கிணைச்சு ஓர் மக்கள் சக்தியாக உருவாக்கணும். அப்படி உருவாக்குறது பிரச்சினைக அடிப்படையிலதான் இருக்கணும். தலித் கிறிஸ்தவ மக்களுக்குப் பிரச்சினை இருக்கு. திருச்சபையாலயும், அரசாங்கத்தாலயும் இவுங்க பாதிக்கப்படுறாங்க. இந்தப் பிரச்சனைகளக் கூர்மைப்படுத்தி மக்கள் சக்திய உருவாக்கலாம். இந்த மக்கள் சக்திய பகிர்வு நோக்கத்தோட வளர்க்கணும். அதிகாரப் பகிர்வு முக்கியம். இதனால் ஒரு கூட்டுப்பார்வ ஏற்படுது. சர்வதிகாரப்பார்வ மறையுது. இப்பிடி மக்கள் சக்திய உருவாக்குனா நிச்சயம் திருச்சபையில ஒரு பாதிப்பு ஏற்படும். திருச்சபையின் நிர்வாகம் பாதிக்கப்பட்ட மக்கள் கைக்கு வரும். அல்லது திருச்சபையில் இருக்கிற சாதிப்பாகுபாடு மறையும். திருச்சபையும் ஏழைகளின் திருச்சபையா இருக்கும்!'

வழக்கமாகக் கனவு காணும் அவர் அன்று சிந்தனையிலேயே நேரத்தைச் செலவிட்டார். சிந்திக்கச் சிந்திக்க கனவின் முழு அர்த்தமும் விளங்கியது. ஓர் இயக்கத்தை உருவாக்க வேண்டும் என்ற சிந்தனைத் தெளிவும் ஏற்பட்டது.

பாதர் ராஜாவுக்கு சிந்தனைத் தெளிவு ஏற்பட்ட அதே நேரத்தில் கித்தேரியானுக்கும் சிந்தனைத் தெளிவு ஏற்பட்டுக்கொண்டிருந்தது.

முதலில் அந்தோனியின் திருமணப் பிரச்சினையை பாதர் ராஜா அவர்கள் பிச்சூர் பங்குக்குரு விக்டரிடம் பேசித் தீர்ப்பார் என்று கித்தேரியான் நினைத்தார். அதனால்தான் அவரிடம் பிரச்சினையை எடுத்துச் சொன்னார். ஆனால், பாதரிடம் பிரச்சினயைப் பேசாமல் பாதர் ராஜா வந்தது அவருக்கு ஒரு பெரிய ஏமாற்றமாக இருந்தது. இருப்பினும் கலியாணப் பிரச்சினை தீர, ஓமலூரில் இறுதி நேரத்தில் திருமணத்தை நடத்திக் கொடுக்க சம்மதித்து, நிறைவேற்றிக் கொடுத்தது கித்தேரியானுக்கு சிறிது மகிழ்வைக் கொடுத்தது. பாதர் ராஜாவை எவ்வளவு தூரம் நம்பலாம்? முழுவதும் நம்பலாமா? அல்லது நம்பவே கூடாதா? அல்லது ஓரளவு நம்பலாமா? என்பதில் அவரால் ஒரு முடிவுக்கு வர முடியவில்லை.

இந்த நிலையில்தான் மக்கள் சக்தியில் நம்பிக்கை வைத்த அவர் தலித் மக்களை ஒன்றுசேர்க்க ஆரம்பித்தார். இசக்கி, அந்தோனி, தனிக்கிளாஸ், செபமாலை, அமலோற்பவம் ஆகியோரும் அவருக்கு உதவினர். இவர்கள் இருவர் இருவராகப் பிரிந்து அப்பகுதியிலுள்ள எல்லாக் கிராமங்களுக்கும் சென்றனர். கிராம மக்களுடன் இணைந்து பகலில் வேலைக்குச் செல்வது; அவர்கள் கொடுக்கும் உணவை உண்பது; மாலையில் கிராமத்தில் கூட்டம் போட்டு தலித் கிறிஸ்தவர்களின் பிரச்சினைய எடுத்துச் சொல்லுவது; இயக்கமாகச் சேர்ந்து செயல் படுவதின் அவசியத்தை உணர்த்துவது; இயக்கத்தை ஏற்படுத்துவது; தேவைப்பட்டால் ஒரு சில நாட்கள் அங்கு தங்குவது; பின் அடுத்த கிராமத்துக்குச் செல்வது என்கின்ற நிலையில் செயல்பட்டனர். சில இடங்களில் ஆரம்பிக்க முடியவில்ல. சில கிராமங்களில் ஊருக்குள் கூட நுழைய முடியவில்ல. இருப்பினும் மனம் தளர்ந்துவிடாமல் செயல்பட்டனர். இவ்வாறு பள்ளர், பறையர், சக்கிலியர், வண்ணார், அம்பட்டையர் போன்ற அனைத்து தலித் கிறிஸ்தவர்கள் இருந்த கிராமத்திற்கும் சென்று செயல்பட்டனர். தாங்கள் சென்ற எல்லாக் கிராமங்களிலும் மக்களிடம் ஒரு குறிப்பிட்ட நாளில் ஓமலூரில் நடைபெறும் கூட்டத்திற்கு வரும்படி கேட்டுக்கொண்டனர்.

அந்த நாளும் நெருங்கியது. ஓமலூரில் முதலில் தனது தெருவில் கூட்டம்போட நினைத்த கித்தேரியான், கோயில் வளாகத்தில் கூட்டம் போடலாமே என்று எண்ணினார். பாதர் ராஜா இந்தக் கூட்டத்திற்குச் சார்பாக இருக்கிறாரா இல்லையா என்பதன் மூலம் அவரைப் பற்றி திட்டவட்டமாகக் கணிக்க முடியும் என்றும் எண்ணினார். மேலும் இயக்கம் உருவாகி செயல்படும் நேரத்தில் பாதர் ராஜாவைப் போன்றவர்களின் அனுபவமும், சிந்தனைத் தெளிவும் இயக்கத்தை வழிநடத்த பெரிதும் துணைபுரியும் என்றும் கணித்தார்.

விஷயத்தைக் கேள்விப்பட்ட பாதர் ராஜா, கூட்டத்திற்கு இடம் தந்ததோடு தானும் கூட்டத்தில் கலந்துகொள்வதாகக் கூறியது கித்தேரியானை மகிழ்வுறச் செய்தது. பாதர் ராஜாவை நம்பலாம் என்ற தெளிவும் அவரிடம் ஏற்பட்டது.

கித்தேரியான் எதிர்பார்த்துக்கொண்டிருந்த அந்த நாளும் நெருங்கியது.

அன்று கித்தேரியான் எதிர்பார்த்ததற்கும் மேலாக ஒரு பெரிய கூட்டம் ஓமலூர் கோயில் வளாகத்தில் கூடியது. செபமாலை தலைமையில் ஆண்கள் ஒரு பக்கம் திரண்டிருந்தனர். மறுபக்கம் பெண்களைக் கட்டுப் படுத்திக்கொண்டு இருந்தான் அமலோற்பவம். அந்தோனி இளைஞர்களை ஆண்களுக்கு முன்பாக வந்து அமரும்படி கேட்டுக்கொண்டிருந்தான். இளம் பெண்களை ஒழுங்குபடுத்திக்கொண்டிருந்தாள் இசக்கி. அனைத்தையும் மேற்பார்வையிட்டுக்கொண்டிருந்தார் தனிக்கிளாஸ்.

இவ்வளவு பெரிய கூட்டம் வரும் என்றோ அதிலும் குறிப்பாக பெண்கள் பெரும் எண்ணிக்கையில் வருவார்கள் என்றோ யாரும் எதிர்பார்க்கவில்லை.

பாதர் ராஜா கூட்டத்தில் ஒருவராக கூட்டத்தோடு கலந்து அமர்ந்திருந்தார்.

கூட்டத்தை எப்படி நடத்த வேண்டும் என்று கித்தேரியான் ஏற்கனவே திட்டமிட்டிருந்தார். தான் பேசுவதைவிட பாதிக்கப்பட்ட மக்கள் தாங்கள் பாதிக்கப்பட்ட வரலாற்றை கூறினால் அதில் உணர்ச்சி இருக்கும்; யதார்த்தம் இருக்கும்; கேட்பவர்களின் உணர்வுகளைத் தூண்டும்; செயல்பாட்டிற்கு இட்டுச் செல்லும் என்பதை நன்கு உணர்ந்திருந்தார். எனவே, தங்கள் ஊரில் உள்ள சாதிக் கொடுமைகள் பற்றியும் குறிப்பாக மேல் சாதிக் கிறிஸ்தவர்களால் அனுபவித்த சாதிக் கொடுமைகள் பற்றியும் பேசச் சொன்னார்.

கூட்டத்தில் யாருமே பேசவில்லை. அனைவரும் அமைதிகாத்தனர். யார் பேசப்போகிறார்கள் என்று ஒருவர் முகத்தை ஒருவர் பார்த்த வண்ணம் அமர்ந்திருந்தனர். அந்த அமைதி, ஒரு சிலரிடம் ஒரு நெருடலை ஏற்படுத்தியது.

பேசிப் பேசிப் பழக்கப்பட்டுப்போன நாயகத்தின் மனைவி அமலோற்பவத்தால் அந்த அமைதியைத் தாங்கிக்கொள்ள முடியவில்ல. பேசக்கூடாது என்று அமைதியாக இருந்து பார்த்தாள். அவளால் இருக்க முடியவில்லை வாய் பரபரத்தது. நாக்கு வாய்க்குள் துள்ளியது. தன்னால் இனி மேலும் அமைதியாக இருக்க முடியாது என்று உணர்ந்த அவள் எழுந்து நின்று ஆவேசமாகப் பேசத் தொடங்கினாள்.

“எங்க ஊரு பிச்சூரு. எங்க ஊர்ல மாதிரி சாதி வெறி வேற எந்த ஊர்லயும் இருக்காது. ரெட்டியாரு வீட்டு பொம்பளைகளும் மனுசிகதான். நாங்களும் மனுசிகதான். ஆனா, அவளுக தண்ணி எடுக்கிற கெணத்துகள்ள நாங்க தண்ணி கிண்ணி எடுத்துப் பெழங்கக்கூடாது. காடு கரைகள்ள வேல வெட்டிக்குப் போம்போதும் கோயிலுக்குப் போம்போதும் அவுக கிட்டத்துலகூட நெருங்கக்கூடாது. தவுச்ச தாகத்துக்குக்கூட அவுக பண்டம் பாத்திரங்கள்ள தண்ணி குடிச்சுரக் கூடாது. அப்பிடியே அவுக தண்ணி குடுத்தாலும் நம்ம கையிலதான் ஊத்துவாக. நம்ம கைக்கிட்டக் கூட அவுக பாத்திரம் இருக்கப்படாதாம். அம்புட்டு ஒசரத்துக்கு தூக்கிக்கிட்டு ஊத்துவாளுக. நாம என்ன அம்புட்டு அசிங்கமாவா போய்ட்டோம். ஒவ்வொருத்தியும் ரெண்டேக்கர் அகலத்துக்கு மொகரய வச்சிக்கிட்டு இம்புட்டு ராங்கித்தனம் செய்றாளுக. இவளுகள வெளக்கமாத்தால நாலு சாத்து சாத்த வேண்டாம்?”

“வெளக்கமாறு என்ன வெளக்கமாறு. தேஞ்ச கட்ட வெளக்க மாத்துட்டயோ இல்ல பிஞ்ச செருப்பாலயோ நாலு வச்சாத்தான் இவளுக மப்பு அடங்கும், மதனி” என்று கூப்பாடு போட்டாள் இசக்கி.

பெண்கள் இப்படி முதலில் பேச ஆரம்பிக்கவும் ஆண்களுக்கு ரோசம் வந்துவிட்டது. அவர்களும் உணர்வுப் பூர்வமாகப் பேச ஆரம்பித்தார்கள்.

முதலில் அந்தோனி பேசினான். தனது திருமணம் நடந்த சூழ்நிலையை விவரித்த அவன், பிச்சூரில் கோயிலுக்குள் இருக்கும் பாகுபாடுபற்றி விவரமாகப் பேசினான்.

மேலச்சேரி மலயப்பன் தனது ஊரில் திருவிழா நடக்கும் சமயத்தில் எப்படி தலித் மக்கள் புறக்கணிக்கப்படுகிறார்கள் என்று விவரித்தான்.

தனது ஊரில் தலித் மக்களுக்குத் தனியாகக் கல்லறை இருப்பதால் உள்ள பிரச்சன பற்றி கோபத்துடன் கூறினார் உண்டிகையைச் சேர்ந்த செவத்தியான்.

தனது மகன் செமினாரிக்குப் போக அங்கு தான் குடிப்பதாகக் காரணம் கூறி, தனது மகன் செமினரியிலிருந்து வெளியேற்றப்பட்ட கதையை வேதனையுடன் வெளிப்படுத்தினார் பெண்ணூரிலிருந்து வந்த சின்னப்பன்.

பாக்கத்தைச் சார்ந்த விதவை பாக்கியம் ஏதோ சொல்ல வாயைத் திறக்க, ஒன்றும் சொல்ல முடியாமல் விம்மி விம்மி அழுதபடியே

அமர்ந்துவிட்டாள். கூட்டத்தில் மயான அமைதி. இதை யாரும் எதிர் பார்க்கவில்லை. அதன் பிறகு யாரும் எழுந்து எதுவும் பேசவில்லை.

அதுவரை அமைதியாக இருந்த பாதர் ராஜா மெதுவாக எழுந்தார். எல்லாரையும் பார்த்தார். தான் பேச வேண்டிய நேரம் வந்துவிட்டதை உணர்ந்த அவர் பேச ஆரம்பித்தார்.

"இப்ப நீங்க சொன்னது எல்லாம் ரொம்பக் கொஞ்சம்தான். சொல்றதுக்கு எம்புட்டோ இருக்கு. அத உங்க முகத்துல பாக்கிறேன். சொல்ல முடியாம அழக்கூட செய்றோம். ஆனா, அரசாங்கம் செய்ற அநீதி பற்றி யாருமே பேசல. நீங்க ஒவ்வொருவரும் இந்த அநீதியான அரசாங்கத்தால பாதிக்கப்பட்டிருப்பீங்கன்னு நல்லா தெரியும். ஆனா, திருச்சபையில இருக்கும் அநீதி மிக மிகக் கொடுமையா இருப்பதுனால அரசாங்க அநீதி அவ்வளவு பெருசா தெரியல. அதுமட்டுமில்ல. இந்த திருச்சபையில இருக்கிற அநீதியத்தான் முதல்ல போக்கணும்னு எல்லாருடைய பேச்சில இருந்தும் தெரியுது. இந்த அநீதி போகனும்னா நம்ம உரிமைக்காக நாம போராடனும். போராடுறதுக்கு நமக்கு ஓர் அமைப்பு, இயக்கம் வேணும். நாம இங்க இருக்கிற எல்லாரும் பல ஊருகள்ள இருந்து வந்திருக்கோம். பல ஊர்களச் சேர்ந்த நம்ம ஒன்னாச் சேந்தாத்தான் ஏதாவது உருப்படியா செய்ய முடியும். ஒண்ணாச் சேந்து உழைப்போம்னு சொல்றவுங்க எல்லாரும் கையத் தூக்குங்க பார்க்கலாம்."

ஒரு சிலரைத் தவிர அனைவருமே கை தூக்கினர்.

கை தூக்காமல் இருந்த இஞ்ஞாசி எழுந்து, "இம்புட்டு வருஷமா இருந்தத இப்ப என்னாத்துக்கு மாத்தணும் சாமி. செவனேன்னு நம்ம வேல உண்டு, வெட்டி உண்டுன்னு இருந்துட்டுப் போறதுக்கில்லாம என்னத்துக்கு இந்த அதிகப் பிரசங்கத்தனமெல்லாம்" என்று எதிர் மறையாகப் பேசினார்.

அவர் பேசுவதை ஆமோதிக்கும் வண்ணம் ஓமலூர் சேசுக் கண்ணன் எழுந்து, "இங்க ஓமலூர்ல இப்பிடி கோயில் கொளத்துல ஒரு பிரச்சனையுமில்ல சாமி. இது உங்களுக்கே நல்லா தெரியும். இங்க எங்க வகுத்துப்பாடே பெரிய பாடா இருக்கு. இதுல என்னத் துக்கு இப்பிடி ஒண்ணாச் சேரணும்... போராடணும்னு பேசிக்கிட்டு" என்று சலித்துக்கொண்டார்.

"அதான... ஊரு உலகத்துல எக்கச் சக்கமா சங்கம், இயக்கம், கச்சி, மயிரு, மண்ணாங்கட்டின்னு வச்சிருக்கான். வச்சு என்னத்தப் புடுங்கிட்டானுக. அதுக்கெல்லாம் நாலு காசு இருக்கணும். நல்ல

சாதில பிறந்திருக்கணும். நம்மளே நாறிப்போன சாதியில பிறந்து ஈனப் பொழப்பு பொழைக்கிறோம். இதுல என்ன இயக்கம் கியக்கம்னு? அதெல்லாம் ஒண்ணும் வேண்டாம். நாலு துட்டு சம்பாதிச்சோமா, கூழுத் தண்ணியக் குடுச்சோமான்னு இருந்துட்டுப் போவோம்" என்றார் மேலச்சேரி மலயப்பன்.

"நாமளே பள்ளன், பறையன், சக்கிலியன், அம்பட்டயன், வண்ணான்னு பிரிஞ்சுகெடக்கோம். இதுல யாரு உசத்தின்னு சண்டபோட்டு நாறிக்கிட்டு இருக்கோம். நமெக்கெல்லாம் இது ஒத்துவராது" என்று ஓங்கிப் பேசினார் பாக்கத்துப் பெரியவர் ஒருவர்.

கூட்டத்தில் ஒரே சல சலப்பு. பாதர் ராஜா அமைதியாக நடப்ப வற்றைக் கவனித்துக்கொண்டிருந்தார். மீண்டும் கித்தேரியான் எழுந்து பொறுமையுடன் பேச முயன்றார். துக்கம் தொண்டையை அடைக்க பேசமுடியாமல் அமர்ந்துவிட்டார். இந்த நிகழ்ச்சி பெண்களை வெகுவாகப் பாதித்தது. அவர்கள் பக்கம் கோபமும் வேகமும் கொப்பளித்துச் சிந்தின. ஓரளவுக்குக் கூட்டம் அமைதியான பின்பு மீண்டும் பாதர் ராஜா பேசத் தொடங்கினார்.

"ஒவ்வொருத்தரும் உங்களது உணர்வப் பகிர்ந்துகொண்டீங்க. ஆனா இந்தப் பகிர்விலும் கூட, இயக்கம் வேண்டாம் என்பதில்கூட, உங்களது நிலயப் பற்றிய ஆதங்கம், வேதனையத்தான் வெளிப்படுது. அடிமனசில உங்க ஒவ்வொருவருக்குமே இந்த விடுதல வேட்க, உரிமைத் தாகம் எரிந்துகொண்டுதான் இருக்கு. இன்னைக்கு நமக்கு இருக்கும் இந்த நிலம நாளைக்கு நம்ம பிள்ளைகளுக்கும் இருக்கக் கூடாதுன்னு எல்லாருமே கட்டாயம் விரும்புவோம். இதுக்கு நாம ஒண்ணு சேரணும். நம்மகிட்ட பணபலமில்லாவிட்டாலும் எண்ணிக்கையில் நாம் அதிகம். இந்த எண்ணிக்கதான் மக்கள் சக்தி. இந்த சக்திதான் நம்ம சொத்து. நாம ஒண்ணு சேர்ந்து முயன்றா எதையும் சாதிக்கலாம்."

கித்தேரியானும் தன்னைத் தேற்றிக்கொண்டு மீண்டும் எழுந்து அமைதியாக அதே சமயம் அழுத்தமாகப் பேசினார்.

"எந்த ஒரு முயற்சிக்கும் மொதல்ல இப்பிடி சில தடங்கல்க வரத்தான் செய்யும். ஆனா, அதற்காக நாம எடுத்த காரியத்துல பின் வாங்கக் கூடாது. கஷ்டப்படாம எதையுமே சாதிக்கமுடியாது."

பெண்கள் சார்பாக இசக்கி, "நாங்க பொம்பளைக எல்லாரும் ரெடிதான். இப்பிடி மானங்கெட்ட பொழப்பு பொழைக்கிறதுக்கு நம்ம நாலுபேரு ஒண்ணா சேர்ந்து நாக்குப் புடுங்கிக்கிட்டுச் சாகிற மாதிரி நாலுவார்த்த நறுக்குன்னு மேச்சாதிக்காரங்களக் கேட்டுட்டு அதுக்காகக் கஷ்டப்பட்டாலும் ஒரு பிரயோசனம் இருக்கும்" என்றாள்.

இந்த விதமாக இசக்கி பேசவும் ஆண்களுக்கும் வீரம் வந்து விட்டது. அவர்களும் இயக்கமாக ஒன்றுசேர முன்வந்தனர். தன் மருமகளே இப்படிப் பேசியதால் இஞ்ஞாசிக்கும் வீரம் பிறந்தது. தான் முழு ஆதரவு தருவதாகக் கூறினார். அவரைத் தொடர்ந்து எதிர்ப் புக்குரல் கொடுத்த அனைவருமே இயக்கத்தில் சேர்வதாகக் கூறினார்கள்.

கூட்டத்தினரின் இந்த முடிவால் பாதர் ராஜா மிகவும் மகிழ்ந்தார். மெதுவாக அடுத்த கட்டத்திற்குச் சென்றார். "சரி... இயக்கம்னு இருந்தா அதுக்குத் தலைவர், செயலாளர் வேணுமே. யாரத் தேர்ந்தெடுக்கலாம்."

பாதர் இப்பிடிக் கூறவும் கூட்டத்திலிருந்த முத்தையன் "சாமி... நம்ம கித்தேரியானே இருக்கட்டும். அவருதான் கொஞ்சம் வெவரமான ஆளு. நாலு இடம் போயி வந்தவரு" என்று சொல்ல. உடனே வாயாடி அமலோற்பவம் "அதான் சரி. இந்தக் கூட்டத்துக்கு அலஞ்சு பெறக்கி ஏற்பாடு செய்ததே அவுகதானே" என்று கூற அனைவரும் கைதட்டி அதை ஆமோதித்தனர்.

ஒரு நாற்காலி கொண்டுவரச் சொன்ன பாதர் ராஜா, அதில் கித்தேரியானை அமரச் செய்ய, அதை அங்கீகரிக்கும் வண்ணமாக கரவொலிகளும், விசில்களும் பெண்களின் குலவைச் சத்தமும் கூட்டத் திலிருந்து எழுந்து ஓமலூர் வயல் வரப்புகளை நிறைத்தது.

அதைத் தொடர்ந்து உண்டிகை செவத்தியான் செயலாளராகத் தேர்ந்தெடுக்கப்பட்டார். இசக்கிக்கு பெண்களை ஒன்றுசேர்க்கும் பணி கொடுக்கப்பட்டது. இந்த இயக்கத்திற்குத் 'தலித் உரிமை இயக்கம்' என்ற பெயரும் சூட்டப்பட்டது.

பாதர் ராஜாவுக்கு அளவற்ற சந்தோஷம். இறைவன்தான் இந்த இயக்கம் தோன்ற செயல்பட்டார் என்று நம்பினார். இறைவனின் பிரசன்னத்தை அந்தக் கூட்டத்தில் அவரால் உணர முடிந்தது. இம்மக்களை இணைத்து, இவர்கள் வழியாக இறையரசின் மதிப்பீடாகிய நீதியும் சமத்துவமும் மலர வேண்டும் என்ற தனது ஆசை இறைவனருளால் சிறிது சிறிதாக நிறைவேறுவதைக் கண்டு உள்ளம் நெகிழ்ந்தார். இனம் புரியாத அமைதியையும், நிறைவையும் அவரால் உணர முடிந்தது.

அடுத்த கட்ட நடவடிக்கைக்கு மெதுவாக அடித்தளமிட்டார் பாதர் ராஜா. "ஓர் இயக்கம் வலுப்பெறணும்னா மொதல்ல அதுக்கு மக்கள் மத்தியில் செல்வாக்குப் பெருகணும். நெறையப்பேர் சேரணும். ரெண்டாவது, ஏதாவது ஒரு பிரச்சனய எடுத்துப் போராடணும். இப்படி போராட்டத்தின் மூலமாகத்தான் இயக்கத்த வளக்கணும். இப்படி

இயக்கம் வளர்வதன் மூலம்தான் போராட்டமும் சூடு பிடிக்கும். இதுக்கு என்ன செய்யலாம்.

“எனக்கு ஒரு நல்ல யோசனை தோணுது. நாம பிச்சூர் பிரச்சினை யினாலதான் இங்க ஒண்ணா வந்திருக்கோம். பிச்சூர் பிரச்சனய மையமா வைச்சு ஏன் போராடக் கூடாது... இந்தப் போராட்டத்த மக்களிடம் சொல்லி ஏன் இயக்கத்த வளர்க்கக்கூடாது” என்றார் கித்தேரியான்.

இது நல்ல யோசனை என்று அனைவருக்குமே பட்டது. அந்த அடிப்படையில் பிச்சூர் மக்கள் தங்கள் ஊரில் உள்ள மதப் பாகுபாடு பற்றி இயக்கத்திற்கு ஒரு மனுக் கொடுக்க வேண்டும் என்று முடிவெடுக்கப்பட்டது.

உடனே அந்தோனி தனது திருமணத்தில் நடந்த பாகுபாடு. கோயிலிலுள்ள பாகுபாடு, கல்லறைப் பாகுபாடு, திருவிழா பாகுபாடு, இவைகளைக் குறிப்பிட்டு இந்த பிரச்சினகளை தலித் உரிமை இயக்கம் தலையிட்டு தீர்த்து வைக்க வேண்டும் என்று எழுதி பிச்சூர் மக்களிடம் கையெழுத்து வாங்கிக் கொடுத்துவிட்டான்.

“இப்பத்தான் நாம் கவனமாக செயல்படணும்.நம்ம இயக்கத்துக்கு முதல் பிரச்சன கிடைச்சிருக்கு இந்த பிரச்சனய எப்படி அணுகலாம்” என்றார் பாதர் ராஜா.

“உடனே நாம எல்லாரும் பிச்சூர் ரெட்டியார்கிட்ட போயி மனுவக் கொடுத்து பிரச்சனயெல்லாம் போக்கலைனா எல்லா ஊர்க்காரங்களும் வந்து போராடுவோம்னு சொல்லுவோம்” என்றான் வெறியிலிருந்த அந்தோனி.

“கொஞ்சம் பொறுமையா இரு. மத்தவுங்க என்ன சொல்றீங்க” என்றார் பாதர் ராஜா.

“அந்த ஊர் சாமியார்ட்ட மனுக்கொடுத்து பிரச்சனயப் போக்கணும்னு கேட்டுக்கிட்டா என்ன?” என்றார் முத்து.

“இந்த பிரச்சனய பிச்சூர் ரெட்டியார்களோ, சாமியாரோ ஒரே நாள்ல தீக்கிர பிரச்சினயில்ல. மொதல்ல இந்த பிரச்சன திருச்சபைக்கு எதிரானதுன்னு திருச்சப உணரனும். அதுக்கு மொதல்ல ஆண்டவருட்ட போகணும். அவரு நமக்கு சார்பா ஒரு நிலைப்பாட எடுக்கணும். அதுக்கு ஆண்டவர் பிச்சூருக்கு நேரடியாக வரணும். ஒரு நிலைப்பாட எடுத்து குருக்களிடம் கூறனும். பிறகு இந்த பிரச்சன தீர ரெட்டியார்க ஒத்துழைக்கணும். இல்லன்னா அவுகள திருச்சபயிலிருந்து விலக்கிவிடப்

போவதாக அறிவிக்கணும்னு சொல்லி நாம ஆண்டவர்ட்ட சொல்லணும்" என்றார் பாதர் ராஜா.

பாதர் ராஜாவின் யோசனையால் கவரப்பட்ட கித்தேரியான், "ரொம்ப நல்ல யோசனை. அதுபடியே செய்வோம். என்னைக்கு ஆண்டவர்ட்ட போகலாம். யார் யார் போறது" என்று கேட்டார்.

பாதர் ராஜா பொறுமையாகச் சொன்னார். "ஆண்டவருக்கு மட்டும் தெரிஞ்சா போதாது. பிரச்சன நம்ம மறைமாவட்டத்துல உள்ள எல்லாருக்கும் குறிப்பா எல்லா சாமியார்களுக்கும், சிஸ்டர்களுக்கும் தெரியணும். அதனால்..."

"அதனால என்ன... இன்னைக்கே பிச்சூர் மக்க கொடுத்த மனுவை காப்பி எடுப்போம். அந்த காப்பியோட நமது தீர்மானத்தையும் எழுதி காப்பி எடுத்து... ஏன் காப்பி எடுக்கணும்... அத அச்சடிச்சு எல்லா சாமியார்களுக்கும், சிஸ்டர்களுக்கும், அனுப்புவோம்" என்றார் கித்தேரியான். எல்லோருமே அதை ஆதரித்தார்கள்.

"தலித் உரிமை இயக்கத்தின் கோரிக்கைகளாக ஆயருக்கு என்னென்ன கோரிக்கைகள் வைக்கப்போறீங்க" கித்தேரியானைப் பார்த்து பாதர் ராஜா கேட்டார்.

"சாமி நல்லா கேட்டுக்கோங்க. மொதல்ல பிச்சூரில் இருக்கும் பாகுபாட்ட நேரில் காண ஆயர் போகணும். இந்த மாதிரி பிரச்சன இருக்கிற மற்ற இடங்களையும் கண்டுபிடிச்சு குருக்கள் துணையுடன், பிரச்சினை தீர நடவடிக்க எடுக்கணும். இந்த ஆண்டு இறுதிக்குள்ள நடிவடிக்க எடுக்கணும். நடவடிக்கைக்கு ஒத்து வராதவுங்கள திருச்சபையிலிருந்து விலக்கணும். இப்படிச் செய்யலைனா இயக்கம் போராட்டப் பாதையில் இறங்கும்."

கித்தேரியான் இப்படிச் சொல்லவும் அனைவரும் உணர்ச்சிப் பூர்வமாகக் கை தட்டினர். மேலச்சேரி மலயப்பன் ஓடிச்சென்று கித்தேரியானைக் கட்டிப் பிடித்துத் தூக்கி தன் மகிழ்ச்சியை வெளிப் படுத்தினார்.

"கித்தேரியான்... நீங்கதான் இயக்கத்த வழி நடத்த கிடைச்ச சரியான தலைவன்... துணிஞ்சி செய்ங்க... இந்த புனிதப் பணிய கட்டாயம் இறைவன் ஆசீர்வதிப்பார்." உணர்ச்சி வசப்பட்டு கித்தேரியானை, இயக்கத்தை உளமார, மனமார வாழ்த்தி ஆசீர் அளித்தார் பாதர் ராஜா.

14

தான் கேள்விப்பட்ட செய்தியை ராயப்ப ரெட்டியால் நம்ப முடியவில்லை. பாதர் ராஜாவா கூட்டம் போட்டு பேசினார்? அவரை ஆயர் மூலமாக அடக்கிவிட்டோம்; இனிச் செயல்பட மாட்டார்; பிரச்சன முடிந்தது என்று நினைத்துக்கொண்டிருந்த நேரத்தில் இந்தச் செய்தி அவரை அதிர்ச்சியடையச் செய்ததில் ஆச்சிரியமில்லை.

ஆனால் அதைவிட அதிர்ச்சியும், வேதனையுமான செய்தி தனது பண்ணையாளான இஞ்ஞாசியும் அவனோடு மற்றும் பலரும் கூட்டத்தில் கலந்துகொண்டார்கள் என்பதை அவரால் ஜீரணித்துக் கொள்ள முடியவில்லை.

அதைவிட, கூட்டத்தில் கலந்து கொண்டதோடு ரெட்டியார்களுக்கு எதிராகப் பேசி, மனுவில் கையெழுத்துப் போட்டுக் கொடுத்திருக்கிறார்கள் என்பதை அவரால் ஏற்றுக்கொள்ளவே முடியவில்லை.

'இதுவர அமைதியா புறாவப்போல இருந்த மக்களா இப்படி பேசுறாங்க. அதுவும் இஞ்ஞாசியுமா இப்படியெல்லாம் பேசினான்? அவனை இப்பிடிப் பேசத் தூண்டியது எது? என்ன காரணம்? யார் காரணம்? திடீர்னு அப்படி எங்ககிட்ட என்ன மாற்றத்தைக் கண்டுட்டாங்க? என்னைக்கும் போல் தானே நாங்க இருக்கோம்? இவ்வளவு துணிவும், எங்கமேல இவ்வளவு கோபமும், வெறுப்பும் எப்படி வந்துச்சு?'

ராயப்ப ரெட்டிக்கு இஞ்ஞாசியைக் கூப்பிட்டு நடந்தவைகளைக் கேட்க வேண்டும் போல் தோன்றியது. அதைவிட, இயக்கத்தின் திட்டப்படி மனுவையும், கோரிக்கைகளையும் வெளியிடச் செய்யாமல் இஞ்ஞாசியின் மூலமாக முயல வேண்டும் என்றும் திட்டமிட்டார். எழுந்து வீட்டிற்குப் பின்புள்ள மாட்டுத் தொழுவத்திற்குச் சென்றார். அங்கே ராயப்ப ரெட்டியின் மனைவி அன்னம்மாள் ஒரு பாத்திரத்தில் இருந்து கூழை இஞ்ஞாசி ஏந்திக்கொண்டிருந்த சட்டியில் ஊற்றிக் கொண்டிருந்தாள்.

ராயப்ப ரெட்டியைக் கண்ட இஞ்ஞாசி எழுந்து கும்பிட்டார், "முதலாளி... கும்புடுறேன்."

"இஞ்ஞாசி நேத்து எங்க போயிருந்த." விஷயத்தை அறிய வேண்டும் என்று மெதுவாகத் தூண்டி போட்டார் ராயப்ப ரெட்டி.

"ஓமலூருக்கு ஒரு கூட்டத்துக்குப் போயிருந்தேன் எசமான்."

"என்ன கூட்டம்பா அது?"

"அது எங்க சாதிக் கூட்டங்க." விட்டுக்கொடுக்காமல் பேசினார் இஞ்ஞாசி.

"சாதிக் கூட்டம் போடுற அளவுக்கு அப்படி என்னப்பா விஷயம்."

"ஐயா... என்ன விஷயமா? உங்களுக்குத் தெரியாதா. ஏ வீட்டு கல்யாணமும், உங்க வீட்டு கலியாணமும் கடவுள் கிருபையால ஒரே நாளுல வந்துச்சு. உங்க தம்பி பிஷப்பு எங்க வீட்டு கல்யாணத்தையும் மந்திரிப்பார்னு எம்புட்டு ஆசையா இருந்தேன். கெடுத்துப் போட்டீகளே ஐயா, இதவிட வேறு என்ன நடக்கணும்." கோபப் படாமல் நிதானமாக அதே சமயம் துணிவுடன் பேசினார் இஞ்ஞாசி.

"எம்பா... நீயும் நானும் ஒன்னா?"

"ஆமா... ஒன்னுதான். கிறிஸ்துவ மதத்துல சாதி வித்தியாச மெல்லாம் கெடயாதாமே?"

"யாருப்பா சொன்னது?"

"உண்டா இல்லையா... அதச் சொல்லுங்க."

"உண்டுப்பா."

"எப்படி சொல்றீங்க?" அவருடைய தொனியே தான் ஏமாற மாட்டேன் என்பதை எதிரொலித்தது.

"யேசு காலத்திலேயே மக்க பிரிஞ்சு இருந்தாங்க. யூதர்கள்ளயே மூப்பர்க, சதுசேயர்க, லேவியர்க, குருக்க, பரிசேயர்க அப்படீன்னும் பெறகு ஆயக்காரர்க, சமாரியர்க அப்படீன்னும் பிரிஞ்சு இருந்தாங் கப்பா."

"அத அழிக்கத்தான சேசு வந்தாரு."

"ஆனா புதுவிதமான ஏற்றத்தாழ்வு இப்ப இருக்குப்பா. திருத்தந்தை, கர்தினால், ஆயர்க, குருக்க, கன்னியர்க, மேல்சாதிக் காரங்க, தாழ்ந்த சாதிக்காரங்கன்னு இருக்கு."

"நீங்க என்னென்னவோ சொல்றீங்க?" தன்னை ஏமாற்ற ரெட்டியார் திட்டமிடுகிறார் என்பதை இஞ்ஞாசி உணர்ந்தார்.

"இல்லப்பா... உண்மயத்தான் சொல்றேன். நீயும் நம்ம பிஷப்பும் சமம்னு சொல்லுவியா? இல்ல நீயும் நம்ம ஊரு சாமியாரும் சமம்னு சொல்லுவியா?"

"அது எப்படிங்க சமம்!"

"அப்ப அவுங்களும் நீயும் சமமில்லைனா நானும் நீயும் எப்படி சமம்? அப்ப அவுங்களுக்கு ஒரு நீதி? எங்களுக்கு ஒரு நீதியா? சொல்லுப்பா." நிதானமாகக் கோபப்படாமல் கேட்டார் ரெட்டியார்.

"ஐயா... சாதியயும், பதவியயும் ஒன்னா ஆக்காதீங்க. நாளைக்கு எனக்கு ஒரு பேரன் பிறந்தா அவன் சாமியாரா ஆகலாம். பிஷப்பா ஆகலாம். ஆனா அவன் உங்க மாதிரி ஒரு ரெட்டியாரா ஆகமுடியாது. இந்தப் பாகுபாடத்தான் ஒழிக்கணும்னு சொல்லுறோம்" என்றார் இஞ்ஞாசி உறுதியாக.

"இஞ்ஞாசி... சாதிய அடையாளம் திருச்சபையில இருக்கலாம்னு பாப்பரசர் சொல்லியிருக்காரு. அது தெரியுமா? அது உனக்குத் தெரியாது. உன்னை யாரோ தூண்டி விடுறாங்க. அதனாலதான் நீ இப்படி பேசுற. நான் உன்ன என்னைக்காவது அடிச்சிருக்கேனா? இல்ல திட்டியிருக்கேனா." நிதானமாகக் கேட்டார் ரெட்டியார்.

"நீங்க அடிக்கல. திட்டல. ஒத்துக்கிறேன். ஆனா என்னைக்காவது நீங்க அடிக்கிற மாதிரியோ, திட்டுற மாதிரியோ நான் நடந்திருக்கேனா? காலையில ஐஞ்சு மணிக்கு வான்னு சொன்னா நாலு மணிக்கே வந்திருவேன். ஒரு ஏக்கர் உழுகணும்னு சொன்னா ரெண்டு ஏக்கர் உழுவேன். சாயங்காலம் ஆறு மணிக்கு வீட்டுக்குப் போகலாம்னு சொன்னா ஏழு மணிவரைக்கும் வேல செய்வேன். இப்பிடி நான் நடந்துகிட்டதுனாலதான் திட்டுகூட வாங்கல."

"சரி... ஒத்துக்கிடுறேன். உனக்கு கூலி ஒழுங்கா கொடுக்கலையா. என்னைக்காவது கொடுக்காம இழுத்தடிச்சிருக்கேனா?"

"ஐயா கூலியப்பத்தி மட்டும் பேசாதீக. அரசாங்கம் கொடுக்கச் சொன்ன கூலியில பத்துல ஒன்னுகூட நீங்க கொடுக்கல. என்ன ஏமாத்திட்டீங்க. என்ன நல்லா ஏமாத்திட்டீங்க." அவனுடைய குரலே ரெட்டியார் மேல் குற்றம் சுமத்தியது.

இப்படியெல்லாம் இஞ்ஞாசி பேசுவான் என்று ரெட்டியார் சிறிதும் நினைக்கவில்லை. இருப்பினும் நிதானமாகப் பேசினார். "ஏமாத்துனேனா? ஏன் பெரிய பெரிய வார்த்தயெல்லாம் சொல்லுற, உனக்கு தெனம் சாப்பாடு போடலயா? வீட்டுக்குக்கூட சாப்பாடு கொடுத்துவிடலயா? சொல்லு."

"ஐயா, அந்த பேச்சயும் எடுக்காதீங்க. நீங்க தின்ன மிச்சம் மீதியிருந்த பழையத நாய்க்குப் போடுறது மாதிரி எனக்குப் போட்டீங்க. வீட்டுல

இருந்து தெனமும் சட்டியத் தூக்கிக்கிட்டு வருவேன். உங்க வீட்டு நாய்க்கும் ஒரு சட்டி இருக்கு. அந்த நாய்ச் சட்டிக்கு மொதல்ல பழயத ஊத்திட்டுத்தான் என் சட்டியில ஊத்துவாங்க மொதலாளியம்மா. நாயவிட நான் கேவலமாவா போயிட்டேன்? ஐயா இத்தன வருஷத்துல ஒரு நாளு... வேண்டாம்... ஒரே ஒரு நேரம் எனக்குச் சுடுசோறு போட்டிருக்கீங்களா? உங்க வீட்டுல உக்காந்து சாப்பிடவச்சிருக் கிங்களா? இதோ இந்த மாட்டுத் தொழுவத்துல மாடுகளோட மாடாதான் நான் சாப்பிட்டிருக்கேன்." உணர்ச்சியில் அவர் குரல் தழுதழுத்தது.

"இஞ்ஞாசி... நீ பேசக்கத்துக்கிட்ட. நீ பசியில கஷ்டப்படக் கூடாதுன்னு இதெல்லாம் செஞ்சேன்பாரு. அதுக்கு எனக்கு நல்லா வேணும். இன்னும் வேணும்." ரெட்டியாருக்கு அதுக்குமேல் என்ன பேசுவதென்று தெரியவில்லை.

இவர்கள் பேசுவதையே கவனித்துக்கொண்டிருந்தான் பாலசாமி என்ற ரெட்டியார் இளைஞன். ராயப்ப ரெட்டியின் மருமகன் அவன். அவனது திருமணம்தான் சில நாட்களுக்கு முன்பாக நடந்தது. பொறுமையாக அவர்கள் இருவரும் பேசுவதை முதலில் கேட்டுக் கொண்டிருந்த அவனுக்கு, நேரம் ஆக ஆக கோபம் ஏறிக்கொண்டே போனது. தனது கோபத்தை கட்டுப்படுத்த முடியாமல் ராயப்ப ரெட்டியைப் பார்த்து, "மாமா... அவங்கிட்ட என்ன பேச்சு? நாம மரியாத கொடுக்கக் கொடுக்க ரொம்பத்தான் துள்ளுரான். பேசாம அந்த மனுவையும், இயக்க கோரிக்கைகளையும் யாருக்கும் அனுப்பாம கிழிச்சுப் போடச் சொல்லுங்க. இல்ல, நடக்குறது வேறன்னு சொல்லுங்க" என்று பற்களைக் கடித்தபடியே கூறினான்.

"மாப்பிள, நீங்க கொஞ்சம் அமைதியா இருங்க. நான் சமாளிக்கிறேன்" என்று ராயப்ப ரெட்டி சொல்லி முடிப்பதற்கு முன்னாலயே இஞ்ஞாசி பேச ஆரம்பித்தான். "ஓகோ... எதுக்குடா எங்கிட்ட முதலாளி பேசுரார்ன்னு யோசிச்சுக்கிட்டு இருந்தேன். இப்பத்தான் விஷயமே புரியுது, ஐயா... நல்லா கேட்டுக்கோங்க... மனுவயும் கோரிக்ககளையும் அனுப்பமாட்டோம்னு மட்டும் நெனக்காதீங்க. அதக்கட்டாயம் அனுப்புவோம்" என்றார் இஞ்ஞாசி உறுதியுடன்.

"ஏம்பா இஞ்ஞாசி... கொஞ்சம் பொறுத்து கேட்டுச் செய்யக் கூடாதா? எடுத்தோம்... கவிழ்த்தோம்னா எப்படி?"

"மாமா... என்ன இப்பிடி பணிஞ்சு பேசிக்கிட்டு இருக்கீங்க. அந்த பிட் நோட்டீச யாருக்கும் அனுப்பக்கூடாதுன்னு கட்டளையிடுங்க. அப்படி அனுப்புனா என்ன செய்யப் போறீங்கங்கிறத சொல்லுங்க" என்றான் பாலசாமி கோபமாக.

“என்ன செய்வாரு. வேலயில்லன்னு சொல்லுவாரு. அதயும் நோட்டீஸ் அடிச்சு அனுப்புவோமே தவிர உங்க கால்ல வந்து விழ மாட்டோம்” என்றார் இஞ்ஞாசி. அவரது வார்த்தையிலும் சிறிது கோபம் வெளிப்பட்டது.

“ஏண்டா... நாயே இவ்வளவு திமிராவா பேசுற. டேய் உன் மருமக... பேரென்ன இசக்கியா... அவள தூக்கி வந்து கெடுக்கிறேன். அதயும் நோட்டீஸ் அடிச்சு எல்லாருட்டயும் கொடு” என்று கோபமாகக் கத்தினான் பாலசாமி.

இஞ்ஞாசி கோபமாக அவனைப் பார்த்தார். “ஐயா... சின்ன முதலாளி... உங்கள மாதிரி எனக்கும் பேசத்தெரியும்... உங்க பொண்டாட்டியத் தூக்கிட்டுப் போவேன்னு எனக்கும் பேசத்தெரியும். ஆனா நான் பேச மாட்டேன். ஏன்னா நான் மனுசன்” என்று கூறிய இஞ்ஞாசி, வேகமாக அந்த இடத்திலிருந்து வெளியேறினார்.

“மாப்பிள்ள... கெடுத்துப் பிட்டீங்க. அமைதியா, பணிவா சொன்னா இஞ்ஞாசி கேட்பான். இப்ப என்னென்னமோ பேசி காரியத்தக் கெடுத்துப்போட்டீங்களே. இனி என்ன செய்ய? இந்த பிரச்சனய எப்படி சமாளிக்க.”

மெதுவாக எழுந்தார். சோர்வாக நடந்தபடியே தெருவுக்கு வந்தார்.

ராயப்ப ரெட்டி வெளியே சென்ற பின் அவரது மருமகன் பாலசாமி தன் அத்தை அன்னம்மாளிடம் சென்றான். ஆக்ரோஷமும் கோபமும் நிறைந்த அவன் அத்தையிடம் கத்தினான். “பாத்தீங்களா அத்தை... அந்தப் பய இஞ்ஞாசிகிட்ட மாமா மடங்கி, மடங்கிப் பேசினத, அயோக்கிய நாய்... அவனத் தெருநாய அடிக்கிறமாதிரி அடிச்சி வெரட்டாம அவனையும் மதிச்சி பேசிக்கிட்டிருக்காரு.”

அன்னம்மாளுக்கும் மிகுந்த கோபம். “பாத்துக்கிட்டுதானே இருந்தேன். இந்தப் பறப்பயலுக்கு எங்கிருந்து இம்புட்டுத் தைரியம் வந்துச்சுன்னுதான் ஆச்சரியமா இருக்கு. நாப்பது வருஷமா நம்ம வீட்டு உப்பத்தின்னு வளந்த மாடு இன்னைக்கு எதுத்துக்கிட்டுப் பாயவருது. நன்றி விசுவாசம் கெட்ட பய. அவன் வண்டி வண்டியாத் திம்பான். பாவம் வேல செய்ற பயலாச்சேன்னு வயிறு நெறைய கூழையோ மிச்சம் மீதியையோ நெறைய போடுவேன். வீட்டுக்குக் கூட கொடுத்து விடுவேன். இப்ப உண்ட வீட்டுக்கே ரெண்டகஞ் செய்ய ஆரம்பிச்சிட்டான்.”

அன்னம்மாள் புலம்பிக்கொண்டு இருக்கும்பொழுதே தும்மா ரெட்டியின் மனைவி ஆக்னேசம்மாள் அங்கே வந்தாள். “என்ன ஆச்சின்னு இப்பிடி ஒரேயடியா புலம்புறீங்க சின்னம்மாள்?”

"அத ஏம்மா கேக்குற. இந்தப் பறப்பயலுக்கு வந்த திமிரப் பாத்தியா. இத்தன வருஷமா இல்லாம இன்னைக்குப் புதுசா எதுத்துப் பேச ஆரம்பிச்சிட்டானுக. கோயில்ல நமக்குச் சமமா உக்காரணுமாம். ஒரே கல்லற வேணுமாம். அவனுகளும் பூசைக்கு உதவிசெய்வானுகளாம். திருவிழா கொண்டாடுவானுகளாம்... இப்பிடி என்னென்னமோ கேக்குறானுக. கேக்கிற நாக்கு அழுகப்போகுது. கடவுளு கட்டாயம் அவனுக நாக்க அழுகச் செய்யப்போராறு. அந்தப் பரச்சிகளோட கோயில்ல சேர்ந்து உக்காரணும்னு நினைச்சாலே கொமட்டிக்கிட்டு வாந்தி வருது. நம்ம சாதி என்ன... கௌரவம் என்ன. அந்தஸ்து என்ன... இதெல்லாம் யோசிக்காம என்னென்னவோ பேசுரானுக. ஆசப்படுறதுக்கும் ஒரு அளவு இருக்கணும். ஒரு தகுதி இருக்கணும்."

"ஆமா சின்னம்மா... எங்க வீட்டுக்காரர்கூட இதப் பற்றிச் சொன்னார். அந்த ஓமலூர் சாமியார்தான் தூண்டிவிடுறாராம்." அன்னம்மாள் பேச்சுக்கு ஆமோதிப்பது போலப் பேசினாள் ஆக்னேசம்மாள்.

"அந்தச் சாமியாரு பாடையில போக. கோயில் கொளம்னு பூச வச்சிக்கிட்டு இருக்காம எதுக்கு இப்பிடி அனாவசியமா பிரச்சனய கௌப்புறார். மொதல்ல அவர நம்ம ஆளுக கவனிக்கணும்."

இந்தப் பேச்சுகள் எதையும் கேட்காமல் வீட்டைவிட்டு வந்த ராயப்ப ரெட்டியின் கால்கள் அவரையுமறியாமல் கோயிலை நோக்கிச் சென்றன. கோயிலை அடைந்த அவர் நின்று நிதானமாக அந்தக் கோயிலைப் பார்த்தார். கோயில் திறந்திருந்தது. உள்ளே நுழைந்தார்.

கோயிலுக்குள் நுழைந்த அவர், வழக்கமாக ரெட்டியார்கள் இருக்கும் நேர் சாலைக்குச் செல்லாமல் தலித் மக்கள் அமரும் பகுதிக்கு வந்தார். அங்கும் பீடத்திற்கு அருகில் வராமல் தொலைவில் வாசலுக்கு அருகில் முழந்தாள்படியிட்டார். அவருடைய கண்கள் பீடத்தை ஏரிட்டுப் பார்க்கவும் துணியவில்லை. கண்களை மூடி சிரம் தாழ்த்தி அப்படியே பல மணித்துளிகள் இருந்தார். அவருடைய முகம் வேதனையால் இருண்டுபோய்க் கிடந்தது.

'கடவுளே, நாங்க என்ன செய்தோம்? ஏன் எங்களக் கேவலப் படுத்தணும்? ஊர் உலகத்துல செய்யாத எதையும் நாங்க செய்யலயே? எல்லா இடத்துலயும்தான் சாதி இருக்கு. சாதிப்பாகுபாடு இருக்கு. ஏன் தாழ்த்தப்பட்டவுககூட பள்ளன், பறையன், சக்கிலியன்னு பிரிஞ்சு கிடக்காங்களே! அப்படியிருக்க ஏன் எங்கள மட்டும் சாதி வெறியங்க மாதிரி காட்டணும். இங்ககூட நாயுடு, பிள்ளை, உடையார், வன்னியர்,

நாடார்னு, எம்புட்டுச் சாதிக் கிறிஸ்தவுங்க இருக்குறாங்க. அவுங்கள யெல்லாம் விட்டு விட்டு ஏன் எங்க சாதியமட்டும் கேவலப்படுத்தணும்? அதுவும் எங்க ஊரமட்டும் கேவலப்படுத்தணும். எங்க ஊருல இருந்து எங்க ஆளுக எம்புட்டு பேர் சாமியாரா, சிஸ்டராப் போயிருக்காங்க. அந்த நல்ல செய்திகள எழுதாம ஏன் மற்றத எழுதி எங்களக் கேவலப் படுத்தணும்.'

கண்களை விழித்து பீடத்தை உற்றுப்பாத்தார். 'கடவுளே பகைவனையும் மன்னிக்கணும்னு நீங்க சொன்னீங்க. அதுனாலதான் பேசாம இருக்கேன். இல்லன்னா இன்னைக்கு இஞ்ஞாசி பேசின பேச்சுக்கு நான் அவன வெட்டி கொலை செஞ்சிருப்பேன். ஆனா, எங்கிட்ட மன்னிக்கிற குணம் இருக்கிறது மாதிரி எங்க ஆளுககிட்ட இல்ல. இப்ப ஊருல போயி எங்களுக்கு எதிரா மத்தவுங்க மனுக் கொடுத்திருக்குறாங்கன்னு சொன்னா, உடனே கோவத்துல துள்ளு வாங்க. அவுங்களுக்கு வேல கொடுக்கக்கூடாதுன்னு ஊர்க்கட்டுப் பாடு போடனும்னு சொல்வாங்க. சில சமயம் அவுங்க வீடுகளத் தீ வச்சு கொளுத்தக்கூட தயங்க மாட்டாங்க. எம் மருமகனக்கூட கட்டுபடுத்த முடியல. இப்ப நான் என்ன செய்ய? இஞ்ஞாசி மூலமா பிரச்சனயத் தீக்கலாம்னு நெனச்சா அதுவும் முடியாமப் போச்சே! அடியும், உதையும், தீவைப்பும்தான் பிரச்சன தீர வழியா? வேற வழியே இல்லயா?'

முட்டு வலித்ததால் தலையில் அமர்ந்தபடி மறுபடி செபிக்க ஆரம்பித்தார். 'கடவுளே அவுங்க கோரிக்கைகள ஏத்துக்கிடலாம். ஆனா நாங்களும் அவுங்களும் சமங்கிறத எங்களால ஏத்துக்கிட முடியலயே! என்ன செய்ய... என்னால இஞ்ஞாசியோட பக்கத்துல உட்கார்ந்திருப் பதையோ, ஒன்னாச் சாப்பிடுவதையோ நெனச்சுக்கூட பார்க்க முடியல. மொதல்ல அவுங்களே தங்களுக்குள்ள பிரிஞ்சு கிடக்கும்போது மற்ற தாழ்த்தப்பட்ட பிரிவுகளோட ஒண்ணா உக்காரவோ, சாப்பிடவோ மறுக்கும்போது எங்கள மட்டும் எப்பிடி குறை சொல்லலாம்? இது நீதியா? தன் கண்ணுல உள்ள உத்திரத்தப் பார்க்காம எப்படி எங்க கண்ணுல உள்ள துரும்ப மட்டும் பார்க்கலாம். இது அநியாயமில்லையா?'

பிரச்சினை தீர மறுபடி யோசிக்க ஆரம்பித்தார். 'இந்தப் பிரச்சினை தீர என்னதான் வழி? கடவுளே அடி, தடின்னு யாரும் போயிரக் கூடாது. அமைதியா பிரச்சனயத் தீர்க்க முயற்சிக்கணும். கடவுளே நல்லா யோசித்துப் பார்த்தா நாங்க ஒருநாள் கூட அவுங்கள கோயில்ல நடுச்சாலைக்கு வரக்கூடாதுன்னு சொல்லல. மாறாக அவுங்களே பக்க சாலைல இருந்துக்கிட்டாங்க. ஒரு நாள்கூட அவுங்க பூசைக்கு உதவி செய்யக்கூடாதுன்னோ, வாசகம் வாசிக்கக்கூடாதுன்னோ, பாட்டுப்

பாட வரக்கூடாதுன்னோ சொல்லல. மாறாக அவுங்கள்ள யாரும் வரல. பாதம் கழுவும் சடங்குகூட அப்படித்தான். அப்பிடி இருக்க நாங்கதான் தடுத்த மாதிரி எழுதியிருக்காங்களாமே! இது நியாயமா? அதே மாதிரி கோயில் திருநா நாங்க கொண்டாடுறோம். வேணும்னா அவுங்க தனியா கொண்டாடி, தேர அவுங்க தெருவுக்கு இழுத்துக்கிட்டுப் போகட்டுமே! நாங்க வேண்டாம்னா சொன்னோம். கடவுளே இப்பிடியெல்லாம் நாங்க இருக்கோம். ஆனா, இவுங்க எங்க மேலேயே பழியப் போடுறாங்களே? இது நியாயமா? கல்லறகூட எங்களுக்கு நாங்க வாழ்கிற இடத்துக்குப் பக்கத்துல இருக்கு. அவுங்களுக்கு அவுங்க வீடுகளுக்கு பக்கத்துல கல்லற இருக்கு. இதுல என்ன பாகுபாடு இருக்கு. கடவுளே நீங்களே சொல்லுங்க. கல்யாணத்துக்கு எங்க அண்ணன் பிஷப்ப கூப்பிட்டேன். அவரு கொடுத்த நேரத்துல கலியாணத்த வச்சேன். இதுல என்ன தப்பு? எங்க குடும்ப கலியாணத்தோட அவுங்க குடும்ப கலியாணமும் இருக்கணும்னு எப்பிடி எதிர்பார்க்கலாம்? கடவுளே, நாங்க செய்த குற்றம் என்ன? ஏன் இப்பிடி எங்களைக் கேவலப்படுத்துறாங்க?"

திடீரென்று அவருக்கு ஒரு எண்ணம் ஏற்பட்டது. 'இப்படி என் மனத்துல எழுந்த சிந்தனைகள நான் ஏன் நோட்டீசா அடிக்கக் கூடாது. பாகுபாட்டுக்குக் காரணம் நாங்க இல்லங்கிறத அதுல ஏன் விளக்கக் கூடாது? அந்த நோட்டீச அவுங்களப்போல நானும் ஏன் ஆயருக்கும், மற்ற குருக்களுக்கும் கன்னியர்களுக்கும் அனுப்பக் கூடாது? எங்க தரப்பு நியாயத்த ஏன் நான் சொல்லக்கூடாது?'

இந்த எண்ணம் வரவும் ராயப்ப ரெட்டி கோயிலிலிருந்து எழுந்தார். வேகமாக தும்மா ரெட்டி வீட்டை நோக்கி நடந்தார். அவரது நடை வழக்கமாக இருந்த கெம்பீரமான நடையைவிட வெற்றி நடையைப் போல இருந்தது.

15

“சாமி... நாம செயிச்சிட்டோம். இயக்கத்துக்கு மொத வெற்றி கெடச்சிருக்கு.” ஓடிவந்த அந்தோனி மகிழ்ச்சியுடன் பாதர் ராஜாவிடம் கூறினான்.

அந்தோனியைத் தொடர்ந்து இயக்கத்தின் தலைவராகிய கித்தேரியான் மற்றும் செவத்தியான், இசக்கி, எல்லோரும் வந்தார்கள்.

“என்னப்பா சொல்ற, பதட்டப்படாம நிதானமாச் சொல்லு” என்றார் பாதர் ராஜா.

கித்தேரியான், தான் வைத்திருந்த நோட்டீசில் ஒன்றை பாதர் ராஜாவிடம் கொடுத்தார். பிச்சூர் ரெட்டியார்கள் வெளியிட்ட நோட்டீஸ் அது.

கவனமாக அதைப் படித்தார். படித்த அவரின் முகம் மலர்வதற்குப் பதிலாகச் சுருங்கியது. இதில் ஏதோ சதி இருப்பது போல் அவர் மனதுக்குட்பட்டது.

“என்ன சாமி படிச்சதும் அப்படியே செல மாதிரி நின்னுட்டீங்க. நம்ப கோரிக்கைகள ரெட்டியார்க நிறைவேற்றுவாங்கன்னு நீங்க கொஞ்சம்கூட எதிர்பார்க்கலயில” என்று கேட்டார் கித்தேரியான்.

“இவ்வளவு சீக்கிரமா பதில் வரும்னு கொஞ்சம் கூட எதிர்பார்க்கல. ஆமா... அன்னைக்கு முடிவு செஞ்ச மாதிரி ஆயரப் போய்ப் பார்த்து மனுக்கொடுத்தீங்களா?”

“சாமி... எதுக்கு மனுக்கொடுக்கணும்? அன்னைக்கு முடிவு எடுத்த மாதிரி பிச்சூர்காரங்க இயக்கத்துக்குக் குடுத்த மனுவையும், இயக்கத்தின் கோரிக்கைகளையும், அச்சடிச்சு நோட்டீசு எல்லாச் சாமியார்களுக்கும், சிஸ்டர்களுக்கும் அனுப்புனோம். பிஷப்புட்ட போகலாம்னு இருந்தப்ப இந்த ரெட்டியார்க நோட்டீஸ் கெடச்சிருச்சு. அதுதான் நம்ம கோரிக்க எல்லாத்தையும் நம்மளையே நெறவேத்த விட்டுக்கொடுத்துட்டாங்களே! பிறகு ஏன் பிஷப்புட்ட போகணும்னு நெனச்சு போகல” என்று விளக்கம் கொடுத்தார் கித்தேரியான்.

பாதர் ராஜாவால் பொறுத்துக்கொள்ள முடியவில்லை. இப்படியும் ஏமாறுகிற மக்கள் இருப்பார்களா? ரெட்டியார்கள் எளிதாக இம்மக்களை

ஏமாற்றிவிட்டார்களே! என்று நினைத்து பாதர் ராஜா, "கித்தேரியான், நீங்க எல்லாரும் நல்லா ஏமாந்துட்டீங்க" என்று எரிச்சலுடன் சொன்னார்.

"என்ன சாமி சொல்றீங்க" அதிர்ச்சியுடன் கேட்டான் அந்தோனி.

"ஆமா... நல்லா ஏமாந்துட்டீங்க... நோட்டீசுல என்ன போட்டு ருக்காங்க. கோயில்ல சம உரிம கேட்பத நாங்க தடுக்கல. வேணும்னா எங்க வேணும்னாலும் உக்காந்துக்கிட்டும்னு போட்டிருக்காங்கள்ள. நாளைக்கு பிச்சூர்ல நம்ம ஆளுககிட்ட கூட்டம் போட்டு இதச் சொல்லுவோம். எத்தனைபேர் ரெட்டியார் களோடபோய் கலந்து உக்காருவாங்க? சொல்லுங்க" என்று கேட்டார் பாதர் ராஜா.

""ஏன் எல்லாரும்தான் போய் உக்காருவாங்க" என்று உறுதியாகக் கூறினான் அந்தோனி.

"இல்லப்ப... உக்கார மாட்டாங்க. ரெட்டியார்கள் நேருக்கு நேரா எதுத்து பகைச்சுக்கிட்டு போய் உக்காருவாங்கன்னா நெனைக்கிறீங்க. நிச்சயம் நடக்காது. கோயில்ல போய் உக்காந்தா எங்க ரெட்டியார்க நமக்கு வேல கொடுக்க மாட்டாங்களோன்னு பயந்துக்கிட்டு யாருமே போய் உக்கார மாட்டாங்க."

"யாரு உக்கார்ந்தாலும் உக்காராட்டாலும் நாபோய் உக்காருவேன்" என்றான் அந்தோனி தைரியமாக.

"அந்தோனி... நீ ஒருத்தன் உக்கார்ரதுனால ஒரு மாற்றம் வந்திருச்சுன்னு சொல்ல முடியுமா? உன்னாலயும் எத்தனை நாளைக்கு உக்கார முடியும்? எல்லாரும் உக்காராம நீ மட்டும் போய் உக்காந்தா அந்த ரெட்டியார்க ஒத்துக்கிடுவாங்களா? உன்ன உக்காரவிடாமச் செய்ய உங் கைய கால உடைக்க மாட்டாங்கிறது என்ன நிச்சயம்? சொல்லு."

"..."

"அது மட்டுமா... நீங்க திருவிழா கொண்டாடுறதுல சம உரிம கேட்டீங்க. நீங்க தனியா திருவிழா கொண்டாடுங்கன்னு அவுங்க சொல்றாங்க. இதுவா நீங்க கேட்ட கோரிக்க. தனித்தனி கல்லற இருக்கக் கூடாதுன்னு நீங்க சொன்னீங்க. அவுங்க தனித்தனிக் கல்லற இருக்கிறத நியாயப்படுத்தி எழுதியிருக்காங்க. அதேமாதிரி திருமணப் பிரச்சனயும் நியாயப்படுத்தி எழுதியிருக்காங்க. இதுவா உங்க கோரிக்க? சொல்லுங்க..."

"என்ன இருந்தாலும் கோயில்ல சமமா உக்கார, வாசகம் வாசிக்க, பூசைக்குதவி செய்ய, பாடகர் குழுவில் இருக்க சம்மதிச்சிருக்காங்களே... அது ஓரளவு வெற்றிதான்" என்றான் அந்தோனி.

"எல்லாரும் நல்லா கேட்டுக்கோங்க. பொருளாதார சமத்துவம் இல்லாம ஆலயத்துல மட்டும் சமஉரிம தாரோம் அப்படீங்கிறது வெறும் வெளிவேஷம். ஆலயத்துல சமஉரிமை தாராங்கன்னு சொல்றாங்களா! அது நெசம்னா பொருளாதாரச் சமத்துவத்த அவுங்க கொண்டுவரணும். அதுக்கு நாம இன்னும் ஒருசில கோரிக்கைகள் ரெட்டியார்கிட்ட கேட்டு அத நெறவேத்தச் சொல்லணும்."

"என்ன கோரிக்ககளக் கேக்கப்போறோம்" என்றார் செவத்தியான் ஆர்வமாக.

"அந்தோனி, செவத்தியான், இசக்கி, கித்தேரியான் எல்லாரும் நல்லா கவனிச்சுக்கோங்க. பிச்சூர்ல நீங்க இன்னக்கு ராத்திரி நம்ம மக்களுக்கு ஊர்க்கூட்டம் போடுங்க. நான் அங்கே வாறேன். அங்க வந்து பேசுறேன். ஒரு காரியத்த நல்லா ஞாபகத்துல வச்சுக்கோங்க. இயக்கம் வளரணும்னா சாதாரணமா இருக்கிற ஒரு சிறிய பிரச்சனய மிகப்பெரிய பிரச்சனயா உருவாக்கணும். அப்பதான் இயக்கமும் வளரும். நம்ம மக்களுக்கு விடிவும் பிறக்கும். பிச்சூர் பிரச்சன ஒரு சிறிய பிரச்சன. இதே மாதிரி எல்லா ஊருலயும் பிரச்சன இருக்கு. பிச்சூர் பிரச்சன மட்டும் தீர்த்திருச்சின்னு சந்தோஷப்படக் கூடாது. மத்த ஊர்கள்ள இதே பிரச்சன இருக்கான்னு பார்க்கணும். அதுமாதிரி ஒரு பிரச்சன முடிஞ்சா வேறென்ன பிரச்சன இருக்குன்னு பார்க்கணும். அத பெரிசு படுத்தணும். பிரச்சினயப் பெருசுபடுத்துறதுனால பிரச்சன வளரும். பிரச்சின வளர்ரதுனால இயக்கம் வளரும். இயக்கம் வளர பல இடங்கள்ள போராட்டம் வெடிக்கும். அதனால ஒரு மாற்றம் ஏற்படும். அந்த மாற்றத்த நோக்கித்தான் நாம செல்லணுமே தவிர, சின்னச் சின்ன மாற்றத்துக்காக மகிழக்கூடாது."

மற்றவர்களுக்குப் பாதர் ராஜா சொன்னது புரிந்ததோ புரியலையோ... ஆனால் கித்தேரியானுக்குப் புரிந்தது. சாதாரண பிரச்சினையைப் பல கோணங்களில் ஆராய்ந்து மிகப்பெரிய பிரச்சினையாக உருவாக்குவது தான் மாற்றத்திற்கு முதல்வழி என்று அவருக்குப் புரிந்தது. எனவே, பாதர் ராஜாவின் விருப்பப்படி பிச்சூரில் இயக்கக் கூட்டம் போடுவதாகக் கூறி அங்கிருந்து விரைந்தார். மற்றவர்களும் அவரைப் பின் தொடர்ந்தனர்.

அன்று இரவு பிச்சூரில் இஞ்ஞாசியின் குடிசைக்கு முன்பாக ஆண்கள், பெண்கள் என்று எல்லாருமே கூடியிருந்தார்கள்.

நல்ல நிலவொளி, மேகம் இல்லாமல் இருந்ததால் நிலவு பகல் போல பிரகாசித்துக்கொண்டிருந்தது. விளக்கு இல்லாமலேயே

அருகில் அமர்ந்திருப்பவர் யார் என்பதைப் பார்க்க முடிந்தது. இருப்பினும் ஒருசில அரிக்கேன் விளக்குகளும் அங்கு இருந்தன.

மெல்லிய காற்று வீசிக்கொண்டிருந்தது. அந்தக் காற்று கொடுத்த சுகத்தாலும், வேலையின் களைப்பாலும் கூட்டத்திற்கு வந்திருந்த நாயகம் கீழே படுத்து உறங்க ஆரம்பித்தார். மெல்லிய அந்த குரட்டை யொலி அமைதியான அந்த நேரத்தில் மிகப்பெரிய சப்தமாகக் கேட்டது. அவருக்குப் பக்கத்தில் அமர்ந்திருந்த அவர் மனைவி அமலோற்பவம் அவர்முதுகில் ஓங்கி ஒரு அடிவைக்க, தூக்கம் கலைந்த அவர் வேகமாக எழுந்து அமர்ந்தார். கூட்டத்தினர் அனைவருமே சிரித்தனர்.

கித்தேரியானும் சிரித்தார். மிகப்பெரிய கூட்டத்தைக் கண்டு மிகவும் மகிழ்ந்தார். கம்யூனிசப் பாசறையில் பயிற்சி பெற்ற அவர், பொருளாதார சமத்துவம் மிக மிகத் தேவை என்பதை நன்கு அறிந்தவர். அந்த அடிப்படையில் சமூக விடுதலை, கலாச்சார விடுதலை முதலியவற்றிலிருந்து பொருளாதார விடுதலை நோக்கியும் இயக்கம் செல்வதைக் கண்டு மிகவும் மகிழ்ந்தார். பாதர் ராஜா மட்டில் அவர் கொண்டிருந்த மதிப்பும் உயர்ந்தது.

ஒரு விளக்கின் அருகில் அமர்ந்திருந்த பாதர் ராஜா, கூட்டத்தினர் அதிக அளவில் உற்சாகமாக வந்திருப்பதைக் கண்டு கித்தேரியான் போல் மகிழ்ந்தார். கூட்டத்தினரின் இந்த உற்சாகத்தையும் ஆர்வத்தையும் போராட்ட சக்தியாக மாற்ற வேண்டும் என்று எண்ணினார். பாதிக்கப் பட்ட மக்களின் பொருளாதார முன்னேற்றத்திற்கு வழி கிடைக்கும் வகையில் இயக்கத்தை நடத்தினால்தான் மக்கள் இதே உற்சாகத்துடனும், ஆர்வத்துடனும் போராட்டத்தில் ஈடுபடுவார்கள் என நம்பினார். பொருளாதார முன்னேற்றமில்லாமல் கலாச்சார மற்றும் மத விடுதலையினால் மட்டும் மாற்றம் கொண்டுவர முடியாது என்பதை அவர் முழுமையாக நம்பினார். இவைகள் அனைத்தும் இணைந்தே செயல்பட்டால்தான் ஒரு ஒட்டுமொத்தமான மாற்றம் ஏற்படும் என்பதில் அவருக்கு அசைக்க முடியாத நம்பிக்கை இருந்தது. இப்பொழுது பொருளாதார முன்னேற்றத்தை முன் வைத்து ஒரு போராட்டத்தைத் துவக்க வேண்டும் என்றால் மக்களின் உழைப்பு எந்தெந்த விதத்திலெல்லாம் சுரண்டப்படுகிறது என்பதை அவர்கள் உணர்ந்திருப்பது அவசியம் என்பதை அறிந்தார். அந்தப் பொருளாதார சுரண்டலைப் பற்றி மீண்டும் மீண்டும் பேச ஒரு கோபத்தை மக்களிடம் உண்டாக்குவதுதான் முதல் பணியாக இருக்க முடியும் என்பதையும் உணர்ந்தார். இத்தகைய சிந்தனைத் தெளிவுடன் கூட்டத்தினரைப் பார்த்து அவர் எல்லாருக்கும் கேட்கும்படியாக நிறுத்தி நிதானமாக, அதே சமயம் சப்தமாகப் பேசினார்.

“நானு ஒரு சாமியார்னு இங்க இருக்கிற எல்லாருக்கும் தெரியும். சாமியார்னா உடனே கோயிலு, பூச, திருவிழ இதப்பத்தி பேச வந்திருக்கேன்னு நெனைக்க வேண்டாம். இதப்பத்தி பேச நான் வரல. நான் எதப்பத்தியும் பேச வரல. ஆனா, நீங்க பேசப்போறத கேக்க வந்திருக்கேன். உங்ககிட்ட ஒரு கேள்வியக் கேக்கப் போறேன். அதுக்கு நீங்க பதில் சொன்னாபோதும். நாம எல்லாரும் நிலமில்லாத விவசாயக்கூலிக. ரெட்டியார்க நெலத்துல வேல செஞ்சி வாழ்றோம். நாம உழைக்கிறோம். ஆனா, வயிறு நெறைய சாப்பிட கிடைக்கிறது இல்ல. ரெட்டியார்க உழைக்கல. ஆனா வயிறு முட்டச் சாப்பிடுறாங்க. நம்மள எம்புட்டுத் தூரம் ஏய்க்கணுமோ அம்புட்டுத் தூரம் ஏய்ச்சாத்தான் அவுங்க வாழ முடியும். அவுங்க ஏய்க்கிறாங்கன்னு நமக்குத் தெரியும். ஆனா நம்மளால ஒண்ணும் செய்ய முடியல. நான் உங்ககிட்ட கேக்குறது இதுதான். ரெட்டியார்க எப்பிடி எப்பிடியெல்லாம் நம்மள ஏச்சி அவுங்க துட்டு சேக்குறாங்கன்னு சொல்லணும். அவ்வளவுதான்.”

“ப்பூ... இதக் கேக்கத்தான் இந்த கூட்டமாக்கும் நான் சொல்றேன்” என்று கூறிய வாயாடி அமலோற்பவம், தன் புருஷனின் கண் மீண்டும் உறக்கத்திற்கு ஏங்குவதைக் கண்ட அவள், அவரைப் பேசவைக்க வேண்டும் என்ற நோக்கத்தில் “நான் சொல்றதுக்கு முன்னால எம் புருஷன் மாட்டு லோன் வாங்கிய கதயச் சொல்வாரு கேளுங்க” என்றாள். ஒரு நிமிடம் திகைத்துப்போன நாயகம், அமலோற்பவத்தை எரித்துவிடுவது போல பார்த்தார். பின்பு பேச ஆரம்பித்தார். “சாமி... நானு உதவித்தலம தர்மகர்த்தா அதான் தும்மா ரெட்டிட்ட பண்ணையாளா வேல பாக்கேன். ஒருநா அவரு எங்கிட்ட டேய் கவர்மென்ட் வண்டி மாட்டு லோன் குடுக்குது. 8000 ரூபா லோனு. அதுல ரூபா 5000 மட்டும் திருப்பிக் கொடுத்தா போதும். மீதி ரூபா 3000 மானியம். கையெழுத்து மட்டும் போடு. நானு லோனு வாங்கித் தாரேன்னு சொன்னாரு. சரி... வண்டிமாட்ட வச்சுப் அப்பிடியே பொழக்சுக் கிடலாம்னு கையெழுத்துப்போட்டேன். அத மறந்தும் போயிட்டேன். ஒருநாளு என்னயப் பார்த்து அவரு டேய்... வண்டி மாடுக ரெண்டையும் மாட்டுச் சந்தைக்கு ஓட்டிக்கிட்டு வான்னு சொன்னாரு. எதுக்கோ ஓட்டிக்கிட்டு வரச்சொல்றார்னு ஓட்டிக்கிட்டுப் போனேன். அங்க ரெட்டியாரு இருந்தாரு. அவரு எங்கிட்ட இப்ப பாங்கு மானேஜர் வருவாரு. வந்தா எந்த வண்டிமாடு வேணும்னு உங்கிட்ட கேப்பாரு. நீ நம்ம வண்டி மாடுகளயே காட்டுன்னு சொன்னாரு. அதே மாதிரி பாங்கு மானேஜர் வந்தாரு. அவருட்ட ரெட்டியாரு மாடுகளக்காட்டி அந்த மாடுகதான் வேணும்னு சொன்னேன். உடனே அவரு ரெட்டியார்ட்ட பணத்தைக் கொடுத்துட்டு எங்கிட்டே கையெழுத்து

வாங்கிக்கிட்டு மாட்ட எங்கிட்ட கொடுத்தாரு. ரெட்டியாருக்கு எம்புட்டு தங்கமான மனசு. அவரு மாட்டயே எனக்கு வித்துட்டாரேன்னு நெனச்சு சந்தோஷப்பட்டு மாடுகள ஓட்டிக்கிட்டு வீட்டுக்கு வந்தேன். ரெட்டியார்க்கு நன்றி சொல்லிட்டு வீட்டுக்குப் போவோம்னு அவருட்ட போனா, அவரு மாடுகள் தொழுவத்துல கட்டச் சொன்னாரு. ஐயா அத நானுல வெலகொடுத்து வாங்கியிருக்கேன்னு சொன்னேன். இடி இடின்னு சிரிச்சாரு. போடா பொறம் போக்குப் பயலே. ஏம்மாட்ட உனக்கு விப்பனா? உம் பேரச் சொன்னாத்தான் லோனு கெடைக்கும்னு உம்பேர்ல நானு லோனு வாங்கியிருக்கேன்னு சொன்னாரு. எனக்கு அழுகையா வந்திருச்சு. எம்பேரச் சொல்ல ரூ.8000 வரை அமுக்கிட்டாரு. 3000 ரூபா, மானியம் போச்சு. இப்ப 5000 ரூபா கடன் எம்பேர்ல இருக்கு. கடன நீதான் கட்டனும்னு மெரட்டிக்கிட்டு இருக்காரு." அவன் விழிகளில் நீர் கோர்த்தது.

பாதர் ராஜாவால் நம்ப முடியவில்லை. இப்படி ஒரு கொடுமையா? இப்படி ஏமாற்ற எப்பிடி மனசு வருது? இவுங்க கிறிஸ்தவுங்கதானா?

"என்ன சாமி இடுஞ்சுபோய் உக்காந்துட்டீங்க. இது மாதிரி ஏமாந்தவுங்க நெறையப்பேர் இருக்காங்க. வண்டிமாடு லோனு, பசுமாடுலோனுன்னு எங்க பேரச்சொல்லி அவுங்க வாங்கியிருக்காங்க."

பல ரெட்டியார்கள் இந்தக் கொடுமைகளைச் செய்திருக்கிறார்கள் என்பது ஆச்சரியமாக இருந்தது. இப்படிப்பட்ட பிரச்சினைகளை வெளிக்கொணர வேண்டும் என்று எண்ணிய பாதர் ராஜா, எந்த ரெட்டியார், யார் யாரால், எவ்வளவு லோன் வாங்கினார் என்ற ஒரு புள்ளிவிவரத்தை எடுத்தார்.

"சாமி... இந்த அநியாயத்தக் கேளுங்க. கோயிலுக்குச் சொந்தமான நெலம் சுமார் அம்பது ஏக்கர் இருக்கும். அந்த நெலத்த குத்தகைக்கு எங்களுக்குக் குடுக்காம நெலமிருக்குற தர்மகர்த்தாக்களே குத்தகைக்கு எடுக்குறாங்க. குத்தகப் பணத்தைக்கூட ஒழுங்கா கோயிலுக்குக் கொடுக்கிறது இல்ல. எங்களுக்கு குத்தகைக்குக் கெடச்சா குடும்பத்துக்கு ஒரு ஏக்கர்னு சுமார் ஐம்பது குடும்பங்க கவலையில்லாம வாழுங்க. குத்தகப் பணத்தையும் ஒழுங்கா கொடுப்பாங்க" என்றார் இஞ்ஞாசி. அவர் சொல்லி முடிப்பதற்கு முன்பாக மற்றவர் ஆரம்பித்தார்.

அப்பொழுது முத்தையன் பேச ஆரம்பித்தார். அவரை எங்கேயோ பார்த்திருக்கிறேனே என்று பாதர் ராஜா யோசித்தார். அப்பொழுதுதான் அவரால் அடையாளம் காண முடிந்தது. மெழுகு திரி தண்டனை பெற்ற பத்துப்பேரில் அவரும் ஒருவர் என்று, கூர்மையாக அவர் சொல்வதைக் கேட்க ஆரம்பித்தார்.

“இதவிட இன்னொரு பெரிய அநியாயம் இருக்குங்க. எங்க அப்பாதாங்க கலியாணத்துக்கு முன்னூறு ரூபா கோடிவீட்டு ரெட்டியார்ட்ட கடன் வாங்குனாராம். அதுக்கு எங்க அப்பா காலம் பூராங்க கொத்தடிமையா அவருக்கு உழைச்சிருக்காரு. எங்க அப்பாவுக்கு ஒரு ஆச. தன்னோட மகன் அதுதான் நானு, கொத்தடிமையா இருக்கக் கூடாதுன்னு என்ன கஷ்டப்பட்டு படிக்கவச்சாரு. எட்டாங்கிளாஸ் வர படிச்சேன். இது பொறுக்கல அந்த ரெட்டியார்க்கு. எங்க அப்பாவக் கூப்பிட்டு உன் கடன் தீரல. வட்டி ஏறிக்கிட்டே போகுது. கடன் தீர உன் மகனையும் வேலைக்கு அனுப்புன்னு சொல்லிட்டாரு. எங்கப்பா எவ்வளவோ சொல்லிப் பாத்தும் கேக்கல. கடைசியா நானும் படிப்ப நிறுத்திட்டு கொத்தடிமையா வேல செய்ய ஆரம்பிச்சேன். எனக்கு இப்ப வயசு முப்பத்தைஞ்சு. ஆனா, இன்னும் எங்கப்பா வாங்குன கடன் தீரலைனு அந்த கோடிவீட்டு ரெட்டியார் சொல்லுறாறு” என்றார் கொத்தடிமையாக வாழ்ந்துகொண்டிருந்த முத்தையன். அதைத் தொடர்ந்து அங்கு அமைதி நீடித்தது.

‘கொத்தடிமைகள் தமிழ் நாட்டுல இல்லன்னு அரசாங்கம் சொல்லுது. ஆனா, இங்க இப்பிடி ஒரு கொடுமையா? இன்னும் என்னென்ன கொடுமைக இங்க இருக்கோ’ என்று பாதர் ராஜா நினைத்தார்.

“ஏய் செபமால... நீ ஆடுமேச்ச கதயக் கொஞ்சம் சொல்லேன்" என்று அமைதியைக் கிழித்துக்கொண்டு முத்தயன் சொல்லவும் செப மாலை ஆரம்பித்தார். “நானு ஆடு மேக்கிறேங்க. மாடிவீட்டு ரெட்டியார் எங்கிட்ட டேய், ஏண்டா அடுத்தவனுக்கு ஆடுமேய்க்கணும். எங்கிட்ட வாரத்துக்கு ஆட்ட வாங்கி மேச்சா, ரெண்டு வருசத்துல சொந்த ஆடு வச்சுக்கடலாம்’னு சொன்னாரு. சரின்னு ரெண்டு ஆட்டுக்குட்டிய வாரத்துக்கு வளத்தேன். ஒரு வருசங்கழிச்சி ஒவ்வொரு ஆடும் ஒவ்வொரு குட்டிய ஈனுச்சு. சரி... அடுத்த வருசம் குட்டிபோட்டதும் தாய் ஆடுகளையும், மொதல்ல போட்ட குட்டிகளையும் ரெட்டியார்ட்ட கொடுத்துட்டு, மத்த ரெண்டு குட்டி களையும் நானு வளக்கலாம்னு இருந்தேன். திடீருன்னு ஒரு நாளு ரெட்டியார் அந்த ஆடுகளப்பூரா புடுங்கிக்கிட்டு, ‘போடா... நீ சரியா வளக்கல. சரியா வளத்திருந்தா ஒரு தடவைக்கு ரெண்டு குட்டி போட்டிருக்கும். ஒன்ன நீ எடுத்திருப்ப. இன்னொன்ன நானு எடுத் திருப்பேன். இப்ப ஒரு குட்டிதான் போட்டுருக்கு. அதுனால எனக்குத் தான் சொந்தம்’னு தாய் ஆடுகளையும் குட்டிகளையும் பத்திக்கிட்டுப் போயிட்டாரு. வளத்தது பூரா வீணாப் போச்சுங்க. ஆடுக ஒரு குட்டி மட்டும் போட்டா நானா பொறுப்பு! இந்த அநியாயத்த கேக்க ஆளுகளே இல்லீங்க.”

இவ்வளவு தூரம் மற்றவர்கள் பேசவும் அமலோற்பவத்தால் பேசாமல் இருக்க முடியவில்லை. மடைதிறந்த வெள்ளம் போல படபடவென்று பேச ஆரம்பித்தாள்.

“சாமி... இந்த கொடுமயக் கேட்டீங்களா. பொம்பளைங்க எங்களை களையெடுக்க கூப்பிடுவாங்க. களையெடுத்துட்டு வந்த கூலி கேட்டா ரேசன் கார்டுகளக் கொடுங்க, அப்பத்தான் கூலி கொடுப்போம்னு எங்க ரேசன் கார்டுகளையெல்லாம் புடுங்கி வச்சுக்கிட்டு அவுங்களே ரேசன் கடையில் இருந்து எல்லாத்தையும் வாங்கிக்கிறாங்க. நாங்க கூழுதான் குடிக்கோம். எங்க யாருகிட்டயும் ரேசன் கார்டு கெடையாது சாமி. இந்தக் கொடுமய ஆருட்டப் போயி சொல்றது” என்று ஒப்பாரி வைத்தாள் அவள்.

“சாமி, பொம்பளைக கூலியப்பத்தி சொன்னதுனால நான் இதச் சொல்றேன். ஆம்பளைகளுக்கு பனிரெண்டு ரூவாயும், பொம்பளைகளுக்கு ஏழு ரூபாயும் கொடுத்து பத்து மணி நேரம் வேல வாங்குறாங்க ரெட்டியார்க. எங்க ஊருக்கு கம்யூனிஸ்ட்காரங்க வந்து அரசாங்கம் நெர்ணயிச்சப்படி கொறஞ்சபட்ச கூலிய கேளுங்கன்னு தூண்டி விட்டாங்க. கேட்டோம். ரெட்டியார்க கொடுக்கல. எங்ககிட்ட ரெட்டியார்க, ‘டேய்... அவனுக கம்யூனிஸ்டு... கடவுள் இன்னலன்னு சொல்றவனுக... ஒங்ககிட்ட எதெதையோ சொல்லி நம்மள பிரிக்க பாக்குறாங்க. நீங்க சேசுவோட பிள்ளைகன்னா அந்த கம்யூனிஸ்டுகள வெரட்டுங்க’ன்னு சொன்னாங்க. நாங்களும் வெவரந் தெரியாம வெரட்டிப் போட்டோம். இப்ப கஷ்டப்படுறோம். ரொம்ப நேரம் வேல வாங்கிட்டு கொறைஞ்ச கூலியக் குடுக்கிற கொலைகாரப் பாவிங்க.” தனிக்கிளாசின் கோபத்தில் நியாயமிருப்பதாக கூட்டத்தினர் அனைவருமே ஆமோதிப்பதுபோல தலையாட்டினார்.

“சாமி இப்பிடி எம்புட்டோ சொல்லிக்கிட்டே போகலாம். ஒண்ணே ஒண்ண மட்டும் சொல்றேன். ஊருல பொறம்போக்கு நெலம் இருக்கு. அங்க முள்ளுமரம் வளரும். அந்த முள்ளு மரங்கள வெறகுக்குக்கூட நாங்க வெட்டக்கூடாது. ஊரணியில மீனுவந்தா அத நாங்க பிடிக்கக் கூடாது. மரத்தையும், மீனையும் அவுங்களே ஏலம் போடுவாங்க. பணத்த ஊருக்குப் பொதுன்னு சொல்லி ரெட்டியார்களே பூராப் பணத்தையும் வச்சிக்கிடுறாங்க. இது நாளு வரை ஒரு பைசாகூட எங்களுக்குன்னு கொடுக்கல. இந்த மாதிரி அநியாயம் எங்கயும் நடக்குமா சாமி. நீங்க சொல்லுங்க சாமி.”

“இம்புட்டு கொடுமைகளா? கொஞ்சம்கூட மனிதத்தன்மையில்லாம எப்படி இந்த ரெட்டியார்களால் இம்புட்டு கொடுமைகளச் செய்யமுடியுது?

ஏதோ பொருளாதாரச் சுரண்டல் கொஞ்சம் இருக்கும்னா இம்புட்டுச் சுரண்டல்களா? இம்புட்டு கொடுமைகளையும் வச்சிக்கிட்டா நீதிமான்க மாதிரி, கடவுள் பக்தி உள்ளவுங்க மாதிரி வேசம் போடுறாங்க. எங்க ஒவ்வொரு வீட்டுல இருந்தும் சாமியாருக, சிஸ்டருக போயிருக்காங்கன்னு பெருமையாச் சொல்றாங்களே. அப்படிப்போன சாமியார்களுக்கும், சிஸ்டர்களுக்கும் கூடவா தங்க வீடுகள்ள நடக்குறது அநியாயம்னு தெரியாம இருக்கு. இந்த அநியாயத்தத் தங்க வீடுகள்ள போக்காம அவுங்க என்ன இறைப்பணி செய்யப்போறாங்க? ஊகும்... கூடாது... சும்மாவிடக்கூடாது. இந்தப் பிரச்சனய பெரிசுப்படுத்தணும். இத ஒரு பெரிய பிரச்சனயா உருவாக்கணும்?"

நினைத்துப்பார்த்த பாதர் ராஜா, தான் கேட்ட அனைத்து கொடுமைகளின் புள்ளிவிவரங்களையும் சேகரிக்க ஆரம்பித்தார். கோயில் நிலத்தை எந்தெந்த ரெட்டியார் குத்தகைக்கு எடுத்திருக்கிறார்; யார் யார் கொத்தடிமைகளாக, எந்தெந்த ரெட்டியாரிடம் எத்தனை வருஷங்களா, எவ்வளவு ரூபாய் கடனுக்கு இருக்கிறார்கள்; வாரத்துக்கு யார் யார் எந்த ரெட்டியாரிடம் ஆடு வாங்கியிருக்கிறார்கள்; ரேஷன் கார்டுகள் எந்தெந்த ரெட்டியார் இம் மக்களிடமிருந்து வாங்கியிருக்கிறார்கள்; ஊர்ப்பொது நிலத்திலிருந்து எவ்வளவு பணம் வருஷத்துக்கு கிடைக்கிறது என்ற புள்ளிவிவரங்களைக் குறித்துக்கொண்டார்.

பிறகு அந்தோனி, கித்தேரியான், செவத்தியான், இசக்கி போன்றவர்களைக் கூப்பிட்டு, ஆயருக்கு மனு ஒன்று தயாரிக்கச் சொன்னார்.

அதில் ரெட்டியார்கள் ஆலயத்தில் சம உரிமை அளிக்க முன் வந்திருப்பதைப் பாராட்டிவிட்டு, ரெட்டியார்கள் உண்மையாகச் சம உரிமை அளிக்கிறார்கள் என்றால் கீழ்க்கண்ட பொருளாதார மாற்றத்தையும் செய்ய வேண்டும் என்று குறிப்பிட்டதோடு, பொருளாதாரச் சமத்துவம் இல்லாமல் ஆலயச் சமத்துவம் அர்த்தமற்றது என்ற கருத்தையும் வெளிப்படுத்தும்படி கூறினார். பொருளாதார மாற்றமாக தலித் மக்களின் பெயரால் பெற்ற அரசுச் சலுகைகளை தலித் மக்களுக்கே கொடுக்க வேண்டும் என்றும், ரேஷன் கார்டுகளையெல்லாம் திருப்பித் தலித் மக்களிடம் தந்துவிட வேண்டும் என்றும், கோயில் நிலத்தை எல்லாம் தலித் மக்களுக்கே குத்தகைக்கு விட வேண்டும் என்றும், வாரத்திற்கு ஆடு வளர்ப்பதில் உள்ள தீமையை ஒழிக்க வேண்டும் என்றும், கொத்தடிமைகள் எல்லாரையும் விடுவிக்க வேண்டும் என்றும், புறம் போக்கு நிலத்திலிருந்து வரும் வருமானம் சமமாகப் பிரிக்கப்பட வேண்டும் என்றும், அரசு நிர்ணயித்திருக்கிற குறைந்தபட்ச கூலியைக் கொடுக்கவேண்டும் என்றும், இவைகளை நிறைவேற்றினால் தான்

ரெட்டியார்கள் உண்மையாகவே ஆலயச் சமத்துவத்தை விரும்பு கிறார்கள் என்றும், இந்தப் பொருளாதார மாற்றத்திற்கு ஆயரே ரெட்டியார்களை அழைத்துப் பேச வேண்டும் என்றும், இல்லா விட்டால் சுரண்டல் செய்யும் ரெட்டியார்களின் பெயர்களை இயக்கம் வெளியிட்டு ஒரு பெரிய போராட்டத்தில் இறங்கும் என்றும் ஆயருக்கு மனுத்தயாரிக்கச் சொன்னார்.

இவைகளைப் பாதர் ராஜா சொல்லும் பொழுது கேட்பதற்கு நன்றாய் இருந்தாலும் கித்தேரியான் மனதில் ஒரு சந்தேகம் உருவாகியது.

“சாமி... பொருளாதார மாற்றம் கொண்டு வருவது அரசாங்க வேல. எங்கவேல இது இல்லன்னு ஆயர் சொன்னா அதுக்கு என்ன சாமி செய்றது.”

“கித்தேரியான், நல்லா கேட்டீங்க. நம்மகிட்ட உள்ள ஒரு பெரிய பிரச்சினை எதுன்னா ஆன்மீகம் வேற; பொருளாதாரம் வேறன்னு பிரிக்கிறதுதான். இப்படி பிரிச்சுப் பாக்கிறதுனாலதான் சாதி வித்தியாசம் பாக்குறது பாவமில்லன்னு எல்லாரும் நெனைக்கிறாங்க. பொருளா தாரத்துல சுரண்டல் செய்றது, ஏமாற்றுறது பாவம் இல்லன்னு நெஞ்சார நம்புறாங்க. இன்னைக்கு சமூகத்துல இருக்கிற மிகப்பெரிய சாவான பாவம் சாதி வித்தியாசம் பாக்கிறதும், பொருளாதாரச் சுரண்டலும் தான். இப்படி வாழ்கிறவுங்க எல்லாரும் சாவான பாவத்துல வாழ்றாங்கன்னு சொல்லி இவுங்கள மதவிலக்கு செய்யணும். இந்தப் பாவம்தான் தூய ஆவிக்கு எதிரா செய்யுற மன்னிக்க முடியாத பாவம், இதயும் மனுவுல எழுதுங்க.”

“சாமி... நீங்க இப்ப சொன்னபடி திருச்சபை நடந்துச்சுன்னா... ஏயப்பா... ஒரே நாள்ள எங்க வாழ்க்கதரம் உயந்திரும். சாதி இருக்கிற இடம் தெரியாம அழிஞ்சுபோகும்” என்று பெருமிதத்துடன் கூறிய கித்தேரியான் “சாமி இந்த மனுவையும் அச்சடுச்சி எல்லாச் சாமியார் களுக்கும், சிஸ்டர்களுக்கும் அனுப்பவா” என்றார்.

“ஆமா... அதோட மக்களிடமும் பரப்புங்க. உடனே இயக்க உறுப்பினர்களில் சிலர் ஆயரப் பார்த்து உடனடியா நடவடிக்கை எடுக்கணும், குருக்கள் கூட்டத்தக் கூட்டி கலந்துபேசி ஒரு முடிவு எடுக்கணும்னும் சொல்லுங்க.”

“சாமி போறோம். நாளைக்கே போறோம். ஆயர்ட்ட மட்டுமில்ல. ஊர் ஊராப் போயி நம்ப மக்ககிட்ட இதப்பத்திச் சொல்லி இயக்கத்த வலுப்படுத்தணும்” என்றார் கித்தேரியான் உற்சாகமாக. அந்த உற்சாகம் கூட்டத்தில் கலந்துகொண்ட ஒவ்வொருவரிடமும் இருந்தது.

16

சாதிப்பாகுபாடு தானாக மறைந்துவிடும். அதற்கு மாறாக அதை ஒழிக்க எடுக்கும் எந்த முயற்சியும் சாதியத்தை வளர்க்குமே தவிர சாதியத்தைப் போக்காது என்ற நிலைப்பாடு எடுத்த ஆயரால் நிம்மதியாக இருக்க முடியவில்லை.

பாதர் ராஜாவை இனிமேல் எழுதக்கூடாது என்று ஆணையிட்டது என்ற விதத்தில் சரி என்று நினைத்துப்பார்த்து தனது செய்கையை நியாயப்படுத்த முயன்றாலும் அவரால் முடியவில்லை. ஏதோ தவறு செய்துவிட்டோமே என்ற எண்ணம் அவரை வாட்டிக் கொண்டே இருந்தது.

அதனால் அவரால் நிம்மதியாக இருக்கமுடியவில்லை. முடிந்த அளவு தனிமையை நாடினார். மக்களைச் சந்திக்க அவ்வளவு ஆர்வம் காட்டவில்லை. உணவு உண்ண மற்ற குருக்களோடு செல்லும் அவர் தனிமையாகவே உணவுண்ண ஆரம்பித்தார். தனிமையாய் இருந்த சமயத்தில் செபத்திலும், தான் எடுத்த நிலைப்பாடு சரிதானா என்று தனது முடிவையே சுயவிமர்சனம் செய்வதிலும் செலவிட்டார்.

பாதர் ராஜா கேட்ட கேள்வி அவர் மனதில் ஒலித்துக்கொண்டே இருந்தது. 'என்னை எழுதவிடாமச் செய்யலாம். இதுவா பிரச்சன தீரவழி? எழுதுவதற்கு இன்னும் எவ்வளவோ பேர் இருக்கிறாங்க. அவுங்க எழுதினா என்ன செய்வீங்க...?' இந்தக் கேள்விக்குப் பதிலை யோசித்து யோசித்துப் பார்த்தார். பதில் கிடைக்கவே இல்லை. சாதியப் பிரச்சினைக்கு யாரும் எதுவும் செய்யாமல் இருந்தால் தானாகவே சாதி மறைந்திடும் என்ற தனது கொள்கை இப்படி அடுத்தவர்கள் எழுதினால் பாதிக்கப்படுமே... நிறைவேறாதே... என்ன செய்வது? மற்றவங்கள் எழுதுவதைத் தடுக்க முடியாதே!

திருச்சபைக்குள் யாராவது சாதியப்பாகுபாடு மறைய முயற்சி செய்திருக்கிறார்களா என்று நினைத்துப்பார்த்த பொழுது அவரது மனதிற்கு உடனே வந்தது திரிங்கால் சுவாமிகள்தான். 'சாதிப்பாகு பாட்டுக்கு எதிரா நிலைப்பாடு எடுத்த அவர் அதுக்காக தன்னத் தலித் மக்களுடன் சேர்த்துக்கொண்டு உயர்சாதியினருக்கு எதிராகவும், ஜமீன்தார்களுக்கு எதிராகவும் செயல்பட்டாரே! கௌசானல் சுவாமிகள் சாதியத்திற்கு எதிராகப் போராடினாரே! அதுக்காகச் சட்டம்கூட படித்து

நீதிமன்றங்களில் ஏறி வழக்காடி சாதிக்குச் சாவுமணி அடிச்சாரே! ஏன் எனக்குத் தெரிய பேராயர் லெயோனார்டு அவர்கள் இந்தச் சாதியத்துக்கு எதிரா நிலைப்பாடு எடுத்துத் தீவிரமாச் செயல்பட்டாரே! ஒருவேள இவுங்க எல்லாரும் இப்படிச் செயல்பட்டதால்தான் பார்க்காமை, அருகாமை போன்ற கொடுமை மறைஞ்சதா? தான் செயல்பட்டால் தீண்டாமை என்ற கொடுமையும் மறையுமோ?'

தீண்டாமைக்கு எதிராகச் செயல்படுவது நல்லது என்று அவர் மனதுக்குப் பட்டாலும் அவரால் ஒரு நிலைப்பாடு எடுக்க முடிய வில்லை. மறைமாவட்டக் குருக்களில் 95 சதவிகிதத்திற்குமேல் உயர் சாதிக் குருக்களாய் இருப்பதால் சாதியத்திற்கு எதிராகத் தான் நிலைப் பாடு எடுத்தால் அவர்கள் தனக்கு ஆதரவு தரமாட்டார்கள் என்று எண்ணினார். அதனால் மறைமாவட்டத்தில் பெரிய கலவரம் வெடிக்கும் என்றும் யூகித்தார். மாற்று எண்ணமும் அவரிடம் தோன்றாமல் இல்லை. இப்படிச் சாதியக் குருக்கள் ஆதரவு தரமாட்டார்கள். கலவரம் வெடிக்கும் என்று நினைத்துக்கொண்டு சாதியத்திற்கு எதிராக நிலைப்பாடு எடுக்காமல் இருக்கலாமா?

நினைக்க நினைக்க மேலும் மேலும் குழப்பம்தான் அதிகரித்ததே தவிர ஒரு தெளிவு ஏற்படவில்லை. அதனால் சரியாக உண்ண முடியாமல், சரியாகத் தூங்க முடியாமல் தவித்தார். இறைவனின் விருப்பம் தெரிய வேண்டும் என்பதற்காக அதிகநேரம் செபித்தார்.

இந்த நிலையில் அவர் இருந்த பொழுதுதான் பிச்சூர் தலித் மக்கள், தலித் உரிமை இயக்கத்திற்கு எழுதிய மனுவும், இயக்கத்தின் கோரிக்கைகள் அடங்கிய கடிதமும் அவருக்குக் கிடைத்தன.

எது நடக்கக் கூடாது என்பதற்காக பாதர் ராஜாவை எழுதக் கூடாது என்று சொன்னாரோ அது நடந்துவிட்டது. பிரச்சினைகள் வெடிக்க ஆரம்பித்துவிட்டன. இனி என்ன செய்வது?

யோசித்தார். 'என்னப் பிச்சூருக்கு நேரில் வந்து பார்க்கும்படி சொல்றாங்க. நேரில் போய் பார்த்தா பிரச்சின தீர்ந்துவிடுமா? குருக்களக் கூட்டி பிரச்சின தீர பேசணும்னு கேக்குறாங்க. குருக்கள் கூட்டத்தக் கூட்டினா பிரச்சன பெரிசாகுமே தவிர மறையாது. என்ன செய்ய? பேசாமல் இருந்துவிடுவோமா? அப்படியும் முடியாதே. இந்த ஆண்டு முடியறதுக்குள்ள பிரச்சனயத் தீர்க்க முயற்சி எடுக்கலைனா இயக்கம் போராட்டத்துல குதிக்கும்னு சொல்றாங்களே! இயக்கமே பிரச்சினைய போராட்டத்தின் வழியா தீத்துக்கிடட்டும்னு பேசாமல் இருந்துவிடவா? அப்படியும் முடியாதே! போராட்டம்னு வந்துட்டா என்னென்ன

நடக்குமோ! அதுக்கு நான்தான் காரணம்னு என்னத் திட்டுவாங்களே! பிரச்சன புகைஞ்சுக்கிட்டிருந்த பொழுதே தீர்க்க முடியாத கையாலாகா தவன்னு என்னப் பழிப்பாங்களே! என்ன செய்ய...?'

யோசித்துக் கொண்டிருந்த பொழுது அடுத்த கடிதம் அவர் கண்களில் பட்டது. அது பிச்சூர் ரெட்டியார்களின் கடிதம். அதைப் படித்துப் பார்த்து மிகவும் மகிழ்ந்தார். 'அப்பாடா... பிரச்சினை தீந்தது. இந்த ரெட்டியார்கதான் எம்புட்டு பொறுமையா, நிதானமா, கடமை உணர்வோட நடந்துக்கிறாங்க. ஆலயத்துல சம உரிமைதர சம்மதிச்சிட்டாங்களே! இத ஒரு பெரிய மணிவிழாவா கொண்டாடணும், நானே அந்த ஊருக்கு பூசைக்குப் போகணும். கோயில்ல எல்லாரையும் சமமா உக்கார வைக்கணும். தலித் மக்கள் பூசைக்குதவி செய்யச் சொல்லணும். வாசகம் வாசிக்கவும் ஏற்பாடு செய்யணும். பாடற் குழுவிலயும் இடம் பெறச் செய்யணும். இந்த கிராமத்துல நடந்தத முன் உதாரணமா வச்சி மற்ற கிராமங்களிலயும் ஆலயத்துல சம உரிமை கிடைக்க முயற்சிக்கணும்...

ஆயர் மகிழ்ச்சியில் மிதந்தார். பிற குருக்களைச் சந்திக்கத் தயங்கிய அவர் வலியச்சென்று மற்றவர்களோடு பேசினார். உணவு எடுக்க மற்ற குருக்களோடு சென்றார். அதிக நேரம் அவர்களோடு பேசினார். பொது மக்களையும் வழக்கப்படி சந்தித்துப் பேச ஆரம்பித்தார்.

அப்பொழுது...

தலித் உரிமை இயக்கப் பிரதிநிதிகள் அவரைச் சந்திக்க வந்திருப்பதாகச் செய்தி வந்தது. மகிழ்வுடன் அவர்களைச் சந்திக்க புறப்பட்டார். பிச்சூரில் தானே முன் சென்று அனைத்தையும் நிறைவேற்றுவதாக அவர்களிடம் அறிவிப்பதற்காக விரைந்து சென்றார்.

ஆயரைக் கண்டதும் "ஆண்டவரே, கும்பிடுறோம்" என்று கூறிய இயக்கப் பிரதிநிதிகள் முழந்தாளிட்டனர்.

ஆயர் அவர்கள் தனது மோதிர விரலை அவர்களுக்குக்காட்ட ஒவ்வொருவரும் பயபக்தியோடு மோதிரத்தை முத்தி செய்தனர்.

தனது இருப்பிடத்தில் அமர்ந்த ஆயர் அவர்கள் அனைவரையும் அமரச் சொன்னார்.

தங்கள் வாழ்க்கையில் முதன் முறையாக ஆயர் இல்லத்துக்குள் நுழைந்த அவர்களை ஆயர் அவர்கள் அமரச் சொல்லவும் அவர்களுக்கு என்ன செய்வது என்று தெரியவில்லை. சாமியார்களிடமும், முதலாளி களிடமும் கைகட்டி நின்று கொண்டே பேசிப் பழக்கப்பட்ட அவர்கள் இத்தகைய அன்பான வரவேற்பை எதிர்பார்க்கவில்லை. ஆயருக்கு

இணையாக அமர்ந்து பேசுவதை அவர்கள் நினைத்துக் கூடப் பார்க்கவில்லை.

கித்தேரியான் மட்டும் சிறிது விழிப்புடன் இருந்தார். தான் அன்பான வார்த்தைகளாலோ, இருக்கை மரியாதைகளாலோ, விருந்து உபச்சாரங்களாலோ மயங்கி விடக்கூடாது என்று ஏற்கனவே முடிவு செய்து வந்திருந்தார் அவர். எனவே ஆயர் அவர்கள் அமரச் சொல்லவும் எந்தவிதத் தயக்கமுமின்றி பெஞ்சில் அமர்ந்தார்.

கித்தேரியான் பெஞ்சில் அமர்ந்ததைப் பார்த்த இஞ்ஞாசி தரையில் அமர்ந்தார். மற்றவர்கள் "ஆண்டவரே நின்னுக்கிட்டே பேசுறோம்" என்றனர்.

ரெட்டியார்கள் தன் இல்லம் வந்த நிகழ்ச்சியை நினைத்துப் பார்த்தார் ஆயர். 'அவுங்க எவ்வளவு உரிமையா பெஞ்சில் உக்கார்ந்தாங்க. ஆனா இவுங்க எவ்வளவு தயங்குகிறாங்க. இதுக்கு என்ன காரணம்? குருக்களும், ஆயர்களும்கூட இம்மக்கள மதிக்கலங்கிறதுதான காரணம். இனிமே இதுமாதிரி நடக்கவிடக்கூடாது?' முடிவு செய்த ஆயர் அவர்களைப் பார்த்து அன்புடன் கூறினார்.

"அதெல்லாம் கூடாது. எல்லாரும் பெஞ்சில உட்காருங்க. கீழ உக்காந்திருக்கும் பெரியவரே... எந்திரிங்க... பெஞ்சில் உட்காருங்க

"நீங்க உக்காந்திருக்கும் போது உங்களுக்குச் சமமா நாங்க பெஞ்சில உக்காந்தா அது மதிப்பில்லைங்க" என்றார் இஞ்ஞாசி பயபக்தியாக.

"பிச்சூர்ல சமஉரிமை கேக்கும் நீங்களா இப்பிடி பேசுறீங்க? வியப்பாயிருக்கு. எனக்கு மதிப்புக் கொடுக்கிறதா இருந்தா பெஞ்சில உட்காருங்க." ஆயர் சிறிது கண்டிப்பு கலந்த அன்புடன் கூறினார்.

தயங்கித் தயங்கி பெஞ்சின் விளிம்பில் உட்கார்ந்தார் இஞ்ஞாசி. மற்ற அனைவரும் தயங்கியபடி அமர்ந்தாலும் வசதியாக அமர்ந்து கொண்டார்கள்.

ஆயர் அவர்களே பேச்சைத் துவக்கினார். "நீங்க எல்லாரும் என்னப்பார்க்க வந்திருப்பது பற்றி மிக்க மகிழ்ச்சி."

"ஆண்டவரே! நாங்க யாருன்னு தெரியுமா?" என்றார் கித்தேரியான்.

"தெரியுமாவா! நல்லாத் தெரியும். புதுசா ஆரம்பிச்சிருக்கிற தலித் உரிமை இயக்க பிரதிநிதிகதான்."

"ஆமா... ஆண்டவரே..." என்று கூறினார் கித்தேரியான். இயக்கத்தைப் பற்றி நன்கு ஆயர் தெரிந்து வைத்திருக்கிறார் என்றும் உணர்ந்தார்.

அவர் மனதில் ஒரு சந்தேகம் இருந்தது. அதைக் கேக்க ஆரம்பித்தார். "ஆண்டவரே எங்க இயக்கத்த நீங்க ஆதரிக்கிறீங்களா?"

"ஏன் இந்தச் சந்தேகம்? நான் முழுமையா ஆதரிக்கிறேன். திருச் சபையில உள்ள பாகுபாடப் போக்கி சமத்துவத்த கொண்டுவருகிற வீரர்க நீங்க" என்றார் உற்சாகத்துடன் இருந்த ஆயர்.

"ஆண்டவரே:.. ஆண்டவரே... எங்களுக்கு என்ன சொல்லுற துன்னே தெரியல" என்றார் கித்தேரியான் குரல் தழுதழுக்க.

"சரி... நீங்க பிச்சூர் சம்மந்தமா அனுப்பின கோரிக்கை கெடச்சது. ரொம்ப சந்தோஷம். என்ன நேரில போய் பார்க்கச் சொல்லி எழுதியிருக்கீங்க. கட்டாயம் நேரில போறேன். நான் அங்கு வருகிற சமயம் ஆலயத்துல எல்லாரும் சமமா உக்காரணும். நீங்கதான் வாசகம் வாசிக்கணும். உங்க பிள்ளைகதான் பூசைக்குதவி செய்யணும். உங்க இளைஞர்கள்தான் பாட்டுப் பாடணும். அன்று சிறப்பாக பாதங் கழுவும் சடங்கும் வைக்கப்போறேன். நீங்க ஆறுபேர், ரெட்டியார்க 6 பேர் கலந்து உட்காரணும். நான் உங்க பாதங்கள கழுவுவேன். அதுமட்டுமில்ல... பாகுபாடு உள்ள எல்லா கிராமத்துலயும் இதுமாதிரி செய்வதற்கு முயற்சி செய்வேன். மகிழ்ச்சிதானே" என்றார் ஆயர். மனம் நிறைந்த மகிழ்வில் இருந்தார் அவர்.

"ஆண்டவரே... நாங்க எதிர்பார்த்ததுக்கு மேல எவ்வளவோ சொல்றீங்க. எங்க மனசு நெறைஞ்சிருக்கு. அதோட இன்னும் ஒரே ஒரு விண்ணப்பம் என்றார் கித்தேரியான் பக்குவமாக."

"இன்னொரு விண்ணப்பமா...? சொல்லுங்க" என்றார் ஆயர். அவர் குரலில் சிறிது பதட்டம் தெரிந்தது.

கித்தேரியான் எழுந்து சென்று ஆயரிடம் தான் கொண்டுவந்த மனுவைக் கொடுத்தார்.

ஆயர் மெதுவாக வாசித்தார். வாசிக்க வாசிக்க அவரது மகிழ்வு மறைந்து கவலையும் வேதனையும் சூழ்ந்து கொண்டன. 'இப்பத்தான் பிரச்சன முடிஞ்சதுன்னு சந்தோஷப்பட்டேன். அதுக்குள்ள இன்னொரு பிரச்சினயா...? ஆண்டவா... என்ன ஏன் இப்படி சோதிக்கணும். நான் என்ன பாவம் செய்தேன். என்னால தாங்க முடியலயே...' இந்தப் பிரச்சினைய எப்படி அணுகுவது என்று முடிவெடுக்க அவருக்கு நேரம் தேவைப்பட்டது. எனவே ஒருமுறை வாசித்து முடித்த அவர் மறுபடியும் அந்த விண்ணப்பத்தைப் படித்தார். அப்படி படித்துக் கொண்டிருக்கும் போதே என்ன சொல்வது? எந்த நிலைப்பாடு எடுப்பது என்று யோசிக்கவும் செய்தார்.

ஆயர் அவர்கள் என்ன சொல்லப் போகிறார்களோ என்று மற்ற அனைரும் காத்திருந்தனர்.

என்ன சொல்லலாம் என்று முடிவு செய்த ஆயர் மெதுவாகப் பக்குவமாகக் கூற ஆரம்பித்தார். "உங்க கோரிக்கைகள வாசித்துப் பார்த்தேன். உங்கபேரால வாங்கின லோன்கள ரெட்டியார்க வட்டியுடன் திருப்பிக் கொடுக்கணும்; ரேஷன் கார்டுகளத் திருப்பிக் கொடுக்கணும்; கூலிய உயர்த்திக் கொடுக்கணும்; கொத்தடிமை முறை மாறணும்; வாரத்துக்கு ஆடு வளர்க்கும் முறை மாறணும்; இப்படி கேட்டிருக்கீங்க. இதெல்லாம் அரசாங்கம் செய்ய வேண்டிய காரியம். நான் என்ன செய்ய முடியும்? மதம் என்ன செய்ய முடியும்? நீங்க அரசாங்கத்திட்ட சொல்லுங்க... போலீஸ்ல ரிப்போட் செய்யுங்க... இத விட்டுவிட்டு எங்கிட்ட வந்தா எப்படி...?"

ஆயர் அவர்கள் நிதானமாக யோசித்து இவைகளைச் சொன்னார். அப்படி சொன்ன பொழுதே வேறு எண்ணமும் அவர் மனதில் தோன்றாமலில்லை. 'பொருளாதார மாற்றத்திற்காக இவுங்க கேட்கும் உரிமைகளுக்குச் சார்பாக நான் நிலைப்பாடு எடுக்க முடியாதா? திரிங்கால் சுவாமிகள் என்னென்னமோ செய்தாரே? கிறித்தவ மதத்துக்கு மாறிய தலித் மக்களுக்கு குறைஞ்ச கூலி கெடச்சதுனால இவரே கூலி உயர்வு கேட்கும்படி தலித் மக்கள்ட்ட சொன்னாரே! அவ்வாறு கூலி உயர்வு கேட்க வேல மறுக்கப்பட்டதினால் பக்கத்து ஊர்களுக்குச் சென்று வேல செய்து வரும்படி அனுப்பினாரே! பக்கத்து ஊர்களிலேயும் வேல கிடைக்காததுனால உள்ளூரில அது தெரியக் கூடாது என்பதுக்காக மணலச் சாக்கு மூடைகளில் நிரப்பி கூலியாக நெல்வாங்கி வருவதுபோல் தூக்கிவரச் செய்தாரே? இதுக்குப் பிறகுதானே கூலி உயர்வு கிடைச்சது. இவ்வாறெல்லாம் செயல்பட்ட குருக்கள் இருக்க நான் ஏன் செயல்படத் தயங்கணும்? பொருளாதார அநீதிகளப் பார்த்துக்கிட்டு அமைதியா இருப்பதுகூட பாவந்தானே? ஆனா தலித் மக்க சார்பா நிலைப்பாடு எடுத்தா பிரச்சினை உருவாகுமே! போராட்டம் வெடிக்குமே! என்னால் சமாளிக்க முடியுமா?'

ஆண்டவர் கூறிய பதிலால் சிறிது ஏமாற்றமடைந்த கித்தேரியான் தனது எண்ணத்தை மீண்டும் உறுதியாகக் கூறினார். "ஆண்டவரே, அரசாங்கத்திட்டயும், போலீசிலயும் சொல்லலாம். கட்டாயம் சொல்லத்தான் போறோம். ஆனா இது சரி, இது தப்புன்னு சொல்றது மதந்தானே! தப்பை தப்புன்னு சொல்லலாம்ல. எங்க ஊரு ரெட்டியார்க எல்லாரும், தாங்க செய்றது சரின்னு நெனச்சுக்கிட்டு மேலும் மேலும் எங்க உழைப்ப உருஞ்சுறாங்க. இதத் தப்புன்னு சொல்ல ஏன் தயங்கணும்?"

"மதம் மட்டும்தான் ஒன்ன சரியின்னோ தப்புன்னோ சொல்றது இல்ல. மதத்துக்குன்னு சட்டம் இருக்கு. அதுபோல அரசாங்கமும் சட்டங்களப் போடுது. அந்த சட்டத்த மீறுனா அது தப்பு. உதாரணத்துக்கு நீங்க கூலிப்பிரச்சனய சொல்றீங்க. குறைஞ்சது இவ்வளவு கூலியாவது கொடுக்கணும்னு அரசாங்கம் சட்டம் போட்டுருக்கு. அத மீறுனா தப்புன்னு கூறி தண்டன கொடுக்க நீதிமன்றம் இருக்கு. இதுல நான் என்ன செய்ய முடியும்?"

"ஆண்டவரே... இதுல உங்க பொறுப்பத் தட்டிக்கழிக்க முடியுமா? பல குற்றங்களுக்கு சமூகத் தண்டனையும் இருக்கு. மதத் தண்டனையும் இருக்கு. இப்ப நான் திருடிட்டேன். சமூக தண்டனை மட்டும் பெற்றா போதுமா? பாவசங்கீர்த்தனம் செய்து கடவுள்ட்டயும் மன்னிப்பு கேட்கணும்ல. அதுமாதிரி இப்ப இந்த ரெட்டியார்க செய்கிற சமூகக் குற்றங்கள பாவம்னு சொல்லுங்க. அதுவும் சாவான பாவம்னு சொல்லுங்க. அப்பிடிச் செய்தாதாங்க பாவத்துல இருக்கோம்னு நெனச்சு மனச்சாட்சி குத்த தங்க வழக்கத்த மாத்துவாங்க. அப்படி அவுங்க தங்க வாழ்க்கைய மாத்திக்கிடாட்டா மதவிலக்கு செய்யுங்க. இதெல்லாம் இல்லாததுனாலதான் அந்த ரெட்டியார்க ஏமாத்துறது, உழைப்ப உருஞ்சுகிறது, நியாயம்னு நெனச்சுக்கிட்டு மேலும் மேலும் உழைப்பை உருஞ்சுறாங்க. கோயிலுக்கு நல்ல பிள்ளைக மாதிரி தெனமும் போறாங்க. நன்ம வாங்குறாங்க. வீட்டுக்கு ஒருத்தர சாமியாரா, சிஸ்டரா அனுப்புறாங்க. ஆனா வாழ்க்க பூராம் ஏழைகளுக்கு அநீதி செய்றாங்க. இதுவா கிறிஸ்தவம்? இப்படியா யேசு வாழச்சொன்னாரு?"

"மக்கள் மத்தியில் குற்ற உணர்வு வளர்க்கக்கூடாதுன்னு திருச்சபை சொல்லுது. அதனால் சாவான பாவங்களின் எண்ணிக்கைய குறைச்சிருக்கு. அதே மாதிரி ஒருத்தன் ஐந்தே ஐந்து காரணங்களில் ஏதாவது ஒன்னைச் செஞ்சாக்கூட அவனை மதத்தவிட்டு விலக்கலாம்னு திருச்சபை சொல்லியிருக்கு. அந்த ஐந்து காரணங்களையும் கொடுத்திருக்கு. அப்படி இருக்க அதமீறி நான் எப்படிச் செயல்பட முடியும்? எப்படிச் சாவான பாவம்னு அறிவிக்க முடியும்? எப்படி மதவிலக்கு செய்ய முடியும்? திருச்சபைச்சட்டப் பிரகாரம்தானே என்னால் நடக்க முடியும்?"

"ஆண்டவரே... எனக்கு எல்லாம் நல்லா புரியுது. திருச்சபை நிர்வாகத்துல இருப்பவுங்க எல்லாரும் நிச்சயமா பணக்காரங்களா, உயர்ந்த சாதிக்காரங்களாத்தான் இருப்பீங்க. அப்படி இருக்கிறது னாலதான் பொருளாதாரச் சுரண்டல பாவம்னு அறிக்கையிட்டா உங்க குடும்பங்க, உங்க இனங்க பாதிக்கப்படும்னு அப்பிடி செய்யாம இருக்கிறீங்க. பொருளாதாரச் சுரண்டல என்னைக்கு பாவம்னு உலகறியச்

சொல்றீங்களோ அன்னைக்குத்தான் இந்த திருச்சப சரியான வழியில செல்லுதுன்னு துணிஞ்சு சொல்லலாம். ஆனா அப்படி ஒரு அறிவிப்ப இப்ப நிர்வாகத்துல இருக்கிறவுங்க செய்ய மாட்டீங்க, என்னைக்கு திருச்சப நிர்வாகமானது பாதிக்கப்பட்ட ஏழை மக்க கைக்கு வருதோ அன்னைக்குத்தான் இப்படி ஒரு நிலைப்பாட திருச்சப எடுக்கும். அன்னைக்குத்தான் இந்தத் திருச்சப இயேசு காட்டிய வழியில் போகுதுன்னு சொல்ல முடியும்" என்று ஆவேசமாகப் பேசினார் கித்தேரியான்.

ஆயருக்கு என்ன சொல்வதென்று தெரியவில்லை. கித்தேரியான் பேசுவதில் உள்ள நியாயத்தை அவரால் புரிந்துகொள்ள முடிந்தது. இருப்பினும் அப்படி ஒரு நிலைப்பாட்டை உடனடியாக எடுக்க முடியாத சூழ்நிலையை உணர்ந்தார். அனைவரையும் அனுசரித்துத் தானே போக வேண்டும். எடுத்தோம் கவிழ்த்தோம் என்று செயல்பட முடியுமா? நிதானம் வேண்டாமா? யோசித்த அவருக்கு இளம்கன்று பயமறியாமல் துள்ளுவதுபோல தான் பேசுவதின் முழுப் பரிமாணங் களையும் உணராமல் உணர்ச்சி வேகத்தில் வார்த்தைகளை கித்தேரியான் அள்ளிக் கொட்டுவது போல அவர் மனதுக்குப்பட்டது, பதில் சொல்ல நினைத்தார். ஆனால் என்ன சொல்வது? எப்படிச் சொல்வது ஒரு சில நிமிடங்கள் அமைதியாக இருந்தார். யாருமே பேசவில்லை. ஆயர் கீழே குனிந்தபடி இருந்தார். மற்ற எல்லோரும் ஆயரைப் பார்த்தபடி இருந்தனர்.

"ஆண்டவரே... ஏன் இப்படி அமைதியா இருக்கீங்க? ஏன் எங்க சார்பா பேசுப் பயப்படுறீங்க. எங்க பக்கமிருக்கிற நியாயத்தப் பாருங்க. ஏழ எளிய சனங்க சார்பா சேசு நின்னது மாதிரி நீங்களும் நிக்கணும். எங்களுக்கு விடுதல கிடைக்க நீங்கதான் ஆண்டவரே எங்களோட முயற்சிக்கு ஆதரவா இருக்கணும்; பேசுங்க ஆண்டவரே பேசுங்க. ஓர் இறைவாக்கினர் மாதிரி பேசுங்க. இன்னைக்கு எங்களுக்கு ஓர் இறைவாக்கினர் வேணும். நீங்க அந்த இறைவாக்கினரா மாறுங்க. எங்க விடுதலைக்கு அடித்தளமிடுங்க." உருக்கமாக விண்ணப்பித்தார் கித்தேரியான்.

தலை நிமிர்ந்து அனைவரையும் அன்புடன் பார்த்தார் ஆயர். பிறகு நிதானமாக ஒவ்வொரு வார்த்தையாகக் கூறினார். "நான் உணர்ச்சியில பேசல. உங்க மேல கோபமும் இல்ல. உங்க ஒவ்வொருத்தரையும் நான் நேசிக்கிறேன். உங்க உணர்வுகளையெல்லாம் புரிஞ்சுக்கிறேன். ஆனா நீங்க நினைக்கிறது மாதிரி என்னால உடனே ஒரு அறிவிப்ப வெளியிட முடியாது. நான் யோசிக்கணும். கலந்து பேசணும். உங்க

கோரிக்கைகள்ள ஒரு கோரிக்க, நான் குருக்கள் கூட்டத்தக் கூட்டணும் என்பது. நிச்சயமா குருக்கள் கூட்டத்தக் கூட்டுறேன். இதப்பற்றி விவாதிக்கிறேன். முடிவ உங்களுக்கு அறிவிக்கிறேன். எல்லாரும் சந்தோஷமா இப்ப போய்வாங்க" என்று கூறிய ஆயர் எழுந்துவிட்டார்.

அனைவருமே எழுந்தார்கள். எழுந்த இஞ்ஞாசி முட்டி போட்டார். "எல்லாரும் முட்டி போடுங்க, ஆண்டவருட்ட ஆசீர்வாதம் வாங்கிட்டுப் போவோம்."

கித்தேரியான் அவரை உற்றுப்பார்த்தார். பிறகு அவரிடம் "என்னைக்கு ஆண்டவர் நம்ம சார்பா ஒரு நிலைப்பாடு எடுக்கிறாரோ அதுதான் நமக்கு ஆசீர்வாதம். அந்த ஆசீர்வாதம்தான் நமக்கு வேணும். வாங்க நாம போகலாம்" என்று கூறியபடி வேகமாக வெளியேறினார். அவரைத் தொடர்ந்து மற்றவர்களும் வெளியேறினர்.

முழந்தாளிட்டிருந்த இஞ்ஞாசிக்கு என்ன செய்வதென்று தெரிய வில்லை. ஆயரைப் பார்த்தார். வெளியே செல்லும் இயக்க உறுப்பினர் களைப் பார்த்தார். பிறகு என்ன நினைத்தாரோ தெரியவில்லை. எழுந்து வேகமாக நடந்து தன் மக்களோடு சேர்ந்து கொண்டார்.

அவர்கள் அனைவரும் செல்வதை ஆயர் அவர்கள் பார்த்துக் கொண்டு நின்றார்.

17

“ஐயோ ஐயோ... இந்த அநியாயத்தக் கேட்க ஆட்களே இல்லயா? இங்க யாருக்கும் வீரமே இல்லயா? வெக்கம், மானம், ரோசம், சூடு, சொரணை எதுவுமே இல்லயா?” என்று அலறி அடித்துக்கொண்டு ராயப்பரெட்டி வீட்டிற்கு ஓடிவந்தார் தும்மா ரெட்டி. அவருடைய கையில் தலித் உரிமை இயக்கத்தினர் பிச்சூர் ரெட்டியார்களின் பொருளாதாரச் சுரண்டல் பற்றி வெளியிட்டிருந்த நோட்டீஸ் இருந்தது.

அவரைத் தொடர்ந்து கோடி வீட்டு ரெட்டியார், சேவியர் ரெட்டியார், மாடிவீட்டு ரெட்டியார் மற்ற தர்ம கர்த்தாக்கள் அனைவரும் ராயப்ப ரெட்டியின் வீட்டில் ஒன்று கூடினார்கள். நோட்டீசை வாசித்த ஒவ்வொருவரின் ரத்தமும் கொதித்தது. தலித் மக்களை ஏதாவது செய்ய வேண்டும் என்ற வெறி அவர்கள் ஒவ்வொருவரிடமும் தாண்டவ மாடிக் கொண்டிருந்தது.

இவர்கள் உணர்ச்சிப் பிழம்பாய் கொதித்துக் கொண்டிருக்க ராயப்ப ரெட்டி அமைதியாகத் திண்ணையில் அமர்ந்து கொண்டிருந்தார்.

அவருடைய அமைதி கூட்டத்தினரை இன்னும் கொதிப்படையச் செய்தது. சேவியர் ரெட்டியார் அவரைப்பார்த்துக் கத்தினார். “யோவ்... நீர் பெரிய மனுசன்னு நெனச்சு உமக்கு தலைவர் பதவியக் கொடுத்திருக்கோம். நீர் சும்மா இருந்தா எப்படி? உமக்கு விசயம் என்னென்னாவது தெரியுமா?”

“தெரியும், ஏற்கனவே தெரியும்.”

“முதல்லயே தெரிந்துமா சும்மா இருந்தீங்க. அந்தப் புறம்போக்கு பசங்க வீடுகளயெல்லாம் கொளுத்தி அவனுகள நாய்களப் போல தெருவுல அலையவிடாம இப்பிடியா அமைதியா இருப்பாங்க” என்று கத்தினார் கோடிவீட்டு ரெட்டியார்.

“என்னைக்கு கோயில்ல சம உரிம வேணும்னு கேட்டாங்களோ அன்னைக்கே இவனுகள சும்மா விட்டிருக்கக்கூடாது. எல்லா பயலு களுக்கும் வேலயில்லடான்னு இவனுகள பட்டினி போட்டிருந்தா இன்னைக்கு இப்பிடிக் கொழுப்பெடுத்து நோட்டீஸ் அடிச்சிருப்பானுகளா? அவனுக அன்னைக்கு சம உரிம கேட்டப்ப இவரு பேச்சக்கேட்டு சரி

கொடுப்போம்னு நாம ஒத்துக்கொண்டோம் பாரு... நம்மள மொதல்ல ஜோட்டால அடிக்கணும்" என்றார் ஆவேசமாக மாடிவீட்டு ரெட்டியார்.

"ஆமா நாம தப்பு செஞ்சுட்டோம். அன்னைக்கே இவனுகள போலீசில பிடிச்சுக் கொடுத்திருக்கணும். இவனுகள்ள எவன் எவன் துள்ளுறான்னு கண்டுபிடிச்சி தேங்காயத் திருடுனான், மாங்காயத் திருடுனான், கோழியப் பிடிச்சான்னு இவனுக மேல கேசப்போட்டு நல்லா நாலு சாத்து சாத்தி செயில்லபோட்டு கம்பி எண்ண வச்சிருந்தா இன்னைக்கு இப்பிடி எல்லாம் செய்வாங்களா" என்றார் மறுபடி ஆங்காரமாக கோடி வீட்டு ரெட்டி.

"நாம என்னமோ வண்டிமாட்டு லோனு, கறவமாட்டுலோனு, வண்டி லோனுன்னு வாங்கி ஏமாத்துனோம்னு சொல்றாங்க. இந்தப் பிச்சைக்கார புறம்போக்குப் பசங்கள நம்பி எவன் லோன் கொடுப்பான். பாங்க் மானேஜருட்ட நாயா அலஞ்சி நாம உத்திரவாதம் கொடுத்தது னால்ல லோன் கெடச்சுச்சு, லோன் கெடச்சவுடனே அப்பிடியே நூறு ரூபாய இனாமா, சுளையா எடுத்துக் கொடுத்தேன். அந்த நன்றியில்லாம நூறு ரூபாய வாங்கி நல்லாச் சாராயம் குடிச்சுப் போட்டு இப்ப இப்பிடி எழுதியிருக்காங்க. இவனுக திமிரக் கட்டாயம் அடக்கணும்" என்றார் தும்மா ரெட்டி கோபமாக.

"எம் பக்கத்து வயக்காடு அடுத்த ஊர்க்காரனுக்குச் சொந்தம். அவன் ஆம்பளைகளுக்கு பத்து ரூபாயும், பொம்பளைகளுக்கு ஐஞ்சு ரூபாயும்தான் கூலியா கொடுக்கான். நான் அதெல்லாம் ஒண்ணும் நெனைக்காம ஆம்பளைகளுக்கு பனிரெண்டு ரூபாயும் பொம்பளை களுக்கு ஏழு ரூபாயும் கூலி கொடுக்கேன். நான் மட்டுமென்ன நாம எல்லாரும் அப்பிடித்தான் கொடுக்கோம். பக்கத்து வயல்காரன்கூட எங்கிட்ட சண்டைக்கு வந்தான். நீங்க அதிகமா கூலி கொடுக்கிறதுனால எங்க ஊர்க்காரனுகளும் கூலியக் கூட்டிக் கேக்குறான்னு சொல்லி சண்டைக்கு வந்தான். இப்பிடி நம்ம அதிகமா கூலி கொடுக்கோம். இந்த நன்றிய எல்லாம் மறந்துட்டானுக, நாமளா இவனுக உழைப்ப உருஞ்சுறோம். இப்படி அநியாயமா பழிபோடுறாங்களே? இது நியாயமா" என்று ஒப்பாரி வைத்தார் ஒரு தர்மகர்த்தா.

"என்னமோ கொத்தடிம... கொத்தடிமன்னு கத்துராங்களே! நாம் என்ன கொடும செய்றோம்? பக்கத்து ஊர்க்காரன் நூறுரூபா கடனக் கொடுத்துட்டு காலம் பூராம் ரெண்டு நேரம் சாப்பாட மட்டும் கொடுத்துட்டு வேல வாங்குறான். நாம அப்படிச் செய்யல, மூனு நேரமும் சாப்பாடு போடுறோம். அப்பைக்கப்ப தவசம், தானியம்னு கொடுக்கிறோம். இவனுகள அடிப்பதில்ல. இவனுக பொம்பளைகள கேலி பண்றது

இல்ல. அவளுகளக் கெடுப்பதில்ல. இப்பிடி நாம நல்லவுங்களா இருப்பதுனாலதான் இவனுக நம்ம தலையில மொளகா அரைக்கப் பாக்றானுக” என்று கொதித்தார் மற்றொரு தர்மகர்த்தா.

‘நீங்க சொல்றது சரிதான்... நாம யாராவது இவனுக பொம்பளைகள ஏதாவது செய்திருக்கோமா...? என்னைக்காவது அப்படி நடந்துச்சுன்னு ஒரு புகாராவது வந்துச்சா? யேசு சொல்ற மாதிரி தப்பான கண்களோட ஏறெடுத்துக்கூட பாக்க மாட்டோம். அப்பிடி இருக்கோம் நாம், இப்ப அந்த பொட்டக் கழுதைக நாம ரேஷன் கார்ட புடுங்கி வச்சுக்கிட் டோம்னு சொல்றாளுக. எங்களால சீனி வாங்க முடியாது, எண்ண வாங்க முடியாது, மாவு வாங்க முடியாது நீங்களாவது வாங்கிக் கோங்கன்னு ரேஷன் கார்ட கொண்டாந்து கொடுத்துப்போட்டு இப்பப் புடுங்கி வச்சிக்கிட்டோம்னு வீணா பழிய போடுறாளுக. இதுமாதிரி அநியாயம் எங்கயாவது நடக்குமா” என்றார் மற்றொரு ரெட்டியார்.

“கோயில் நெலத்த நாம விவசாயம் செய்றதாச் சொல்றாங்க. ஆமா நாமதான் குத்தகைக்கு எடுத்திருக்கோம். விவசாயத்துலே நஷ்டம் வந்தாலும் கோயில் காரியமாச்சேன்னு ஒரு ரூபா குறையாம குத்தகப் பணத்தைக் கொடுத்திடுறோம். ஆனா இவனுககிட்ட குத்தகைக்கு விட்டா மழைபெய்யல, களை பெருத்துப்போச்சு, பயிருல பூச்சி விழுந்திருச்சு அப்டீன்னு சாக்குப்போக்கு சொல்லி குத்தகப் பணத்த கொடுக்கமாட்டானுக. இல்லனா பணத்தக் கொறைச்சிக் கொடுப்பானுக அந்த ஏமாத்துக்காரப் பயலுக” என்றார் தும்மா ரெட்டி.

அனைவரும் கோபத்தில் திட்டித் திட்டி கத்திக் கத்திப் பேசி ஓய்ந்தார்கள். அதற்கு மேல் தங்களது கோபத்தை, எரிச்சலை, வேகத்தை, உணர்வுகளை எப்படிக் காட்டுவது என்று தெரியவில்லை. அங்கே அமைதி நிலவியது. ஆனால் ஒவ்வொருவரின் உள்ளத்திலும் எரிமலைகள் வெடித்துக் கொண்டிருந்தன. ஏதாவது செய்யவேண்டும் என்ற வெறி அவர்களை ஆட்டிக் கொண்டிருந்தது.

கூட்டத்தினர் அமைதியாக இருக்கவும் அதுவரை கூட்ட நிகழ்ச்சி களைக் கதவுக்குப் பின்னால் இருந்து கவனித்துக்கொண்டிருந்த ராயப்ப ரெட்டியின் மனைவி அன்னம்மாளுக்கு சும்மாயிருக்க முடிய வில்லை, தான் கேட்ட செய்திகளை நாலுபேரிடம் சொன்னால் தான் மனச்சுமை குறையும் போல் இருந்தது. அந்த அரிப்புடன் பக்கத்து வீடு செல்ல அங்கே பெண்கள் கூட்டம் கூடியது.

“மதனி... அந்த நோட்டீஸ்ல அப்படி என்னதான் இருக்கு? எங்க வீட்டுக்காரரு அந்த நோட்டீச படிச்சிட்டு உங்க வீட்டுக்கு ஓடியாந்தாரே” தும்மா ரெட்டியின் மனைவி ஆக்னேசம்மாள் கேட்டாள்.

அன்னம்மாள் கூட்டத்தில் பேசப்பட்ட நிகழ்ச்சிகளைச் சுருக்கிச் சொன்னான். அதைக்கேட்டதும் பெண்கள் ஆளாளுக்குப் புலம்ப ஆரம்பித்தார்கள்.

“இந்த பறச்சிருக்கிகளுக்கும், சக்கிலியத் தேவடியாக்களுக்கும் என்ன திமிரு பாரு. ரேஷன்கார்ட நாம புடுங்குனமாமே. போன வாரம் கூட அந்தப்பய நாயகம் பொண்டாட்டி வந்து அழுகாத கொறையா, எம்மா, கஞ்சிக்கு ஒன்றுமில்ல. இந்த ரேசன் கார்ட வச்சிக்கிட்டு ஒரு பத்துரூவா குடுங்கன்னு அடகுவச்சி ரூபா வாங்கிட்டுப்போனா. இன்னைக்கு எப்பிடி கதைய திருப்புறாங்கன்னு பாரு திருட்டு முண்டைங்க.” கோபத்தில் திட்டினாள் சேவியர் மனைவி ஞானம்மாள்.

“எம்புட்டு விசுவாசமா அடங்கி ஒடுங்கி வேலவெட்டி செஞ்சுக்கிட்டு இருந்த இந்த நாய்க இப்பிடித் திடீர்னு நம்மள எதுக்க ஆரம்பிச்சிட்டாளுக.”

“அ’னா‘ஆ’ வன்னா எழுதத் தெரியுமா இந்த முட்டாப்பயகளுக்கு. வெவரங்கெட்ட சிறுக்கி மக்க இவனுகளுக்கு இரக்கப்பட்டு லோனு வாங்கிக் கொடுக்க இன்னைக்கு நம்ம பேரையே நாசமாக்குறாங்க."

“மொதல்ல கோயில்ல என்னென்னவோ வேணும்னாங்க. இப்ப இல்லாதது பொல்லாதது எல்லாம் சொல்லி அசிங்கப்படுத்துறாக போகப்போக என்னென்ன செய்வானுகளோ. வீடு ஏறிவந்து பொண்ணு கேட்டாலும் கேப்பானுக இந்தப் புறம்போக்கு பயலுக. அந்த ஆண்டவனுக்குதான் இது வெளிச்சம்.”

“வீட்டுல இருக்கிற மிச்சம் மீதி அம்புட்டையும் மாட்டுக்குகூட ஊத்தாம இந்தப் பற நாய்களுக்கு ஊத்துனேன். நல்லா குடுச்சுப் போட்டு உண்ட வீட்டுக்கே துரோகம் செய்துகளே. மனுஷப்பிறவிகளா இதுக. ஒரு நன்றி விசுவாசம் வேண்டாம்.” அன்னம்மாள் வேதனையுடன் கூறினாள்.

“மதினி... நீங்க வீட்டுக்குப் போங்க. என்னென்ன பேசுறாங் கன்னு அப்பப்ப வந்து சொல்லுங்க. ம்... சீக்கிரம் போங்க.” அன்னம்மாளை விரட்டினாள் அக்னேசம்மாள்.

அன்னம்மாள் மறுபடி வீட்டிற்குச் சென்றாள். இன்னும் அனைவரும் அமைதியாக அமர்ந்திருப்பதைப் பார்த்தாள். அவளும் சப்தம் செய்யாமல் கதவருகில் அமர்ந்து பேசுவதைக் கேட்கத் தயாரானாள்.

அமைதியாக அமர்ந்திருந்த ராயப்பரெட்டியின் மனதில் பல எண்ணங்கள் பல திசைகளிலிருந்து வந்து மோதின. ‘கோயில்ல சம உரிமகேட்ட அன்னைக்குப் பிரச்சனய வளக்கக் கூடாதுன்னு நான்தான்

முயற்சி செஞ்சு இவுங்கள சம்மதிக்க வச்சேன். அன்னைக்கே வெட்டணும், குத்தணும், தீ வைக்கணும்னு துள்ளுனவுங்களயெல்லாம் அடக்கி இதோட பிரச்சன தீரட்டும்னு நெனச்சு அப்பிடி ஒரு முடிவுக்கு வந்தேன். ஆனா இன்றைக்கு பொருளாதார சமத்துவம் வேணும்னு என்னென்னவோ கேக்குறாங்க. பக்கத்து ஊர்கள்ள இருக்கிற கொடுமைகளவிட இங்க எம்புட்டோ பரவாயில்ல. பக்கத்து ஊர்கள்ள உள்ளவுங்க நாங்க நல்லா நடந்துக்கிறோம்னு எங்களத் திட்டுனாக் கூட நம்ம மதத்தச் சாந்தவுங்க கஷ்டப்படக்கூடாதுன்னு தாராளமா நடந்துக்கிட்டோம். இப்படி தாராளமா நடக்கிறதுனாலதான் எங்கள இழிச்சவாயங்கன்னு நெனக்கிறாங்களா? எங்க நல்ல செயல புருஞ்சுக்கிடாமதான் நாங்க செய்றதப் பாவம்னு சொல்றாங்களா? அதுவும் சாவான பாவம்னு சொல்றாங்களே! இது அடுக்குமா? திருச்சப இப்படியா சொல்லுது. பொருளாதாரச் சமத்துவத்த முன்வைச்ச கம்யூனிசத்த திருச்சப வெறுக்குதே. அத அமுல்படுத்தும் ரஷ்யா மனம் மாறணும்னு செபம் செய்யச் சொல்லுச்சே, நாமளும் நம்பிக்கையோட செபம் செய்ய இப்ப அந்த ரஷ்யாவே உடைஞ்சு நொறுங்கி சிதைஞ்சு போச்சே. பொருளாதாரச் சமத்துவத்த முன்வைச்ச தலைவர்க எல்லாரையுமே அந்தநாடு தூக்கி எறிஞ்சிருச்சே. அப்படியிருக்க பொருளாதாரச் சமத்துவமில்லாம கோயில்ல சமத்துவம்னு சொல்றது வெளி வேஷம்னு எங்களத் திட்டுறாங்களே! இது நியாயமா? பொருளாதாரச் சமத்துவத்த திருச்சப ஒரு கொள்கையா போதிக்கவே இல்லயே. விசுவாசப் பிரமாணத்துல கூட இல்லயே! பசிச்சா சோறுபோடு, தாகமா இருந்தா தண்ணி கொடு. ஆடையில்லாம இருந்தா ஆடை கொடுன்னுதானே சொல்லுது. எங்க வீடுகள்ள மீதமுள்ள உணவ இவுங்களுக்குத் தானே கொடுக்றோம். எங்க பழைய துணிக எல்லாத்தையும் இவுங்களுக்குத்தானே கொடுக்றோம். பண்ணையாளா வேல செய்றவுங் களுக்கு வருஷத்துக்கு ரெண்டு தடவ துணி எடுத்துக் கொடுக்கோமே! நோய் நொடி எதுவும் வந்துட்டா நாங்கதான பணம் கொடுத்து உதவி செய்றோம். யேசு சொன்னபடியெல்லாம் செய்றோம். ஆனா எங்களையே பாவிகளா மிகப் பெரிய பாவிகளா இவுங்க சொல்றாங்களே! இது நியாயமா? எந்த அடிப்படையில் இப்பிடிச் சொல்றாங்க. நாங்க ஏமாத்துறோம்... உழைப்ப சுரண்டுறோம்னு சொல்றாங்களே! நாங்க ஏமாத்தவா செய்றோம். அதெல்லாம் வியாபார, விவசாய யுக்திகதானே...! ஏமாத்துறதுக்கும், யுக்திகளுக்கும் வித்தியாசம் தெரியலியா இவுங் களுக்கு. யேசு உவமையாக்கூட ஒரு கணக்கனைப் பற்றிச் சொன்னாரே... பொய்யான கணக்க எழுதுனதுக்காக அவனப் புகழ்ந்தாரே! இதெல்லாம் விவசாய, வியாபார யுக்திகதானே! இந்த யுக்திகள நாங்க உபயோகிப் பதுக்காக இவுங்க எப்படி எங்களத் திட்டலாம். பாவிகன்னு எப்படி

எங்கள ஏசலாம்? எங்களப் போல யுக்திகள இவுங்களும் கடைப்பிடிக்க வேண்டாம்னு யார் சொன்னது? தாராளமா எங்கள ஏமாத்தி இவுங்களும் பணம் சம்பாதிக்கட்டும்! அப்படி செய்யாம சோம்பேறித்தனமா வீட்டில அடைஞ்சு கிடந்துட்டு, இல்லனா கிடைக்கும் காசைப் பத்திரப்படுத்தி ஒன்னை ஐந்தா, பத்தா ஆக்கும் நிலையப்பற்றி யோசிக்காம குடிச்சுப் போட்டு தெருவுல புறண்டுட்டு இப்ப எங்க மேல சேற்றை அள்ளி வீசுறாங்களே! இது நியாயமா? எப்படி யோசிச்சாலும் எங்க மேல தப்பு இல்லாதது போலத்தான இருக்கு. தப்பில்லாத எங்கள இந்த அளவு கேவலப்படுத்திய இந்தப் பசங்கள இன்னும் சும்மா விடலாமா? எவ்வளவு நாள்தான் பொறுமையா இருக்க முடியும்? பொறுமைக்கும் அளவு இல்லையா? இப்ப இங்க எரிமலையா குமுறிக்கிட்டு இருக்கும் இவுங்ககிட்ட பொறுமையா இருங்கன்னு இனியும் சொல்ல முடியுமா? ஆனா பொறுமைய இழந்தா அவுங்க மட்டுமில்ல... நாங்களும்தான் கஷ்டப்படணும். எந்தக் கஷ்டத்தை அவுங்களுக்குக் கொடுத்தாலும் அவுங்க கஷ்டம் அனுபவிச்சு பழக்கப்பட்டவுங்க. தாங்கிக்கிடுவாங்க. நாங்க கஷ்டம் அனுபவிக்காதவுங்க. எங்களால தாங்க முடியுமா? முடியாதே. இப்ப என்ன செய்றது. பாம்பும் சாகணும். அதே சமயத்துல கம்பும் உடையக்கூடாது. எப்படிச் செயல்படலாம்?' தாங்கள் செய்வது முற்றிலும் சரியானது, நேர்மையானது, நீதியானது என்று நம்பிய ராயப்ப ரெட்டிக்குத் தலித் மக்கள்தான் தவறு செய்வதாகப்பட்டது. அந்தத் தவற்றைத் திருத்த வேண்டும். தங்களையும் பாதுகாத்துக் கொள்ள வேண்டும் என்று நினைத்தார்.

"யோவ்... என்னையா நாங்க பாட்டுக்குப் பேசிக்கிட்டே இருக்கோம். நீர் குத்துக்கல்லு மாதிரி இருந்தா எப்படி? இப்ப ஏதாவது நடவடிக்க எடுக்கணும். சொல்லுமையா என்ன செய்யலாம்னு" என்று ராயப்ப ரெட்டியைப் பார்த்து கத்தினார் தும்மா ரெட்டி.

"சரி... என்ன நடவடிக்கை எடுக்கலாம். அத நீங்கதான் சொல்லுங்க." நிதானத்தை இழந்து விடாமல் பேசினார் ராயப்ப ரெட்டி.

"இன்னைக்கு ராத்திரி... அந்தப் பயக வீடுக எல்லாத்தையும் தீவச்சு கொளுத்துவோம்." சேவியர் ரெட்டி கோபத்தில் கத்தினார்.

"அவுங்க சும்மாவா இருப்பாக. அவுங்க வந்து தாக்கினா நம்மால தாங்க முடியுமா?" பதிலுக்குக் கேட்டார் ராயப்பரெட்டி.

"அது வேண்டாம். அந்தப் பொட்டக் கழுதைக நாலுபேரையாவது பிடிச்சி இழுத்து வந்து மானபங்கப்படுத்தணும்."

“அவங்களும் இதே மாதிரி நம்ம பொம்பளைகளைச் செஞ்சா என்ன செய்றது?’

“என்னையா எது சொன்னாலும் தடுக்கிற. சரி... அவனுகளுக்கு வேல கொடுக்காம பட்டினி போட்டா என்ன?”

“ம்... செய்யலாம்... ஆனா அவனுகளும் கேஸ் போட்டா?”

“என்னையா எதுக்கெடுத்தாலும் அவனுகளும் அதுமாதிரி செஞ்சா செஞ்சான்னு சொல்லி பயமுறுத்துறீர். என்ன கேஸ்யா அவனுக போடுவானுக? நம்ம மேல திருட்டு கேஸ் போட்டா போலீஸ் நம்பணுமில்ல. நாம என்ன திருடங்களா?” கோபமாகக் கேட்டார் தும்மா ரெட்டி.

“அப்படிக் கேஸ் போட மாட்டாங்க. தும்மா ரெட்டி என்னை பற நாயேன்னு திட்டுனார்னு தீண்டாம கேஸ் போடுவாங்க. அதுக்கு நாம ஐநூறு ரூபாய் அபராதம் கட்டி ஆறு மாசம் செயில்ல இருக்கணும். தெரியும்ல.”

“யோசிக்க வேண்டிய விஷயம் தான்” என்றார் தும்மா ரெட்டி.

“அதனாலதான் எதயும் சும்மா எடுத்தோம்... கவிழ்த்தோம்னு செய்யக் கூடாது. யோசிச்சுச் செய்யணும். அவுங்களுக்கு பாதர் ராஜா சொல்லிக் கொடுக்காரு. அதனால அவுங்க ஒவ்வொரு அடியையும் மிக ஜாக்கிரதயா எடுத்து வச்சு முன்னுக்கு வர்றாங்க. நாமளும் மிக மிக கவனமாக யோசிச்சு செய்யணும்.”

“அப்ப நாமளும் நம்ம சாதி சாமியார்கள ஒண்ணு கூட்டுவோம். அவுங்களோட சேர்ந்து என்ன செய்யலாம்னு யோசிப்போம்” என்றார் கோடிவீட்டு ரெட்டியார்.

“ம்... இப்பச் சொன்னீங்களே... இது உருப்படியான யோசன. நான் ஏற்கனவே நம்ம சாதி சாமியார்கள ஒண்ணு கூடுறதுக்கு ஏற்பாடு பண்ணிட்டேன். இப்ப இங்க நாம பேசிக்கிட்டு இருக்கிற இதே நேரத்துல நம்ம சாதி சாமியார்க எல்லாம் ஒன்னாச் சேந்து பேசிக்கிட்டு இருப்பாங்க. நம்ம ஆயர், குருக்கள் கூட்டத்தக் கூட்டி இந்த பிரச்சனயத் தீர்க்க வழியென்னன்னு கலந்து பேசப் போறாராம். அன்னைக்குப் பிரச்சினைக்குக் காரணம் பாதர் ராஜாதான்னு கூறி அவர செயல்பட விடாம தடுக்க நம்ம சாமியார்களெல்லாம் ஒன்னாச் சேர்ந்து பேசுவாங்க. யார் என்ன பேசுறது... எப்பிடி பேசுறதுன்னு முடிவெடுக்கத்தான் இன்னைக்குக் கூட்டம்.”

“பரவாயில்ல... அமைதியா இருந்தே காரியத்த சமாளிக்கிறீரே!” மனம் திறந்து பாராட்டினார் மாடிவீட்டு ரெட்டி.

“ஆமா... பாதர் ராஜாவ மட்டும் கட்டுப்படுத்தினா போதுமா? வேற எதுவும் செய்ய வேண்டாமா?” என்றார் சேவியர் ரெட்டி.

“கட்டாயம் செய்யணும். என்ன செய்யலாம்... சொல்லுங்க” என்றார் ராயப்ப ரெட்டி.

“உங்கள மாதிரி யோசிச்சுச் செய்ய எங்களால முடியாது. என்ன செய்யலாம்னு நீங்களே சொல்லுங்க” என்றார் மாடிவீட்டு ரெட்டி.

“சரி சொல்றேன். இது ரொம்ப முக்கியமான விசயம். உங்க எல்லார் உதவியும் இதுக்கு வேணும். நான் ஏற்கனவே இதப் பற்றி உங்ககிட்ட சொல்லியிருக்கேன். ஆனா நீங்க புரிஞ்சுக்கிட்டீங்களோ என்னவோ எனக்குத் தெரியல. இந்தத் தலித் பசங்க இங்க எண்ணிக்கையில அதிகம். அவுங்க எல்லாம் ஒண்ணு சேர்ந்துட்டா நாம் ஆந்திராவுக்கு ஓடுறதத் தவிர வேறு வழியில்ல.”

“ஆமா.... எப்பவோ ஒரு தடவ சொன்னீங்க.”

“இப்ப நாம ஓடாம இருக்கணும்னா நாம எல்லாரும் ஒண்ணாச் சேரணும். ரெட்டியார்க, நாயுடுக, வெள்ளாளங்க, உடையார்க, கவுண்டர்க, வன்னியர்க, நாடார்க எல்லாம் ஒண்ணாச் சேரணும்.”

“இது நடக்கிற காரியமா?”

“முயற்சி செஞ்சா நடக்கக்கூடாத காரியம்னு எதுவுமே இல்ல. இவனுக பள்ளன், பறையன், சக்கிலியன், அம்பட்டயன், வண்ணான் இப்பிடி எல்லாப் பயகளும் ஒண்ணு சேர்ந்துட்டாங்க. நாமளும் ஒண்ணு சேரல... நமக்கு இங்க வாழ்க்கயே இல்ல.”

“எப்பிடி ஒண்ணு சேக்கலாம்? ஒன்னுமே புரியமாட்டேங்குதே.”

“இங்க பாருங்க. எல்லாரையும் மொதல்லயே ஒண்ணு சேக்குறது ரொம்பக் கஷ்டம். முடியாத காரியம். அதனால ரெட்டியார்க எல்லாரும் ஒன்னாச் சேர்ந்து பேசுவோம். ரெட்டியார்க எல்லாத்தையும் ஒன்னாச் சேக்குறது அவ்வளவு கஷ்டமில்ல. அதுக்கடுத்து நம்மளோட நெருக்கமா இருக்கிறது நாயுடுக. மொழியால ஒன்னுபடுறோம். அவுகளோட சேர்வோம். அதுக்குப் பிறகு மற்றவுங்கள எப்படி ஒண்ணு சேக்குறதுன்னு பார்ப்போம்.”

“நீங்கதான் உண்மையான தலைவரு.” ராயப்ப ரெட்டியை முதலில் திட்டிய கோடிவீட்டு ரெட்டி மகிழ்ச்சியுடன் கூறினார்.

"நாம எல்லாச் சாதிகளும் ஒண்ணு சேந்துட்டா, இந்த சாதி கெட்ட பயலுகள உண்டு இல்லைன்னு ஆக்கிப்போடலாம். திருச்சபயில் நம்ம சாதிச் சாமியார்கதான் எண்ணிக்கையில அதிகம். இந்த தரித்திரம் பிடிச்ச பயல்கள்ள இருந்து எவனுக்கு தேவ அழைத்தல் கிடைச்சிருக்கு. அதனால் பூச்சிய நசுக்கிற மாதிரி நசுக்கிப் போடலாம்."

"இதோட மட்டும் நின்னுவிடக் கூடாது. நாம ஒண்ணு சேர்ர அதே நேரத்துல அவுங்க ஒத்துமயையும் குலைக்கணும். அப்படி குலைச்சாத்தான் நம்மளால வாழமுடியும். அதுக்கு நமக்கு பணம் தேவ. பணத்தக் கொடுத்தா எந்தப் பயலையும் விலைக்கு வாங்கலாம். என்ன செய்யலாமா?" மறுபடியும் ராயப்ப ரெட்டியே புதிய யோசனையைச் சொன்னார்.

"என்ன... செய்யலாமா வா... கட்டாயம் செய்வோம். வீட்டுக்கு நூறு ரூபா வரிப்போடுங்க. இன்னைக்கே கொடுக்கோம். ஒரு நல்ல காரியத்துல இறங்கியிருக்கோம். எதுக்கு நாளத் தள்ளிப் போட்டுக் கிட்டே போகணும்" என்றார் தும்மா ரெட்டி.

அதன்படி முடிவு எடுக்க கூட்டம் கலைந்தது. தாங்கள் திட்டமிட்ட காரியத்தை செயலாற்ற ஒவ்வொருவரும் நூறு ரூபாயை ராயப்ப ரெட்டியிடம் கொடுக்க ஆரம்பித்தனர்.

முதலில் ஆவேசமாக ஓடிவந்த தும்மா ரெட்டி, கூட்ட முடிவிற்குப் பின் திருப்தியுடன் வீடு சென்றார். வீட்டில் அவருக்காகக் காத்திருந்த அவரது மனைவி ஆவலும் ஆத்திரமும் மிகுந்தவளாகக் கூட்டத்தின் நடப்புகளை விசாரித்தாள். தன் கணவர் தும்மா ரெட்டி கூறியதைக் கேட்டபின்பு அவளுக்கும் ஒரு குரூர திருப்தி உண்டானது.

"நாய்க்கு எலும்புத்துண்ட தூக்கிப் போட்ட மாதிரி இந்தப் பயல்களுக்கு பத்து ரூபா நோட்டக் காட்டுனா தன்னால நம்ம பின்னாடி வருவானுக. எல்லாம் கொஞ்ச நாளைக்குத்தான் துள்ள முடியும். பிறகு நம்ம கால்லதான் வந்து விழணும்."

மனைவியின் கூற்றை ஆதரிப்பது போல உவகையுடன் முறுவலித்துக் கொண்டார் தும்மா ரெட்டி.

18

அந்த மாருதி கார் ஆயரின் இல்லத்திற்கு முன்பாக நின்றது. காரை ஓட்டிக்கொண்டு வந்த பாக்கம் பங்குச்சாமியார் கிளாரன்ஸ் காரிலிருந்து இறங்கினார்.

அவருக்கு வயது சுமார் ஐம்பது இருக்கும். சிறிது குள்ளமாகவும் அதே சமயம் சிறிது தடித்தும் இருந்தார். உயரத்துக்கு மீறிய தொந்தி இருந்தது. தலையின் முன்பகுதி வழுக்கையாய் இருந்தது. அதற்கு நேர் எதிரிடையாக முகத்தை முழுவதும் மறைப்பது போல் இருந்தது கருந்தாடி. அது அளவோடு வெட்டப்பட்டிருந்தது.

அங்கே ஆயரின் இல்லத்துக்கு முன்பாக ஒருசில ஜீப்புகளும், ஏராளமான புல்லட்கள், ஸ்கூட்டர்கள், ஹீரோ ஹோண்டாக்கள், சுசுகிகள் என்று மார்க்கட்டில் கிடைக்கும் மிகச்சிறந்த இரண்டு சக்கர வாகனங்களும் நிறுத்தப்பட்டிருந்தன.

காரிலிருந்து இறங்கிய பாதர் கிளாரன்ஸ் பதபதைப்புடன் ஆயர் இல்லத்துக்குள் நுழைந்தார். அவரது நடையில் சிறிது வேகம் இருந்தது. நேரமாகி விட்டதோ என்ற பரபரப்பும் இருந்தது.

குருக்கள் கூட்டம் நடக்கும் அந்த பெரிய அறைக்குள் அவசர அவசரமாக நுழைந்தார். இன்னும் கூட்டம் ஆரம்பிக்கவில்லை என்பதை உணர்ந்ததும் அப்படியே வாசலில் நின்று நிம்மதியாகப் பெருமூச்சு விட்டார்.

அங்கிருந்தபடியே அறையில் அமர்ந்திருந்த குருக்களை ஒருமுறை நன்றாகப் பார்த்தார்.

அமர்ந்திருந்த முறையில் திருப்தியடைந்தவராக தலையை மேலும் கீழும் லேசாக ஆட்டிக் கொண்டபடியே சிரித்தார்.

அதற்கு முந்தின நாளில்தான் அவரது பங்காகிய பாக்கத்தில் ரெட்டியார், நாயுடு சாதிகளை சார்ந்த சாமியார்களின் கூட்டம் நடந்தது. அந்தக் கூட்டத்திற்கு அவர்தான் ஏற்பாடு செய்திருந்தார்.

அவரது சொந்த ஊர் பிச்சூர். மாடி வீட்டு ரெட்டியாரின் அண்ணன் அவர். பிச்சூரில் உள்ள தனது சாதியினர் இழிவுபடுத்தப்படுகின்றனர் என்றும், தனது சாதியினர் குறிவைத்துத் தாக்கப்படுகின்றனர் என்றும் நினைத்துக் கொதிப்படைந்தார்.

அவருக்குத் தலித் மக்கள் மீது வெறுப்போ, அல்லது பாசமோ கிடையாது. ஆனால் தலித் மக்களின் ஏழ்மை அவருக்குப் புரிந்தது. அவர்களது ஏழ்மையைச் சிறிதாவது குறைக்க ஏதாவது செய்ய வேண்டும் என்று நினைத்தார். எனவே அவர்களின் ஏழ்மை நிலையைப் பற்றி புராஜெக்ட் எழுதி ஐரோப்பிய நாடுகளுக்கு அனுப்பினார். பணமும், உணவுப் பொருளும், துணிமணிகளும் ஏராளமாக வந்தன. வந்த பணத்தைத் தாராளமாகத் தலித் மக்களுக்குச் செலவு செய்தார். அவர்களுக்கு வீடுகட்டிக் கொடுத்தார். உணவுக்கு வேலை என்ற திட்டத்தில் வேலை வாங்கி உணவுப் பொருட்களைத் தாராளமாகக் கொடுத்தார். பசியென்று, பிச்சையென்று கையேந்தி வந்தவர்களுக்கு தாராளமாக ஐந்து ரூபாய், பத்து ரூபாய் என்று கொடுத்தார். மேல் நாட்டுத் துணிகளையும் கொடுத்தார். கிராமத்துக்குச் சிறிதும் பொருந்தாத மேல்நாட்டு உடைகளை அணிந்து கொண்டு சிறுவர், சிறுமியர் அலைவதை அங்கு சாதாரணமாகப் பார்க்கலாம்.

இவ்வாறு தன் பங்கு தலித் மக்களுக்கு உதவிய பாதர் கிளாரன்சின் வாழ்க்கைத் தரமும் உயர்ந்தது. சாதாரண ஓட்டுவீடாக இருந்த சாமியார் தங்கும் பங்கு இல்லத்தை மிகப்பெரிய மாடிவீடாகக் கட்டினார். முதலில் ஸ்கூட்டரில் போய் வந்துகொண்டிருந்த அவர் புல்லட்டிலும், பின் அம்பாசிடர் காரிலும், இறுதியில் மாருதியிலும் வலம்வர ஆரம்பித்தார். அவர் பிறந்து வளர்ந்த பிச்சூரில் உள்ள தனது பழைய மாடி வீட்டை இடித்து விட்டு புதிய பெரிய மாடி வீடாகக் கட்டி தன் தம்பிக்குக் கொடுத்தார்.

தலித் மக்கள் இவரால் ஓரளவு பொருளாதார உதவிகளைப் பெற்றார்கள் என்பதை மறுக்க முடியாது. ஆனால் அவர்களுக்கு ஏதோ பிச்சையிடுகிறோம் என்ற உணர்வுடன்தான் செய்தாரே தவிர உள்ளார்ந்த அன்புடன் செய்தார் என்று கூற முடியாது. அவர்களை அவர் முழு மனிதர்களாக மதித்ததில்லை. அவர்களில் பெரியவர்களைக் கூட மரியாதை கொடுத்துப் பேசியதில்லை. இருக்கைகளில் அமர வைத்து உபசரிக்கவில்லை. அவர்களது வீடுகளுக்குச் சென்றதில்லை. அவர்களிடம் தண்ணீர் கூட கேட்டு வாங்கிக் குடித்ததில்லை. இவைகளைப் பெரிய குறையாகவும் நினைக்கவில்லை. ஏன் தலித் மக்கள்கூட இவைகளைப் பெரிய குறையென்று நினைத்துப் பேசியதில்லை. மாறாக தலித் மக்களால் மிகவும் போற்றப்பட்டார். தங்களை அவர் திட்டிய பொழுது மகிழ்ந்தார்கள். காரணம் அப்படித் திட்டினால் அதைத் தொடர்ந்து ஏதாவது கொடுப்பார் என்ற நம்பிக்கையே. தங்களைக் காக்க வந்த கடவுள் என்றே அவரை நினைத்தனர்.

இந்தச் சூழ்நிலையில்தான் தலித் உரிமை இயக்கம் உருவாகியது. அது தனது பங்குக்கும் பரவிவிட்டதைக் கண்டு பாதர் கிளாரன்ஸ் மிகவும் பயந்தார். தங்களது உரிமை இதுவென்று ஏதாவது கூறி உரிமையை நிலைநாட்ட உரிமையுடன் இம்மக்கள் வந்து விடுவார் களோ என்று கலங்கினார். தங்கள் பெயரால் வாங்கிய வெளிநாட்டுப் பணத்திற்கு கணக்குக் காட்டு என்று கேட்க வந்துவிடுவார்களோ என்று அஞ்சினார். தலித் உரிமை இயக்கத்தை வளர விடக்கூடாது; அதை ஒடுக்க வேண்டும்; அப்படி ஒடுக்கினால்தான் தானும் நிம்மதியாக இருக்க முடியும்; தன் இன மக்களும் நிம்மதியாக இருக்க முடியும் என்ற எண்ணத்தில்தான் தன் சாதிக் குருக்களையும், நாயுடு சாதிக் குருக்களையும் கூட்டத்திற்கு அழைத்திருந்தார்.

அந்தக் கூட்டத்தில் கிறிஸ்தவத்தில் உள்ள சாதிப் பிரச்சினை முழுவதும் அலசப்பட்டது. புதிதாக எழுந்துள்ள சாதிப் பிரச்சினை முழுவதற்கும் முதல் காரணம் பாதர் ராஜா என்றும், அவரை அடக்கினால் இயக்கம் தானாகவே அழிந்துவிடும் என்றும் எண்ணினார்கள். பாதர் ராஜா செயல்படாமல் இருக்க குருக்கள் கூட்டத்தில் அவரைப்பற்றிப் பேச வேண்டும் என்றும், கூட்டத்தில் யார் என்ன பேசுவது, எப்படிப் பேசுவது என்றும் மிகத் தெளிவாகத் திட்டமிட்டனர். அவர்கள் திட்டத்தின் முக்கியமான ஒன்று குருக்கள் கூட்டத்தில் ஒரே இடத்தில் கும்பலாக அமராமல் சிதறியபடி அறை முழுவதும் பரவலாக அமர்ந்திருக்க வேண்டும் என்பது.

அதேபோல மற்றொரு முடிவும் எடுத்திருந்தனர். சாதிப் பிரச்சினை பற்றி குருக்கள் கருத்தைக் கேட்கும் பொழுது பேசுவதற்குச் சந்தர்ப்பம் கொடுக்க விண்ணப்பிக்கும் வகையில் ரெட்டியார், நாயுடு குருக்கள் அனைவரும் கைதூக்க வேண்டும் என்றும், சந்தர்ப்பம் அளிக்கப்பட்டு பேசும்பொழுது எந்தச் சந்தர்ப்பத்திலும், எந்தச் சூழ்நிலையிலும் கோபமாகவோ, சப்தத்தை உயர்த்தி கத்தியோ பேசாமல், நிதானமாக, அமைதியாக, நிறுத்தி, மற்ற குருக்களிடம் அனுதாபம் ஏற்படும் விதத்தில் பேச வேண்டும் என்றும் முடிவு செய்திருந்தனர்.

திட்டமிட்டபடி தன் இனக் குருக்கள் கூட்டத்தில் அமர்ந்திருப் பதைக் கண்டுதான் பாதர் கிளாரன்ஸ் மகிழ்ச்சியில் சிரித்தார். அறைக்குள் நுழைந்து காலியாயிருந்த ஒரு நாற்காலியில் அமர்ந்தார்.

பாதர் ராஜாவும் திட்டவட்டமான ஒரு முடிவுடன் தான் கூட்டத்திற்கு வந்திருந்தார். ரெட்டியார், நாயுடு குருக்களின் கூட்டம் மிக மிக ரகசியமாக நடைபெற்றதால் அக்கூட்டம் பற்றி அவருக்கு ஒன்றுமே

தெரியாது. குருக்கள் அனைவரும் சாதி வித்தியாசம் பார்க்காமல் நீதிக்காக, சமத்துவத்திற்காக உழைப்பார்கள் என்று பாதர் ராஜா எண்ணினார். எனவே குருக்களின் மனச்சாட்சியைத் தொடும் விதத்தில் தலித் கிறிஸ்தவர்களின் பிரச்சினையை அறிவுப் பூர்வமாக எடுத்துக் கூற வேண்டும் என்று திட்டமிட்டு வந்திருந்தார் அவர். அப்படிப் பேசினால் குருக்கள் உணர்ந்து கொள்வார்கள்; சாதியத்திற்கு எதிராக ஒரு நிலைப்பாடு எடுப்பார்கள்; அதன்படி செயல்படுவார்கள்; மறை மாவட்டத்திலுள்ள தீண்டாமையை எளிதில் இவர்களின் உதவியினால் ஒழித்து விடலாம்; பொருளாதார மாற்றத்தைக் கூட கொண்டு வந்துவிடலாம் என்று அவர் கனவு கண்டுகொண்டிருந்தார்.

கூட்டத்தை நடத்த வந்த ஆயருக்கு கூட்டம் எப்படி நடைபெறுமோ என்ற கவலை இருந்தது. நான் ஏதாவது கூற அதை மறுத்து சிலர் பேச எங்கே தான் அவமதிக்கப்பட்டுவிடுவோமோ என்ற ஆதங்கம் அவரை நிறைத்தது. கூட்டத்தில் எந்த விதமான கூச்சலோ, குழப்பமோ, காரசாரமான பேச்சோ வந்துவிடக்கூடாது என்று விரும்பினார். அப்படி வந்துவிட்டால் குருக்கள் பிளவுபட்டு மறைமாவட்ட நிர்வாகமே சீர்குலைந்து போகும் என்று அஞ்சினார். இந்தக் கூச்சலும், குழப்பமும் தான் ஒரு உறுதியான நிலைப்பாடு எடுத்தால் இருக்காது என்று எண்ணினாலும் அப்படி மிக உறுதியாக அவரால் சூழ்நிலையைக் கணிக்க முடியவில்லை.

எனவே மறைமாவட்டத்திலுள்ள சாதியப் பிரச்சினையைப் பற்றி மிகச் சுருக்கமாகக் கூறிவிட்டு குருக்களின் விவாதத்திற்கு விட்டு விடலாம் என்று எண்ணினார். குருக்களாகப் பேசி முடிவெடுக்க, அந்த முடிவு எத்தகையதாக இருந்தாலும் அந்த முடிவையே தனது எண்ணமாக அறிவிக்க வேண்டும் என்றும் விரும்பினார். அதுவரை பேசாமல் அமைதியுடன் இருப்பதுதான் மிகச் சிறந்த அணுகுமுறை என்ற தீர்மானத்தோடு ஆயர் கூட்டத்திற்கு வந்திருந்தார்.

கூட்டம் ஆரம்பிக்கும் நேரம் வந்துவிடவே ஒரு பக்திப்பாடல் பாடப்பட்டது. சில குருக்கள் மிகவும் பக்தியுடனும், உருக்கத்துடனும், பாடினர். என்ன பேசலாம், எப்படிச் செயல்படலாம் என்ற நினைவுடன் வந்தவர்கள் அதே நினைவுடன் இருந்ததால் அவர்களின் உதடுகள்தான் பாடலை முணுமுணுத்தனவே தவிர அவர்கள் உள்ளம் பக்திப்பாடலி லிருந்து வெகு தொலைவில் இருந்தது.

பாடல் முடிந்ததும் ஆயர் அவர்கள் சுருக்கமாக, மிகவும் கவனமுடன் கூட்டத்தின் நோக்கத்தைக் கூற ஆரம்பித்தார்.

“வழக்கமா ரெண்டு மாசத்துக்கு ஒருமுறை நாம கூடுவோம், ஆனா இப்ப நாம கூடியிருப்பது திடீர்னு நம்ம மறைமாவட்டத்துல தோன்றியிருக்கிற சாதிப் பிரச்சினையினாலதான்னு நம்ம எல்லாருக்கும் நல்லா தெரியும். தலித் உரிமை இயக்கம்னு ஓர் இயக்கம் புதுசா தோன்றியிருக்கு. திருச்சபையில சம உரிமை கேக்கும் அந்த இயக்கம் பொருளாதாரச் சுரண்டல பாவம்னு அறிவிக்கச் சொல்லுது. இப்ப நாம என்ன செய்யலாம்? என்ன அணுகுமுறையக் கடைப்பிடிக்கலாம்னு தீவிரமா யோசிச்சு முடிவெடுக்கத்தான் நாம கூடியிருக்கிறோம்.”

ஆயர் சொல்லி முடித்த உடனே பாதர் ராஜா எழுந்து பேச ஆரம்பித்தார். “நாம் சேசுவின் வேதனையைப் பற்றி அதிகம் பேசுறோம். நம்ம பிரசங்கங்களில அதுக்கு முன்னுரிம தருகிறோம். சிலுவைப்பாதை செய்றோம். தபசுகாலம் கொண்டாடுறோம். புனித வாரத்துல பெரிய வெள்ளியில சிறப்பா சேசுவின் பாடுகள, வேதனைகளை நெனைக்கிறோம். மக்களின் அனுதாபமும் கெடக்கிது. ஆனா சேசுவின் வேதன மூணு மணி நேரத்துல முடிஞ்சிருச்சி. ஆனா தலித் மக்களோட வேதன கடந்த மூவாயிரம் ஆண்டுகளாக தொடர்ந்துக்கிட்டு இருக்கு. வர்ணாசிரம தர்மத்துக்கு வெளியே தள்ளப்பட்ட இவுங்க கடந்த மூவாயிரம் வருஷமா மனுஷங்களாகவே மதிக்கப்படல. மிருகத்திலும் கேவலமா இவுங்க வாழ்வு இருந்திருக்கு. திருச்சபையிலயாவது தாங்க மனுஷங்களா மதிக்கப்படுவோம்னு கிறிஸ்துவ மதத்துல சேர்ந்தாங்க. ஆனா கடந்த மூன்று, நான்கு நூற்றாண்டுகளா கிறிஸ்தவ மதத்துல இருந்தாலும் கிறிஸ்தவ மதத்திலும் இவுங்க மனுஷங்களா மதிக்கப்படல. இவுங்களுடைய இந்த வேதனய நாம புரிஞ்சுக்கிட்டாத்தான் இதப்போக்க என்ன செய்யலாம்னு நம்மால பேசமுடியும்.” நிதானமாக, தெளிவாக, வார்த்தைகளை அளந்து, உணர்வுகளை வெளிக்காட்டாமல் பேசினார்.

பாதர் ராஜா பேசி முடித்ததும் பேச வேண்டும் என்று ஆயரிடம் உத்தரவு கேட்கும் வகையில் ஆங்காங்கு அமர்ந்திருந்த ரெட்டியார், நாயுடு குருக்கள் கைகளைத் தூக்கினார்கள். பாதர் கிளாரன்ஸ் கையைத் தூக்காமல், ஆயரின் அனுமதி இல்லாமல் பேச ஆரம்பித்தார்.

“நீங்க சொல்றது மாதிரி கடந்த மூன்று, நான்கு நூற்றாண்டுகளா திருச்சப இவுங்கள மதிக்கலைனு வச்சுக்கிடுவோம். என்னைக்குமில்லாம இன்னைக்கு திடீர்னு சம உரிமை வேணும்னு கேக்குறாங்களே. அது ஏன்? யாரோ தூண்டிவிடாமலா கேக்குறாங்க. அவுங்களத் தூண்டிவிட்டது யார்? பாதர் ராஜா தானே! இவர் தூண்டிவிடலைனா பிரச்சனயே இருந்திருக்காதே. நம்ம மறைமாவட்டம் அமைதியாக இருந்திருக்குமே!”

“இங்கே பாருங்க. நான்தான் பிரச்சனய தூண்டுனன்னு சொல்றீங்க. நானு பிரச்சனய தூண்டல. மக்களுடைய விழிப்புணர்ச்சியினால பிரச்சன தோன்றுதுன்னு நான் சொன்னாலும் நீங்க நம்பப் போறது இல்ல. பிரச்சனய நான் தூண்டுறேன்னே வச்சிக்கிடுவோம். இனிமே நான் தூண்டாம இருக்கிறேன்னும் வச்சிக்கிடுவோம். இந்தப் பிரச்சன தீர்ந்து போயிருமா? நான் தூண்டலைனா தூண்டுறதுக்கு இன்னும் எம்புட்டோ பேர் இருக்குறாங்க. அதனால எம்மேல குற்றஞ் சாட்டாதீங்க. இதுவல்ல பிரச்சன. திண்டாமதான் பிரச்சன. இந்த பிரச்சனய நாம் எப்படிச் சமாளிக்கப் போறோம்? அதற்கானத் தீர்வப் பாருங்க.”

“எவ்வளவோ காலமா இருக்கிற பிரச்சன இது. ஒரே நாளுல போயிறுமா? பொறுமையா இருந்தாத் தானா போயிறும். முந்தி மாதிரியா இன்னும் தீண்டாம இருக்கு. இல்லயே... எம்புட்டோ மாறியிருக்கே” என்றார் உண்டிகை பங்குச் சாமியார். இவரும் ஆயரின் உத்தரவின்றியே பேசினார்.

அதன் பிறகு யாருமே ஆயரின் அனுமதிக்காகக் காத்திருக்க வில்லை. இஸ்டப்பட்டபடி யார் வேண்டுமென்றாலும் பேசினார்கள். ஒரு ஒழுங்கு கட்டுப்பாடு இல்லாமல் கூட்டம் நடந்து கொண்டு இருந்தது.

“ஆனா நீங்க சொல்லற மாதிரி பொறுமையா இருக்க தலித் மக்க தயாரா இல்லயே! மூவாயிரம் வருஷமா பொறுத்த அவுங்க, திருச்சபை யிலயும் முன்னூறு நானூறு வருஷமா பொறுத்துட்டாங்க. இன்னும் பொறுப்பாங்கன்னு நெனைக்கிறதுல அர்த்தமில்ல.” பாதர் ராஜாவும் அனுமதிக்குக் காத்திருக்காமல் பேசினார்.

“அதான் பிச்சூருல கோயில்ல சமஉரிம தர ரெட்டியார்க ஒத்துக்கிட்டாங்கல்ல. இன்னும் ஏன் பிரச்சனய வளக்கணும்” என்று கூறினார் பிச்சூரின் பங்குக்குரு பாதர் விக்டர். தனது பங்கில் சமாதானம் வரவேண்டும் என்ற நல்லெண்ணம் அவரிடம் இருந்தது.

“ஆலயத்துல சம உரிமைங்கிறது சும்மா ஆலயத்துல உக்கார்றதிலயும், வாசகம் வாசிக்கிறதுலயும், பூசைக்குதவி செய்றதுலயும் இல்ல. திருச் சபையில உள்ள அதிகாரம் பகிர்ந்தளிக்கப்படணும். அதோட பொருளாதாரச் சமத்துவமும் வேணும்.”

“என்னமோ திருச்சபையில அதிகாரம் பகிர்ந்தளிக்கப்படணும்னு சொல்றீங்களே, என்ன அது? புரியும்படியாச் சொல்லுங்க” என்றார் பிச்சூர் பங்குச்சாமியார்.

“நம்ம மறைமாவட்ட திருச்சபையில் அதிகாரத்துல இருப்பது முதல்ல ஆயர், பிறகு முதன்மைக்குரு, பிறகு பொருளாளர். பிறகு வெவ்வேறு

துறை இயக்குனர்கள், பள்ளிக்கல்லூரி முதல்வர்கள். இவுங்க எல்லாருமே உயர்சாதியினரா இருக்காங்க. இவுங்ககிட்டதான் அதிகாரம் இருக்கு. இந்த அதிகாரம் தலித் மக்களுக்கு அதாவது தலித் குருக்களுக்கு வழங்கப்படணும்." பாதர் ராஜா சிறிது உணர்ச்சியுடன் பேசினார்.

"பாதர் ராஜா... நாம எல்லாரும் ஒரே இனம். எல்லாருமே குருக்கள். இதுல தலித் குரு தலித் இல்லாத குருன்னு இருக்கா? ஏன் இப்பிடிப் பிரிச்சு பேசுறீங்க?" என்றார் பாக்கம் பங்குக்குரு, போலியான சோக உணர்ச்சியுடன்.

"ஆமா... பிரிச்சுப்பேச வேண்டிய காலம் வந்துருச்சு. நம்ம மறை மாவட்டத்துல 80 சதவிகிதம் தலித் கிறிஸ்தவங்க இருக்கிறாங்க. ஆனா அவுங்கள்ள இருந்து ரெண்டு பேர்தான் சாமியாராயிருக்காங்க. மீதி 20 சதவிகிதத்துல இருந்து நூத்துக்கும் மேற்பட்ட குருக்க இருக்கிறோம். இது நியாயமா? எப்பிடி இந்த நிலை வந்துச்சு? இது அநீதி இல்லயா? இது பாகுபாடு இல்லயா? இதப்போக்க நாம முயற்சி எடுக்கக்கூடாதா?" பாதர் ராஜாவின் பேச்சில் சிறிது வேகம் கூடியது.

"பாதர் ராஜா... இதுவர நாம எல்லாரும் சகோதரர்களாப் பழகி வந்தோம். இப்ப சாதிங்கிற விஷத்த நீங்கதான் புகுத்துறீங்க. நம்மள்ள ரெண்டுபேர் தலித்துன்னு நீங்கதான் சொன்னீங்க. யார் அந்த ரெண்டுபேர்னு பார்க்கும்படியா... அதாவது சாதிய பாக்கும்படியா செஞ்சிட்டீங்க" என்றார் பாக்கம் பங்குச் சாமியார்.

அவரைத் தொடர்ந்து மேலச்சேரி பங்குச்சாமியாரும் உணர்ச்சி வசப்பட பேசினார். "பாதர் ராஜா... நாம எல்லாரும் நம்ம முயற்சி யினால் குருவா வரல. நமக்கு தேவ அழைத்தல் இருந்துச்சு. அதனால் தான் நாம சாமியாரா வந்திருக்கோம். அந்த தேவ அழைத்தல இப்படிச் சாதி வித்தியாசத்தக் காட்டிக் கொச்சப்படுத்தாதீங்க."

ஒவ்வொரு கேள்விக்கும் தலித் மக்கள் சார்பாக பாதர் ராஜாவைத் தவிர வேறு யாருமே பேசவில்லை. மற்றவர்கள் பதில் பேசட்டும் என்று பாதர் ராஜா பொறுமையாக இருந்தார். ஒருவருமே பேசவில்லை. தலித் மக்கள் சார்பாகப் பேச ஒருவர் கூட இல்லையே என்ற வேதனை அவரை நிறைத்தது. எனவே பாதர் ராஜாவின் பொறுமை சிறிது மறைய கோபத்துடனும், வேகத்துடனும் பேச ஆரம்பித்தார்.

"இங்க தலித் மக்க சார்பா பேச யாருமே இல்லங்கிறதுல இருந்து இந்த மக்கள எந்த அளவு நாம புறக்கணிக்கிறோம்னு தெரியுதா. நல்லா யோசிச்சு பாருங்க. நம்மள இறைவன் தான் அழைச்சார்... தூய ஆவிதான் அழைச்சாருன்னு நானும் ஒத்துக்கிடுறேன். அதுக்கு மாறா பேசல.

ஆனா தூய ஆவி சாதி வித்தியாசம் பார்த்து உயர்ந்த சாதியினர மட்டுமா அழைக்கிறார்? இல்லயே! மாறாக அந்தத் தூய ஆவி எல்லாரையும் அழைக்க, எல்லாரும் வரமுடியாதபடி சில தடைகளை நாம் போடுறோம். ஆமா... நாமதான் தேவ அழைத்தலுக்கு ஒருசில தடைகளப் போடுறோம். தேவ அழைத்தல் பயிற்சி முகாம் வைக்கிறோம். அதுல தலித் மாணவர்கள நீங்க நல்லாப்படிக்கல... நல்ல மார்க் இல்ல... பக்தி இல்ல... நல்ல குடும்பச் சூழ்நில இல்ல... அப்பிடீன்னு சொல்லி வீட்டுக்கு அனுப்புறோமே! ஏன்? இது தேவ அழைத்தல தடுக்கிறது தான. ஆவியின் செயல அடிச்சி விரட்டுறதுதானே இது."

"அதுக்காகப் படிக்காத முட்டாள்கள குருவாக்க முடியுமா? என்ன பாதர் நீங்க பேசுறது? கொஞ்சமாவது யோசிச்சுப் பேசுங்க." பாதர் கிளாரன்ஸ் பேச்சில் கோபம் முதன் முதலாக வெளிப்பட்டது.

"பாதர்... நான் யோசிச்சுத்தான் பேசுறேன். நீங்க ஏன் இப்படி உயர் சாதியினருக்குக் கொடிப் பிடிச்சுக்கிட்டு பேசுறீகன்னு தெரியல. நம் தலைவர் சேசு தனது சீடர்களத் தேர்ந்தெடுத்தாரே! அவுங்க யாரு... படிக்காதவுங்க.... அன்றாடம் கடலுக்குப் போயி மீன்பிடிச்சுக்கிட்டு இருந்தவுங்க. அப்படியிருக்க இப்ப நாம படிச்சவுங்களுக்குத்தான் தேவ அழைத்தல் இருக்குன்னு சொல்றது பாவமில்லையா?"

"சேசு வாழ்ந்த சூழ்நிலையில அது சரியா இருக்கலாம். ஆனா இப்ப உலகத்துல எல்லாரும் படிச்சுக்கிட்டு இருக்கிற சூழ்நிலையில் படிக்காதவுங்கள தேர்ந்தெடுப்பது எந்த விதத்துல நியாயம்?"

"சரியாச் சொன்னீங்க... உலகத்துல எல்லாரும் படிக்காங்க. நம்ம தமிழகத்துலயும் எல்லாரும் படிக்காங்க. ஆனா தலித் மக்க மட்டும் படிக்கல. அது ஏன்? இன்னைக்கு நம்ம கல்வி நிறுவனங்க எங்க இருக்குது? உயர்சாதிக்காரங்க மத்தியிலதான் இருக்கு. அங்க உயர்சாதிப் பிள்ளைக படிக்குது. ஏன்! மற்ற மதப் பிள்ளைககூட படிக்குது. ஆனா நம் தலித் பிள்ளகளுக்கு அங்க இடமில்ல. இது மாதிரி அவுங்களுக்கு படிக்கும் சூழ்நிலைய ஏற்படுத்திக் கொடுக்காம உயர்சாதியினருக்கே அந்த வாய்ப்ப கொடுத்துட்டு பிறகு உயர்சாதியிலதான் படிச்ச பிள்ளைக இருக்காங்கன்னு அவுங்கள மட்டும் குருக்களாகத் தேர்ந்தெடுப்பது சதியில்லயா? சாதிப் பாகுபாடு இல்லயா? தலித் மக்களுக்குச் செய்யும் துரோகம் இல்லயா?" உணர்ச்சியின் உச்ச நிலைக்குச் சென்று பலமாகப் பேசினார் பாதர் ராஜா.

"பாதர் ராஜா... நீங்க இந்த மாதிரி பேசி தேவ அழைத்தல கொச்சப்படுத்துறீங்க. ஆவியானவரின் செயலையே நீங்க கேள்விக்

குரியதாகவும், கேலிக்குரியதாகவும் ஆக்குறிங்க" என்றார் பென்னூர் பங்குச் சாமியார் அதே பலமான குரலில்.

"இல்ல... நான் பேசுறது உண்மை. உண்மயும் கடவுள்தான், இதயாரும் மறுக்க முடியாது."

தலித் மக்கள் சார்பாக தன்னைத் தவிர வேறு யாரும் பேசாதது பாதர் ராஜாவுக்கு வியப்பாக இருந்தது. 'தலித் மக்க பிரச்சின இந்தக் குருக்களுக்குப் புரியலையா? அல்லது புரிஞ்சும் இவுங்க எல்லாம் உயர்சாதிக் குருக்களாக இருக்கிறதுனால தலித் மக்களுக்கு எதிராப் பேசுறாங்களா? இவ்வளவு சாதிவெறி பிடிச்சவுங்களாகவா குருக்க இருப்பாங்க? ஏன் இவுங்ககிட்ட திறந்த மனசு இல்ல. பிரச்சனனு ஒண்ணு வரும் பொழுதுதானே சுய உருவம் தெரியுது. நான் இவுங்க ளெல்லாம் திறந்த மனசோடு பிரச்சனய அணுகுவாங்கன்னு நெனச்சேன். ஒரு வேளை சாதிப்பாகுபாடு இந்த திருச்சபையில இருக்கிறது குருக்களினால்தானோ! ஆயர்கூட பேசாம இருக்கிறாரே! அவராவது தனது நிலைப்பாட்டச் சொல்லியிருக்கலாமே! இரண்டு தலித் குருக்கள் இருக்கிறார்களே! அவுங்களாவது தன் மக்களுக்குச் சார்பா பேசியிருக் கலாமே! ஏன் பேசல? இவர்களைப் பேசவிடாமல் தடுக்கும் சக்தி எது?'

"ஆண்டவரே... என்ன இது? நாங்க இங்க சண்ட போட்டுக்கிட்டு இருக்கோம். நீங்க அமைதியா இருந்தா எப்படி. இப்ப என்ன செய்றதுன்னு சொல்லுங்க" என்றார் பொறுமை இழந்த உண்டிகை பங்குச் சாமியார்.

"ஆண்டவரே நான் சொல்லுறேன். மொதல்ல நம்ம மறை மாவட்டத்துல எங்கெங்கு கோயில்ல பாகுபாடு இருக்குன்னு ஒரு பட்டியல் தயாரிக்கணும். அந்தப் பாகுபாட்டையெல்லாம் இந்த வருஷக் கடைசிக்குள்ள ஒழிக்கணும். தலித் மக்களிடமிருந்து தேவ அழைத்தல் அதிகம் வர அவுங்களுக்கு கல்வி வசதி செய்து கொடுக்கணும். நம்ம சமூக சேவ நிறுவனங்க பொருளாதார முன்னேற்றத் திட்டங்கள தலித் மக்களுக்கே பெரும்பாலும் நிறைவேத்தணும். பொருளாதாரச் சுரண்டல் சாவான பாவம்னு அறிவிக்கணும்" என்று பாதர் ராஜா தனது எண்ணங்களைத் தெளிவாக விளக்கினார்.

அதைக் கேட்டதும் ரெட்டியார், நாயுடு குருக்கள் எல்லாரும் கோபத்தின் உச்சிக்கே போய் விட்டார்கள். உண்டிகைப் பங்குக்குரு, பென்னூர் பங்குக்குரு அனைவரும் எழுந்து நின்று பாதர் ராஜாவுக்கு எதிராகக் கத்தினார்கள்.

உண்டிகைப் பங்குக்குரு ஆயரைப் பார்த்து பேசினார். "ஆண்டவரே... பாதர் ராஜா சொல்றது மாதிரி செய்தீங்க... ஒரு ரத்த ஆறு நம்ம

மறைமாவட்டத்துல ஓடும். சாதிப்பிரச்சன தானா தீரும்னு பேசாம விடுறதுதான் நல்லது. அதத்தான் இப்பச் செய்ய முடியும். என்னமோ பிச்சூர் ரெட்டியார்க கோயில்ல சம உரிம கொடுத்துட்டதா நெனைக்க வேண்டாம். அவுங்க கொடுக்கல. அவுங்க மட்டுமல்ல. யாருமே தலித்துக்கு சம உரிம கொடுக்க மாட்டாங்க. இத நான் ஏன் சொல்றேன்னா எனக்கு ஒரு தகவல் கெடைச்சிருக்கு. ரெட்டியார்க, நாயுடுக எல்லாரும் இப்ப ஒண்ணு சேந்துட்டாங்களாம். தலித்துகளுக்கு எந்த உரிமையும் கொடுக்கக்கூடாதுன்னு முடிவெடுத்திருக்காங்களாம், மற்ற சாதி கிறிஸ்தவங்களையும் ஒண்ணு சேர்க்கும் முயற்சியில அவுங்க இருக்காங்களாம். இந்த நிலையில நாம எடுக்கிற எந்த முயற்சியும் வன்முறைக்குத்தான் வித்திடும். அதுனால பேசாம இருப்போம். நாம ஒன்னும் செய்ய வேண்டாம். கொஞ்சம் பொறுமையா இருங்கன்னு தலித் உரிம இயக்கத்திடம் சொல்லுவோம். கேட்டா கேக்கட்டும். கேக்கல அவுங்க மற்ற சாதிக்காரங்களோட மோதிக்கிடட்டும். இதவிட்டா வேறு வழியே இல்ல. நாம தலையிட வேண்டாம். என்ன நான் சொல்லுறது."

அவர் சொன்னதை ஆதரிப்பது போல அனைத்து குருக்களும் கைதட்டி ஆரவாரம் செய்தனர்.

ஆயருக்கு என்ன செய்யவேண்டும் என்பது தெளிவாகப் புரிந்து விட்டது. அவர் கூட்டத்தினரைப் பார்த்து, "ஓமலூர் பங்குச் சாமியாராகிய பாதர் ராஜா ஒரு திட்டத்த முன் வச்சிருக்கார். உண்டிகை பங்குச் சாமியார் மற்றொரு திட்டத்த முன் வச்சிருக்கார். இந்த ரெண்டு திட்டத்துல ஒரு திட்டத்தின்படி நாம சென்றாகணும். அதனால பாதர் ராஜா திட்டத்துக்கு ஆதரவாக இருப்பவுங்க எல்லாரும் இப்பக் கையைத் தூக்குங்க" என்றார்.

பாதர் ராஜா இதை எதிர்த்தார். கை தூக்கும் முறை வேண்டாம் என்றும், ஒத்த கருத்து உருவாக வேண்டும் என்றும், அதுவரை விவாதிக்கலாம் என்றும் கூறினார். அவரது எண்ணம் புறக்கணிக்கப் பட்டது. ஆதரவாக யாரும் கை தூக்கவில்லை.

ஆனால் உண்டிகைச் சாமியார் சொன்ன கருத்துக்கு ஆதரவாக பாதர் ராஜா, அந்த இரண்டு தலித் குருக்களைத் தவிர மற்ற எல்லாரும் கையைத் தூக்கினார்கள். பாதர் ராஜாவுக்கு என்ன செய்வது என்று தெரியவில்லை. ஆயரையும், மற்ற குருக்களையும் வெறித்துப் பார்த்தார். எல்லாரையும் அடித்து நொறுக்க வேண்டும் என்ற உணர்ச்சி ஏற்பட்டது. அங்குள்ள குருக்கள் அனைவருக்குமே ஆயர் உட்பட

மனச்சாட்சி என்பது சிறிதும் இல்லை என்றே எண்ணினார். அதற்கு மேல் அவரால் அங்கு அமர்ந்திருக்க முடியவில்லை.

அனைவருக்கும் முன்பாகக் கூட்டத்திலிருந்து எழுந்து வெளியே சென்றார்.

அவரைத் தொடர்ந்து அந்த இரண்டு தலித் குருக்களும் வெளியே சென்றார்கள். அந்த இரண்டு தலித் குருக்களும் வெளியே செல்வதை ஆயர் உட்பட அனைத்துக் குருக்களும் வியப்புடனும், கேள்விக் குறியுடனும் பார்த்தனர்.

19

குருக்கள் கூட்டத்தில் நடைபெற்ற நிகழ்ச்சிகளைக் கேள்விப்பட்ட கித்தேரியான் அதிர்ச்சியடைந்தார். பிரச்சினைக்கு ஒரு நல்ல முடிவு கிடைக்கும் என்று கனவு கண்டுகொண்டிருந்த அவருக்கு இது ஒரு மிகப் பெரிய மரண அடியாகப்பட்டது. ஆயரும், குருக்களும் இந்த அளவு தங்களது பிரச்சினைகளைப் புரிந்து கொள்ளாமல், மனச் சாட்சியில்லாமல் நடந்து கொள்வார்கள் என்று அவர் சிறிதும் எதிர்பார்க்கவில்லை. பாதர் ராஜா தவிர வேறு எந்தக் குருவும் தலித் மக்களுக்குச் சார்பாகப் பேசவில்லை என்ற எதார்த்தம் அவரைச் சுட்டது.

அதனால் குருக்கள் அனைவரின் மீதும் அவருக்கு வெறுப்பு ஏற்பட்டது. திருச்சபையின் நிர்வாக அமைப்பிற்குள் இருக்கும் குருக்களால் அந்த நிர்வாக அமைப்பில் மாற்றம் கொண்டுவர முடியுமா என்ற அடிப்படையான கேள்வி அவர் மனதில் எழுந்தது. மாற்றமானது அமைப்பிற்கு உள்ளிருந்து வராது. வெளியிலிருந்து எழும் போராட்டத் தினால்தான் வரும் என்று எண்ணினார். எனவே நிர்வாக அமைப்பிற்கு வெளியிலிருக்கும் இயக்கத்தினால் தான் மாற்றம் கொண்டுவர முடியும் என்று நம்பினார்.

அந்த மாற்றம் கூட மயிலே மயிலே இறகு போடு என்ற கதையாக இருக்க முடியாது என்றும் நம்பினார். உரிமை கேட்டுப் பெறுவ தில்லை. மாறாக எடுத்துக்கொள்ளப்பட வேண்டிய ஒன்று என்ற உண்மையும் அவருக்கும் புரிந்தது.

எனவே இழந்த மனித மாண்பை எடுத்துக்கொள்ள தீவிரமான போராட்டத்தில் குதிக்க வேண்டும் என்று எண்ணினார். ஆனால் என்ன போராட்டத்தில் இறங்குவது? எப்படி இறங்குவது? எப்படிச் செயல் படுவது...?

அவருக்கு திட்டவட்டமாக எந்த வழியும் புலப்படவில்லை. இயக்கத்தின் நிர்வாகக்குழுவைக் கேட்கலாம் என்று நிர்வாகக் குழு கூட்டத்தைக் கூட்டினார்.

இம்முறை நிர்வாகக் குழுவானது உண்டிகை செவத்தியான் குடிசையில் கூடியது.

குருக்கள் கூட்டத்தில் நடைபெற்ற நிகழ்ச்சிகளைக் கித்தேரியான் கூட்டத்தில் கூறினார்.

அதைக் கேட்ட ஒவ்வொருவரின் முகமும் கோபத்தில் சிவந்தது. தங்களது உணர்வுகளைப் புரிந்து கொள்ளாத மறைமாவட்ட நிர்வாகத் தினருக்குப் பாடம் கற்பிக்க வேண்டும் என்ற வெறி அவர்களிடம் தோன்றியது.

“மறைமாவட்ட நிர்வாகம் நம்ம உணர்வுகளைப் புரிஞ்சுக்கிடுறது மாதிரி ஏதாவது செய்யணும்.”

“கட்டாயம் செய்வோம், பாதர் ராஜாவிடம் கேட்டு அடுத்து என்ன செய்யலாம்னு திட்டமிடுவோம்” என்றார் செவத்தியான்.

“எதுக்கெடுத்தாலும் பாதர் ராஜாதானா? அவர்தான் நம்ம இயக்கத்தின் சக்திய மழுங்கடிக்கிறார். இதுவரைக்கும் போராட்டம்னு எப்பவாவது பேசியிருக்கிறாரா? எதுக்கெடுத்தாலும் கூட்டம் போடுங்க, மனுக்கொடுங்க, பேச்சு வார்த்தைக்குப் போங்க... இதத்தானே சொல்றாரு... நம்மளச் சுத்தி எவ்வளவோ இயக்கங்க, அமைப்புக இருக்கு. அவுங்க மனுக்கொடுக்கிறதோட பிரச்சனய தீத்துக்கிடுறாங்களா? இல்லயே... பந்த் நடத்துறாங்க, சாலை மறியல் போராட்டங்கள்ள ஈடுபடுறாங்க, உண்ணாவிரதம், ஊர்வலம், கருப்புக்கொடி போராட்டம், வேலை நிறுத்தம் அப்படீனு எவ்வளவோ செஞ்சு தங்க சக்தியக் காட்டுறாங்க. அப்பிடி சக்தியக் காட்டிய பெறகுதான் பேச்சு வார்த்தைக்குப் போறாங்க. நாமளும் நம்ம சக்தியக் காட்டணும். ஏதாவது போராட்டத்துல ஈடுபடணும். சும்மா சும்மா கூட்டம் போட்டு பேசுறதுனால என்ன நன்ம? செயல்ல எறங்குவோம். இப்பவே, இந்த நிமிஷமே என்ன போராட்டம்னு தீர்மானிப்போம்.” பிச்சூர் பங்குச் சாமியாரிடம், பாதர் ராஜா தன் திருமணம் பற்றிப் பேசவில்லை என்ற கடுப்பில் இருந்த அந்தோனி பாதர் ராஜாவைத் தாக்க இதுதான் சந்தர்ப்பம் என்று கோபத்தில் போராட்டம்னு பேசினான்.

“அந்தோனி... நீ பேசுறது எல்லாம் சரிதான். போராட்டம்னு ஒன்னுல இறங்கிட்டா போலீஸ் வரும். தடியடி நடக்கும். கேஸ் போடுவாங்க. கோர்ட்டுக்கு போகணும். செயிலுக்குப் போகணும். இதுக்கெல்லாம் நம்ம மக்க தயாரா இருக்குறாங்களா? நெனச்சுப் பாரு. ஒரு போராட்டம் நடத்தி கொஞ்சப்பேரு அடிபட்டுட்டா போதும்... நம்ம மக்க எந்த மாதிரியெல்லாம் பேசுவாங்கன்னு நானு சொல்லித் தெரிய வேண்டியதில்ல. அதனால யோசிக்காம போராட்டத்துல இறங்குறது நாமே நம்மள அழிப்பதற்குச் சமம்” என்று மிகுந்த பொறுப்புணர்வோடு பேசினார் கித்தேரியான்.

“அப்ப பொம்பளைகளை முன்னால நிற்கச் சொல்லி ஒரு போராட்டம் நடத்துவோம். பொம்பளைக நின்னா போலீஸ் அடிக்காதுல” என்றார் செவத்தியான்.

அதைக் கேட்டதும் கொதித்துப் போன இசக்கி படபடவென்று கோபத்தில் வேகமாகப் பேச ஆரம்பித்துவிட்டாள். “பொம்பளை கன்னா உங்களுக்கு இளக்காரமா, வீட்டுல நாங்க உங்களுக்கு வாய்க்கு ருசியா சமச்சுப்போடணும். குளிக்க, குடிக்க தண்ணி எடுத்து வைக்கணும், உங்க துணிகளத் தொவைக்கணும், அதோட பிள்ள குட்டிகளையும் கவனிக்கணும். உங்கள மாதிரி வயல்ல போயி வேலயும் செய்யணும்... இப்பிடி அடிமயா இருக்கிற நாங்க இப்ப, போராட்டம்னா உங்களுக்கு அடிவிழுகாம நாங்க உங்களக் காக்கணும்... அதுக்காகப் போராட்டத்துல முன்னால நின்னு போலீஸ் காரங்க அடிய நாங்க வாங்கணும். அப்படித்தானே.... மேச்சாதிக் காரங்கட்ட இருந்து விடுதலை பெறணும்னு நெனைக்கிற நீங்க பொம்பளைங்க அனுபவிக்கிற இந்தக் கொடுமைகள என்னைக்காவது நெனச்சிப் பாத்தீங்களா? பொம்பளைகளுக்கு விடுதல வேணாமா? அவுங்க உங்க அடிமைகளா...? அவுங்களுக்கு உணர்ச்சியே இல்லன்னு நெனச்சிங்களா?”

“இல்லம்மா... இசக்கி... நான் அப்படி நெனச்சுப்பேசல.” செவத்தியான் உண்மையாகவே வருத்தப்பட்டார்.

சிறிது நேரம் யாருமே பேசவில்லை. பேசவில்லை என்பதை விட என்ன பேசுவது என்று யாருக்குமே தெரியவில்லை. இப்படி ஒரு சூழ்நிலை உருவாகி, இசக்கி கோபமாகப் பேசுவாள் என்று யாருமே எதிர்பார்க்கவில்லை.

சிறிது நேர அமைதிக்குப் பின் இசக்கியே பேசினாள். அவளுடைய பேச்சில் இப்பொழுது கோபம் இல்லை. மாறாக பெண்களால் எதையும் சாதிக்க முடியும் என்ற தன்னம்பிக்கை அவளிடம் வெளிப்பட்டது.

“நான் சின்னவதான். அவ்வளவு தூரம் வெசயம் தெரியாதவதான். இருந்தாலும் உங்ககிட்ட ஒன்னச் சொல்றேன். பொம்பளைக சக்திய நீங்க இன்னும் உணரல. பொம்பளைகளுக்கு நீங்க முக்கியத்துவமும் கொடுக்கல. கூட்டம் போட்டா அந்தக் கூட்டத்துக்கு பொம்பளை கதான் அதிகமா வராங்க. எங்கவேல கூட்டத்துக்கு வர்ரதோட முடிஞ்சு போகுதா? அதுக்கு மேல ஒன்னும் இல்லையா... இப்ப நீங்க ஒரு போராட்டத்த நடத்துற பொறுப்ப பொம்பளைககிட்ட ஒப்படைங்க.”

அப்படி அவள் பேசுவாள் என்று யாருமே எதிர்பாக்கவில்லை. அனைவரும் அவளையே வியப்புடன் பார்த்தனர்.

“என்ன எல்லாரும் இப்பிடி என்னப் பாக்குறீங்க. இந்தப் பொட்டக்கழுத என்ன சாதிக்கப்போகுதுன்னுதானே நெனைக்கிறீங்க. எனக்குப் போராட்டத்துல கலந்துக்கிட்ட பல அனுபவங்க இருக்கு. கலியாணத்துக்கு முன்னால ஓமலூருல இருந்தப்ப தண்ணி வேணும்னு, தெரு வெளக்கு வேணும்னு, வீட்டுமனப் பட்டா வேணும்னு, தாசில்தார் ஆபிசில, கலெக்டர் ஆபீசில பொம்பள கள்ளாம் சேந்து போராடுன அனுபவம் நெறைய இருக்கு. அதனால் தான் துணிஞ்சு சொல்றேன்.”

கித்தேரியான் ஒரு நிமிடம் அவளைப்பார்த்தார். தன் தம்பி மகளின் திறமையை அவர் அறியாதவரல்ல. அவர் வளர்த்த பிள்ளையல்லவா? அதுவரை அவளுடைய திறமையைப் பயன்படுத்தாமல் விட்டுவிட்ட நிலைக்காக வருந்தினார். பிறகு அவளைப் பார்த்து “இப்ப மொத மொதல்ல ஆயர்தான் நமக்குச் சார்பா ஒரு நிலைப்பாடு எடுத்து ஏதாவது நமது முன்னேற்றத்திற்குச் செய்யணும். பெண்களெல்லாம் சேர்ந்து ஆயர் இல்லத்துக்கு முன்பா போராடுறீங்களா?” என்று கேட்டார்.

“பெரியப்பா... கவலப்படாதீங்க. நான் அதுக்கான எல்லா ஏற்பாடுகளையும் செய்றேன். பங்களாவுல ஆயர், இருக்கிற அன்னைக்கு அவருட்ட முன்கூட்டியே சொல்லாம ஒருநா திடீர்னு போயி போராட்டம் நடத்துறோம்.”

“கவனமா நல்லா திட்டமிட்டுச் செய். ஒந்தெறமையைக் காட்டு.” உற்சாகமூட்டினான் அந்தோனி.

அதன் பிறகு பம்பரமாகச் சுழன்று வேலை செய்ய ஆரம்பித்தாள் இசக்கி. ஊர் ஊராகச் சென்று பெண்களைச் சந்தித்துப் பேசி ஒவ்வொரு ஊரிலும் போராட்டக்குழு ஒன்றை அமைத்தாள்.

ஓரளவு அடிமட்ட வேலைகளை முடித்த அவள் அனைத்துக் குழுக்களையும் ஒன்று சேர்த்து அவர்களிடம் தனது திட்டத்தை வெளியிட்டாள். அனைவரும் ஒத்துக்கொண்டனர். வேலைகளையும் பிரித்துக் கொடுத்தாள். திட்டமிட்டபடி ஒரு பொதுக்கூட்டத்திற்கு போராட்டக்குழு ஏற்பாடு செய்தது. ஆயரின் இல்லத்திற்கு அருகிலுள்ள ஒரு கிராமத்தைக் கூட்டம் நடத்தும் இடமாகப் போராட்டக்குழு அறிவித்தது.

கூட்டம் நடைபெறும் அன்று காலையில் ஒவ்வொரு கிராமத்தி லிருந்தும் பெண்கள் வர ஆரம்பித்தார்கள். சிலர் கைக்குழந்தைகளைத் தூக்கிக் கொண்டு வந்தனர். இன்னும் சிலர் தங்களது அனைத்து குழந்தைகளையும் கூட்டி வந்தனர். திருமணம் ஆகாத இளம் பெண்கள்

பெரும் எண்ணிக்கையில் வந்தனர். பாட்டிகள் கைத்தடியை ஊன்றிக் கொண்டு வந்தார்கள். சுமார் ஐநூறுக்கும் மேற்பட்ட பெண்கள் அங்கு வந்து ஒன்று சேர்ந்தார்கள். அவ்வளவு பெரிய கூட்டத்தைப் பார்த்ததும் இசக்கி மகிழ்ந்தாள். கூட்டத்தினரைப் பார்த்து தனது திருமணம் தடை பட்டவிதத்தை அனுபவத்திலிருந்து உணர்ச்சியுடன் கூறிய இசக்கி, கிறிஸ்தவத்தில் இருக்கிற தீண்டாமையைப் பற்றி காரசாரமாகப் பேசினாள். தலித் மக்கள் எப்படி கல்வி கற்பதிலும், வேலை வாய்ப்பிலும், பொருளாதார உதவிகளிலும் ஒதுக்கப்படுவதை உதாரணங்களுடன் விளக்கினாள். இதைப் போக்க ஆயர்களும் குருக்களும் விருப்ப மில்லாமல் இருப்பதோடு எதிராகச் செயல்படும் விதத்தைக் குருக்கள் கூட்டத்தில் நடந்த நிகழ்ச்சிகளின் அடிப்படையில் வேதனையுடன் விவரித்தாள்.

அவள் பேசப் பேசக் கூட்டத்திலிருந்த பெண்களின் கோபம் அதிகரித்தது.

"இப்படியா நம்பள ஏமத்தறாக. இவுகளச் சும்மா உடக் கூடாது" என்றாள் பாக்கம் விதவை பாக்கியம்.

"கடவுளக் காட்டி, மோச்சத்தக்காட்டி ஏமாத்துர இவுகள கடவுள் சும்மா உடமாட்டாரு."

"இப்பிடிப்பேசுன அந்தச் சாமியாருக நாக்க கதுரறுக்குற அருவாளக் கொண்டு ஒட்ட அறுக்கணும்" என்றாள் வாயாடி அமலோற்பவம்.

"கண்ணு இருந்தும் இம்புட்டு நாளா குருட்டுக் கழுதை களாத்தான் இருந்திருக்கோம்."

அவர்களது உணர்ச்சி வெளிப்பாட்டிலிருந்து ஒரு போராட்டத்திற்குத் தயாராக இருப்பதை உணர்ந்து கொண்ட இசக்கி கூட்டத்தைப் பார்த்து "நாம் இப்பவே ஆண்டவருட்டப் போயி நமக்கு நியாயம் வழங்கும்படி கேப்போமா" என்றாள்.

"போவோம்... போவோம்" என்ற குரல் ஒன்றுபோல் ஒலித்தது.

"போராட்டத்துல கலந்துக்கிட விருப்பமில்லாதவுங்க இப்பவே வீட்டுக்குப் போகலாம்."

யாருமே வீட்டிற்குப் போகவில்லை.

மகிழ்ந்த இசக்கி அனைவரையும் வரிசையில் நிற்கச் செய்தாள். பின் கூட்டத்திற்குத் தலைமை ஏற்று ஆயர் இல்லத்தை நோக்கிப் புறப்பட்டாள். அவள் சப்தமாக கோஷம் எழுப்ப கூட்டம் அனைத்தும் பதிலுக்குக் கோஷமிட்டபடி ஆயர் இல்லத்தை நோக்கிப் புறப்பட்டது.

"தீண்டாமை."

"ஒழிக."

"தலித் என்று சொல்லடி."

"தலை நிமுந்து நில்லடி."

"வேண்டும் வேண்டும்."

"சம உரிமை வேண்டும்."

"ஒதுக்காதே ஒதுக்காதே."

"தலித் மக்களை ஒதுக்காதே."

கோஷமிட்டபடி ஆயர் இல்லத்திற்குள் நுழைந்தது அந்த வீரப்பெண்கள் படை.

அப்பொழுது நண்பகல் பனிரெண்டுமணி இருக்கும். வெயில் தீயாகப் பொசுக்கிக் கொண்டிருந்தது.

திடீரென்று எழுந்த கோஷத்தைக் கேட்டுத் திகைத்த ஆயர் வெளியே வந்தார். பெருங்கூட்டமாக வந்திருக்கிற பெண்களைப் பார்த்து அப்படியே நின்று விட்டார். 'யார் இவுங்க? எதுக்கு வந்திருக்காங்க?' ஒன்றும் புரியவில்லை அவருக்கு.

"ஆண்டவரே... நாங்க தலித் உரிமை இயக்கத்தைச் சார்ந்தவுங்க. உங்களச் சந்தித்து நீதி கேட்க வந்திருக்கோம்" என்று முன்னால் வந்து கூறினாள் இசக்கி.

இப்படி தன்னைச் சந்திக்க ஒரு பெரும் கூட்டம் அதுவும் பெண்கள் கூட்டம் வரும் என்று சிறிதுகூட ஆயர் அவர்கள் எதிர்பார்க்கவில்லை. அந்தக் கூட்டத்தைக் கண்டு பயந்தார். இவர்களை எப்படிச் சமாளிப்பது என்று தீவிரமாக யோசித்தார். திடீரென்று அவர் மனதில் ஓர் யோசனை எழுந்தது. கூட்டமாக வந்திருப்பவர்களிடம் எதையுமே பேசிச் சாதிக்க முடியாது. பேச்சு வார்த்தை என்று சொல்லி ஒரு சிலரை மட்டும் அழைத்துப் பேசினால்தான் தப்பிக்க முடியும் என்று நினைத்த ஆயர் கூட்டத்தைப் பார்த்து "இவ்வளவு பேர் என்னைப்பார்க்க வந்திருக்கிறது ரொம்ப சந்தோஷமாயிருக்கு. உங்க பிரதிநிதிங்க உள்ளே வாங்க. உங்க பிரச்சனயச் சொல்லுங்க. பேசித் தீர்க்கலாம்" என்றார்.

"நாங்க எல்லாருமே பிரதிநிதிங்க தான். அதனால நாங்க எல்லாருமே உள்ள வாரோம்" என்று ஆயரிடம் கூறிய இசக்கி, மற்ற பெண்களிடம் "ஆண்டவருக்கு நம்ம மேல ரொம்ப இரக்கம். வெயில்ல வாட வேண்டாமாம். எல்லாரும் உள்ள வரணுமாம். எல்லாருட்டயும்

பேசுவாராம்” என்று சப்தமாகக் கூறிவிட்டு, ஆயருடைய பதிலுக்கும் உத்தரவிற்கும் காத்திருக்காமல் ஆயர் இல்லத்திற்குள் நுழைந்தாள்.

அவளைத் தொடர்ந்து மற்ற பெண்களும் உள்ளே நுழைந்தார்கள். முதன் முறையாக ஆயரின் இல்லத்திற்குள் நுழைந்த அவர்களுக்கு எங்கு போவது என்று தெரியவில்லை. சிலர் கோயிலுக்குள் நுழைந்தனர். சிலர் உணவறைக்குள் நுழைந்தனர். சிலர் நூலகத்திற்குள் நுழைந்தனர். சிலர் கூட்டம் நடத்தும் இடத்துக்குச் சென்றனர்.

கோயிலுக்குள் நுழைந்த பெண்கள் பக்தியுடன் மண்டியிட்டு செபிக்க ஆரம்பித்தார்கள். உணவறைக்குள் நுழைந்த பெண்கள் அங்கிருந்த உணவை, பழங்களை எடுத்து உண்ண ஆரம்பித்தார்கள். நூலகத்திற்குள் நுழைந்த பெண்கள் என்ன செய்வது என்று தெரியாமல் விழித்தார்கள். கூட்டம் நடத்தும் இடத்திற்குச் சென்ற பெண்கள் ஆயரின் வருகைக்காகக் காத்திருந்தார்கள்.

உள்ளே நடக்கும் குழப்பம் அனைத்தையும் ஆயரின் செக்கரட்டரி பார்த்தார். அவரால் சும்மாயிருக்க முடியவில்லை. ஆயர் இல்லத்தை இப்படியா பாழாக்குவது? ஏதாவது செய்து இதைத் தடுக்க வேண்டும் என்ற வெறி அவரிடம் ஏற்பட்டது. உடனே போலீசுக்குப் போன் செய்தார்.

அடுத்த ஐந்தாவது நிமிடம் அருகிலுள்ள போலீஸ் நிலையத்தி லிருந்து வேனில் வந்த காவலர்கள் கையில் லத்திக் கம்புடன் கீழே குதித்தனர்.

ஆயர் அவர்கள் வாசலிலேயே நின்றார். என்ன சொல்லுவது? என்ன செய்வது? இந்தச் சூழ்நிலையை எப்படிச் சமாளிப்பது? ஒன்றும் புரியாமல் வாசலிலேயே தவித்துக்கொண்டிருந்த அவர் போலீசார் வருவதைக் கண்டதும் மேலும் குழம்பிப் போனார்.

“ஆண்டவரே நான்தான் வரச்சொல்லி போன் செய்தேன். எல்லாரையும் அடிச்சு வெளியே துரத்தணும். எல்லாத்தையும் பாழாக்கிட்டாங்க. சாப்பாடு எல்லாத்தையும் காலியாக்கிட்டாங்க” என்று பரபரப்புடன் கூறினார் செக்கரட்டரி.

“ஏன் போலீசை வரச்சொன்னீங்க” என்று செக்கரட்ரியைக் கடிந்து கொண்ட ஆயர், போலீசாரைப் பங்களாவிற்கு வெளியிலேயே இருக்கச் சொல்லிவிட்டு கூட்டம் நடக்கும் இடத்திற்குச் சென்றார்.

இந்த இடைப்பட்ட நேரத்தில் பல இடங்களில் சுற்றிய பெண்கள் எல்லாரும் கூட்டம் நடக்கும் அறையில் வந்து கூடினர். உணவறையி லிருந்து அள்ளி வந்த பழங்களையும், பிஸ்கட்டுகளையும், ரொட்டி களையும் அனைவருக்கும் கொடுத்தனர். அறை நிறைந்து வழிந்தது.

உள்ளே நுழைந்த ஆயர் அங்கிருந்த ஒரு நாற்காலியில் அமர்ந்தார். அடுத்த நிமிடம் அங்கே நடந்த நிகழ்ச்சி அவரைத் திடுக்கிட வைத்தது.

ஆம்... அவர் அமர்ந்ததும் இசக்கி ஒப்பாரி வைக்க ஆரம்பித்து விட்டாள். அவளைத் தொடர்ந்து கூட்டத்தினர் அனைவரும் பலமாகச் சப்தமிட்டு அழுதவண்ணம் ஒப்பாரி வைத்தனர். சிலர் நெஞ்சில் அடித்துக் கொண்டனர். சிலர் மூக்கைச் சிந்தி முந்தானியில் துடைத்தனர். மூன்றுபேர், நான்கு பேர் என்று ஒன்றாகச் சேர்ந்து குழுக் குழுவாக கட்டிப் பிடித்துக் கொண்டு ஒப்பாரி வைத்தனர். அந்த ஒப்பாரியால் ஆயரின் இல்லமே அதிர்ந்தது.

'ஏன் ஒப்பாரி வைக்கணும்? யாரும் செத்துப்போயிட்டாங்களா? அதுக்கு ஏன் இங்க வந்து ஒப்பாரி வைக்கணும்? ஒருவேள பிச்சூரில் கலகம் வந்து யாராவது கொலை செய்யப்பட்டாங்களா?' காரணம் தெரியாமல் கலங்கிய ஆயர், தனக்குப் பக்கத்தில் அமர்ந்து ஒப்பாரி வைத்துக் கொண்டிருந்த இசக்கியைப் பார்த்து "ஏம்மா எல்லாரும் அழுகிறீங்க?" என்று கேட்டார்.

ஆயரை நிமிர்ந்து பார்த்த இசக்கி "திருச்சபையில நீதியும், சமத்துவமும் செத்துப் போச்சு. அதனாலதான் ஒப்பாரி வைக்கிறோம்" என்று கூறியபடி மீண்டும் சப்தமாக ஒப்பாரி வைக்க ஆரம்பித்தாள். அவளைத் தொடர்ந்து மற்றவர்களும் முன்னிலும் அதிகமாகச் சப்தமிட்டு ஒப்பாரி வைத்தனர்.

ஆயர் தலையைக் குனிந்தபடி அந்தப் புதுமையான ஒப்பாரிப் போராட்டத்தைப் பார்த்தார். 'இவுங்க சொல்றது உண்மைதானே! தமிழகத் திருச்சபையில எங்க சமத்துவம் இருக்கு ? எங்க நீதி இருக்கு? இல்லயே...! அதுக்கு நான் என்ன செய்ய முடியும்...?'

அழுது கொண்டே இசக்கி, "ஆண்டவரே, நீதியும் சமத்துவமும் உயிர்பெற முயற்சி எடுப்பேன்னு சொல்லுங்க... இல்லாட்டி நாங்க ஒப்பாரிய நிப்பாட்டவே மாட்டோம்" என்றாள்.

அவள் சொல்லுவதை ஏற்றுக்கொள்வதைத் தவிர வேறு வழி தெரியவில்லை. சரி என்பதற்கு அடையாளமாக ஆயர் தலையாட்டினார்.

உடனே ஒப்பாரியை நிறுத்திய இசக்கி, கூட்டத்தைப் பார்த்து "ஆண்டவர் திருச்சபையில சமத்துவம் உருவாக நடவடிக்கை எடுப்பேன்னு சொல்லிட்டாரு. அதனால் எல்லாரும் அழுகைய உட்டுட்டு சமத்துவம் பொழைச்சிருச்சின்னு கொலவபோட்டு சந்தோஷத்த வெளிப்படுத்துங்க" என்றாள்.

ஒப்பாரியை நிறுத்திய அனைத்து பெண்களும் மகிழ்வுடன் சப்தமாகக் குலவையிட்டு தங்கள் மகிழ்ச்சியை வெளிப்படுத்தினர்.

இதைத் தொடர்ந்து இசக்கி தனது அடுத்தகட்ட நடவடிக்கையை ஆரம்பித்தாள். இயக்கத்தின் அடுத்த கோரிக்கையை முன்வைத்தாள். அவள் ஒவ்வொரு வார்த்தையாகச் சொல்லச் சொல்ல கூட்டம் அனைத்தும் மறுபடி அதையே திருப்பிச் சொன்னது. ஆயரைக் குற்றவாளிக் கூண்டில் நிறுத்தி கூட்டம் கேள்வி கேட்பது போல அடுத்தக்கட்ட போராட்டம் இருந்தது.

"ஆண்டவரே! ஆண்டவரே!"

"ஆண்டவரே! ஆண்டவரே!"

"எங்க பிள்ளைக."

"எங்க பிள்ளைக."

"சாமியாரா ஆவதற்கு."

"சாமியாரா ஆவதற்கு."

"என்ன திட்டம்?"

"என்ன திட்டம்?"

"வச்சிருக்கீங்க?"

"வச்சிருக்கீங்க... வச்சிருக்கீங்க... வச்சிருக்கீங்க" கூட்டத்தின் சப்தம் கூடிக்கொண்டே சென்றது.

'என்ன திட்டம் வச்சிருக்கேன்... ஒன்றுமே இல்லயே... இம் மக்க படிக்கத் தனியா பள்ளிகள ஆரம்பிக்கவோ, அல்லது இருக்கும் பள்ளிகளில இவுங்களுக்கு இடம் கொடுக்கவோ, அல்லது இவுங்களுக்கு பொருளுதவி செய்து படிக்க வைக்கவோ, அல்லது பின் தங்கிய மாணவர்களுக்குச் சிறப்பான பயிற்சி கொடுக்கவோ, ஒரு திட்டமும் இல்லயே... இனி மேலும் இதுபோல இருக்கலாமா? கூடாது... இதோ இன்னைக்கு இந்தப் பெண்கள் வழியா இறைவன் தனது விருப்பத்த வெளியிடுகிறார். கட்டாயம் இவுங்க கேக்கிறதையெல்லாம் செய்வதாக வாக்குக் கொடுத்து நிறைவேற்றி வைக்கணும்' என்று நினைத்த ஆயர் தலித் பிள்ளைகள் படிக்கவும், அவர்களிடம் தேவ அழைத்தலை ஊக்குவிக்கவும் ஏற்பாடு செய்வதாகக் கூறினார்.

"ஆயர் நம்ம கேட்டத நெறவேத்துறேன்னு சொல்லிட்டார். எல்லாரும் சந்தோஷமா கும்மியடிங்க" என்று கத்தினாள் இசக்கி.

எல்லாரும் எழுந்து அமலோற்பவம் தலைமையில் ஒன்றுபோல கும்மியடித்தனர்.

பாக்கியத்திற்கும் இருப்புக்கொள்ளவில்லை. அவள் எழுந்து பாட ஆரம்பித்துவிட்டாள்.

"ஆண்டவர் வந்தாரே... எங்க
அவலத்தக் கண்டாரே
கோமகன் வந்தாரே - எங்க
கொடுமயைத் தீத்தாரே..."

பாக்கியத்தைத் தொடர்ந்து மற்றவர்களும் பாடி, ஆயர் அவர்களைச் சுற்றிச் சுற்றி வந்து கும்மியடித்தனர்.

இதேபோல சமூகசேவை நிறுவனம் மூலம் தலித் மக்களின் தேவைகளை முடிந்த அளவு நிறைவு செய்வதாகவும் ஆயர் அவர்கள் வாக்குக் கொடுத்தார்.

இறுதியாக இசக்கி எழுந்து "ஆண்டவரே நீங்க இதுவர நாங்க கேட்டதையெல்லாம் தந்தைக்குரிய பாசத்தோட குடுப்பதாகச் சொன்னீங்க. ரொம்ப சந்தோசம். ஒங்களுக்கு எப்பிடி நன்றி சொல்றதுன்னே தெரியல. கடேசியா ஒரே ஒரு கோரிக்க... பெரிய கோரிக்க இல்ல. சின்ன கோரிக்கதான். நீங்க இதுவரயில எங்களுக்குச் செஞ்சுதாரதா சொன்ன வாக்குறுதிய எழுதிக் குடுத்தீங்கன்னா ரொம்ப சந்தோசமா போவோம்" என்று பணிவுடன் கேட்டாள்.

'எழுதிக் கொடுப்பதா... வேண்டாமா' ஆயர் சிந்தித்துப் பார்த்தார். அன்று நடந்த நிகழ்ச்சிகளை ஒரு கோணத்தில் பார்த்தால் தான் அவமதிக்கப்பட்டதாக உணர்ந்தார். உத்தரவு இல்லாமல் வந்தது, உள்ளே நுழைந்தது, உணவை அள்ளி உண்டது, ஒப்பாரி வைத்தது, குலவயிட்டது, கும்மி அடித்தது, கேள்வி கேட்டது... இதையெல்லாம் பார்த்தால் தான் அவமதிக்கப்பட்டதாக மனதிற்குப்பட்டது. அதேசமயம் மறுகோணத்தில் பார்த்தபொழுது அவர்கள் பக்கமிருந்த நியாயம் தெரிந்தது. காலங்காலமாக இம்மக்கள் தீண்டாமையால் மிருகத்திலும் கீழாக நடத்தப்பட்டது, திருச்சபை கூட இந்தத் தீண்டாமை நீங்க முயற்சி எடுக்காமல் இருந்தது, கல்வி வசதி செய்து கொடுக்காமல் இருந்தது, தேவ அழைத்தலை ஊக்குவிக்காமல் இருந்தது, இன்னும் எவ்வளவோ நல்ல காரியங்களைச் செய்யாமல் இருந்தது. அதேசமயம் இவர்களுக்குக் கொடுமை செய்தது. இந்த இரண்டு கோணப்பார்வைகளையும் தராசில்

வைத்துப் பார்க்கும் பொழுது தான் அவமானப்பட்டதாக நினைக்கும் தட்டு மேலே மேலே போய் காணாமல் போவது போல் அவர் மனதுக்குப்பட்டது.

இருப்பினும் அவர்களுக்குத் தான் கொடுத்த உறுதிமொழிகளை எழுதிக் கொடுக்க மனமில்லை. மனமில்லை என்று சொல்வதைவிட அதனால் வரக்கூடிய விளைவுகளை நினைத்துப்பார்த்தார். ‘இதேபோல் உயர் சாதியினரும் கூட்டமாக வந்து தன்னை கெரோ செய்து ஒருசில வற்றை நிறைவேற்றுங்கள் என்று எழுதிக் கேட்டால் என்ன செய்வது? இவர்களுக்கு எழுதிக் கொடுத்தால் அவர்களுக்கும் எழுதிக்கொடுக்க வேண்டுமே? அப்படியே எழுதிக் கொடுத்தால் ஒன்றுக்கொன்று முரணானவைகளை எப்படி நிறைவேற்றுவது? இவ்வாறு மாறி மாறிக் கேட்பதால் சாதி மறையவா போகிறது? சாதியம் வளரத்தான் செய்யுமே தவிர அழியாதே! சாதியம் அழியவேண்டுமானால் அமைதியாக, பொறுமையாக இருந்தால் தானாகவே மறைந்துவிடுமே!’

எப்படித்தான் யோசித்தாலும் தான் முதலில் எடுத்த நிலைப்பாடாகிய நடுநிலை வகிப்பதுதான் சரி என்று அவர் மனதுக்குப் பட்டது. ஆனால் இப்பொழுது எழுதித்தர மறுத்தால் எழுதித் தரும்படி கட்டாயப்படுத்து வார்களே... என்ன செய்வது...?

நினைத்துப் பார்த்த ஆயர் அவர்கள் கேட்டபடி எழுதிக் கொடுப்பது என்று முடிவு செய்தார். அதனால் பிரச்சினை வந்தால் தான் கட்டாயத்தின் பேரில் எழுதிக்கொடுத்ததாகவும், அதனால் கொடுத்த வாக்குறுதிகளை நிறைவேற்ற வேண்டிய கட்டாயமில்லை என்றும் கூறிச் சமாளித்துக் கொள்ளலாம் என்றும் எண்ணினார். எனவே தான் கொடுத்த உறுதிகளை அனைத்தையும் எழுதி, கையெழுத்திட்டு, சீல்வைத்துக் கொடுத்தார்.

பெண்கள் கூட்டம் மகிழ்ச்சியுடன், நினைத்ததைச் சாதித்து விட்டோம் என்ற பெருமையுடன் அங்கிருந்து புறப்பட்டுச் சென்றது.

நடந்தவைகள் அனைத்தையும் வெறுப்புடன் பார்த்துக் கொண்டி ருந்தார் செக்கரட்டரி சாமியார்... போலீஸ் துணையுடன் கூட்டத்தை அடித்து விரட்டாமல் எழுதிக்கொடுத்து விட்டாரே என்ற வேதனை அவர் மனதை நிறைத்தது.

வேதனைகளை யாரிடமாவது பகிர்ந்து கொண்டால்தான் தனது வேதனை குறையும் என்று நினைத்த அவர் அங்கிருந்து அப்பொழுதே புறப்பட்டுச் சென்றார்.

20

செக்கரட்டரி சுவாமியார் மிகவும் நல்லவர், பொறுப்பானவர், கடமையில் தவறாதவர் என்று பெயர் எடுத்திருந்தார். ஆயரைப் பார்க்க யார் வந்தாலும் அவர்களை அன்புடன் வரவேற்று ஆயரிடம் அனுப்புவார். முதலில் வந்தவர்களை முதலில் அனுப்புவார். பிந்தி வந்தவர்கள் எவ்வளவு பெரிய பதவியிலிருந்தாலும் அவர்களை முதலில் அனுப்ப மாட்டார். அதனால் ஒருசில பெரியவர்களின் கோபத்தைக் கூடச் சம் பாதித்திருக்கிறார். அதைப்பற்றியெல்லாம் அவர் கவலைப்படுவது கிடையாது. தனக்கென்று ஒரு கொள்கையை வகுத்துக்கொண்டு அந்தக் கொள்கையின் வழியில் சிறிதும் விலகாமல் நடந்துவந்தார்.

அவரும் ஒரு ரெட்டியார் இனத்தைச் சார்ந்தவர்தான். ஆனால் சாதிப்பற்று என்பது அவரிடம் இல்லாமல் இருந்தது. தனது சாதிக் குருக்கள் பிறந்தநாள், பெயர் கொண்ட திருநாள், குருப்பட்ட நாள் என்ற போர்வையில் ஒன்றுகூடும் பொழுது அதில் அவர் கலந்து கொண்டதே கிடையாது, இவைகளெல்லாம் தேவையில்லாத கொண்டாட்டங்கள் என்று நினைத்தது கிடையாது. மாறாக சாதிய அடிப்படையில் ஒன்று சேர்கிறார்கள்; இது தவறு என்றுதான் அவர் அத்தகைய கூட்டங்களில் கலந்து கொண்டதில்லை.

பாக்கத்தில் பாதர் கிளாரன்ஸ் ஒன்று கூட்டிய கூட்டத்திற்கு அவருக்கு அழைப்பு வந்தாலும் அவர் செல்லவில்லை. வரமுடியாது என்று துணிவுடன் சொல்லாமல் வேறு வேலை இருக்கிறது என்று கூறி, செல்லாமல் இருந்துவிட்டார்.

இவ்வாறு சாதிப்பற்று இல்லாமல் செயல்பட்டாலும் சாதிய அடிப்படையில் குருக்கள் கூடுகிறார்கள் என்று தனக்குத் தெரிந்த செய்தியை ஆயரிடம் கூறியது கிடையாது. அதேபோல தனது சாதிக் குருக்களிடம் இது பற்றிப் பேசி சாதிய அடிப்படையில் ஒன்று கூடுவது தவறு என்று கூறியதும் கிடையாது.

மாறாக சாதிய அடிப்படையில் ஒன்று கூடுகிறார்கள் என்பது தனக்கு தெரியாது என்பது போல நடந்து கொண்டார். அவரும் யாரிடமும் இதுபற்றிப் பேசவில்லை. யாரும் இதுபற்றித் தன்னிடம் பேசுவதை அவர் அனுமதிக்கவும் இல்லை.

அப்பபடிப்பட்டவருக்கு அன்றைய தினம் தலித் பெண்கள் நடந்து கொண்ட முறை சிறிது கூடப் பிடிக்கவில்லை. தலித் பெண்கள் கூட்டமாக வந்து சென்ற பிறகு அவர் பொறுமையில்லாமல் தவித்தார். அந்த நிகழ்ச்சி அவரை வெகுவாகப் பாதித்தது. அதைப் பற்றியே நினைத்துக் கொண்டு நிம்மதி இழந்து தவித்தார். ‘ஆண்டவரப் பார்க்க இப்பிடியா கூட்டமா வருவது...? சரி... வந்தது தான் வந்தார்களே... பொறுமையா காத்திருந்து ஆண்டவரப் பார்த்துட்டுப் போயிருக்கலாமே? அப்படி என்ன அவசரம் இந்தப் பொம்பளைகளுக்கு? அப்படி அவசரம்னே வைச்சுக்கிட்டாலும் ஆண்டவர மட்டும் பாத்துட்டுப் போயிருக் கலாமே? ஏன் அப்படிச் செய்யல? எதுக்கு சாப்பாட்டறைக்குள்ள போகணும்? எதுக்கு சாப்பாட்டையெல்லாம் எடுத்துச் சாப்பிடணும்? ஆண்டவர் பங்களாவுல கண்ட கண்ட இடத்துக்கு எல்லாம் ஏன் போகணும்? போலீசக் கூப்பிட்டு அடக்கலாம்னா அதயும் ஆண்டவர் தடுத்திட்டாரே? ஆண்டவர் எம்புட்டு பெருந்தன்மையா நடந்துக் கிட்டார்! ஆனா அதப் புருஞ்சுக்கிடாம ஆண்டவர இப்பிடியா கேவலப் படுத்துறது? ஒப்பாரி வைச்சு, குலவபோட்டு, கூச்சல் போட்டு, கேள்வி கேட்டு, கும்மியடிச்சு கேவலப்படுத்திட்டாங்களே? இவுங்களச் சும்மா விடலாமா?’

தனக்கென்று ஒரு வரையறையை வைத்துக்கொண்டு செயல்பட்ட செக்கரட்டரியால் எந்தவிதமான வரையறையுமில்லாமல், முறையுமில் லாமல் செயல்பட்ட தலித் பெண்களின் செயலைப் பொறுத்துக் கொள்ள முடியவில்லை. அவர்களைச் சும்மா விடக் கூடாது... ஏதாவது செய்ய வேண்டும் என்ற வெறி ஏற்பட்டது. தனிப்பட்ட மனிதனாகிய தன்னால் ஒன்றும் செய்ய முடியாது என்பதை உணர்ந்தார் அவர். ஓர் அமைப்பாக குழுவாக இருந்தால்தான் யோசித்து ஏதாவது செய்யலாம் என்பதையும் அறிந்தார். அவருக்கு உடனே தலித் மக்களுக்கு எதிராகச் செயல்படும் பாக்கம் சுவாமியார் கிளாரன்ஸ் ஞாபகம்தான் வந்தது - அவரிடம் நடந்தவைவைகளைக் கூறி தலித் பெண்களைத் தண்டிப்பதற்கு ஏதாவது செய்ய வேண்டும் என்று முடிவு எடுத்தார்.

அதன் பின்பு அவரால் சும்மாயிருக்க முடியவில்லை. முடிவெடுத்த அடுத்த நிமிடமே நேராகப் பாக்கத்திற்கு விரைந்தார். பாதர் கிளாரன்ஸ்சைச் சந்தித்தார். அன்று நடந்த நிகழ்ச்சிகள் அனைத்தையும் கூறி ஏதாவது நடவடிக்கை எடுக்கும்படி கேட்டுக் கொண்டார்.

பாதர் கிளாரன்ஸ் பொறுமையுடன் அனைத்தையும் விவரமாகக் கேட்டார். அவர் கொதித்துப் போகவில்லை. மாறாக மகிழ்ந்தார். அவர் மகிழ்வுக்கு இரண்டு காரணங்கள் இருந்தன. முதலாவதாக அதுவரை

நடந்த சாதிச் சாமியார்களின் கூட்டத்தில் கலந்து கொள்ளாத செக்கரட்டரி சுவாமியார் இப்பொழுது தன்னைத் தேடி வந்திருப்பதன் மூலம் சாதி உணர்வை வெளிப்படுத்தி விட்டார் என்பது. மற்றது இயக்கம் பற்றிய ஒரு செய்தி கிடைத்துவிட்டது என்பது.

மறைமாவட்டத்தில் தலித் மக்களது எண்ணங்களுக்கும், சிந்தனைகளுக்கும், செயல்பாடுகளுக்கும் பிற்பட்டவர்கள் மத்தியில் ஓரளவு ஆதரவு இருக்கிறது என்பதைப் புரிந்து கொண்டவர் அவர். அந்த ஆதரவைக் குறைக்க வேண்டும் என்றால் தலித் மக்களது இயக்கத்தைப் பற்றிய நல்ல செய்திகளையெல்லாம் மறைத்துவிட்டு பாதகமான செய்திகளை மிகைப்படுத்தி பிற்பட்டவர்களின் சாதிய உணர்வைத் தூண்டும் விதத்தில் எழுதி வெளியிட வேண்டும் என்று தனது அடுத்தக் கட்ட நடவடிக்கையாக நினைத்துக் கொண்டிருந்தார். அப்படிப்பட்டவர் இந்தச் செய்தியை விட்டுவிடுவாரா? இந்தச் செய்திதான் அவருக்கு வேதனையைக் கொடுக்குமா? இயக்கத்தைப் பற்றி மிக மிகக் கேவலமாக பிற்பட்ட மக்கள் நினைக்கும் வண்ணம் இந்தச் செய்தியை எவ்வளவு திரித்து வெளியிட முடியுமோ அவ்வளவு திரித்து வெளியிட முடிவு செய்தார்.

திட்டமிட்டபடி உடனே செயல்படவும் ஆரம்பித்தார். முதன் முதலாக தனது பங்காகிய பாக்கத்திலிருந்து எந்தெந்தப் பெண்கள் ஆயர் இல்லப் போராட்டத்திற்குச் சென்றார்கள் என்று ரகசியமாக விசாரித்துத் தெரிந்து கொண்டார். அந்தப் பெண்களில் யாருக்குப் பொருளாதார உதவி அதிகம் தேவைப்படுகிறது என்று கணக்கிட்டுப் பார்த்தார். விதவைப் பெண் பாக்கியத்தின் பெயர்தான் பளிச்சென்று அவர் மனதில் பட்டது. பாக்கியத்தை அழைத்தார். அவளுக்கு இலவசமாக வீடுகட்டிக் கொடுப்பதாக வாக்குக்கொடுத்தார். பொருளாதாரப் பிரச்சினை நிரந்தராமாகத் தீர பள்ளியில் சத்துணவு சமையல்காரியாக நியமிப்பதாகவும் கூறினார்.

அவ்வளவுதான் பாக்கியம் அப்படியே உருகிவிட்டாள். நடந்த நிகழ்ச்சியை ஒன்றுவிடாமல் அப்படியே கூறிவிட்டார்.

நடந்த நிகழ்ச்சிகள் அனைத்தையும் முழுமையாக அறிந்து கொண்ட கிளாரன்ஸ் தனது கற்பனைத் திறமையைப் பயன்படுத்தி மக்கள் அனைவரும் நம்பும் விதத்தில் உருக்கமான ஓர் அறிக்கையை எழுதினார்.

அதில் தலித் பெண்களுக்குக் காசு கொடுத்து வரவழைத்ததாகவும், கூட்டத்திற்கு வாருங்கள் என்று பெண்களை அழைத்துவிட்டு பின் ஏமாற்றி ஆயர் இல்லத்திற்குக் கூட்டிச் சென்றதாகவும், ஆயர் ஒழிக

திருச்சபை ஒழிக என்று கோஷமிட்டுக் கொண்டே சென்றதாகவும், ஆயர் இல்லத்தில் உள்ள அனைத்துப் பொருட்களையும் கொள்ளை யடித்ததாகவும், உணவுப் பண்டங்களை எல்லாம் அள்ளி வீசிய தாகவும், பொருட்களையெல்லாம் உடைத்ததாகவும், ஆயர் இறந்து விட்டதாக கொடும்பாவி எரித்து ஒப்பாரி வைத்ததாகவும், ஆயருக்கு முன்பாக தரக்குறைவாக நடனமாடியதாகவும், ஆயரைக் கேலி பண்ணிக் கூச்சலிட்டுக் குலவை போட்டதாகவும், கதிரறுக்கப் பயன்படும் அரிவாளைக்காட்டி பயமுறுத்தி வலுக்கட்டாயமாக கையெழுத்து வாங்கியதாகவும், இவைகளையெல்லாம் நேரில் சென்ற பெண்களே கூறியதாகவும் அறிக்கையைத் தயாரித்தார். அந்த அறிக்கையை புரட்சிகரக் குருக்களே வெளியிடுவதாக ஒருசில குருக்களின் பெயரையும் குறிப்பிட்டார்.

இரவோடு இரவாக அச்சகத்திற்குச் சென்று ஆயிரக்கணக்கில் நோட்டீஸ் அடித்து அவைகளை அனைத்து மக்களுக்கும் கிடைக்கும் படி வினியோகம் செய்தபின்புதான் பாதர் கிளாரன்ஸ் ஓய்வெடுத்தார்.

பாதர் கிளாரன்ஸ் எதிர்பார்த்தது வீண்போகவில்லை. அந்த நோட்டீஸ் பிற்பட்ட மக்களைத் தலித் மக்களுக்கு எதிராகக் கொதித்தெழச் செய்தது. தலித் மக்களை அடிக்க வேண்டும், ஒடுக்க வேண்டும் என்றுதான் பேசினார்களே தவிர நோட்டீசில் உள்ள செய்திகள் உண்மையா என்ற கேள்வியை யாருமே எழுப்பவில்லை. அந்த அளவு அவர்கள் நோட்டீசை நம்பினார்கள். நோட்டீசை வெளியிட்ட குருக்களை நம்பினார்கள். ஏன் தலித் மக்கள் சிலர்கூட இயக்கத்திற்கு எதிராகப் பேசும் சூழ்நிலை இதனால் உருவாகியது.

நோட்டீசைப் படித்துப் பார்த்தார் ராயப்ப ரெட்டி. அவர் மனம் கொதித்தது. இவ்வளவு தூரம் கேவலமாகவா நடந்து கொண்டார்கள். அவரால் நம்ப முடியவில்லை. நம்பாமல் இருக்கவும் முடியவில்லை. ஆயர் பங்கு விசாரணைக்கு வந்தால் மேளத்தை எடுத்து வந்து, சப்தமாக அதை அடிக்க, அந்தத் தாளத்திற்கு ஏற்ப ஆடிக் கொண்டே ஆயரை வரவேற்கும் இம்மக்களா இப்படிச் செய்தார்கள்? ஆயருக்கே இந்தக் கதி என்றால் தங்களை எப்பாடு படுத்துவார்களோ என்று எண்ணிப் பயந்தார்.

இனிமேலும் தீவிரமாக இறங்கிச் செயல்படாமல் இருப்பதில் அர்த்தமில்லை என்று முடிவு செய்த ராயப்பரெட்டி ரெட்டியார்கள், நாயுடுகள் இணைந்த கூட்டத்தைக் கூட்ட முயற்சி எடுத்தார். நடந்த நிகழ்ச்சி அனைவரையுமே பாதித்திருந்ததால் அனைவரிடமும் தாங்கள்

ஒன்று சேர வேண்டும் என்ற எண்ணம் இருந்தது. எனவே ஒன்று கூட்டுவது பெரிய பிரச்சினையாக ராயப்ப ரெட்டிக்குப் படவில்லை. அனைவரும் உண்டிகையில் ஒன்று கூடினர்.

கூட்டத்தில் கலந்துகொண்ட அனைத்து ரெட்டியார்களும், நாயுடுகளும் மிகவும் காரசாரமாகப் பேசினார்கள். அனைவரது பேச்சிலும் வன்முறையே வெளிப்பட்டது. வழக்கமாகச் சொல்லும் தீ வைப்பது. வேலை கொடுக்காமல் பட்டினி போடுவது, பொய்க்கேஸ் போடுவது, அடிப்பது, பெண்களை மானபங்கப்படுத்துவது என்றே அனைவரும் பேசினார்.

அனைத்தையும் பொறுமையுடன் கேட்டுக் கொண்டிருந்த ராயப்ப ரெட்டி மெதுவாக தனது கருத்தைக் கூற ஆரம்பித்தார்.

"இன்னைக்கு இந்தக் கூட்டம் கூட்டியிருப்பது எத்தகைய சூழ்நிலையின்னு நமக்கு நல்லாத் தெரியும். ஒரு பக்கம் தலித் மக்களெல்லாம் ஒரு அணியில திரண்டுக்கிட்டு இருக்காங்க. நாம இங்க மற்றொரு அணியா திரண்டுக்கிட்டு இருக்கோம். இந்தச் சமயத்தில் தலித் மக்கள் தாங்கள் எதுக்காக ஒண்ணு சேர்கிறோம் என்பத தெளிவா, விளக்கமா சொல்றாங்க. ஆனா நாம அதுமாதிரி தெளிவா நமது நோக்கத்த நிலைப்பாட விளக்கணும். அப்படி விளக்கினாத்தான் அதனடிப்படையில் நாம் செயலாற்ற முடியும்."

"என்னங்க நீங்க பேசுறது... வீடு தீப்பிடிச்சி எரிஞ்சுக்கிட்டு இருக்கு. மொதல்ல அத அணைக்காம எதுக்காகத் தீப்பிடிச்சி எரியிதுன்னு கூட்டம் போட்டு பேசுறது மாதிரியில இருக்கு நம்ம கூட்டம்." உண்டிகை நாயுடுக்கு ராயப்ப ரெட்டியின் அணுகுமுறை பிடிக்காததால் எரிச்சலுடன் பேசினார்.

"எரிகிறவீட்ட அணைக்க முடியாதுன்னு தெரிஞ்சபிறகு எதுக்கு அணைக்க நினைக்கணும்? மேற்கொண்டு இதுமாதிரி தீ பிடிக்கக் கூடாதுன்னு நெனச்சா ஏன் தீப்பிடிச்சுச்சின்னு காரணத்தக் கண்டுபிடிக்கிறது நல்லதுதான்." விட்டுக் கொடுக்காமல் பேசினார் ராயப்பரெட்டி.

"சரி... நமது நோக்கத்த விளக்கணும்னு சொல்றீக. உயர்ந்தவன் தாழ்ந்தவன்னு கிறிஸ்தவத்துல இருக்கணும். அதுதான் எங்க நோக்கமுன்னு இப்ப விளக்க முடியுமா...? ரெட்டியாரே... நீங்க பேசுறது நல்லாயில்ல" என்றார் மறுபடியும் அவர்.

"அப்படிச் சொல்ல வேண்டாம். வேறமாதிரி சொல்லுங்க."

“ஏன் ரெட்டியாரே... இப்படிச் செய்தா என்ன? திருச்சபையில குழப்பம் உண்டு பண்ண சிலர் தோன்றியிருக்காங்க. அவுங்கள அடையாளம் கண்டு அவுங்க எண்ணங்கள அழிப்பதும், நிர்வாகத் திருச்சபைக்கு ஆதரவாகவும், அதன் பாரம்பரியத்துக்குச் சார்பாகவும் இருப்பதுதான் நமது நோக்கம்னு சொன்னா என்ன” என்று கேட்டார் பென்னூர் நாயுடு.

“சரியா சொன்னீங்க... எதச் சொல்லணும்னு நெனச்சுக்கிட்டு இருந்தேனோ அதையே சொல்லிட்டீங்க” என்று அவரை மனம் திறந்து பாராட்டிய ராயப்பரெட்டி, “இந்த நோக்கத்தை அடைய எப்படிச் செயல் படலாம்னு திட்டமிட்டா நல்லாயிருக்கும்” என்று அடுத்த கட்டத்திற்குச் சென்றார்.

“இப்ப நடந்த நிகழ்ச்சியக் கண்டிச்சி நாம ஒரு நோட்டீஸ் அடிக்கலாம்.”

“நாமளும் கூட்டமா ஆயர் இல்லத்துக்குப் போயி, ஆண்டவருட்ட நாங்க உங்கசார்பா இருக்கோம்னு சொல்லிட்டு வரலாம்.”

“செபமாலை, பக்தி முயற்சிகள கலகம் ஒழியிரதுக்காக ஒப்புக் கொடுக்கலாம்.”

“திருச்சபைக்கு ஆதரவா நாம இருக்கிறோம்கிறதக் காட்ட ஒரு மிகப்பெரிய ஊர்வலத்த நாம நடத்திக் காட்டலாம்.”

“நீங்க சொல்றது எல்லாம் சரி. எல்லாத்தையுமே செய்யலாம். ஆனா தலித் மக்க ஆயர்ட்ட போயி கோயில்ல இருக்கிற தீண்டாமைய ஒழிக்கணும்னு எழுதி வாங்கிட்டு வந்திருக்காங்க. ஆயரும் இந்த வருஷத்துக்குள்ள கோயில்ல இருக்கிற தீண்டாமைய ஒழிச்சு விடுவதாக வாக்குக் கொடுத்திருக்காங்க. தீண்டாமைய ஒழிக்க ஆயர் ஏதாவது நடவடிக்கை எடுத்தார்னா என்ன செய்றது?”

“சீ... இந்தப் பறப்பயலுக, சக்கிலியப்பயலுக பக்கத்துல மனுசன் உக்கார முடியுமா? அவனுக பக்கத்துல உக்கார்ரத நெனைச்சுக்கூட பாக்க முடியல. அப்படி எதுவும் ஆண்டவர் உத்தரவு போட்டார்னா நானு கோயிலுக்கே போக மாட்டேன். எம் பொண்டாட்டி, பிள்ளை களையும் கோயிலுக்கு விடமாட்டேன்” என்றார் மாடிவீடு ரெட்டியார்.

“நீங்க என்ன செய்யப் போறீங்கங்கிறதப் பற்றி பிறகு பேசுவோம். நாமெல்லாம் என்ன செய்யலாம்னு யோசிச்சு ஒரு முடிவுக்கு வாங்க.” ராயப்ப ரெட்டி பிரச்சினையக் கூர்மைப்படுத்தினார்.

“இப்ப நம்ம பங்குகள்ள இருக்கிற சாமியார்க எல்லாம் நம்ம ஆளுகதான். பிஷப் ஏதாவது சொன்னாலும் நம்ம சாமியார்க கேக்கவா போறாக. ஆண்டவர் உத்தரவு இதுல ஒண்ணும் செல்லுபடி ஆகாது.”

“அப்படிச் சொல்ல முடியாது. ஆண்டவர் ஒரு உத்தரவப் போட்டுட்டார்னா அந்த உத்தரவ நிறைவேற்றுன்னு இந்த தலித் பசங்க ஒண்ணு சேர்ந்து கோஷம் போடுவாங்க. அப்படி ஒரு சூழ்நில வராமலே தடுக்கணும்.”

“நாமெல்லாம் கூட்டமா ஆயர்கிட்டபோயி அந்த தலித் மக்களுக்குக் கொடுத்த வாக்குறுதிய நிறைவேற்றக் கூடாதுன்னு சொல்வோம். நிறைவேற்ற முயற்சித்தா பெரிய கலவரம் வரும்ணு பயமுறுத்துவோம்.”

“செய்யலாம். ஆனா கூட்டமா போகிற நம்மகிட்ட ஆண்டவரு தீண்டாமைய மட்டும் விட்டுவிடுங்களேன்... இது வேண்டாம்... கடவுளுக்கு எதிரானது அப்படி இப்படின்னு ஏதாவது சொன்னா என்ன செய்றது?”

“ரெட்டியாரே... உங்க மனசுல ஏதோ இருக்கும், அத பட்டுன்னு தேங்காய உடைக்கிற மாதிரி சொல்லுங்க. எதுக்கு இப்பிடி சுத்தி சுத்தி வந்து நேரத்த வீணாக்குறீங்க.”

“விஷயத்தச் சொல்லுங்க ரெட்டியாரே.”

“இந்த தலித் பசங்க கோயில்ல சம உரிமை கேட்டாங்க. சம உரிம கொடுப்போம்னு சொல்லி நானே பிச்சூர்ல ஏற்பாடு செய்தேன். ஆனா அவுங்க அதோட நிக்கல. பொருளாதாரச் சமத் துவம் வேணும்னு கேட்க ஆரம்பிச்சிட்டாங்க. அதனால நாம தலித் மக்களின் ஏதாவது ஒரு கோரிக்கைய நிறைவேத்த நெனச்சாக்கூட அதோட நிக்காது. அடுத்து ஒண்ணு வேணும்னு கேப்பாக. அதனால ஒன்னுமே அவுங்களுக்குச் செய்யக்கூடாது. கோயில்ல சமஉரிம அவுங்க கேக்காம இருக்கிறதுக்கு ஒரு வழி வச்சிருக்கேன். இப்ப நம்ம ஊர்கள்ள இருக்கிற கோயில்க எல்லாம் நம்ம தெருவிலயே இருக்கு. நாமதான் தர்ம கர்த்தாவா இருக்கோம். அங்க இருக்கிற சாமியார்களும் நம்ம சாமியார்களாத்தான் இருக்காங்க. அதனால நம்ம ஊர்கள்ள இருக்கிற கோயில்க எல்லாம் நம்ம கோயில்கன்னு சொல்லுவோம். நாமதான் நெலம் கொடுத்து, நாமதான் துட்டுப் போட்டு கட்டுனோம்னு சொல்லுவோம் மற்றச் சாதிக்காரங்க அவுங்க கோயிலுக்கு ஒன்னுமே செய்யலைனு சொல்லுவோம். வருகிறாங்கன்னா நம்ம பெரியமனசு பண்ணி அவுங்கள அனுமதிச்சிருக்கோம்னு சொல்லுவோம். அதனால

கொடுத்த இடத்துல இருந்துட்டுப் போகனும்னு உத்தரவு போடுவோம். உரிம அது இதுன்னு கேக்கக்கூடாதுன்னு சொல்லுவோம். அப்படி இஷ்டம் இல்லாட்டா அவுங்க தெருக்கள்ள கோயில் கட்டிக்கிடட்டும். என்னென்ன உரிம வேணுமோ அதையெல்லாம் அவுங்க வச்சுக் கிடட்டும்னு சொல்லுவோம். இப்படிச் செஞ்சா ஒரு பிரச்சனையும் வராது. அவனுகளே எல்லாத்தையும் அங்கேயே முடிச்சிக்கிடுவாங்க திருவிழாகூட தனியா வச்சிக்கிடுவாங்க. கோயிலுக்கு நெலம் வேணு முன்னாலும் வாங்கிக்கிடட்டும். இப்ப உள்ள நெலத்துல நாமே பயிரிடலாம். இத நீங்க எல்லாரும் ஏத்துக்கிட்டா நாம நோட்டீஸ் அடிச்சி எல்லாருக்கும் கொடுப்போம். இப்படிநாம செஞ்சோம்னா பாம்ப அடிச்சதுபோலவும் இருக்கும். கம்பு ஒடியாததுபோலவும் இருக்கும்.”

“நீங்க சொல்றது நல்ல யோசனதான். ஆனா இப்ப இருக்கிற கோயில்ல எங்களுக்கு சம உரிமை வேணும்னு கலாட்டா செய்தா என்ன செய்றது.”

“அதுக்குத்தான நாம ஒண்ணு சேர்ந்திருக்கோம். மத்த உயர் சாதிக்காரங்களையும் ஒண்ணு சேர்ப்போம். ஏதாவது வால ஆட்டுனா நம்ம பணத்த வச்சி வால ஒட்ட வெட்டுவோம். பணத்த கொடுத்தே அவுங்கள பிரிப்போம். எங்க ஊர்ல அதுமாதிரி பணம் வசூலிக்க ஆரம்பிச்சிட்டேன். எல்லா ஊர்லயும் அது மாதிரி செய்யுங்க. இந்தப் பிச்சைக்காரப் பயகள பணத்த வச்சே பிரிச்சிரலாம்” என்றார் ரெட்டியார்.

அப்படியே செய்வதாக ஏகமனதாகத் தீர்மானம் நிறைவேற்றப் பட்டது. ஒரு செயற்குழுவும் தேர்ந்தெடுக்கப்பட்டது. அந்த செயற்குழு உறுப்பினர்கள் எல்லாரும் மறுநாள் ஆயரிடம் சென்று, தங்கள் நிலைப்பாடை ஆயரிடம் அறிவிப்பதாக முடிவு எடுத்தார்கள்.

21

“சாமியாருக இம்புட்டுப் பொய் பித்தலாட்டம் செய்வாகன்னு நெனச்சுக் கூடப் பாக்க முடியலயே! இம்புட்டுப் புளுகிணித்தனமும். களவாணித்தனமும் சாமியர்ககிட்ட இருக்கிறத நம்பவே முடியலயே! நடந்தது ஒன்னாயிருக்க, இப்படி உண்மய மறச்சுப் போட்டு கண்ட மானிக்க சோடன பண்ணி புளுகித் தள்ளி இருக்காங்களே?” நோட்டீசைப் பார்த்த இசக்கியால் அதைச் சீரணித்துக்கொள்ளவே முடியவில்லை.

“நெனச்சுப் பாக்கப் பாக்க வகுத்தெரிச்சலா இருக்கு. இனி இதுக்கு மேல என்னனத்தச் செய்றது. இந்த வேஷக்காரச் சாமிகள நெனச்சா ஒரு திக்கம் ஆங்காரமாயும், இன்னொரு திக்கம் என்ன செய்யப் போறோம்னு சங்கடமாயும் மனசு பலமாறி கொழப்பிக்கிட்டு கெடக்குது.” செய்வது தெரியாமல் இசக்கி மலங்க மலங்க விழித்தாள்.

‘சே... தப்பு பண்ணிப்போட்டேன். ஆண்டவர் சாமியப் பாத்து பேசிட்டு வந்தவுடனே மொதல்ல அங்க என்ன நடந்துச்சுன்னு நம்ம ஒரு நோட்டீசு அடுச்சு தெருத்தெருவுக்கு குடுத்திருக்கணும். வெவரங் கெட்டுப்போயி இருந்திட்டோமே. இப்பச் சாமியார்க விட்டிருக்க நோட்டீசத்தான எல்லாச்சனமும் நம்புது. நடந்த சங்கதிய யாருக்குந் தெரியாம அமுக்கிப்போட்டாகளே! சாமியாருக வாக்க சத்திய வாக்கா நெனச்சிக்கிட்டு அப்படியே நம்புதுகளே பேய் பய மக்க. நல்லது கெட்டது தெரியாத நாய் பய மக்க. இப்பிடி இருக்கப் போயித்தான நாம நாசமாகிக்கெடக்கோம். ஒன்னுக்கு ரெண்டா சாமியாருக அடுச்சுப் புளுவனதத்தான நெசமுன்னு நம்பிட்டாக. ஒருத்தர் கூட என்ன நடந்துச்சு ஏது நடந்துச்சுன்னு கூட பாக்காம கேக்காம இப்பிடி குருட்டாம் போக்குல நம்புதுகளே.’ இசக்கி விரக்தியுடன் சிந்தித்தாள்.

‘இந்தச் சாமியார்களுக்குத்தான் எம்புட்டுச் செல்வாக்கு! நாம தலகீழா நின்னு நெசத்தப் பேசுனாக்கூட நம்பாத சனங்க சாமியாருக, கன்னியாஸ்திரிக பொய்யச் சொன்னாக்கூட அப்படியே ஏத்துக்கிடு றாகளே! எதுக்கு இந்த கள்ளச் சந்நியாசிகள இப்பிடி நம்புறாக? யாரு இப்பிடி இவுகள நம்பணும்னு நம்மளப் பழக்கப்படுத்தி வச்சாக? இப்புட்டுக் காலமா நம்பி நம்பி நாசமாகிப்போனத இப்ப எப்பிடி மாத்துறது?’ இசக்கியை ஏமாற்றமும், மலைப்பும், வெறுப்பும் கோபமும் போட்டிபோட்டு அலைக்கழித்தன.

‘திருச்சபைக்கு எம்புட்டு பெலமிருக்கு? ஒரு சங்கதியச் சொல்லனும்னா எம்புட்டு ஈசியா பரப்பிடுறாக. இந்தப் பாக்கம் சாமியாரு கண்டமானிக்கப் பொய்யப் புளுக எழுதிட உட்ட நோட்டீச எல்லாச் சாமியாருகளுக்கும் அனுப்ப, ஒடனே ஞாயித்துக் கெழம பூசையில எல்லாச் சாமியார்களும் வாசிக்க, சனங்க அம்புட்டுக்கும் அவுக சொன்ன சங்கதி போய்ச் சேர்ந்திருச்சே! இவுகளுக்கு என்னத்துல கொறச்சல்? பணத்துக்குப் பஞ்சமா? இப்பிடி நெனச்ச நிமிசத்துல சனங்ககிட்ட பரப்புறதுல கொறச்சலா? இம்புட்டுப் பலங்கொண்ட இந்தத் திருச்சபை கூட, ஒன்னுமில்லாத கழுதைக நம்மளாள மோத முடியுமா? திருச்சபையில பூரா இப்பிடி ரெட்டியார் கிட்டியார்னு ஒசந்த சாதிக்காரங்க தான சாமியார்களா இருந்து அரசாள்றாக. இதுல எப்பிடி உண்மய வெளிச்சத்துக்குக் கொண்டுவர முடியும்? சும்மாவா சொன்னாக ஏழை சொல்லு அம்பலம் ஏறாதுன்னு? ஒரே நாளையில பரப்ப வேண்டியத பரப்பிட்டாக. நம்ம ஒரு வருஷம் தொண்ட கிழிய கத்தி நெசத்தச் சொன்னாலும் நம்ம பேச்ச கேக்கவோ, நம்பவோ, நாதியில்ல.’ யோசித்த இசக்கிக்குத் தலையே வெடித்துவிடும் போல் இருந்தது.

‘இது மட்டுமா! திருச்சபையில பணத்த வச்சிக்கிட்டு செய்யுற அநியாய அக்கிரமம் கொஞ்ச நஞ்சமா! பணத்த வச்சு எம்புட்டு ஈசியா ஏழ எளியதுகள வெலைக்கு வாங்கி அவுகளுக்குச் சாதகமாகப் பேச வச்சிர்ராக. கூட்டத்துல கலந்த பொம்பளைகளே போய் சாட்சி சொன்னாகன்னு பாக்கியம் பேரெல்லாம் போட்டிருக்காகளே! பாக்கியத்திட்ட பணத்தக் காட்டி மயக்கி உண்மய ஒன்னுமில்லாம ஆக்கிட்டாகளே! நம்மளால ஒரு சாமியார, சிஸ்டர வெலைக்கு வாங்க முடியுமா? வாங்கிப் போடலாம். ஆனா அதுக்குத் தகுந்த பணவசதி நம்மகிட்ட இல்லியே!’ இசக்கியின் சிந்தனை தொடர்ந்தது.

தனது சிந்தனைகளையெல்லாம் ஒன்று சேர்த்து இயக்கச் செயற்குழுக் கூட்டத்தில் துடிப்புடன் பேசிய இசக்கி இறுதியாகக் கூறினாள். “இத இப்பிடியே விடக்கூடாது. இத மறுத்து நடந்தத நடந்த மாதிரி மக்களுக்குச் சொல்லிப் போராடணும்; மக்க பிரிஞ்சு போகாம ஒண்ணா இருக்கனும்னா ஒரு போராட்டத்தாலதான் முடியும்.”

அவள் பேசியவுடன் அனைவருமே அமைதியாக இருந்தனர். அவள் பேசுவதிலுள்ள நியாயம் புரிந்தது. ஆனால் எத்தகைய போராட்டத்தை இனி எடுக்கலாம் என்பதுதான் யாருக்குமே விளங்கவில்லை.

செயற்குழுக் கூட்டத்திற்கு அதிர்ச்சியளிப்பது போல கித்தேரியான் மற்றொரு நோட்டீசைக் காட்டினார்.

அனைவரும் வியப்புடன் அதைப் பார்த்தனர்.

"இது என்ன நோட்டீசு?" பதை பதைப்புடன் கேட்டார் செவத்தியான்.

"இப்ப ரெட்டியார்களும், நாய்க்கமாரும் ஒன்று சேர்ந்திட்டாக. அவுக இருக்கிற ஊருகள்ள உள்ள கோயில் பூராம் அவுங்களுக்குச் சொந்தமாம். நமக்கு எந்த உரிமயும் இல்லயாம்." நோட்டீசின் செய்தியை வேதனையுடன் கூறினார் கித்தேரியான்.

"இவுக சொல்றது பேமாளித் தனமாவுல இருக்கு. அவுக தெருக்கள்ள இருக்கிற கோயிலுக்கு வானம் தோண்டியது நாம. கட்டடம் கொஞ்சம் கொஞ்சமா உசந்ததப் பார்த்து சந்தோஷப்பட்டது நாம. கொடம் கொடமா வயக்காட்டுகள்ள இருந்து தண்ணி கொண்டுவந்து கொட்டுனது நாம. கல்லு, மண்ணு, செங்கல் சுமந்து கொண்டு வந்து போட்டது நாம. சித்தாளுவேல பூராம் செய்தது நாம, ஒரு காசு யாருட்டயும் வாங்காம வீட்டுக்கு ஒரு ஆளுன்னு தெனமும் வேலைக்கு வந்தது நாம. குடுத்த பணத்தையும், நம்ம செஞ்ச வேலயயும் வச்சிப் பாத்தா நம்மதான் கோயிலுக்கு அதிகம் செஞ்சிருப்போம். அப்பிடி இருக்க கோயிலு அவுங்கதுன்னு எப்பிடிச் சொல்லலாம். இதச் சும்மாவிடக் கூடாது. நமக்கும் கோயில்ல உரிம இருக்குன்னு காட்ட ஒரு போராட்டம் நடத்தணும்." செவத்தியான் கோபமாகப் பேசினார்.

"ஆம்... கட்டாயம் போரடணும். பொம்பளைககிட்ட எழுதிக் கொடுத்த ஒப்பந்தத்த ஆயர் நிறைவேத்தணும்னு சொல்லியும் ஒரு போராட்டம் வைக்கணும்." அந்தோனி தனது விருப்பத்தை வெளியிட்டான்.

"எனக்கு ஒரே ஆச்சரியமா இருக்குது. கடவுள நம்பும் இந்தச் சாமியார்களால, திருப்பலிய ஒப்புக் கொடுக்கும் ஓசந்த நெலையில இருக்கிற இந்தச் சாமிமாருகளால எப்பிடி பொய் சொல்ல முடியுது? எப்படித் தீண்டாமயக் கண்டிக்காம இருக்க முடியுது? நம்ம உழைப்பை அநியாயமாச் சுரண்டி கொறைஞ்ச கூலி கொடுக்கிறது எப்பிடி பாவம்னு சொல்லாம இருக்க முடியுது? கோயிலு தங்களுக்குத்தான் சொந்தம்னு சொல்லும் ரெட்டியார்களையும், நாயுடுகளையும் எப்படி கண்டிக்காம இருக்க முடியுது?" இசக்கி தன் வியப்பினை வெளியிட்டாள்.

அவள் சொன்ன வார்த்தைகள் கித்தேரியானைச் சிந்திக்க வைத்தன. சிந்திக்கச் சிந்திக்க அவரது முகத்தில் மகிழ்ச்சி பிறந்தது. புதுவிதமான போராட்டத்துக்குரிய கரு மனதில் உருவானது.

“கடவுள விசுவாசிக்கும் இந்த சாமியார்க தங்க விசுவாசத்தின் வெளிப்பாடா பூச வைக்காங்க. அந்தப் பூசையில பொய்யான செய்திய சொல்றாங்க. கண்டிக்க வேண்டியவைகளப் பாராட்டுறாங்க. ஆலயத் துலயே தீண்டாம இருக்கு. இதக் கண்டிக்காம கோயிலு உயர்சாதி யினருக்குத் தான் சொந்தம்னு சொல்லுறத நியாயப்படுத்துறாங்க. பாராட்ட வேண்டிய ஒடுக்கப்பட்ட இயக்கத்த கண்டிக்கிறாங்க. இத எதிர்க்கணும். இத எதிர்க்கிறதுதான் இன்றைய தினம் உண்மையான விசுவாசம். அநீதிய எதிர்க்கிறது மூலம்தான் நமக்கு விசுவாசம் இருக்குன்னு காட்ட முடியும். அதனால நம்ம விசுவாசத்த வெளிப்படுத்த தீண்டாம இருக்கும் இடங்கள்ல அநியாயம் செய்யும் சாமியார்க நிறைவேற்றும் பூசய புறக்கணிச்சா என்ன? பூச புறக்கணிப்புதானே இந்தச் சூழ்நிலையில உண்மையான விசுவாசமா இருக்க முடியும்? இத்தகைய அநீதி உள்ள இடத்துல பூச நிறைவேத்துறதும், பூச பார்க்கிறதும் கூட பாவம்தானே?”

தனது மனதில் எழுந்த சிந்தனைகளை எல்லாரிடமும் பகிர்ந்தார் கித்தேரியான். அவர் சொன்னதைக் கேட்க கேட்க ஒவ்வொருவரிடமும் ஒரு வேகம் பிறந்தது. இதுதான் காலத்துக்கேற்ற புதுமையான, புரட்சியான போராட்டம் என்று அவர்கள் மனதுக்குப்பட்டது.

“இப்பிடித்தான் போராடணும். இதுதான் நெசமான போராட்டம். என்ன செய்யணும்னு சொல்லுங்க. செய்றோம்” என்றார் செவத்தியான்.

“என்ன இருந்தாலும் பூசய பொறக்கணிக்கப்படாது. சாமியார்க தப்பு செஞ்சா அதுக்குள்ள ஆக்கினய அவுக அனுபவிப்பாக. அதுக்காக பூசய வேண்டாங்குறது சாவான பாவமாச்சே.” இஞ்ஞாசி தனது பக்தி விசுவாசத்தை வெளிக் கொண்டுவந்தார்.

“நீ இப்பிடித்தான்... ஏதாவது சொல்லி குழப்பிக்கிட்டே இருப்ப. மாமா இவரு சொல்றதக் கேட்க வேண்டாம். நானு என்ன சொல்றேன்னா பூசயப் புறக்கணிக்கிறோம்னு சொல்லிட்டு கோயிலுக்குப் போகாம வீட்டுல இருப்பதுனால என்ன பிரயோசனம்? நாம பெருங்கூட்டமா கோயிலுக்குப் போகணும். ஆனா பூச ஆரம்பிக்கிற நேரம் எந்திரிச்சி வெளிய வந்து பூச முடியிறது வர அங்கேயே இருக்கணும்.” அந்தோனி தனது எண்ணத்தை வெளிப்படுத்தினான்.

“அப்பிடியே செய்யலாம். அப்பிடி வெளிய இருக்கிற நேரத்துல நாம கொஞ்சம் நேரம் செபம் செய்வோம். பிறகு கூட்டம் போட்டு பேசுவோம். நாயுடுகளும், ரெட்டியார்களும் சொந்தம் கொண்டாடும் கோயில்கள் எல்லாருக்கும் சொந்தம்னு ஆண்டவர் கண்டிசனாச்

சொல்லும்படி கேட்போம். பெண்கள் போராடிய நேரத்துல ஒத்துக் கிட்டத ஆண்டவர் உடனே நிறைவேத்தணும்னு சொல்லியும் பேசுவோம். பிறகு இந்த ரெண்டயும் தீர்மானமா எழுதி பூசப் புறக்கணிப்பு செஞ்சவுங்ககிட்ட கையெழுத்து வாங்கி அந்தந்த ஊருகள்ள இருந்து ஆண்டவருக்கு அனுப்புவோம்." போராட்டம் பற்றித் தெளிவாகக் கூறினார் கித்தேரியான்.

"நானு ஒன்னே ஒண்ணு சொல்றேன். கேப்பீங்களா" தவிப்புடன் கேட்டார் இஞ்ஞாசி.

"சொல்லுங்க மச்சான். பெரியவுக நீங்க சொன்னா நாங்க கேக்காம இருப்பமா."

"ஏதாச்சும் ஒரு ஞாயித்துக்கிழமயத் தேர்ந்தெடுத்து அன்னைக்கு ஒரு நாளு மட்டும் பூசப் புறக்கணிப்புச் செஞ்சா போதாதா? காலம் பூராம் இப்படியே பூசைக்குப் போகாமலா இருக்கப் போறோம்? அது நல்லா இருக்காதே! ஏதோ ஒரு அடையாளமா ஒரு நாளு இதச் செஞ்சா போதாதா? வீணால எதுக்குப் பாவத்தக் கட்டிக்கணும்? தொடர்ந்து செஞ்சா அந்த ரெட்டியார்களும், நாயுடுகளும்தான் சந்தோஷப்படுவாங்க! நம்ம கோயிலுன்னு சொன்னோம். இப்ப கோயிலுக்கு வராமலே இவனுக போயிட்டாங்க... நல்லதாப் போச்சுன்னுதான அவுங்க நெனப்பாங்க. கோயில்ல நம்ம உரிமய நிலைநாட்டணும்னா கட்டாயம் கோயிலுக்குப் போய்த்தான் ஆகணும். அதனால நான் சொல்லுற மாதிரி ஒருநா மட்டும் பூசப் புறக்கணிப்பச் செய்வோமே!" இஞ்ஞாசி தன் கருத்தை முன் வைத்தார்.

"மச்சான்... நீங்க சொன்னது மிகமிக முக்கியமானது. அப்பிடியே செய்வோம்" என்றார் கித்தேரியான்.

"இப்பத்தான் இங்கு உருப்படியா ஒரு யோசனையச் சொல்லி யிருக்காரு" என்றான் அந்தோனி.

பூசைப் புறக்கணிப்பு நாளும் நிச்சயிக்கப்பட்டது.

இயக்க நிர்வாகக்குழு உறுப்பினர்கள் ஆலயத்தில் பாகுபாடு நிறைந்துள்ள கிராமங்களுக்குச் சென்று தங்கள் விசுவாசத்தை பூசைக்குப் போகாமல் இருப்பதன் மூலம் வெளிக்காட்டும்படி வேண்டிக் கொண்டார்கள்.

இவர்களின் வேண்டுகோளுக்கு மிக அதிகமாகப் பெண்களிடம் வரவேற்பு இருந்தது. குறிப்பாக ஆயர் இல்லப் போராட்டத்தில் கலந்து கொண்ட பெண்களிடத்தில் அதிக வரவேற்பு இருந்தது. குருக்கள் உண்மையை எழுதாமல் பொய்யை எழுதியதால் குருக்கள் மேல்

வெறுப்புடனும், கோபத்துடனும் இருந்தார்கள். அதனால் இந்தப் போராட்டத்தை வரவேற்றார்கள். பெண்களே ஆர்வம் காட்டவும் அந்த ஆர்வம் ஆண்களையும் தொற்றிக் கொண்டது. ஆண்களும் ஆர்வத்துடன் இயக்க நிர்வாகக் குழுவினரின் கருத்துக்களைக் கேட்டனர்.

இப்பிடி ஒரு வரவேற்பு இருக்குமென்று யாருமே எதிர்பார்க்க வில்லை. இதுதான் சரியான போராட்டம் என்று ஒவ்வொருவருமே பேசினார்கள்.

இரண்டாவது முறையாக இயக்க நிர்வாகக்குழு கிராமங்களுக்குச் சென்ற பொழுது ஒவ்வொரு கிராமத்திலும் அவர்களை மாலையிட்டு வரவேற்று, தெருத் தெருவாக தப்படித்தபடி அழைத்துச் சென்றார்கள். தெருக்களில் தோரணம் கட்டியிருந்தனர். தெருவில் இருக்கும் மின் கம்பத்தில் கரண்ட் திருடி லைட் போட்டிருந்தனர். புதிய பங்குக் குருவுக்கு கொடுக்கும் வரவேற்பைப்போல இவர்களுக்குக் கொடுத்தனர். பேசுவதை ஆர்வத்துடன் கேட்ட அவர்கள் போராட்டச் செலவுக்கு என்று பணம் வசூலித்தும் கொடுத்தார்கள்

அன்றுதான் போராட்ட நாள்.

அன்று பிச்சூரில் பூசைக்கு வழக்கத்திற்கு மாறாக பெரும் எண்ணிக்கையில் தலித் மக்கள் கோயிலுக்கு வந்தார்கள். அவர்கள் அமரும் பகுதி நிறைந்து வழிந்தது.

பூசை ஆரம்பமாவதற்கு அடையாளமாகப் பாடல் பாடப்பட்டது. ரெட்டியார்களின் பாடல்குழுவின் பாடல் அது. சுவாமியார் பீடத்திற்கு வந்தார். அடுத்த வினாடி...

அனைத்து தலித் மக்களும் ஆலயத்திலிருந்து வெளியேறினர்.

வெளியேறிய அவர்கள், வீட்டிற்குச் செல்லாது ஆலய வாசலில் உள்ள அந்தப் பெரிய மரத்தடியில் அமைதியாக அப்படியே அமர்ந்தனர்.

அந்தோனி எழுந்தான். கூட்டத்தை ஒருமுறை பார்த்த அவன், தனது கையிலிருந்த விவிலியத்தைத் திறந்து ஒரு வாசகத்தை வாசிக்க ஆரம்பித்தான்.

அனைவரும் அவன் வாசிப்பதையே மிக மிகக் கவனமாகக் கேட்டார்கள்.

"இசையாஸ் எழுதிய இறைவாக்கிலிருந்து வாசகம்."

(இசை 1:11, 13-17)

"கணக்கற்ற உங்கள் பலிகள் நமக்கு எதற்காக என்கிறார் ஆண்டவர்; இனிமேல் பயனில்லாக் காணிக்கைகளைக் கொணர வேண்டாம்.

நீங்கள் காட்டும் தூபம் எனக்கு அருவருப்பையே தருகின்றது; அமாவாசை, ஓய்வுநாள், வழிபாட்டுக் கூட்டங்கள் முதலிய அக்கிரமங்களையும் கொண்டாட்டத்தையும் சகிக்க மாட்டோம்.

உங்கள் அமாவாசை, திருவிழாக் கொண்டாட்டங்களையும் முழு உள்ளத்தோடு நாம் வெறுத்துத் தள்ளுகிறோம்; அவை நமக்கொரு சுமையாகிவிட்டன; அவற்றைச் சுமந்து சோர்ந்து போனோம். நம்மை நோக்கி நீங்கள் கைகளை உயர்த்தும் போது, உங்களிடமிருந்து நம் முகத்தைத் திருப்பிக் கொள்கிறோம்.

நீங்கள் எவ்வளவுதான் மன்றாடினாலும் நாம் செவி சாய்ப்பதில்லை. உங்கள் கைகளோ இரத்தத்தில் தோய்ந்துள்ளன.

உங்களைச் சுத்திகரியுங்கள். தூய்மைப்படுத்துங்கள். நம் கண் முன்னிருந்து உங்கள் தீச்செயலை அகற்றுங்கள்; தீமை செய்வதை விட்டு ஓயுங்கள்; நன்மை செய்யக்கற்றுக் கொள்ளுங்கள்: நீதியைத் தேடுங்கள். ஒடுக்கப்பட்டவனுக்கு உதவி செய்யுங்கள். கைம்பெண்ணுக்காக வழக்கு நடத்துங்கள்.

"இது ஆண்டவரின் அருள்வாக்கு."

"இறைவா உமக்கு நன்றி."

"இன்னைக்கு நாம் நம்ம விசுவாசத்த வெளிப்படுத்த, பூசைக்குப் போகாம இருக்கோம். இப்ப ஒரு வாசகம் வாசிக்க கேட்டீங்க. வழக்கமா சாமியார்தான். இதுக்கு விளக்கம் கொடுப்பார். இன்னைக்கு நீங்க இதுக்கு விளக்கம் கொடுங்க" என்றான் அந்தோனி.

"இப்பிடி எல்லாமா பைபிளுல இருக்கு. டேய்....பொய்யா எதையோ வாசிக்காத" என்றார் ஒரு பெரியவர்.

"இது பைபிளுல உள்ளதுதான். நான் ஏன் பொய் சொல்லணும்."

"அப்பிடியா... ஒருநாக்கூட இதப்பத்தி சாமியார்க சொன்னதில்லையே!"

"இந்த மாதிரி வாசகமெல்லாம் இவுக கண்ணுக்குப் படாது."

"அப்படீன்னா இதுவரைக்கும் நம்மள நல்லா ஏமாத்தியிருக்காங்க. பூசயவிட ஏழைக துன்பத்த போக்கறதுதான் நல்லதுன்னு கடவுள் சொல்றாரு. அப்பிடிப் பாக்கப் போனா ஏழைகளாகிய நமக்கு

தொந்தரவு அதிகமாக கொடுக்கிற இந்த ரெட்டியார்க பூச பார்க்கவே முடியாது. அவுக பூசய கடவுள் வெறுக்காரு. நம்ம கஷ்டங்கள போக்காம என்னதான் கடவுள், கடவுளூன்னு சொல்லி பூசைக்கு போனாலும், திருநாளு கொண்டாடுனாலும் கடவுள் ஏத்துக்கிட மாட்டார். அவுங்க பாக்கிற பூசையில் நாம கலந்துக்கிட்டாக்கூட நமக்கு பாவம். பேசாம ஒவ்வொரு ஞாயித்துக்கிழமையும், இது மாதிரி நாம ஒன்னா வந்து பைபிள் வாசிச்சு, நாமளே அதுக்கு விளக்கம் கொடுத்தா நல்லாயிருக்குமே" என்று பரவசத்துடன் சொன்னார் அந்தப் பெரியவர்.

"ஆமா... சாமியார்க ஏன் இந்த மாதிரி வாசகங்கள வாசிச்சி விளக்கம் சொல்றதில்லை?" என்றாள் ஒரு பெண்.

"ரெட்டியார்களே சாமியார்களா இருந்தா இதமாதிரி வாசகங்கள எப்பிடி வாசிப்பாக. அவுகளதான இது தாக்குது."

"அப்ப இந்தச் சாமியார்க ஏழைகளத் தாக்குறதுக்கும், திட்டுறதுக்கும்தான் பூச வைக்காகளா?"

"அப்பிடித்தான் தெரியுது."

"இந்தச் சாமியார்க மனம் மாறுறதுக்கு நாம் ஏதாவது செய்யணுமே."

"ரெட்டியார்க கூட மனம் மாறிடுவாங்க. ஆனா சாமியார்கள மட்டும் மனம் மாத்தவே முடியாது."

வாசகத்தால் கவரப்பட்ட பலரும் தங்களது உணர்வுகளை வெளிப்படுத்தினர். நேரமாகிவிட்டதை உணர்ந்த அந்தோனி போராட்டத்தை முடிக்கும் வகையில் பேசினான்.

"இங்க நம்ம ஊர்ல நடக்கிறது எல்லாமே அநியாயம்னு நமக்கு நல்லா தெரியுது. இத ஆண்டவர்தான் போக்கணும். அவராலதான் இது முடியும். அநியாயத்த போக்கும்படி ஆண்டவருக்கு மனுக் கொடுப்போமா?"

"கட்டாயம் கொடுப்போம்"

"அப்ப இதுல கையெழுத்துப் போடுங்க."

எல்லாரும் கையெழுத்தோ, அல்லது கைரேகையோ வைத்தார்கள்.

பூசை முடிந்து ரெட்டியார்கள் கோயிலிலிருந்து வெளிவர ஆரம் பித்தார்கள். அதைப்பார்த்த அந்தோனி பலமாக குரலை உயர்த்திக் கத்தினான்.

"தீண்டாமை."

"ஒழிக."

"சாதிப் பாகுபாடு."

"ஒழிக."

"ஆலயத்தில்..."

"எங்களுக்கும் உரிமை யுண்டு."

கோஷத்தின் முடிவில் அனைவரும் கலைந்து சென்றனர். அநீதியை எதிர்த்ததின் மூலம் தங்களுடைய விசுவாசத்தை வெளிப்படுத்திய திருப்தியில் அவர்கள் அனைவரும் கலைந்து சென்றார்கள்.

"இன்னைக்குத்தான் நெசமா பூச பாத்தது மாதிரி இருந்துச்சு" என்று சொல்லிக்கொண்டே தன் கைத்தடியை ஊன்றியபடி வீட்டுக்கு நடக்க ஆரம்பித்தார் ஒரு பெரியவர்.

22

அப்பொழுது இரவு பத்துமணி இருக்கும். படித்துக்கொண்டிருந்த பாதர் ராஜா புத்தகத்தை மூடிக்கீழே வைத்தார். அவரால் படிப்பில் கவனம் செலுத்த முடியவில்லை. கடந்த சில நாட்களாக நடந்த நிகழ்ச்சிகள் அவர் மனதைப் புழுவாகத் துளைத்துக் கொண்டிருந்தன.

அறையில் உள்ள விளக்குகள் அனைத்தையும் அணைத்தார். ஒரே இருட்டு. இருட்டாக இருந்தாலும் அவருக்குப் பழக்கப்பட்ட இடமாக இருந்ததால் எந்தப் பொருள் எங்கே இருக்கும் என்பதை அவரால் உணரமுடிந்தது.

அறையின் ஒரு மூலைக்குச் சென்ற அவர் அங்கிருந்த ஒரு நாற்காலியைத் தூக்கிக் கொண்டு அறைக்கு வெளியே வந்தார்.

வெளியிலும் ஒரே இருட்டு. சில்வண்டின் சீரான கீச்சிடும் ஒலியைத் தவிர வேறு சப்தமே இல்லை. எங்கும் அமைதி; நிசப்தம்.

நாற்காலியைத் தூக்கி வந்த அவர் அறைக்கு வெளியே சிறிது தள்ளிச் சென்று பொட்டலாக இருந்த இடத்தில் நாற்காலியைக் கீழே வைத்து அதில் அமர்ந்து கொண்டார்.

வானத்தைப் பார்த்தார். நிலவற்ற வானத்தில் அதிக எண்ணிக் கையில் விண்மீன்கள் இருப்பதைக் கண்டார்.

அவைகளையே பார்த்துக் கொண்டிருந்தார் அந்த விண் மீன்கள்கூட அவருக்கு மகிழ்வைத் தரவில்லை. அமைதியைத் தரவில்லை. மீண்டும் மீண்டும் அவருடைய மனமானது செக்குமாடு போல அந்த இரண்டு நிகழ்ச்சிக்கே திரும்பித் திரும்பி வந்து கொண்டிருந்தது.

“ஏன் அப்பிடிச் செய்தாங்க? எங்கிட்ட ஒரு வார்த்தை கேட்கணும்கிற எண்ணம் அவுங்களுக்கு ஏன் தோன்றல? இவுங்க வளர்றதுக்கு நான் என்னென்ன செஞ்சிருக்கேன்? என்ன ஏன் ஒதுக்கணும்? எங்கிட்ட கேட்டிருந்தா வேற போராட்ட வழிகளச் சொல்லிக் கொடுத்திருப்பேனே? இத்தகைய போராட்டத்த நடத்தின இவுங்க சாதிச்சது என்ன? பகையையும், வெறுப்பையும் சம்பாதிச்சதோடு நல்ல எண்ணத்தையும் இழந்துட்டாங்களே!”

தலித் உரிமை இயக்கத்தினர் பாதர் ராஜாவிடம் கேட்காமல் நடத்திய பெண்கள் போராட்டமும், பூசைப் புறக்கணிப்பு போராட்டமும்

அவரை வெகுவாகப் பாதித்தன. அவர் பார்வையில் அந்த இரண்டு போராட்டங்களும் தேவையற்றதாகப் பட்டன. அதோடு இந்த இரண்டு போராட்டங்களும் மக்களை இயக்கத்தில் ஈர்ப்பதற்குப் பதிலாக இயக்கத்திலிருந்து விலகிச் செல்ல வழிவகுத்து விட்டது என்பது அவரது கணிப்பு.

தன்னிடம் கேட்டிருந்தால் வேறுவகையான போராட்டத்தை நடத்தும்படி சொல்லியிருக்கலாமே என்று நினைத்த அவர், தன்னிடம் கேட்காமல் போராட்டத்தை நடத்தி விட்டார்களே என்ற வேதனையை அதிகம் உணர்ந்தார்.

கடந்த சில நாட்களாக அவர் கித்தேரியானைப் பார்க்க முயற்சி செய்தார். அவரைச் சந்தித்து இயக்கம் தன்னை ஏன் வெறுத்து ஒதுக்குகிறது என்று கேட்க நினைத்தார். ஆனால் அவரால் கித்தேரியானைச் சந்திக்க முடியவில்லை. பல்வேறு விதமான எண்ணங்கள் நிறைக்க, அதே மனநிலையில் கண்களை மூடினார்.

மனம் சோர்ந்திருந்ததாலும், அங்கே குளுமையான காற்று வீசிக் கொண்டிருந்ததாலும் அவர் அப்படியே உறங்க எண்ணினார். கண்களை மூடினார். ஆனால் உடனே மனக்கண் திறந்துவிட்டது. அவர் மனக்கண் முன்பாக ஒரு காட்சி தெரிந்தது.

அது ஒரு மிகப்பெரிய பாலைவனம். எங்கு பார்த்தாலும் கண்ணுக்கு எட்டிய தூரம் வரை மணல்தான். மரமோ, செடியோ, புல்லோ ஒன்றுகூட இல்லை. மனித காலடித்தடம் ஒன்றுகூட அந்த மணல் பரப்பில் தெரியவில்லை. மனிதக் காலடி மட்டுமல்ல... எந்த மிருகத்தின், உயிரினத்தின் தடமும் அந்த மணல் பரப்பில் தெரியவில்லை.

அங்கே அந்த மணல் பரப்பில் அவன் நின்றான். அவனுக்கு சுமார் ஆறுஅடி உயரம் இருக்கும். உறுதியான தேகம். வெள்ளை நிற பைஜாமாவும், ஜிப்பாவும் அணிந்திருந்தான், முகத்தில் அடர்த்தியான தாடி. பயணத்தினால் களைப்படைந்ததாகத் தெரியவில்லை. ஏதோ ஒன்றைச் சாதிக்க வேண்டும் என்ற இலட்சிய வெறி அவன் முகத்தில் பிரகாசித்தது. சுற்றிலும் நாலு பக்கமும் அவன் பார்த்தான். மிகத் தொலைவில் வானம் அப்படியே மணலைத் தொட்டுக் கொண்டு இருந்ததே தவிர வேறு ஒன்றும் தெரியவில்லை.

அது மாலை நேரம். மேற்கே சூரியன் வானத்தில் மிதந்து கொண்டிருந்தான். அந்த சூரிய ஒளியில் அவன் நிழல் மணலில் தெரிந்தது. அந்த நிழல் வேகமாக வளர்ந்து கொண்டிருந்தது.

அவன் கிழக்கு நோக்கிப்பயணம் செய்ய விரும்பினான். எனவே தனது நிழல் இருந்த பக்கம் நோக்கி திரும்பினான். கிழக்கே வானம் தொடும் அடிவாரத்தைக் கூர்ந்து பார்த்தான்.

தனக்குத்தானே தலையாட்டிக்கொண்ட அவன் அருகில் இருந்த ஒட்டகத்தின் மீது ஏறினான். ஒன்று, ரெண்டு, மூன்று... நூற்றுக் கணக்கான ஒட்டகங்கள் ஒன்றோடு ஒன்று கட்டப்பட்டிருந்த நிலையில் அங்கே நின்று கொண்டிருந்தன.

முதல் ஒட்டகத்தில் ஏறிய அவன் கிழக்கு நோக்கி ஒட்டகத்தை ஓட்டினான். மிக விரைவாக ஒட்டகத்தை ஓட்டினான். மற்ற ஒட்டகங்கள் அதைத் தொடர்ந்து சென்றன. சுமார் 30 நிமிடம் பயணம் செய்திருப்பான்.

அப்பொழுது தூரத்தில் ஒரு சிறிய மரம் இருப்பது தெரிந்தது. பாலைவனத்திலுள்ள பசுஞ் சோலையா? அங்கே யாரும் இருக்கிறார்களா? அங்கே விரைவாகச் சென்றான்.

அங்கே நூற்றுக்கணக்கான மனிதர்கள் அந்தச் சிறிய பசுஞ் சோலையில் இருந்தார்கள். அவர்கள் எலும்பும் தோலுமாக கண்களில் குழிவிழுந்து பார்ப்பதற்கு எலும்புக்கூடுகள் போல இருந்தார்கள். அங்குள்ள நீரோடை வற்றியிருந்தது. மரங்களில் பழங்கள் இல்லை.

உணவில்லாமலும் நீரில்லாமலும் எலும்பும் தோலுமாக இருந்த அவர்கள் சிறிது சிறிதாகச் செத்துக் கொண்டிருந்தார்கள்.

அவர்களைக் கண்ட அவனுக்கு இரக்கம் பிறந்தது. அவர்களைக் கூப்பிட்டான். தன்னோடு கிழக்கு நோக்கி வரும்படி அழைத்தான். அங்கே பாலும், தேனும் ஓடும் செழிப்பான இடம் இருப்பதாகக் கூறினான்.

அந்த நடமாடும் மனித எலும்புக் கூடுகள் மகிழ்ந்தன. தாவி ஓடி ஒட்டகங்களில் ஏறின. ஒட்டகங்கள் கிழக்கு நோக்கிப் பயணத்தைத் தொடர்ந்தன. இன்னும் முப்பது நிமிடங்கள் பயணம் செய்திருப்பார்கள்.

அப்பொழுது தூரத்தில் வடக்கு திசையில் ஒரு பெரிய நீரூற்று இருப்பதை அவர்கள் பார்த்தார்கள். புதியவர்கள் அனைவரும் அங்குபோக நினைத்தார்கள். நீரை அள்ளிக்குடிக்க நினைத்தார்கள். அதில் நீந்தி விளையாட விரும்பினார்கள். ஒட்டகங்களைத் திருப்ப நினைத்தார்கள். முடியவில்லை அவனிடம் முறையிட்டார்கள்.

ஆனால் அவன் விடவில்லை. கிழக்குத் திசைதான் போக வேண்டும் என்று கூறினான். அந்தத் திசையிலிருந்து சிறிதுகூட விலகிச் செல்லக் கூடாது என்றான். ஒட்டகங்களில் இருந்த நீரைக் குடிக்கும்படி அவர்களுக்குக் கொடுத்தான்.

இன்னும் சிறிது பயணம் செய்தார்கள். அப்பொழுது தென் திசையில் ஒரு சிறிய சோலை இருப்பதைப் பார்த்தார்கள்.

அங்கு சென்று பழங்களைப் பறித்து உண்ண நினைத்தார்கள். ஆசை தீர மரத்தில் ஏறி விளையாட ஆசைப்பட்டார்கள்.

மறுபடியும் அவன் விடவில்லை. கிழக்கேதான் செல்ல வேண்டும் என்ற ஒரே குறிக்கோளில் இருந்தான். ஒட்டகங்களிலிருந்த உணவு வகைகளை உண்ணச் சொன்னான்.

அப்பொழுது... சூரியன் கிழக்கே மறைந்துவிட்டான். எங்கும் ஒரே இருட்டு. திசை தெரியவில்லை. அவன் ஒட்டகத்திலிருந்து இறங்கினான். கீழே படுத்தான். அவனைத் தொடர்ந்து அனைவரும் ஒட்டகங்களிலிருந்து கீழே இறங்கினார்கள். அங்கேயே படுத்து ஓய்வெடுத்தார்கள்.

மறுபடியும் ஒளி, விழித்துப்பார்த்தான். கிழக்கு திசையில் மணலை துளைத்துக்கொண்டு நிலவு வெளியே வந்து கொண்டிருந்தது.

மகிழ்ந்தான் அவன். அனைவரையும் புறப்படும்படி அன்புடன் வேண்டிக்கொண்டான்.

அனைவரும் எழுந்து ஒட்டகங்களில் ஏறிக்கொண்டனர். அவன் கிழக்குத் திசையிலிருந்த நிலவையே பார்த்துக் கொண்டிருந்தான். அந்தத் திசையிலிருந்து அவன் கண்களை விலக்கவில்லை. நிலவைப் பார்த்தபடியே ஒட்டகத்தில் ஏறினான். பயணம் தொடர்ந்தது.

எவ்வளவு நேரம் சென்றதோ ... திடீரென்று தனது கண்களை கிழக்குத் திசையிலிருந்து விலக்கி தன்னோடு வந்த மற்றவர்களைப் பார்த்தான்.

ஒருவர்கூட அங்கு இல்லை ஒரு ஒட்டகம்கூட அவனைத் தொடர்ந்து வரவில்லை.

அவன் தனது ஒட்டகத்தைப் பார்த்தான். ஒட்டகம் மேற்கே திரும்பியவண்ணம் நடந்து கொண்டிருந்தது. அப்பொழுதுதான் அவன் தான் மறுபக்கம் அமர்ந்திருப்பதை உணர்ந்தான்.

மேற்கே செல்லும் ஒட்டகத்தின் மீது கிழக்கு திசையைப் பார்த்து அமர்ந்த வண்ணம் பயணம் செய்த தனது தவறை உணர்ந்தான். கிழக்கே செல்லும் இலக்கிலிருந்து வெகு தொலைவு விலகி வந்து விட்டதை அறிந்தான்.

மறுபடி தனிமை... தனிமை... என்ன செய்வது...? எங்கு செல்வது...? அவர்கள் இப்படி தன்னை விட்டுப்போய் விட்டார்களே...!

எங்கே போனார்கள்...? எந்தத் திசையில் போனார்கள்...? அவர்களைப் பார்க்காமல் கிழக்குத் திசையை மட்டும் பார்த்த வண்ணம் பயணம் செய்த தன் மடமையை உணர்ந்தான்.

அந்தக் கூட்டம் சென்ற காலடித் தடத்தைக் கண்டறிய தடத்தைத் தேடினான்... தேடினான்... தனிமையில் தேடிக்கொண்டே இருந்தான். அந்தப் பாலைவனம் முழுவதும் தேடிக்கொண்டே இருந்தான்...

திடீரென்று விழித்துப்பார்த்தார் பாதர் ராஜா... இருட்டில் கீழே கிடப்பது தெரிந்தது. தான் எங்கிருக்கிறேன் என்பதை உணரவே சிறிது நேரம் பிடித்தது.

எழுந்து மறுபடியும் நாற்காலியில் அமர்ந்தார். உடலில் ஒட்டியிருந்த மண்ணைத்தட்டி விட்டார்.

மறுபடியும் கனவா! கனவின் பொருள் என்ன? யோசித்து யோசித்துப் பார்த்தார்.

அவரால் கனவின் பொருளை உணர முடியவில்லை.

தூக்கம் முற்றிலுமாகப் போய் விட்டது. கையிலுள்ள ரேடியம் பதித்த கடிகாரத்தைப் பார்த்தார்.

இரவு மணி பனிரெண்டு. லேசாக குளிர்வதுபோல் தெரிந்தது. அறைக்குள் செல்லலாம் என்று நினைத்தார்.

அப்பொழுது...

யாரோ நடந்துவரும் காலடிச் சப்தம் லேசாகக் கேட்டது.

இந்த நேரத்தில் யார் இங்கே வரமுடியும்? மனப் பிரமையா? திரும்பவும் கனவா?

தன்னைக் கிள்ளிப் பார்த்தார். வலித்தது. கனவு இல்லை. நிஜம் தான்.

மறுபடியும் கூர்ந்து கேட்டார். சந்தேகமே இல்லை. காலடிச் சப்தம்தான் அது. ஆனால் ஒருவர் மட்டும் நடந்து வரும் சப்தமல்ல அது பலர் கூட்டமாக நடந்துவரும் சப்தம் அது.

எதுவும் பேசுகிறார்களா என்று உற்றுக் கேட்டார். பேசும் ஒலியிலிருந்து யார் வருகிறார்கள் என்று அடையாளம் கண்டுபிடிக்க நினைத்தார். ஊகும்... முடியவில்லை. நடந்து வந்தவர்கள் மிக மிக அமைதியாக நடந்து வந்தார்களே தவிர பேச்சுச் சப்தமே கேட்கவில்லை.

'யார் இவுங்க? எதுக்காக இன்னேரம் இங்க வாராங்க? யாருக்கும் சுகமில்லயா? அவஸ்தைக்குக் கூப்பிட வாராங்களா? அப்பிடினா நடயில ஒரு பரபரப்பு இருக்கணுமே... ஆனா பரபரப்பே இல்லயே... மிக மிக நிதானமா நடக்கிறது மாதிரில்ல சப்தம் கேட்குது. அடிக்க வாராங்களா? என்ன எதுக்கு அடிக்கணும்? நான் யாரயும் பகைக்கலயே? ஒருவேள பிச்சூர் ரெட்டியார்களா இருக்குமோ? அடித்து, உதைக்கப் போறதாகச் சொன்னாங்களே? அவுங்கதான் வந்துட்டாங்களா? அல்லது யாரும் திருடங்களா இருக்குமா? திருடுறதுக்கு வாராங்க? திருடுற மாதிரி எங்கிட்ட ஒண்ணும் இல்லயே.'

அவர் மனம் வேகமாக அடித்தது. அந்த இரவின் குளிரிலும் அவர் முகம் வியர்த்தது. ஓடு... ஓடிச் சென்று அறையில் நுழைந்து கதவை மூடிக்கொள் என்று உள்ளுணர்வு கூறியது.

எழுந்து ஓட நினைத்தார். முடியவில்லை. காலடிச் சப்தம் மிகவும் அருகில் வந்து விட்டதை உணர்ந்தார். ஓடினால் கட்டாயம் பிடித்து விடுவார்கள் என்று நினைத்தார்.

அப்படியே சிறிது சிறிதாக பின் வாங்கினார். மூச்சுக்கூட விடவில்லை.

அங்கே அதிகமான மரம் இருப்பது அவருக்குத் தெரியும்.

மெதுவாக, சப்தமில்லாமல் அடிமேல் அடியெடுத்து வைத்து சிறிது சிறிதாக பின்வாங்கி ஒரு மரத்தை அடைந்தார்.

அந்த மரத்திற்குப் பின்பாக நன்கு ஒளிந்து கொண்டார். தலையை மட்டும் சிறிது நீட்டி எட்டிப் பார்த்தார்.

இருளில் நான்கைந்துபேர் வருவது போலத் தெரிந்தது. யாரென்று அடையாளம் காண உற்றுப் பார்த்தார். ஊகும்... அடையாளம் சிறிதும் தெரியவில்லை.

நடந்து வந்த அவர்கள் பாதர் ராஜாவின் அறைக்கு முன்பாகச் சென்றார்கள்.

அவர்கள் செய்யப் போவதைக் கூர்மையாக மரத்திற்குப் பின்னால் இருந்து பார்த்துக் கொண்டிருந்தார் பாதர் ராஜா.

அவருடைய உடல் நடுங்கியது. உடல் முழுவதும் வியர்த்தது. மேல் மூச்சு கீழ் மூச்சு வாங்கியது. அங்கிருந்து தப்பிச் செல்வதற்கு வழியைப் பற்றி மனதிலேயே நினைத்துக் கொண்டிருந்தார்.

23

பூசைப் புறக்கணிப்புப் போராட்டம் எதிர்பார்த்திருப்பதற்கும் மேலாக மிக மிகச் சிறப்பாக நடைபெற்றதால் தலித் உரிமை இயக்க நிர்வாகக் குழு உறுப்பினர்கள் மிகவும் மகிழ்ச்சியில் இருந்தார்கள். ஏதோ ஒரு மிகப் பெரிய காரியத்தைச் சாதித்து விட்டோம் என்ற திருப்தி அவர்களை நிறைத்தது. தங்களது கிராமங்களில் பெருமையுடன் வலம் வந்தார்கள். அதைப் பற்றியே நினைத்து மகிழ்ச்சிக்கனவில் மிதந்தார்கள்.

இசக்கி மிகவும் மகிழ்வாக இருந்தாள். ஆயர் இல்லத்தில் பெண்கள் போராட்டம் முடிவுற்ற பொழுது கிடைத்த மகிழ்வைவிட அதிக மகிழ்வை அவள் உணர்ந்தாள். ஆயர் இல்லப் போராட்டம் பற்றி ஒருசில தப்பான செய்திகளைக் குருக்கள் பரப்பியது போல இப்பொழுது பரப்பவில்லையே என்பதால் அவளது மகிழ்ச்சி இன்னும் அதிகரித்தது. எதிர்ப்பைத் தாங்காமல் குருக்கள் பணிந்து விட்டார்கள் என்று நினைத்தாள். எனவே இன்னும் அதிக தீவிரமாகப் போராட்டத்தில் இறங்கி சாதிப் பாகுபாட்டை முற்றிலும் ஒழிக்க வேண்டும் என்ற வெறி அவளிடம் பிறந்தது.

கித்தேரியான் போராட்டம் வெற்றியடைந்தது பற்றி மகிழ்ந்தாலும் நாட்கள் செல்லச் செல்ல அவரிடமிருந்த மகிழ்ச்சி சிறிது சிறிதாகக் குறைந்தது. பூசைப் புறக்கணிப்பு செய்த ஒவ்வொரு ஊரிலிருந்தும் ஆயருக்கு மனு அனுப்பியும் திருச்சபையில் ஒரு மாற்றமும் நடக்கவில்லையே என்ற வேதனை அவரை நிறைத்தது.

போராட்டத்தில் ஏதோ ஒரு குறை இருந்ததாக அவர் மனதுக்குப் பட்டது. அது என்ன குறை? அவரால் தெளிவாக உணர முடியவில்லை. நிர்வாகக் குழு உறுப்பினர்களைக் கூப்பிட்டுக் கேட்டால் நல்லது என்று அவர் மனதுக்குப்பட்டது. உடனே அதற்கான ஏற்பாடுகளைச் செய்ய ஆரம்பித்தார்.

மீண்டும் இயக்கத்தின் நிர்வாகக் கூட்டம் கூடியது. இம்முறை அக்கூட்டம் ஓமலூரிலுள்ள கித்தேரியானின் குடிசையில் நடந்தது.

அந்த இரவில் நிர்வாகக் குழு உறுப்பினர்கள் ஒவ்வொருவராக வந்து அந்தக் குடிசையில் ஒன்று கூடினார்கள்.

பகலெல்லாம் உழைத்துக் களைத்துப் போயிருந்தாலும் அந்தக் களைப்பைப் பற்றிச் சிறிதும் கவலைப்படாமல் அக்கூட்டத்திற்கு அனைவரும் வந்திருந்தார்கள்.

அந்தச் சிறிய குடிசையில் மண் சுவரில் அனைவரும் வசதியாகச் சாய்ந்து உட்கார்ந்து கொண்டார்கள். ஒரே ஒரு சிம்னி விளக்கு மட்டும் எரிந்து கொண்டிருந்தது.

அப்பொழுது வேர்க்க விறுவிறுக்க கூட்டத்திற்கு வந்தார் இஞ்ஞாசி. அவருடைய கையில் மஞ்சள் நிறத்தில் ஒரு துணிப்பை இருந்தது. அந்தப் பையிலிருந்து பழங்கள், தின்பண்டங்களை எடுத்துக் கூட்டத்தினருக்குக் கொடுத்தார்.

"என்ன மச்சான், ரொம்ப தடபுடலா வந்திருக்காப்ல இருக்கு. லாட்டரி கீட்ரி அடிச்சிருச்சா? இம்புட்டுச் சரக்கு வாங்கியார எங்கிட்டுக் காசு கெடச்சுச்சு?" முத்து வியப்புடன் கேட்டார்.

"எல்லாம் அந்த ரெட்டியார்க காசுதான். என்ன நைசா கூப்பிட்டு இயக்கத்துல இருந்து வெலகச் சொன்னாக. அப்பிடி வெலகிட்டா பணம் தர்ரதாச் சொன்னாக. நானும் வலிய வந்த பணத்த எதுக்கு உடணும்னு நெனச்சு பணத்த வாங்கிக்கிட்டேன். பணத்தக் குடுத்து எளிய வெலைக்கு வாங்கணும்னா அது முடியுமா? பேய் பயலுக..." சொல்லிக் கொண்டே முறுக்கை நொறுக்கினார் இஞ்ஞாசி.

"இம்புட்டுத் தூரத்துக்கு வந்துட்டாங்களா? நல்ல காரியந்தான் செஞ்சிருக்கீக. இது மாதிரி எல்லாருமே செய்யலாமே. பணத்தக் குடுத்தா அத வாங்கிக்கிடுவோம். அத வச்சி இயக்கத்த உடைக்கிறதுக்கும் பதிலா இயக்கம் வளர பயன்படுத்துவோம்... சரி ரெட்டியார்க பேரச் சொல்லித் தின்னுக்கிட்டே பேச்ச ஆரம்பிக்கலாமே" கித்தேரியான் காரியத்திலேயே கண்ணாயிருந்தார்.

ஒவ்வொருவராக தங்கள் பகுதியில் பூசைப் புறக்கணிப்புப் போராட்டம் எப்படி நடைபெற்றது என்பதைப் பற்றி திண்பண்டங் களைத் தின்றபடியே உற்சாகமாகச் சொல்லிக் கொண்டிருந்தார்கள். இந்தப் போராட்டத்திற்கு இவ்வளவு பெரிய அளவில் மக்களின் ஆதரவு கிடைக்கும் என்று யாரும் எதிர்பார்க்கவில்லை என்ற எண்ணம் ஒவ்வொருவரின் பகிர்விலும் வெளிப்பட்டது.

அனைத்தையும் கேட்டுக் கொண்டு அமைதியாக அமர்ந்திருந்தார் கித்தேரியான். அவர் ஒரு வார்த்தைகூட பேசவில்லை. தீவிரமாக எதையோ நினைத்துக் கொண்டிருந்தார்.

"மாமா... என்ன இது...? ஏன் இப்பிடி இருக்கீங்க? நாங்க எவ்வளவு உற்சாகமா என்னென்ன நடந்துச்சுன்னு சொல்லிக்கிட்டு இருக்கோம். ஒரு வார்த்தகூட பாராட்டிச் சொல்லாம உம்முன்னு உக்காந்துக்கிட்டு இருக்கீகளே...?" அந்தோனி வேதனை நிறைந்த குரலில் கூறினான்.

"அந்தோனி... போராட்டம் நல்லாத்தான் நடந்துச்சு. இல்லைனு சொல்லல. போராட்டத்துக்குப் பிறகாவது ஆண்டவர் நம்மள பேச்சு வார்த்தைக்கு கூப்பிடுவார்னு நெனச்சேன். போராட்டம் முடிஞ்சி ஒரு வாரமாச்சி... ஒன்னுமே நடக்கலயே! நம்மள முழுசுமா புறக்கணிக்கிறது மாதிரில இருக்கு... அதத்தான் யோசிச்சுக்கிட்டு இருக்கேன்." அவருடைய குரலில் வேதனை வெளிப்பட்டது.

"பெரியப்பா யோசிச்சுச்சுக்கிட்டே இருந்தா எப்பிடி? நிர்வாகத்துல இருக்கிறவுங்க பாதிக்கப்படுகிறது மாதிரி ஒரு போராட்டம் நடத்தினாத்தான் இதுக்கு ஒரு முடிவு வரும்."

அதைக் கேட்டதும் சட்டென்று நிமிர்ந்து உட்கார்ந்தார் கித்தேரியான். அவருடைய புத்தியில் ஒரு சிறிய தீப்பொறி தோன்றியது. 'நிர்வாகத்துல இருக்கிறவுங்க பாதிக்கப்படுகிற மாதிரி ஒரு போராட்டம்.' மீண்டும் சொல்லி அவர் யோசித்தார். 'இவர் நடத்துன போராட்டத்துல நிர்வாகத்துல உள்ளவுங்க பாதிக்கப்படல. அவுங்க பாதிக்கப்படணும். அப்பத்தான் ஏதாவது நடக்கும்.' பழைய போராட்டங்களில் உள்ள குறைகள் சட்டென்று மனதிற்குப்பட புதிய போராட்டத்திற்கான உத்தி பிறந்தது. ஆனால் அந்தப் போராட்டம் எங்கே போய் முடியுமோ என்ற பயமும் மனதில் எழுந்தது. அதைப் பற்றியே யோசித்துக் கொண்டிருந்தார்.

"பேசாம யோசிச்சுக்கிட்டு இருந்தா என்ன அர்த்தம்" எரிச்சலுடன் கேட்டார் செவத்தியான்.

"புதிய போராட்டம் ஒன்ன நடத்தலாம். ஆனா, அது எங்க போயி முடியும்னு தெரியல."

"மச்சான் மொதல்ல அதச் சொல்லுங்க... பெறகு எல்லாரும் யோசிச்சு ஒரு முடிவுக்கு வருவோம்" என்று உற்சாகமாகக் கூறினார் இஞ்ஞாசி. ராயப்ப ரெட்டியை ஏமாற்றிப் பணம் வாங்கிய மகிழ்விலேயே இன்னும் இருந்தார் அவர்.

"இப்ப எனக்குத் தெரிய நமக்கு மிகப்பெரிய எதிரிகளா நம்ம பங்குச் சாமியார்கதான் இருக்காக. ஏதோ அத்திப்பூத்தது மாதிரி நம்ம பங்குச் சாமியார்தான் நமக்கு ஆதரவா இருக்காரு. வேற யாருமே நமக்கு ஆதரவா இல்ல.

"ஏன் இருக்காங்களே! நம்ம இனத்து சாமியார்க ரெண்டு பேரு இப்பத்தான் நமக்கு மறைமுகமா ஆதாரவு தந்துக்கிட்டு இருக்காங்களே!"

"ஆமா அதுவும் நெசந்தான். இவுக மூணு பேரவிட்டா வேற யாரும் நமக்குச் சார்பா இல்ல. சாமியார்க கூட்டத்துல இவுங்களத் தவிர மத்த எல்லாருமே நமக்கு எதிரா பேசியிருக்காங்க... ஓட்டுப் போட்டிருக்காங்க... அது மாதிரி இவங்க எல்லாருமே பொம்பளைங்க போராட்டத்தப் பற்றி மோசமா பேசியிருக்காங்க... பொய்ய பரப்பி இருக்காங்க... நமக்குச் சார்பா இல்லாத இவுங்க நமக்கு எப்படி பணி செய்ய முடியும்? சார்பா இருந்தாத்தானே நமக்கு உதவ முடியும்? நமக்குச் சார்பா இல்லாம நமக்கு எதிரா இருக்கிற இவுங்க நமக்கு வேணுமா...? சொல்லுங்க.

"பெரியப்பா கொஞ்சம் புரியும்படியா சொல்லுங்க. கித்தேரியான் கூறியதைப் புரிந்து கொள்ளாத இசக்கி கேட்டாள்."

"அம்மா... நம்ம மறைமாவட்டத்துல எம்பது சதவிகிதத்துக்கு மேல நம்மதான் இருக்கோம். நெறையப்பங்குகள்ள நாம மட்டும்தான் இருக்கோம். உதாரணத்துக்கு நம்ம பங்க எடுத்துக்கோயேன். நம்ம பங்குல எல்லாருமே நம்ம ஆளுகதான். ஆனா பிச்சூர் மாதிரி பங்குகள்ள நம்ம ஆளுகளும் இருக்காங்க. மற்ற சாதிக்கார கிறிஸ்தவங்களும் இருக்காங்க. அப்படிப்பட்ட பங்குகள்ள இருக்கிற சாமியார்க நமக்குச் சார்பா ஏதாவது பேசினா, ஏதாவது நல்லது செஞ்சா மற்ற சாதிக்காரங்க கோபப்படுவாங்க... பிரச்சன வரும்னு நமக்குச் சார்பா பேசாம இருக்கலாம். இத நம்மால ஏத்துக்கிட முடியாட்டா கூட ஓரளவு புரிஞ்சுக்கிடலாம். ஆனா நம்மாளுக மட்டுமே இருக்கிற பங்குகள்ள இருக்கிற சாமியார்க நமக்குச் சார்பா இல்லாட்டா அத எப்பிடி பொறுத்துக் கிடலாம்...? நமக்குச் சார்பா இல்லாட்டாக்கூட பரவாயில்ல. நமக்கு எதிரா இருந்தா நாம எப்படி பொறுக்கலாம்? நமக்கு எதிரா இருப்பவுங்க நமக்கு பணி செய்வாங்களா? நமக்கு எதிரா இருக்கிறவுங்க நமக்குத் தேவதானா...? ஏன் அவுங்கள நம்ம ஊர்கள்ள இருந்து விரட்டி அடிக்கக்கூடாது...? நீங்க என்னைக்கு எங்களுக்குச் சார்பா இருக்கிறதா முடிவு செய்றீங்களோ அன்னைக்கு வந்தாப் போதும்னு ஏன் எல்லாச் சாமியார்களையும் நம்ம பங்குகள்ள இருந்து விரட்டக் கூடாது?" உணர்ச்சியுடன் தனது எண்ணங்களைக் கூறினார் கித்தேரியான்.

"மாமா இது ரொம்ப நல்ல யோசனையா இருக்கு. ஆனா இதுக்கு நம்ம ஆளுக ஒத்துக்கிடுவாங்களா? சாமியார்னா தெய்வம் மாதிரி நெனைக்கிற நம்ம ஆளுக இதச் செய்வாங்களா? அப்பிடியே கொஞ்சப்பேரு இதுமாதிரிச் செய்யணும்னு ஆசப்பட்டாலும் இன்னுங் கொஞ்சம்பேரு இது மாதிரி செய்யக்கூடாதுன்னு சொல்ல ஊருக்குள்ள

கலாட்டா வருமே... நம்ம ஆளுகளே ஒருத்தனுக்கு ஒருத்தன் வெட்டிக்கிட்டுக் குத்திக்கிட்டுச் செத்தா என்ன செய்றது.”

“நான் அதனாலதான் மொதல்லயே இந்த யோசனயச் சொல்ல தயங்குனேன். ஆனா இப்ப எனக்கு நம்பிக்க பொறந்திருக்கு. பூசய மிகப் பெரிய பொக்கிசமா நெனைக்கிற நம்ம ஆளுக பூசய புறக்கணிக் கிறதுதான் உண்மையான விசுவாசம்னு சொன்னத ஏத்துக்கிட்டாங்களே! அத மாதிரி சாமியார்கள தெய்வமா நெனைக்கிற நம்ம ஆளுக, சாமியார்கதான் நமக்கு எதிரா வேலை செய்றாங்கன்னு சொன்னா அத ஏத்துக்கிடமாட்டாங்களா! ஏத்துக்கிட்டு, சாமியார்கள தங்க ஊர்கள்ள இருந்து வெரட்டி அடிக்க மாட்டாங்களா? கட்டாயம் வெரட்டு வாங்கன்னு நான் நெனக்கிறேன்.”

“சரி... மச்சான்... எனக்கு ஒரு சந்தேகம்... சாமியாருக எல்லாத்தையும் வெரட்டி விட்டுறோம்னு வச்சுக்கிடுவோம். அப்ப கலியாணம் வந்தா யாரு மந்திரிப்பா?” தனது சந்தேகத்தைக் கேட்டார் இஞ்ஞாசி.

“அப்பா அப்ப கலியாணம் ஏதாவது வந்தா நாமளே மந்திரிப்போம் எதுக்கு எங்கலியாணம் மாதிரி தாலி மந்திரிக்க அடுத்த பங்குக்கு ஓடணும்? நாம் கலியாணத்த மந்திரிச்சா பிள்ளப் பெறக்காமலா போயிரும்.”

“இல்ல அப்பிடிச் செய்ய வேண்டாம். கலியாணங் காச்சின்னு ஏதாவது வந்தா நம்ம சாமியார்க ரெண்டுபேர் இருக்காங்கள்ள... அவுங்ககிட்டச் சொல்லி மந்திரிக்கச் சொல்லுவோம். அவுங்க ரெண்டு பேரையும் பங்கவிட்டு வெரட்ட வேண்டாம். ஏன்னா அவுங்க நம்ம ஆளுக.”

“அவுங்க மந்திரிக்க மாட்டேன்னு சொன்னா.”

“அந்தோனி... அவுங்க மந்திரிக்க மாட்டேன்னு சொன்னா அவுங்களையும் பங்குகள்ள இருந்து போகச் சொல்லுவோம். அதுக்குப் பெறகு நீ சொல்லுற மாதிரி நாமளே கலியாணத்த நடத்தி வப்போம்.”

“இதுக்குப் பெறகும் ஆண்டவரு எதுவும் செய்யலைனா என்ன செய்றது.”

“அதுக்குப் பெறகு சட்டத்த நம்மளே கையில எடுத்துக்கிட்டு நேரடியான போராட்டத்துல குதிக்க வேண்டியதுதான். வேற வழி இல்ல.”

அப்பொழுது திடீரென்று இசக்கி ஒரு சந்தேகத்தை எழுப்பினாள்.

“ஆமா... நம்ம சாதிச் சாமியார்கள பங்கவிட்டுப்போகச் சொல்ல வேண்டாம்னு சொன்னீங்க. நம்ம பங்குச் சாமியார் ராஜாவைப் பத்தி ஒன்னுமே சொல்லலயே? அவரு நம்ம சாதியில்ல. இருந்தாலும் அவரு

நமக்குச் சார்பா இருக்காரு. அவர பங்குல இருந்து வெரட்டப் போறீகளா...? இல்ல அவரு பங்குல இருக்கட்டும்னு வுட்றப் போறீங்களா?"

அங்கே அவள் கேட்ட கேள்விக்கு யாருமே பதில் சொல்லவில்லை. அமைதியாக அனைவரும் அந்தச் சிம்னி விளக்கையே பார்த்துக் கொண்டு இருந்தனர். எண்ணை இல்லாததால் அதன் ஒளி மங்கிக் கொண்டே வந்தது.

திடீரென்று கித்தேரியான் எழுந்தார். எல்லாரையும் அமைதியாக ஒரு நிமிடம் பார்த்தார். பிறகு அவர்களைப் பார்த்துச் சொன்னார்.

"இப்ப நடுச்சாமம். எல்லாரும் எந்திரிச்சி வாங்க. நேரடியா பாதர் ராஜாவிடம் இப்பவே போவோம். அவர்ட்ட பேசி ஒரு முடிவு எடுப்போம்."

அந்த நடுநிசியிலேயே ஒரு முடிவு தெரிய வேண்டும் என்ற ஆவல் அனைவரிடமும் எழுந்தது. அனைவரும் எழுந்தார்கள்.

அப்பொழுது விளக்கு எண்ணையில்லாமல் அணைந்தது. கெட்ட சகுனமோ... கவலைப்படவில்லை அவர்கள். தட்டுத்தடுமாறி குடிசையை விட்டு வெளியே வந்த அவர்கள் பாதர் ராஜா இருக்கும் பங்களாவை நோக்கி மெதுவாக நடக்க ஆரம்பித்தார்கள்.

நிலவற்ற இரவில், இருளில் மெதுவாக நடந்து சென்ற அவர்கள் பாதர் ராஜாவின் இருப்பிடத்தை அடைந்தார்கள். அங்கே -

பாதர் ராஜாவின் அறைக் கதவு திறந்திருந்தது. திறந்து போட்டு தூங்குகிறாரோ...

"பாதர்... பாதர்..." கித்தேரியான் அழைத்தார். ஒரு சப்தமுமில்லை.

கதவைச் சிறிது பலமாகத் தட்டியபடி "பாதர்... பாதர்..." என்று சிறிது உரக்கக் கூப்பிட்டார்.

"ஓ... இது கித்தேரியானா... மறைந்திருந்த ராஜாவுக்கு அப்பொழுது தான் உயிர் வந்தது. வியர்வையைத் துடைத்துக் கொண்டே தான் மறைந்திருந்த மரத்திற்குப் பின்னாலிருந்து வெளியே வந்தார்."

"கித்தேரியான்... நான் இங்கு இருக்கேன்" என்று கூறிக் கொண்டே வந்த அவர் அறைக்கு உள்ளே சென்று சுவிச்சைப் போட்டார்.

ஒவ்வொருவராகப் பார்த்தார். இயக்கத்தின் நிர்வாகக்குழு உறுப்பினர்கள் வந்திருப்பதைக் கண்டு மகிழ்ந்தார். யாரைப் பார்க்க

வேண்டும் என்று கடந்த சில தினங்களாக முயற்சி எடுத்துக்கொண்டு இருந்தாரோ அவர்கள் அனைவரையும் ஒன்றுபோல கண்டதில் மிக மிக மகிழ்ந்தார்.

"உங்களத்தான் பாக்கணும்னு நெனச்சிக்கிட்டு இருந்தேன். நீங்களே வந்திட்டீங்க. வாங்க உக்காந்து பேசுவோம்" என்று கூறிய ராஜா, மற்றொரு சுவிச்சைப் போட்டார். அறைக்கு வெளியே லைட் எரிந்தது.

அனைவரையும் தான் நாற்காலியில் அமர்ந்திருந்த அந்தப் பொட்டலுக்கு அழைத்துச் சென்ற அவர் அனைவரையும் தரையில் அமரச் செய்து அவரும் தரையில் அமர்ந்து கொண்டார்.

கித்தேரியானே பேச்சை ஆரம்பித்தார். "சாமி... நீங்க எங்களப் பார்க்கணும்னு நெனச்சிக்கிட்டு இருந்ததாகச் சொன்னீங்க. எதுக்கு எங்களப் பாக்கணும்னு விருப்பப்பட்டீங்க."

ஒவ்வொருவரையும் உற்றுப் பார்த்த பாதர் ராஜா ஓர் ஆழ்ந்த பெருமூச்சுவிட்டார்.

"உங்க எல்லார்மேலயும் எனக்கு ரொம்ப வருத்தம். இந்த இயக்கம் உருவாகுறதுக்கு நானும் காரணமா இருந்திருக்கேன். மொதல்ல உங்களுக்குச் சிறிது சிறிதா விழிப்புணர்வத் தூண்டி உங்கள ஒண்ணு சேத்தேன். ஒரு இயக்கமா உருவாக்கினேன். என்னுடைய நேரத்த, பணத்த, திறமய எல்லாம் உங்களுக்குப் பயிற்சி கொடுக்கச் செலவிட்டேன். உங்கள்ள தலைவர்க உருவாகுறதுக்குப் பயிற்சி கொடுத்தேன். தலைவர்களையும் உருவாக்குனேன். அதோட உங்களுக்கு உங்க பிரச்சினைகளச் சொன்னேன். பிரச்சின வழியா இயக்கத்த எப்படி வளக்கிறதுன்னும் சொன்னேன்."

"சாமி இத நாங்க யாரும் மறக்கலயே. அந்த நன்றி என்னைக்கும் எங்ககிட்ட இருக்கத்தான் செய்யிது."

"நன்றி இருக்குன்னு சொல்றீங்கள்ள... அந்த நன்றிய எப்பிடிக் காட்டுகிறது? இந்த இயக்கம் தோன்றி வளரப்பாடுபட்ட என்னப் புறக்கணிக்கிறதிலயா உங்க நன்றியக் காட்டுகிறது?"

"உங்கள எப்ப சாமி நாங்க புறக்கணிச்சோம்?"

"நீங்க எனக்குத் தெரியாம பெண்கள் போராட்டத்துக்குத் திட்டமிட்டு நடத்தினீங்களே... அது என்னப் புறக்கணிக்கிறதுன்னு உங்களுக்குப் படலயா... அதே மாதிரி எனக்குத் தெரியாம பூசப்புறக் கணிப்பு போராட்டத்தத் திட்டமிட்டு நடத்தினீங்களே! அது என்னப் புறக்கணிக்கிறதுன்னு உங்களுக்குப் படலயா..."

“சாமி... நீங்கதான் இயக்கத்த நடத்துற முறையச் சொல்லிக் குடுத்தீங்க. எதையும் நிர்வாகக் குழுவில் பேசி முடிவெடுத்துச் செய்யணும்னு சொன்னீங்க. அப்பிடித்தான் செஞ்சோம். இதுல என்ன தப்பு?”

“தப்புன்னு சொல்லல. எங்கிட்டச் சொல்லியிருந்தா நானு என் கருத்த சொல்லியிருப்பேன்ல. இப்பப் பாருங்க... பெண்கள் போராட்டத்தினால நீங்க சாதிச்சது என்ன...? பகமையும், வெறுப்பும் தானே சம்பாதிச்சிருக்கீங்க... எங்கிட்டக் கேட்டிருந்தீங்கன்னா இந்த போராட்டம் வேண்டாம்னு சொல்லியிருப்பேன். ஆயர்ட்ட கலந் துரையாடலுக்குப் போங்கன்னு சொல்லியிருப்பேன். அத மாதிரி பூசப் புறக்கணிப்பு போராட்டத்துனால நீங்க சாதிச்சது என்ன? பூசய புறக்கணிக்கலாமா? பூச செய்கிற குரு பெரிய பாவியா இருக்கலாம்... அதுக்காகப் பூசயப் புறக்கணிக்கலாமா...? பூசயப் புறக்கணிச்சதுனால பூசைக்குப் போகாத குற்றத்தத்தான் நீங்க செய்தீங்களே தவிர வேற என்ன சாதிச்சீங்க. சொல்லுங்க...”

ஒரு நிமிடம் அங்கே மௌனம் நிலவியது. அந்த மௌனத்தை கலைத்துக்கொண்டு நிதானமாக, தெளிவாக, கோபமில்லாமல் தனது கருத்துக்களைக் கூற ஆரம்பித்தார் கித்தேரியான்.

“சாமி... நாங்க சொல்றத நல்லா கேட்டுக்கோங்க... ஓர் இயக்கமா நாங்க உருவாகுறதுக்கு நீங்க எவ்வளவோ செஞ்சீங்க. நீங்க இல்லாட்டா இயக்கம் கூட உருவாகியிருக்காது. அத எல்லாம் இல்லன்னு சொல்லல. ஆனா நீங்க உருவாக்குனீங்கங்கிறதுக்காக இயக்கம் உங்களுக்கு அடிமயா இருக்குன்னு நெனக்காதீங்க. இயக்கத்த உருவாக்கிய உங்களால இயக்கம் போற வேகத்துக்கு ஈடுகொடுக்க முடியாது. ஏன்னா நாங்க யாருக்கு எதிரா, எந்த அமைப்புக்கு எதிரா போராடுறோமோ அந்த அமைப்பின் உறுப்பினர் நீங்க. ஆனா நாங்க மேல் சாதிக்கு எதிரா போராடுறோம். நீங்க மேல் சாதிக்காரங்க. அதனால அந்த மேல்மட்ட சிந்தனதான் உங்ககிட்ட இருக்கு. உதாரணத்துக்கு நீங்க பிரச்சினைய பேச்சுவார்த்த மூலம் தீக்கணும்கிற கொள்க உடையவங்களா இருக்கீங்க... இந்த கொள்க ஏன் உங்ககிட்ட இருக்குன்னு என்னைக்காவது நெனச்சீங்களா? நெனச்சிருக்க மாட்டீங்க! ஏன்னா நீங்க ஒரு உயர்சாதிச் சாமியார். உயர்சாதியினர் தங்களுக்குன்னு ஒரு முறைய, வழிய வச்சிக்கிட்டு, அதுதான் சரியான முறை, சரியான வழின்னு நெனச்சிக்கிட்டு அந்த வழியிலேயே செல்வாங்க. ஆனா நாங்க அப்படியில்ல. பாதிக்கப்பட்ட எங்க வழி போராட்ட வழி... எதிர்ப்பு வழி... கலக வழி... கோப வழி... புரட்சி வழி... இத உங்களால புரிஞ்சுக்கிட முடியாது.”

ஒரு நிமிடம் மூச்சு வாங்குவதற்காக நிறுத்திய கித்தேரியான் மறுபடியும் தனது பேச்சைத் தொடர்ந்தார்.

"சாமி... நீங்க சொன்னீங்களே நாங்க நடத்திய போராட்டத்தினால என்ன சாதிச்சோம்னு... சாமி இப்பச் சொல்றோம்... இது வர சாமியார்களும், ஆண்டவரும் எங்க பிரச்சினையத் தீர்ப்பாங்கன்னு நம்பினோம். பெண்கள் போராட்டத்தின் மூலமா சாமியார்களும், ஆண்டவரும் எங்க பிரச்சனய தீர்க்க மாட்டாங்கன்னு புரிஞ்சுக் கிட்டோம். அதிகாரத்திலுள்ளவுங்களுக்கு மனச்சாட்சி இல்லனு புரிஞ்சுக்கிட்டோம். சாமியார்கள்ள நெறயப்பேர் பொய்யனுக, சாதி வெறியங்கன்னு புரிஞ்சுக்கிட்டோம். எங்க மொத எதிரிக இவுங்க தான்னு புரிஞ்சுக்கிட்டோம். பூசப் புறக்கணிப்புப் போராட்டம் மூலமா பாவந்தான் கட்டிக்கிட்டோம்னு சொன்னீங்க... உயர்சாதி சாமியார்க கிட்ட இருந்து இக்கருத்துதான் வரும்னு நல்லாத் தெரியும். ஆனா நாங்க விசுவாசம்னா கோயிலுக்கு மட்டும் போறதுல இல்ல... மாறாக அநீதிய எதிர்ப்பதுலதான் விசுவாசம் இருக்குதுன்னு புரிஞ்சுக்கிட்டோம். நாங்க அதாவது நிர்வாகக்குழு உறுப்பினர்க மட்டும் இத உணரல. எங்க தலித் மக்க ஒவ்வொருவரும் இத உணர்ந்துக்கிட்டாங்க. இதுதான் எங்க போராட்டம் கண்ட மாபெரும் வெற்றி."

பாதர் ராஜா அதிர்ந்து போய் அப்படியே உட்கார்ந்துவிட்டார். என்ன பேசுவது என்று அவருக்குத் தெரியவில்லை. இப்படி கித்தேரியான் பேசுவார் என்று அவர் சிறிதும் எதிர்பார்க்கவில்லை. தன்னைப் பற்றி பெருமையாக நினைத்துக்கொண்டிருந்த அவரது எண்ணம் உடைந்து பொடிப்பொடியானது. தான் ஒன்றுமில்லாதவன்... உபயோகமில்லாதவன்... இந்த மக்களுடைய எண்ணங்களைச் செயல்பாடுகளைக்கூட புரிந்து கொள்ளாத மடையன் என்ற உணர்வு ஏற்பட்டது.

அவர் வாழ்நாளில் முதன் முதலாக தான் ஒன்றுக்கும் பயனில்லாதவன் என்ற உணர்வு அப்பொழுது ஏற்பட்டது. தான் ஒரு அற்பப் புழுவிலும் கேடு கெட்டவன் என்ற எண்ணம் அவரை நிறைத்தது. அமைதியாகச் சலனமில்லாமல் அமர்ந்திருந்தார்.

கித்தேரியான் தொடர்ந்து பேசினார். "சாமி... இயக்கத்த உருவாக்கிய உங்களால கொஞ்சத் தூரம்தான் எங்களோட வரமுடியும். இப்ப நாங்க வளர்ந்துட்டோம். இயக்கத்த எங்ககிட்ட விட்டுவிடுங்க... நாங்க பார்த்துக்கிடுறோம்... இனிமே இயக்கம் நீங்க சொல்றவைகள கேக்குற நிலையில் இல்ல. அப்படிக் கேட்டா இயக்கத்துக்கு அதுதான் அழிவு."

“என்னால இயக்கத்துக்கு அழிவா, இந்த இயக்கத்த நான் அழிப்பேனா... வளர்த்த கிடா மார்பில் பாயும்னு சொல்வாங்களே! அது இதுதானா...? தலித் மக்களுக்கு நன்றி உணர்வு கிடையாதுன்னு சிலர் சொல்றாங்களே! அது நெஜம்தானா?”

“மாமா... நம்ம அடுத்த போராட்டத்தப் பற்றி சாமியார்ட்ட சொல்லலயே! அதயும் சொல்லுங்க. வீட்டுக்குப் போகணும். நேரமாகுதுல்ல” என்றான் அந்தோனி.

‘அடுத்து ஒரு போராட்டமா! எத்தகைய போராட்டத்துக்கு திட்டமிட்டிருக்காங்களோ!’ குழப்பத்துடன் பாதர் ராஜா கித்தேரியானைப் பார்த்தார்.

“பாதர் அடுத்து ஒரு போராட்டத்த நடத்தப்போறோம். உங்ககிட்ட யோசன கேக்கிறதுக்காக இதச் சொல்லல. உங்களுக்கு தெரியனுங்கிறதுக்காக இதச் சொல்லுறோம். நம்ம மறை மாவட்டத்திலுள்ள குருக்கள் எங்க சாதியச் சேர்ந்த ரெண்டு பேரத் தவிர மத்த எல்லாரும் உயர்சாதிக் குருக்கள்தான். அதுல உங்களத் தவிர மத்த எல்லாரும் எங்களுக்கு எதிரா பேசுறாங்க.... செய்றாங்க... இயக்கத்தை உடைக்கப் பாக்குறாங்க...”

“நெசந்தான்.”

“இப்பிடிப்பட்ட குருக்களயும் நாங்க எங்க எதிரியா பாக்குறோம். எங்களுக்கு எதிரியா இருக்கிற இவுங்க நாங்க நூறு சதவிகிதம் இருக்கிற பங்கில எங்களுக்குப் பணிசெய்ய தகுதியற்றவுங்கன்னு நெனைக்கிறோம். அதனால அவுங்க எல்லாரையும் ஆயர் இல்லத்துக்கு திருப்பி அனுப்புற போராட்டத்துல இறங்கப் போறோம். ஒரு நாளு திடீருன்னு பங்குகள்ள உள்ள எங்க மக்க, சாமியார் பங்களாவுக்கு போயி, சாமியார பங்களாவ விட்டு வெளிய வரச் சொல்லி கதவ பூட்டிட்டு, அவர ஆயர்ட்ட போகச் சொல்லுவாங்க. போக மறுக்கிறவுங்கள மக்களே டாக்சியில தூக்கிப் போட்டு ஆயர்ட்ட கொண்டுபோய் விட்டுட்டு வந்துவிடுவாங்க. இது தான் எங்க அடுத்த கட்டப் போராட்டம். என்னைக்கு எங்க சார்பா குருக்க ஒரு நிலைப்பாடு எடுக்காங்களோ அன்னைக்கு இவுங்க வந்தா போதும்.”

பாதர் ராஜா ஒன்றுமே பேசவில்லை. அமைதியாக இருந்தார். அவருடைய மனதில் ஒரு பெரிய சந்தேகம் எழுந்தது. அதைக் கேட்போமா... வேண்டாமா என்று நினைத்த அவர் கேட்பதே நல்லது என்று கித்தேரியானிடம் கேட்டார்.

“கித்தேரியான் நான் இந்தப் பங்குல இருக்கலாமா...? வேண்டாமா...? சொல்லுங்க... நீங்க என்ன சொன்னாலும் கேட்க

நான் தயாரா இருக்கேன்.” அவரது குரல் தழுதழுத்தது. விழிகளில் நீர் திரண்டுகொண்டு கண்ணாடியாய் நின்றது.

கித்தேரியான் நிதானமாகச் சொன்னார். “சாமி ... உங்கள நாங்க யாரும் போங்கன்னு சொல்லி கட்டாயப்படுத்த மாட்டோம். உங்கள இருங்கன்னு சொல்லியும் கட்டாயப்படுத்த மாட்டோம். நீங்களே முடிவெடுத்துக் கொள்ளுங்க. ஆனா ஒன்னே ஒண்ணு மட்டும் கேக்கிறோம். இப்படி ஒரு போராட்டத்த ஆரம்பிக்கப் போறோம்னு யார்ட்டயும் சொல்லாதீங்க. நீங்க சொல்லமாட்டீங்கன்னு நம்புறோம். சாமி... ரொம்ப நேரமாச்சு. நாங்க போயிட்டு வாரோம்.” கித்தேரியான் எழுந்தார். அவரைத் தொடர்ந்து மற்றவர்களும் எழுந்தார்கள். சாமியாருக்கு வணக்கம் சொல்லிவிட்டு நிதானமாக நடந்து சென்று இருளில் மறைந்தார்கள்.

அவர்கள் செல்வதையே பார்த்துக்கொண்டிருந்தார் பாதர் ராஜா. இவர்கள் வந்ததைவிட வராமலே இருந்திருக்கலாம் என்று நினைத்தார். ‘இவுங்க வந்ததுக்குப் பதிலா பிச்சூர் ரெட்டியார்க வந்து என்னை அடிச்சி உதைச்சிருந்தாக்கூட இவ்வளவு வலி இருந்திருக்காது. ஏதோ ஒரு கொள்கைக்காக அந்த அடிய, வலிய எல்லாம் தாங்கிக்கிடலாம். ஆனா இவுங்க எம் மனசுல அடிச்ச அடி... எப்பிடி தாங்கறது. இவுங்களுக்கு எவ்வளவு செஞ்சிருகேன். அத யாராவது நெனச்சுப் பாத்து சாமி... நீங்க கட்டாயம் பங்குல இருங்க... நீங்க போகக் கூடாதுன்னு சொல்லியிருந்தா எப்புட்டு நல்லா இருந்திருக்கும். நீங்களே முடிவெடுத்துக்கோங்கன்னு சொல்லிட்டாங்களே! இதுக்குப் பிறகும் இங்கு இருக்கணுமா? கூடாது... கூடவே கூடாது... உடனே போகணும்... இங்கிருந்து போயிறணும்... இப்பவே போயிறணும்...’

பாதர் ராஜா தான் கண்ட கனவை நினைத்துப் பார்த்தார். அவருக்குக் கொஞ்சம் கொஞ்சமாக கனவின் பொருள் விளங்கியது. ‘இவுங்கள ஒன்று சேர்த்து, இயக்கமாக உருவாக்கிய நான், எனது லட்சியத்த நோக்கித்தான் இவுங்களப் போகச் சொன்னேனோ... இவுங்களச் செயல்படவிடாம தடுத்திட்டேனோ... லட்சியம், லட்சியம்னு இவுங்களின் கனவுகளையும், ஆசைகளையும் பார்க்கத் தவறி விட்டேனோ...! அதனால இவுங்க லட்சியத்தோட நானும் செல்றதா நெனச்சிக்கிட்டு அந்த லட்சியத்திலிருந்து வெகு தூரம் விலகிப் பின்னால் போயிட்டேனோ...’

அவருக்கு ஒரு உண்மை புலப்பட்டது. ‘இதுவர இந்த மக்க ஒன்று மில்லாததையே உணர்ந்தவுங்க. கீழ்நிலயில இருக்கிறதுன்னா என்னங்கிறத மட்டும் உணர்ந்தவுங்க. அதிகாரம்னா என்ன என்பத

உணராம இருந்தவுங்க. மேலான நிலையில இருக்கிறதுன்னா என்னங் கிறத உணராமல் இருந்தவுங்க. இப்ப உணர்றாங்க. இத அனுபவிக் கணும். நல்லா அனுபவிக்கணும். அனுபவிச்ச பிறகு அதுல இருந்து கீழ இறங்கி வரணும். அதே மாதிரி நானும் என்னப் போன்றவுங்களும் அதிகாரம்னா என்னன்னு உணர்ந்தவுங்க. மேல்சாதினா என்னன்னு அறிந்தவுங்க. அதன் கர்வத்தையும், ஆணவத்தையும் உணர்ந்தவுங்க. நானும் என்னப்போல உள்ளவுங்களும் அதுல இருந்து கீழ வரணும் கீழ வந்து ஒன்னும் இல்லாத தன்மைனா என்ன என்பத உணரணும். கீழ்நிலயில இருக்கிறதுன்னா என்னங்கிறத உணரணும். இத அனுபவப் பூர்வமா உணர்ந்த பிறகு இதுல இருந்து வெளிய வரணும். அப்படி இதுல இருந்து வெளியல வந்து மேல போகும்போது, அவுங்க மேலயிருந்து கீழ இறங்கி வரும்போது எப்ப ஒன்னா சந்திக்கிறோமோ.... அப்பதான் உண்மையான விடுதல பிறக்கும். அதுவர விடுதலயே இல்ல. மேல்சாதிக்காரங்கதாங்க இருந்த இடத்தில இருந்து இறங்கி வராம இருக்கிறது வர போராட்டம்தான். இப்ப நானு இறங்கினதுனால இல்ல இறக்கப்பட்டதுனால இந்த அனுபவம் எனக்கு கிடைச்சிருக்கு. இதே மாதிரி எல்லா உயர் சாதியினரும் இறக்கப்படணும். ஒன்னு மில்லாதவுங்க எல்லாம் உயர்த்தப்படணும். இது நடக்குமா... ஒன்னுமில்லாதவுங்க உயர்ந்த இடத்துக்குப்போன பிறகு இறங்காம இருந்தா... அதே மாதிரி இறங்கினவுங்க மேல ஏறாம அதுலயே கிடந்தா மறுபடி அடிமைத்தனந்தான். ஆனா இப்ப இருக்கிற அடிமைத் தனத்தவிட அந்த அடிமைத்தனம் குறைவானது தான். மொத மொதல்ல இந்த மாறுபட்ட அனுபவம் கிடைக்கணும். இந்த மாறுபட்ட அனுபவம் எனக்கு கிடைச்சிருக்கே... அதுக்கு நன்றி சொல்லணும். கிடைக்கலைனா இது மாதிரியான எண்ணங்க வருமா.'

தனது ஒன்றுமில்லாத தன்மையை முழுவதுமாக உணர்வதற்காக பங்கிலிருந்து உடனே புறப்பட்டுப் போக முடிவு செய்தார்.

அறைக்குச் சென்ற அவர் உடையை மாற்றிக் கொண்டார். லைட்டை அணைத்தார். அறையை பூட்டக்கூடவில்லை. உடுத்தியிருந்த துணியுடன் ஆயர் இல்லம் நோக்கி அந்த இரவில் நடைபயணமாகப் புறப்பட்டார்.

24

பாக்கம் பங்குச் சாமியாருக்குத் திருச்சபை மட்டில் அளவிட முடியாத அன்பு இருந்தது. திருச்சபை எது சொன்னாலும் அதை ஏன்...? எதற்காக...? எப்படி...? என்றெல்லாம் கேள்வி கேட்காமல் அதை அப்படியே ஏற்றுக்கொண்டு அதன்படியே செயல்படுவார்.

திருச்சபை மீது அவருக்கு இருந்த அந்த அளவிடமுடியாத அன்பை ஆயருக்குக் கீழ்ப்படிவதன் மூலம் காட்டினார். ஆயர் எது சொன்னாலும் அதை அப்படியே ஏற்றுக் கொள்வார். இயேசுவின் பிரதிநிதியாகவே ஆயரைக் கண்டு அவருக்கு அவ்வளவு மரியாதை செலுத்தினார்.

அதனால் தான் ஆயரைத் தலித் பெண்கள் கெரோ செய்து போராட்டம் நடத்தினார்கள் என்ற செய்தியை அவரால் தாங்கிக் கொள்ள முடியவில்லை. ஆயரை அவமதித்த பெண்களைக் கேவலப் படுத்த வேண்டும் என்ற உணர்வு அவரிடம் அதிகம் எழுந்தது. ஏற்கனவே உயர் சாதியினராக இருந்த அவர் தலித் மக்கள் மேல் அவ்வளவு அன்புடன் இருக்கவில்லை. இந்த நிகழ்ச்சி தலித் மக்களை அவர் மேலும் வெறுக்கச் செய்தது.

அதன் காரணமாகத்தான் மக்கள் தவறுதலாக இயக்கத்தைப் பார்க்க வேண்டும் என்பதற்காகப் பொய்யான செய்திகளை வெளியிட்டார். தான் வெளியிட்டது பொய்யான செய்தி என்று அவர் எண்ணவில்லை. திருச்சபையைப் பாதுகாக்க, திருச்சபையில் பிரிவினை ஏற்படாமல் இருக்க, ஆயர் மட்டில் ஓர் அனுதாபம் ஏற்படச் செய்ய அது ஒரு யுக்தி என்றுதான் நினைத்துச் செயல்பட்டார்.

அப்படிப்பட்டவரால் பூசைப் புறக்கணிப்புப் போராட்டத்தை மட்டும் எப்படித் தாங்கிக் கொள்ள முடியும்? இந்தப் போராட்டம் பற்றியும் தவறுதலான எண்ணத்தை மக்களிடம் வளர்த்து இயக்கத்தை வெறுக்கச் செய்ய வேண்டும் என்று நினைத்தார்.

பூசையைப் பற்றித் தலித் மக்கள் மிக மிகக் கேவலமாகப் பேசினார்கள் என்று தலித் மக்கள் செய்யாததையெல்லாம் இவரே கற்பனை செய்து எழுதி அச்சகத்தில் கொடுத்தார். அச்சடித்த நோட்டீஸ் களை வாங்கிக் கொண்டு தனது பங்காகிய பாக்கத்தை நோக்கி தனது காரில் விரைந்தார்.

பாக்கம் சென்றதும் முதல் முதலாக இந்த நோட்டீஸ்களை எல்லா பங்குகளுக்கும் ஆள்மூலம் கொடுத்தனுப்ப வேண்டும் என்று திட்டமிட்டபடியே வந்தார்.

பாக்கத்திற்குள் நுழைந்த அவரது கார் தலித் மக்கள் வாழும் தெரு வழியாக பங்களாவை நோக்கி விரைந்தது.

திடீரென்று தெருவில் ஒரு பெரிய கூட்டம் காரை நோக்கி வருவதைப் பார்த்தார். அந்தக் கூட்டத்திற்கு முன்னால் தலைமை ஏற்று வருவதுபோல ஒரு பெண் வந்தாள். தான் யாரிடம் பணம் கொடுத்து பெண்கள் போராட்டம் பற்றி தவறுதலாகச் சொல்லச் சொன்னோமோ அந்த விதவைப் பெண்தான் அவள் என்று அவர் கண்டுகொண்டார்.

'ஏன் கூட்டமா வரணும்...? எங்க போறாக?' ஒன்றும் அறியாத அவர் காரின் வேகத்தைக் குறைத்தார். சப்தமாக ஹாரன் அடித்தார்.

ஊகும் கூட்டம் விலகுவதாக இல்லை. காரை அப்படியே நடுத்தெருவில் நிறுத்தினார்.

"சாமி கீழ எறங்குங்க. அந்த விதவைப் பெண்தான் கட்டளை யிடுவதுபோலப் பேசினாள்."

"என்னம்மா விஷயம். சொல்லு." காரில் அமர்ந்தபடியே கேட்டார் அவர்.

"சாமி மொதல்ல கீழ இறங்கி வாங்க. பெறகு பேசலாம்." மறுபடியும் அதே அதிகாரத் தொனியில் அவள் பேசினாள்.

எதற்காக இறங்கச் சொல்கிறார்கள் என்று புரிந்து கொள்ள முடியாத அவர் மெதுவாகக் காரின் கதவைத் திறந்து கொண்டு கீழே இறங்கினார். கூட்டத்தைக்கண்டு சிறிது பயந்தாலும், எல்லாரும் தனது பங்கு மக்கள்தான்... தனக்குத் தெரிந்தவர்கள்தான் என்ற தைரியத்தில் "என்ன...? என்ன வேணும்...? எதுக்குக் கார நிப்பாட்டினீங்க?" என்று அதிகாரத்துடன் கேட்டார்

"எங்களுக்கு ஒண்ணும் வேணாம்... ஆனா நீங்க எங்களுக்கு வேணாம். அதச் சொல்லத்தான் கார நிப்பாட்டினோம்" என்றாள் அந்த விதவைப் பெண்.

"நான் உங்களுக்கு வேணாமா...? என்ன...? என்ன சொல்றீங்க" அதிர்ச்சியுடன் கேட்டார் அவர்.

"ஆமா சாமி, ஏதோ நாங்க ஏழபாழைகளா இருக்குறதுனால காவகுறு அரவகுறுமா கூழுத்தண்ணிய குடுச்சுக்கிட்டு கெடக்கோம்.

எங்க வறுமய பயன்படுத்திக்கிட்டு ஏங்கிட்ட துட்டக் குடுத்து தப்பும் தவறுமா இல்லாதது பொல்லாதத எல்லாம் எங்களப்பத்தியும் எங்க இயக்கத்தப் பத்தியும் கண்டமானிக்க எழுதி எங்கள கேவலப் படுத்துறீங்க. என்னமோ நாலெழுத்துப் படுச்சுக்கிட்டம்னு இம்புட்டு அநியாயம் பண்ணிக்கிட்டு அபாண்டமா எங்கள குத்தஞ் சொல்றீங்க. இப்பிடி எங்கள நாசக்காடு பண்ற நீங்க எங்க பங்குச்சாமியா இருக்கவே வேணாம். அதுனால இங்கிருந்து போயிருங்க சாமி." தெளிவாக, துணிவுடன் சொன்னாள் அந்த விதவைப் பெண்.

"நீங்க யாரு என்ன வேண்டாம்னு சொல்ல? ஆண்டவர்தான் அனுப்புனாரு. அவர் மாத்துனாத்தான் நான் போவேன்." துணிவுடன் கூறினார் அவர்.

"சாமி நீங்களா போறீங்களா... இல்ல..."

"நான் போகலைனா என்ன செய்வீங்க."

"எதுக்குசாமி இந்த வீராப்பெல்லாம். நீங்களா போகலனா, நாங்க உம்ம போகவப்போம்."

தனக்கு இப்பிடி ஒரு அவமானமா... கூட்டனத்தினரைப் பார்த்தார்... எல்லாருமே தனக்குத் தெரிந்தவர்கள்தான். ஆனா ஒருத்தங்கூட தனக்குச் சார்பா பேசலையே... போக வேண்டாம்னு சொல்லலையே...

"சரி... நான் போகத்தான செய்யணும். போறேன் ... என்னைக்கு நீங்க வந்து என் எங்காலுல விழுந்து மன்னிப்புக் கேக்குறீங்களோ... அது வரைக்கு நான் வரமாட்டேன். நான் மட்டுமில்ல... வேற எந்தச் சாமியாரும் இங்க வரமாட்டாங்க."

"சாமிக்கு அப்பிடி ஒரு நெனப்பு இருக்கா? நாங்க வந்து ஒங்க கால்ல விழுவோம்னா நெனச்சீங்க. அது நடக்கவே நடக்காது. என்னைக்கு செஞ்சது தப்புன்னு நீங்க வந்து எங்க கால்ல விழுகிறீகளோ அன்னைக்குத்தான் நீங்க இங்க வரமுடியும்..." துணிவுடன் கூறினார் கூட்டத்தில் இருந்த ஒருவர். வெறுப்புடன் அவரைப் பார்த்த சுவாமியார் காரின் கதவைத் திறந்து உள்ளே போக முயன்றார்.

காரின் கதவை அந்தக் கூட்டம் அடைத்தது. "சாமி இந்தப் பங்களா காரு பணம் எல்லாம் எங்க பேரச் சொல்லி வாங்கியிருக்கீங்க. இத விட்டுட்டு சும்மா நடந்தே போங்க."

மேலும் மேலும் தான் அவமானப்படுத்தப்படுவதை உணர்ந்தார் அவர். இந்தச் சூழ்நிலையில் தன்னால் ஒன்றும் செய்ய முடியாது... இங்கிருந்து சென்று விடுவதுதான் நல்லது. அதுவும் பூசைப் புறக்கணிப்பு

போராட்டம் பற்றி மோசமாக வெளியிட்டிருக்கும் துண்டுப் பிரசுரம் காரில் இருக்கிறது. அதை இந்தக் கூட்டம் பார்ப்பதற்கு முன்பாக இங்கிருந்து சென்று விடுவதுதான் நல்லது என்று எண்ணிய அவர் விரைந்து அங்கிருந்து புறப்பட்டார்.

அவருக்குப் பின்னால் கூட்டம் மகிழ்ச்சியுடன் ஆரவாரம் செய்யும் சப்தம் கேட்டது. தான் பெற்ற அவமானத்தால் கோபத்தின் உச்ச நிலையை அடைந்த அவர் அதே கோப வெறியுடன் பஸ் ஏறி, ஆயர் இல்லத்திற்குப் புறப்பட்டார். ஆயரோடு பேசி இந்தத் திமிர் பிடித்த கூட்டத்தின் கொட்டத்தை அடக்க ஏதாவது செய்யவேண்டும் என்ற வெறி அவரிடம் ஏற்பட்டது.

அங்கே ஆயர் இல்லத்தில் தன்னைப்போல் பல குருக்கள் வந்திருப் பதைக் கண்டு அதிர்ச்சியடைந்தார். இயக்கத்தினர் திட்டமிட்டுச் செய்திருப்பது அப்பொழுதுதான் புரிந்தது. 'இனி என்ன செய்வது...? எப்படிச் செயல்படுவது...? ஆயர் என்ன சொல்லப் போகிறார்...?'

மற்ற குருக்களைப் பார்த்தார். அவர்கள் ஆயரைப் பார்த்து தங்களது நிலைமையைச் சொல்லிக் கொண்டு இருந்தார்கள். கூர்ந்து கேட்டார் பாக்கம் சுவாமியார்.

"ஆண்டவரே... இன்னைக்குக் காலையில என் அறையில் கட்டளை ஜெபம் வாசிச்சிக்கிட்டு இருந்தேன். ஒரு பெரிய கும்பல்... ஆம்பளைங்க... பொம்பளைங்க எல்லாருமா வந்தாங்க. சாமி... உங்களப் பாக்கணும்... வெளிய வாங்கன்னு சொன்னாங்க. கொஞ்சம் பொறுங்க. செபத்தமுடிச்சிட்டு வந்துடுறேன்னு சொன்னேன். இல்ல.... அவசரம்... உடனே வெளிய வாங்கன்னு சொன்னாங்க. என்னவோ ஏதோன்னு வெளிய வந்தேன். வந்த உடனே ஒருத்தன் அறைய பூட்டிச் சாவிய எடுத்துக்கிட்டான். என்னப்பா செய்றீகன்னு கேட்டேன். சாமி... நீங்க எங்களுக்கு விரோதமா பேசுறீங்க... செய்றீங்க... அதனால நீங்க எங்களுக்கு வேணாம். ஆண்டவர்ட்ட போயிருங்க... இன்னும் பத்து நிமிஷத்துல போயிறணும்னு சொல்லிட்டுப் போயிட்டாங்க... சாவியையும் எடுத்துக்கிட்டுப் போயிட்டாங்க. என்ன செய்றதுன்னே தெரியல. அறைக்கு வெளிய அனாத மாதிரி நின்னுக்கிட்டு இருந்தேன். அழுகையா வந்துச்சு. இப்படி அவமானப்படவும், கேவலப்படவுமா சாமியாரா வந்தேன்னு நெனச்சி அழுதேன். அங்க நின்னு அழுதுக்கிட்டு இருக்கிறது இன்னும் ரொம்பக் கேவலம்னு புறப்பட்டு வந்துட்டேன். கையில காசு இல்ல. எல்லாம் அறையில இருந்துச்சு. நடந்தே வந்தேன். ஒரு இந்து ஆளு இரக்கப்பட்டு காசு குடுத்தாரு. அத வாங்கிக்கிட்டு

வந்து சேர்ந்தேன்.'' குரல் தழுதழுக்க சொல்லி முடித்தார். ஒரு பங்குச் சாமியார்.

"ஆண்டவரே என் கத இதவிட பெரியகத... நான் என் அறையில இருந்தேன். கூட்டமா நெறையப் பேரு வந்தாங்க. நேரா அறைக்குள்ள வந்து சாமி நீங்க எங்களுக்கு வேண்டாம்... போங்கன்னு சொன்னாங்க... நானு எதுக்குன்னு கேட்டேன். நீங்க எங்களுக்கு விரோதமாச் செயல்படுறீங்க. அதனால வேண்டாம்னு சொன்னாங்க... நான் போக மாட்டேன்னு சொன்னேன். கட்டாயம் போகணும்னு சொன்னாங்க. நான் மாட்டவே மாட்டேன்னு சொன்னேன். என்ன அடிச்சாலும், கொன்னாலும் இங்க இருந்து போக மாட்டேன்னு சொன்னேன். என்ன நாற்காலியில் இருந்து தூக்க நெனைச்சாங்க. நான் நாற்காலிய நல்லா இறுக்கமா பிடிச்சுக்கிட்டேன். என்ன நாற்காலியோட தூக்கி வெளிய கொண்டுவந்து வச்சி கதவப் பூட்டி சாவிய எடுத்துக்கிட்டாங்க. நீங்க சாவிய எடுத்துக்கிட்டுப் போனாலும் நானு இங்க வெளியதான் இருப்பேனே தவிர போகமாட்டேன்னு சொன்னேன். அவுங்களுக் குள்ளயே என்னவோ குசுகுசுன்னு பேசுனாங்க. கொஞ்ச நேரத்துல ஒரு டாக்சி வந்துச்சு. அப்பிடியே என்னைக் குண்டுகட்டா தூக்கி டாக்சிக்குள்ள போட்டு ரெண்டு பேரு அமுக்கிப் பிடிச்சிக்கிட்டாங்க. டாக்ஸிக்காரன் என்னன்னு கேட்க பைத்தியம்னு சொல்லிட்டாங்க. அப்படியே டாக்சியில இங்ககொண்டு வந்து என்ன இறக்கி விட்டுட்டுப் போயிட்டாங்க. நானு விடப் போறதில்ல. உங்ககிட்ட நடந்ததச் சொல்லிட்டு திரும்பவும் இன்னைக்கே அங்க போகப் போறேன். எத்தன தடவ என்னய இங்க கொண்டு வந்து விடுறாங்கன்னு பாப்போம்... அவுங்களா இல்ல நானா... ரெண்டுல ஒண்ணு தெரியாம விடப்போறதில்ல'' என்றார் ஒரு பங்குச்சாமியார் உணர்ச்சியுடன்.

"ஆண்டவரே... நானு ஒரு நல்ல அல்சேசியன் நாய் வளத்துக்கிட்டு இருக்கேன். அத எப்பவும் பகல் நேரத்துல கட்டிப்போட்டிருப்பேன். ராத்திரி மட்டும் அவுத்து விடுவேன். ஒரு ஆளும் கோயில் காம்பவுண்டுக்குள்ள வரமுடியாது. இன்னைக்கு காலையில நாயக் கட்டிப்போட்டுட்டு அதுக்கு சாப்பாடு போட்டுக்கிட்டு இருந்தேன். அப்பப் பாத்து இயக்கத் துக்காரங்க திடீருன்னு உள்ள வந்து என்ன உடனே போகணும்னு சொன்னாங்க. நானும் எவ்வளவோ சொல்லிப் பாத்தேன் கேக்கல, ஓரளவுக்குத்தான் பொறுக்க முடியும். அதுக்கு மேல பொறுக்கமுடியல. பேசிக்கிட்டு இருந்த நான் திடீருன்னு நாய அவுத்து விட்டுட்டேன். அது கொலைச்சுக்குட்டு பாஞ்ச பாச்சுலுல துண்டாக்காணோம், துணியக் காணோம்னு எல்லாப் பயகளும் ஓடிப்போனானுக. சரி... இதுக்கு

மேல நாம இங்க இருந்தா நம்மள எல்லாரும் கடிச்சுத் தின்னுபோடு வாங்கன்னு எங்கிட்ட இருந்த முக்கியமான பொருட்களயெல்லாம் ஒரு சூட் கேசுல வச்சு, அத மோட்டார் சைக்கிள்ள வச்சு கட்டிக்கிட்டேன். நாயையும் சங்கிலியோட பிடிச்சிக்கிட்டு மோட்டார் சைக்கிள்ள புறப்பட்டேன். தெருவுல நின்னுக்கிட்டு இருந்தவுங்க நாயப் பாத்ததும் ஓடி ஒளிஞ்சுக்கிட்டாங்க. ஊரக் கடந்ததும் நாய விட்டுட்டு நான் மட்டும் வேகமா வந்துட்டேன். பாவம் அந்த நாயி... ரொம்ப தூரம் பின்னாலயே ஓடி வந்துச்சு. அதுக்குப் பிறகு எங்க போச்சோ... தெரியல. வேகமா வந்த நான் நேரா போலீஸ் ஸ்டேஷனுக்கு போய் என்ன ஒரு கும்பல் வந்து தாக்கி எம் பொருட்களையெல்லாம் தூக்கிக்கிட்டுப் போயிட்டாங்கன்னு புகார் பண்ணிட்டுத்தான் வந்தேன். இப்ப போலீஸ் போயி அந்தப் பயகள லத்திக் கம்பாலேயே அடிச்சிட்டு இருக்கும்" என்று பல்லைக்கடித்துக் கொண்டு சொன்னார் மற்றொரு சாமியார்.

ஆயர் இல்லத்துக்கு ஒரு சில நாட்களுக்கு முன்பாகவே வந்து விட்ட பாதர் ராஜாவும் அங்கே இருந்தார்.

அவரைப் பார்த்த பாக்கம் பங்குச் சாமியார், "என்ன... உங்களயும் விரட்டிட்டாங்களா... உங்களயும் விரட்டுவாங்கன்னு எனக்குத் தெரியும். பாம்புக்குப் பால் வார்த்தீங்க. அது கடிக்காம பிறகு என்ன செய்யும். எங்கள எப்படி விரட்டுனாங்கன்னு நாங்க ஆண்டவர்ட்ட சொன்னோம். நீங்களும் சொல்லுங்க. மனங்குளிர கேட்டுக்கிறோம்" என்று இகழ்வாகப் பேசினார்.

"ஆண்டவரே... பரம சாதுவா இருந்த இம் மக்க இன்னைக்கு இவ்வளவு தூரம் கோபப்பட்டு நம்மள விரட்டுற அளவுக்கு வந்துட்டாங்கன்னா அதுக்கு யார் காரணம்னு யோசிக்கணும்" என்றார் பாதர் ராஜா.

"அப்ப இயக்கம் செய்றது எல்லாம் சரின்னு சொல்லுறீங்களா?" என்று கேட்டார் பாக்கம் பங்குச்சாமியார்.

"இது சரி... இது தப்புன்னு சொல்லுற அதிகாரத்த யார் நமக்கு கொடுத்திருக்கா? நம்மால சொல்ல முடியுமா...? அல்லது எந்த அளவு கோல வச்சி இது சரி... இது தப்புன்னு அளந்து சொல்லுவோம்? நமக்கு நாமே ஒரு அளவுகோல வச்சிக்கிட்டு இது சரி... இது தப்புன்னு சொல்லுறோம். நாம வச்சிருக்கிற அளவுகோல் சரியான அளவு கோலான்னு என்னைக்காவது பாத்திருக்கோமா...? அந்த அளவுகோல யார் நமக்கு கொடுத்திருக்கான்னு என்னைக்காவது சிந்திச்சிருக்கோமா...? இது மாதிரியான கேள்விய என்னைக்காவது எழுப்பியிருக்கோமா?"

“பாதர் ராஜா... நீங்க கொஞ்சம் புரியும்படியா சொல்லுங்க” என்றார் பாக்கம் பங்குச் சாமியார்.

“பாதர் ... நாம அதிகாரத்துல இருப்பவுங்க... அதோட உயர்ந்த சாதிங்கிற கர்வத்துல இருக்கிறவுங்க... சமூகத்துல மேலான நிலையில இருக்கிறவுங்க. அதனால நம்ம பார்வ ஒரு மாதிரியா அதாவது நமக்குச் சார்பா இருக்கிற மாதிரிதான் இருக்கும். ஆனா இந்த தலித் மக்க இருக்காங்களே... இவுங்களுக்கு அதிகாரம்னா என்னன்னு தெரியாது. கர்வம்னா என்னன்னு தெரியாது... மேல் மட்டத்துல இருக்கிறதுன்னா என்னன்னு தெரியாது. அவுங்களுக்கு தெரிஞ்சதெல்லாம் தாங்க ஒண்ணுமில்லாதவுங்க... மனுஷங்களிலயும் கீழானவுங்க, கீழ்நிலயில இருக்கிறவுங்க... இதுதான் தெரியும். அதனால அவுங்க பாக்குற பார்வ வித்தியாசமாகத்தான் இருக்கும். நாம என்னைக்கு அவுங்க பார்வையில நிகழ்ச்சிகளப் பாக்குறோமோ அன்னைக்குத்தான் அவுங்களப் புரிஞ்சிக்கிட முடியும். இப்பிடிப் பாக்குறதுக்கு மொதல்ல நாம நம்ம நிலயில இருந்து இறங்கணும். நம்ம அதிகாரத்துல இருந்து, ஆணவத்துல இருந்து மேல்சாதிங்கிற கர்வத்துல இருந்து இறங்கணும். ஒன்றுமில்லாத தன்மய உணரணும். நாம உபயோகமில்லாதவுங்கங்கிறத உணரணும். என்னைக்கு அப்பிடி உணருறோமோ அன்னைக்குத்தான் இம்மக்கள புரிஞ்சிக்கிட முடியும். நம்ம தலைவர் இயேசு இதுக்குச் சிறந்த உதாரணம். கடவுளா இருந்த அவர் அதே நிலயிலயே இருக்கல. இருந்திருந்தா நமக்கு மீட்பு கிடைச்சிருக்காது. தன்னயே வெறுமயாக்கி, அடிமநிலையெடுத்து, மனுஷனா பிறந்தார். அதே மாதிரி நம்மயும் இருக்க அழைக்கிறார். இன்னைக்கு இறைவனாப் பார்த்து இந்த சந்தர்ப்பத்த நமக்கு கொடுத்திருக்கார். நம்ம நிலயில் இருந்து இறங்கு வோம். நாம ஒன்னுமில்லாதவுங்கங்கிறத உணருவோம். அப்பிடி உணர்ந்துட்டா ... நிச்சயம் மாற்றம் பிறக்கும். செய்வீங்களா ஒவ்வொருத் தரையா நான் கேக்குறேன் செய்வீங்களா... எனது அனுபவத்துல இருந்து பேசுறேன். ஒன்றுமில்லாதவன்னு உணர்ந்த நிலையில் இருந்து பேசுறேன்... யேசுவப்போல கீழ வாங்க.” உணர்வுப் பூர்வமாகப் பேசினார் அவர்.

“ஆண்டவரே... ஓமலூர் சாமியாருக்குப் பைத்தியம் பிடிச்சிருச்சி. எண்ணென்னமோ உளறுறாரு. நாம ஒண்ணு கேட்டா அவர் என்னமோ ஒன்னைச் சொல்லுறார். இவரப் பைத்தியக்கார ஆஸ்பத்திரிக்கு கொண்டுபோகணும்” என்றார் ஒரு சாமியார் காட்டமாக.

பாதர் ராஜா சொன்னவைகளைப் பற்றி ஆயர் ஆழ்ந்து சிந்திக்க ஆரம்பித்தார். ‘இவர் சொல்றது நெஜம்தான்! ஆனா இவர் சொல்ற மாதிரி

கீழ வரமுடியுமா? இது நடக்கிற காரியமா...? அப்படி வரணும்னு நெனச்சாகூட மற்றவுங்க விடுவாங்களா...? முடியாதே... இப்ப என்ன செய்றது...?'

யோசித்த ஆயர், பாதர் ராஜா எழுப்பின பிரச்சினையை அப்படியே விட்டுவிட்டு குருக்கள் அனுப்பப்பட்ட பிரச்சினையை மட்டும் எடுத்து விவாதிக்கலாம் என்று முடிவு செய்தார். அதுதான் யதார்த்தமாக இருக்கும் என்று அவருக்குப்பட்டது.

"நீங்க ஒவ்வொருத்தரும் ஒவ்வொன்னச் சொல்றீங்க. ஒருத்தர் நானா வந்துட்டேன்னு சொல்றார். இன்னொருத்தர் என்ன வலுக் கட்டாயமா அனுப்பி வச்சிட்டாங்கன்னு சொல்றார். இன்னொருத்தர் திரும்பவும் போகப் போறேன்னு சொல்றார். இன்னொருத்தர் போலீசில் புகார் செஞ்சிருக்கேன்னு சொல்லுறார். இப்ப இந்தப் பிரச்சனய எப்படிப் பார்க்கலாம்? என்ன செய்யலாம்? அதப்பற்றி கொஞ்சம் பேசலாமே" என்றார் ஆயர்.

தான் சொன்னவைகளை முழுவதுமாக ஒதுக்கிவிட்டு இப்படி ஒரு கேள்வியை ஆயர் கேட்கிறாரே என்று வேதனைப்பட்டார் பாதர் ராஜா. இருந்தாலும் தனது கருத்தைக் கூற சந்தர்ப்பம் கிடைக்கும் பொழுது கூறாமல் இருக்கக் கூடாது என்று நினைத்த அவர் தனது எண்ணங்களைப் பகிர்ந்து கொள்ள ஆரம்பித்தார்.

"ஆண்டவரே... தலித் மக்க கேட்பது திருச்சபைக்குப் புறம்பானதல்ல, அவுங்க ஆலயத்துல சமத்துவத்தக் கேக்குறாங்க... தங்க பிள்ளைகளும் குருக்களா மாற படிப்பு வசதி வேணும்னு கேக்குறாங்க... வேலை வாய்ப்பு கொடுக்கணும்னு கேக்குறாங்க. பொருளாதார உதவிய கேக்குறாங்க. பொருளாதாரச் சுரண்டல் பாவம்னு சொல்லச் சொல்றாங்க... இதுல எதுவும் தப்பில்லயே ஆண்டவரே ... இந்த தலித் மக்க பிரதிநிதிகளக் கூப்பிடுங்க... அவுங்களோட பேசுங்க ... அவுங்க கோரிக்கைகள நிறைவேற்றுறதா வாக்குக் கொடுங்க நாளைக்கே நம்ம எல்லாரையும் அவுங்க பங்குகளுக்கு மேளதாளத்தோட அழைச்சிட்டுப் போவாங்க. சுருக்கமா சொல்லப் போனா இன்றைக்குச் சமுதாயத்துல தாழ்ந்த நிலயில் இருக்கும் அவுங்க சார்பா நம்மள இருக்கச் சொல்றாங்க.. இது முடியாதா..."

"ஆண்டவரே நீங்க எது சொன்னாலும் நான் கட்டுப்படுறேன். அத அப்படியே கடவுள் வாக்கா நினைச்சி நிறைவேத்த காத்திருக்கேன். அதுக்கு முன்னால எங்கருத்தயும் சொல்றேன். அதயும் கேட்டுட்டு பிறகு நீங்க முடிவு எடுங்க. என்ன முடிவு எடுத்தாலும் எனக்கு

மகிழ்ச்சிதான்" என்ற பீடிகையுடன் ஆரம்பித்தார் பாக்கம் பங்குச் சாமியார். "ஆண்டவரே... இன்னைக்கு இந்த தலித் மக்க எங்க எல்லாரையும் அவமதிச்சி இங்க வலுக்கட்டாயமா அனுப்பிட்டாங்க. இப்ப அவுங்களக் கூப்பிட்டு பேச்சுவார்த்த நடத்தி அவுங்க கோரிக்கய ஏத்துக்கிட்டீங்கன்னு வச்சிக்கிடுவோம். இதுவே ஒரு தவறுதலான முன் உதாரணமா அமயாதா? எந்த பிரச்சன வந்தாலும் சாமியார அடிச்சி விரட்டிட்டா நம்ம பிரச்சன தீந்து விடும்னு மக்க நினைக்கமாட்டாங்களா...? அப்படீன்னா நாங்க என்ன பகடக்காய்களா...? அவுங்க போன்னு சொன்னா போகணும்... வான்னு சொன்னா வரணும்மா? எங்களுக்கு மானம் மரியாத இல்லயா... ஆண்டவராகிய நீங்கதான் எங்க மானத்தக் காப்பாத்தணும். அதனால மொதல்ல எங்கள விரட்டினவுங்க இங்க வந்து எங்ககிட்ட மன்னிப்பு கேக்கட்டும். அதுக்குப் பிறகுதான் நீங்க இயக்கத்தக் கூப்பிட்டு பேச்சு வார்த்த நடத்தணும். அதுதான் முறை."

பாதர் ராஜா உடனே அதற்கு எதிர்ப்புத் தெரிவித்தார். "ஆண்டவரே... நாமதான் இந்த மக்ககிட்ட மன்னிப்புக் கேட்கணும். இம்புட்டு காலமும் நாம மக்களுக்கு ஒண்ணும் செய்யலன்னு சொல்லி நாம தான் மன்னிப்புக் கேக்கணும். அப்படி இருக்க அவுங்கள மன்னிப்பு கேட்கச் சொல்றது பிரச்சனய இன்னும் வளக்குமே தவிர நீக்காது. ஆண்டவரே... நாம செய்த தீமகளுக்கெல்லாம் இப்ப நாம மன்னிப்புக் கேக்காட்டாலும் பரவாயில்ல... ஆனா இந்த மக்கள் அழைச்சுப் பேசுறது மூலமா நாம செய்ததுக்கு பரிகாரம் செய்யலாம். ஆண்டவரே... இந்த காலக்கட்டத்துல இப்படி செய்றதுதான் நல்லது. யோசிச்சு முடிவெடுங்க."

"ஆண்டவரே எனக்கு பாதர் ராஜா சொல்றதில கொஞ்சமும் உடன்பாடு இல்ல. பாக்கம் சாமியார் சொல்லுறபடி செய்றதுதான் நல்லது" என்றார் அன்றைய தினமே ஊருக்குப் போகத் துடித்த சாமியார்.

"எனக்கும் அது மாதிரியேதான் தோணுது" என்றார்...

ஆயர் ஒருசில நிமிடங்கள் அமைதியாக யோசித்தார். பாதர் ராஜா சொன்ன கருத்தில் ஓரளவு நியாயம் இருப்பது அவருக்குப் பட்டது. இருப்பினும் தலித் மக்கள் கடைபிடித்த வழிமுறைகளை அவரால் ஏற்றுக்கொள்ள முடியவில்லை. இதே வழிமுறைகளை மற்ற சாதியினரும் கடைப்பிடிக்க ஆரம்பித்தால் மறைமாவட்டம் என்ன ஆவது? ரெட்டியார்களும், நாயுடுகளும் தங்கள் பங்குகளிலுள்ள சாமியார்களை அனுப்பிவிட்டு இவர்கள் தங்களுக்குச் சார்பாக இருந்தால் மட்டுமே தங்கள் பங்குகளில் இருக்க வேண்டும் என்ற

கோரிக்கையை முன்வைத்தால் அந்தச் சூழ்நிலையை எப்படிச் சந்திக்க முடியும்? தலித் மக்கள் ஆரம்பித்து வைத்திருக்கும் இத்தகைய முன்னுதாரணத்திற்கு அவர்கள் கோரிக்கையை ஏற்பதன் மூலம் அனுமதி வழங்கக்கூடாது. மேலும் பெரும்பான்மையான குருக்களின் விருப்பமும் தலித் மக்களின் கோரிக்கைகளை இப்பொழுது ஏற்கக் கூடாது என்றே இருக்கிறது. இத்தகைய சூழ்நிலையில் பெரும்பாலான குருக்கள் நினைக்கும் வழியே செல்வதுதான் சிறந்தது என்ற முடிவிற்கு வந்தார் அவர்.

25

அப்பொழுது இரவு சுமார் ஒன்பது மணி இருக்கும்.

ஓமலூர் கோயிலுக்கு முன்பாக இருந்த மண்டபத்தில் அறுபது வாட்ஸ் பல்ப் ஒன்று எரிந்து கொண்டிருந்தது.

பாதர் ராஜா பங்கிலிருந்து சென்று இரண்டு வாரங்களாகி விட்டன. இரண்டு வாரங்களாக இருண்டு கிடந்த அந்த இடம் அன்றுதான் ஒளியைச் சந்தித்தது.

அந்த ஒளியில் ஒருவர் முகத்தை ஒருவர் பார்த்தபடி இயக்க நிர்வாக உறுப்பினர்கள் உட்கார்ந்திருந்தனர். அவர்களோடு தலித் மக்கள் வாழும் ஒவ்வொரு கிராமத்திலிருந்தும் வந்த தலித் உரிமை இயக்கத்தின் பிரதிநிதிகளும் அமர்ந்திருந்தனர்.

அவர்களின் ஒவ்வொருவரிடமும் ஒரு பரபரப்பு இருந்தது. சாமியார்களை அனுப்பிய பின்பாவது பிரச்சினை தீரும் என்று நினைத்த அவர்களிடம் பிரச்சினை தீராமல் போகவே இனி என்ன செய்வது என்ற கேள்விக்குறி இருந்தது. கூட்டத்தில் ஏதோ ஒன்று நடக்கப் போகிறது என்ற பரபரப்பு ஒவ்வொருவரிடமும் இருந்தது.

கித்தேரியான் அவர்கள் அனைவரையும் பார்த்தார். பிறகு வழக்கப்படி நிதானமாக பொறுப்புணர்வோடு தனது பேச்சை ஆரம் பித்தார். "நாம் இங்க எதுக்கு வந்திருக்கோம்னு நம்ம எல்லாருக்குமே தெரியும். நம்ம உரிமைக்காக எத்தனயோ போராட்டங்கள நாம நடத்திட்டோம். கடைசியா சாமியார்கள விரட்டி அனுப்புற போராட்டத்தையும் நடத்திட்டோம். ஆனா இதுவரைக்கும் ஒன்னுமே நடக்கல. இனி என்ன செய்யலாம்னு யோசிக்கத்தான் இங்கே ஒன்னா கூடியிருக்கோம்."

"ஆண்டவரு என்னதான் சொல்றாரு. எதாவது கேள்விப் பட்டீங்களா" என்று கேட்டார் ஒருவர்.

"சாமியார்கள நாம விரட்டி விட்டது தப்பாம்.. மொதல்ல நாம வந்து மன்னிப்புக் கேக்கணுமாம். பிறகு சாமியார்கள அழைச்சுக்கிட்டு நம்ம பங்குகளுக்கு வரணுமாம். அதுக்குப் பிறகுதான் நம்ம கோரிக் கைகளைப் பற்றிப் பேசணுமாம்."

"எப்படியாவது நம்ம கோரிக்க நிறைவேறணும். அம்புட்டுத் தானே! ஆண்டவர் சொல்ற மாதிரி செஞ்சா என்ன?" என்றார் ஒருவர்.

"நமக்கு மானம் மரியாத ஒன்னுமே இல்லயா. நாம என்ன தப்பு செஞ்சோம் மன்னிப்பு கேட்க. மன்னிப்புங்கிற பேச்ச மட்டும் எடுக்காதீங்க. வேற வழி இருக்கான்னு பாருங்க" என்றார் பாக்கத்தைச் சார்ந்த விதவைப் பெண்.

"அம்மா... கொஞ்சம் யோசிச்சுப் பேசு... எங்க ஊர்ல ஏற்கனவே திட்டமிட்ட கலியாணம் ஒன்னு இருக்கு. சாமியார் இல்லாம எப்பிடி கலியாணத்த மந்திரிக்கிறது? சாமியார் எப்படியும் வந்தாகணும். நான் இன்னைக்கு கூட்டத்துக்கு வந்ததே நாம எல்லாரும் போயி மன்னிப்புக் கேக்கலாம்னு சொல்றதுக்குத்தான். நீங்க மன்னிப்புக் கேட்டு சாமியார்கள கூட்டிட்டு வருவோம்னு முடிவு எடுக்கலனா எங்க ஊர் ஆளுக மட்டுமாவது போய் மன்னிப்புக் கேட்டு சாமியாரக் கூட்டிக்கிட்டு வரத்தான் போறோம்" என்றார் ஒரு கிராமத்திலிருந்து வந்தவர். கருத்து வேறுபாடுக்கான முதல் கல் கூட்டத்தில் வீசப்பட்டது.

அவரைப் பார்த்து கித்தேரியான் கேட்டார். "ஐயா உங்க ஊர்ல நடக்கிற கலியாணத்த சாமியார்தான வந்து நடத்தணும்னு சொல்றீங்க. நம்ம சாமியார்க ரெண்டுபேர் இருக்காங்க. அவுங்க மந்திரிக்க தயாரா இருக்காங்க. கலியாணம் மட்டுமில்ல... பூசவைக்கணும்னாலும், அவஸ்த கொடுக்கணும்னாலும் அவுங்க தயாரா இருக்காங்க. போய் கூப்பிடுங்க. அவுங்க கட்டாயம் வருவாங்க."

"நாங்க அப்படியும் நெனச்சுப் பாத்தோம். அப்படிச் செஞ்சா அனுமதியில்லாம எப்பிடி கலியாணத்த மந்திரிக்கலாம்னு ஆண்டவர் கேட்டு கலியாணத்த மந்திரிச்ச சாமியாரத் தண்டிக்கலாமாம். திருச்சபச் சட்டத்துல அப்பிடித்தான் இருக்காம். நமக்காக எதுக்கு நம்ம சாமியார்க தண்டிக்கப்படணும். நல்லா யோசிங்க" என்று கூறினார் அவர்.

"ஐயா... உங்களுக்கு யாரோ தப்பா செய்திய சொல்லியிருக்காங்க. நானும் இதே சந்தேகத்த நம்ம சாமியார்கிட்ட கேட்டேன். திருவருட்சாதனங்க இருப்பது நமக்காகவாம். சாமியார்க இல்லாட்டா நம்மளே கூட கலியாணத்த நடத்தி வைக்கலாம்னு திருச்சபைச் சட்டத்தில இருக்கிறதா நம்ம சாமியார்க சொன்னாங்க. சாமியார் இல்லாத சூழ்நிலையில் திருச்சபையினால விலக்கி வைக்கப்பட்ட சாமியார்க்கூட பூச வைக்கலாம். அதனால நம்ம சாமியார்க வந்து பூச வச்சா ஆண்டவரால தண்டிக்கமுடியாது" என்றார் கித்தேரியான்.

"நெசமாத்தான் சொல்றீங்களா... இல்ல பொய் சொல்றீங்களா..." மறுபடியும் சந்தேகத்தொனியிலேயே கேட்டார்.

"நான் ஏன் உங்ககிட்ட பொய் சொல்லணும். நெசமாத்தான் சொல்றேன்."

சந்தேகம் முற்றிலும் மறைய உற்சாகமாகக் கூறினார் அவர். "அப்பன்னா சரி... இனி நீங்க என்ன முடிவு செஞ்சாலும் எங்க ஊர்க்காரங்க ஏத்துக்கிடத் தயாரா இருக்கோம்."

"சாமியார்க்கிட்ட மன்னிப்பு கேட்க வேண்டாம்னு எல்லாரும் சொல்றீங்க... அப்ப இனி என்ன செய்றது?" மறுபடி ஒருவர் பிரச்சினையைக் கிளப்பினார்.

"எனக்கு ஒரு வழி தெரியிது... நம்ம போராட்டத்த முறையில்லா ததுன்னுதான் ஆண்டவர் சொல்றார். ஒரு முறையான போராட்டத்தையே ஆயருக்கு எதிரா நடத்தினா என்ன?" என்று கேட்டாள் இசக்கி.

"கொஞ்சம் தெளிவாச் சொல்லேன்" என்றாள் பாக்கத்தைச் சார்ந்த பெண்.

"எல்லாரும் நல்லா கவனமாகக் கேளுங்க. இதுவர நம்ம செஞ்ச போராட்டமெல்லாம் நமக்கு எதிரா யார் இருக்காங்களோ அவுங்கள வேதனைப்படுத்துறது மாதிரி செய்திருக்கோம். நான் இப்ப சொல்லப்போற போராட்டத்துல நம்மள நாமே வேதனைப்படுத்திக் கிடுவோம். ஆமா... நான் உண்ணாவிரதத்தத்தான் சொல்றேன். காலையில ஆரம்பிச்சி சாயங்காலம் முடிக்கிற உண்ணாவிரதத்தச் சொல்லல. நம்ம கோரிக்கைகள் வலியுறுத்திச் சாகிறவர உண்ணாவிரதம் இருப்போம். ஆண்டவர் வீட்டுக்கு முன்னாலேயே இருப்போம். இதுக்கு பெண்கள் தயாரா இருக்காங்க. ஒரு வேளை கஞ்சிகூட இல்லாம பட்டினியும், பசியுமா இருந்து கொஞ்சம் கொஞ்சமா வீட்டுல செத்துக்கிட்டு இருக்கிற பெண்கள் ஆண்டவர் இல்லத்துக்கு முன்னால ஒரு கொள்கைக்காகச் சாகத் தயாரா இருக்காங்க. நிறைய பெண்கள் இந்த போராட்டத்துல கலந்துக்கிட தயாரா இருக்காங்க. இப்படி ஒரு போராட்டம் நடத்தினா பத்திரிக்கையில நம்மளப்பற்றி அதிகம் எழுதுவாங்க. நம்ம பிரச்சினைக்கு பொதுமக்க ஆதரவு அதிகமா இருக்கும். கட்டாயம் ஆயர் இதப் பாத்துக்கிட்டு சும்மா இருக்க முடியாது. நிச்சயமா நம்ம கோரிக்கைகள ஏத்துக்கிடத்தான் செய்வாரு. அப்படியே ஆயர் சும்மா இருந்தாலும் நம்ம சாகிறதப் பாத்துக்கிட்டு அரசாங்கம் சும்மா இருக்காது. கோரிக்கைகள ஏத்துக்கிடச் சொல்லி ஆயரக் கட்டாயப் படுத்தும். அதனால நான் கெஞ்சிக் கேட்டுக்கிறேன். "சாகும் வரை உண்ணாவிரதப் போராட்டம் இருக்கப்போறதா தீர்மானம் செய்யுங்க" என்றாள் இசக்கி. அவளுடைய குரலில் வேகமும், அநியாயத்தை எப்படியும் எதிர்க்க வேண்டும் என்ற உறுதியும் தெரிந்தது.

அதுவரை அமைதியாக நடந்த கூட்டத்தில் சிறிது பரபரப்பு ஏற்பட்டது. ஒவ்வொருவரும் தங்கள் சொந்தக்காரப் பெண் உண்ணா விரதத்தில் கலந்துகொண்டு சிறிது சிறிதாக செத்துக் கொண்டிருப்பதாகக் கனவு காண ஆரம்பித்துவிட்டார்கள். உடல் துடிக்க ஆரம்பித்தது. கோபத்தில் முகம் விகாரமாக மாற ஆரம்பித்தது.

அவர்களையே பார்த்துக் கொண்டிருந்த இசக்கி மீண்டும் சொன்னாள். "உங்க எல்லாருடைய ரத்தமும் கொதிக்கிறத என்னால உணர முடியிது. நம்ம வீட்டுப் பெண்கள் அநியாயமாக் கொலை செய்யப்பட்டா எப்படித் துடிப்பீங்களோ அதுபோல நீங்க துடிக்கிறத என்னால பாக்க முடியிது. நம்ம கோரிக்கைகளுக்கு ஒரு உடன்பாடு ஏற்படலனா உண்ணாவிரதத்தினால சில பெண்கள் சாகிறோம். அப்ப இதவிட துடிப்பீங்க. அதிகமா உங்க ரத்தம் கொதிக்கும். கோபத்தினால் முகத்துல தீப்பறக்கும். அப்ப உங்க கையில ஆயுதமெடுங்க. அநீதத்த அடிச்சி ஒழிங்க. தீமைய தீவச்சி எரித்து சாம்பலாக்குங்க. சமத்துவத்த, நீதிய நிலைநாட்டுங்க." அவளுடைய பேச்சில் ஆவேசம் கூடிக்கொண்டே போனது.

"ஆமா... இப்படித்தான் செய்யணும். உண்ணாவிரதத்துல முதல் ஆளா நான் கலந்துக்கிறேன்" என்றாள் பாக்கம் பெண், அவளுடைய நரம்புகளும் துடித்துக் கொண்டிருந்தன. பொய்யான வாக்கு மூலம் கொடுத்து இயக்கத்தைக் காட்டிக்கொடுத்ததற்கு இந்த உண்ணாவிரதம் தான் சிறந்த பரிகாரம் என்ற உணர்வு அவள் பேச்சில் வெளிப்பட்டது.

கூட்டத்தில் கலந்து கொண்ட ஆண்களுக்கு என்ன பேசுவது என்று தெரியவில்லை. பெண்களின் ஆவேசமான பேச்சிற்கு இணையாக தங்கள் செயல் இருக்க வேண்டும் என்று நினைத்தார்கள்.

மறுபடியும் கித்தேரியானே பேசினான். "அம்மா... நீ பேசுற மாதிரி உண்ணாவிரதம் இருக்கிறது அப்படி ஒண்ணும் லேசான காரியமில்ல. சாப்பிடாம இருக்கிறது ரொம்ப ரொம்பப் பெரிய காரியம். ரொம்ப அதிகமா மன வலிமை இருக்கணும். அப்படியே நீங்க இருந்துட்டாலும் சாமியார்களும், ஆயரும் சும்மாவா இருப்பாங்க. இருக்க மாட்டாங்க. போலீசில புகார் செய்து உங்க எல்லாத்தையும் கைது செய்து ஆஸ்பத்திரியில சேர்ப்பாங்க. போராட்டம் பிசுபிசுத்துப் போயிறும். அதவிட முக்கியமானது என்னான்னா அவுங்க சரியான முறையினு சொல்லுற போராட்டத்துல நாம ஏன் குதிக்கணும்? அவுங்க சரியானதுன்னு சொல்லுற போராட்டம் நம்மள துன்பப்பட வைக்கிற போராட்டம். இவ்வளவு காலம் துன்பப்பட்டுக்கிட்டே இருந்த நாம

போராட்டத்துலயும் துன்பப்படணுமா? போராட்டமாவது வீரமான போராட்டமா இருக்கக் கூடாதா? உயர்ந்தவுங்க சரியானதுன்னு சொல்லுறதுக்கு மாறா நாமளே ஏதாவது, புதுமையான, வீரமான போராட்டத்துல இறங்கக்கூடாதா?"

"மச்சான்... நீங்க பேசினாலே எனக்கு கோபம் தான் வருது. உங்க மனசுல ஒண்ணு இருக்கும். பட்டுன்னு அதச் சொல்லாம சுத்தி வளச்சு ஏதாவது சொல்லிக்கிட்டே இருப்பீங்க. நீங்க நினச்சிருக்கிற போராட்டம் எதுன்னு பட்டுன்னு சொல்லுங்க" என்றார் இஞ்ஞாசி எரிச்சலுடன்.

"ஆமா... எம் மனசில்ல ஒரு போராட்டம் உதிச்சிருக்கு. இப்ப இசக்கி கடேசியா சொன்னாளே... உண்ணாவிரதத்துல சில பெண்கள் செத்தா உங்க ரத்தம் அதிகமா கொதிக்கும்... முகத்துல தீப்பறக்கும்... உங்க கையில ஆயுதமெடுங்க... அநீதத்த அடிச்சி ஒழிங்க... தீண்டாமைய தீவச்சு கொளுத்துங்கன்னு... அத ஏன் இப்பவே செய்யக்கூடாது? சில பெண்கள் உண்ணாவிரதத்துல செத்தாத்தான் அதச் செய்யணுமா? ஏன் அதே உணர்ச்சி இப்ப இல்லயா... தீண்டத்தகாதவனா மிருகத்திலயும் கேவலமா நாம நடத்தப்படும் பொழுதெல்லாம் நாம கொல்லத்தானே படுகிறோம். ஏன் அத நினச்சி கோபப்பட மாட்டேங்கிறோம். அத நினச்சி ஏன் நம்ம ரத்தம் கொதிக்கறதில்ல. இவ்வளவு நாளும் இப்படியே இருந்துட்டோம். இனியும் இப்பிடியே இருக்கணுமா? வேண்டாம்... வேண்டவே வேண்டாம். இப்பவாவது கோபப்படுவோம். அநீதத்த ஒடுக்க ஆயுதமேந்துவோம். நாங்களும் மனுஷங்கதான்... எங்களுக்கும் மானரோஷம் இருக்கு... அதவிட வீரம் அதிகமா இருக்குன்னு நிரூபிப்போம்."

அவர் பேசப் பேச அனைவரிடமும் ஆவேசம் கூடியது. ஆயுதத்தை எடுக்க கைகள் பரபரத்தன. ஏதாவது செய்யவேண்டும் என்ற வெறி ஒவ்வொருவரிடமும் ஏற்பட்டது.

அவர்களுக்கு மேலும் வெறியை ஊட்ட கித்தேரியான் பேசினார். "இங்க பாருங்க... தீண்டாமைக்கு எதிரா போராட்டம் திருச்சபையில எப்பவோ ஆரம்பிச்சிருச்சி. நூறு வருஷத்துக்கு முன்னால கும்பகோணம் பக்கத்துல மாத்தூர் கிராமத்துல நம்ம ஆளுக கோயில்ல நடுச்சாலதான் வேணும்னு கேட்டு போராட்டத்த ஆரம்பிச்சாங்க. நடுச்சாலய நம்ம ஆளுகளுக்கு கொடுத்த திருச்சப, ராத்திரியோட ராத்திரியா பீடத்த பக்கசாலப் பக்கம் திருப்பி கட்டி நம்ம ஆளுகள ஏமாத்திட்டாங்க. அதே மாதிரி பிச்சூர்லகூட சமத்துவம் வேணும்னு நம்ம ஆளுக 1953-ல

போராடினாங்க. அப்ப பக்கசாலைக ஒரு அடி பள்ளத்துல இருந்துச்சு. சமத்துவம்தானா உங்களுக்கு வேணும்னு சொன்ன ரெட்டியார்க அந்த ஒரு அடி பள்ளத்த நிரப்பி, திரும்பவும் பக்கசாலயிலயே நம்மள இருக்கச் சொல்லி எல்லாரும் சமமாயுட்டோம்னு ஏமாத்திட்டாங்க."

"இதெல்லாம் எங்களுக்கு தெரியாதே. அப்ப நம்ம ஆளுக எங்கயும் செயிக்கலையா...?"

"ஏன் செயிக்கல. வடக்கன்குளம்னு ஒரு கிராமத்துல நம்ம ஆளுகளும், சாணார்களும் ஒன்னாச் சேர்ந்து கோயில்ல சமத்துவம் வேணும்னு வெள்ளாளர்களுக்கும் முதலியார்களுக்கும் எதிரா போராடி கால்சட்ட மாதிரி இருந்த கோயில சமமா ஆக்குனாங்க... ஏன்... இந்து மதத்துலகூட 1939-ம் வருஷம் ஜுன் மாசம் 13-ம் தேதி நம்ம ஆளுக மதுரை மீனாட்சியம்மன் கோயில்ல நுழைஞ்சி சாமி கும்பிட்டிருக்காங்க. சாதி இருக்குன்னு சொல்லுற இந்து மதத்துலயே ஐம்பது வருஷத்துக்கு முன்னால சாதியில்லைனு சொல்லி நம்ம ஆளுக கோயில்ல நுழைஞ்சு சமத்துவத்த நிரூபிச்சிட்டாங்க. சாதியில்லனு சொல்லுற மதத்துல இருக்கிற நாம் சமத்துவத்த நிரூபிக்க இன்னும் போராடாம இருந்தா நம்மள மாதிரி கோழைக வேறு யாருமே உலகத்துல இல்லனுதான் சொல்லணும்."

"அண்ணே... பேசுனது போதும். வெறிய மேலும் மேலும் ஏத்தாதீங்க. என்ன செய்யணும்னு சொல்லுங்க... செய்றோம்." சாமியார்களை அழைத்துவர மன்னிப்புக் கேட்கலாம் என்று கூறிய அவர் வீரத் துடிப்புடன் கேட்டார்.

"நல்லா கேளுங்க... நாம இந்த மறைமாவட்டத்தில எண்பது சதவிகிதம் இருக்கோம். கேவலம் இருபது சதவிகிதம் இருக்கிற இந்த கொஞ்சப்பேரு நம்ம தீண்டதத்தகாதவனா நடத்துறான். இனியும் பொறுக்கக் கூடாது. மயிலே மயிலே இறகு போடுன்னு கேட்டாச்சு. இறகு போடல. புடுங்க வேண்டியதுதான். நம்ம மறை மாவட்டத்துல இருக்கிற நம்மாளுக எல்லாரும் இங்க இந்த ஓமலூர்ல்ல ஒருநா ஒண்ணுகூடுவோம், அநீதிய எதிர்க்க இங்க இருந்து எல்லாரும் சேர்ந்து பாத யாத்திரையா புனிதப் பயணம் புறப்படுவோம். எந்தெந்த ஊர்ல கோயில்ல தீண்டாம இருக்கோ அந்த ஊர்களுக்கா போவோம். பெருங் கூட்டமா படையெடுத்துப் போறது மாதிரி போவோம். இந்த நம்ம புனித யாத்திரைக்கு நம்ம சாமியார்க ரெண்டுபேரும் தலைமை தாங்கட்டும். ஊருக்குள்ள நுழைவோம். அங்க உள்ள உயர்ந்த சாதிக்காரங்ககிட்ட அமைதியா தீண்டாமய ஒழிக்கணும்னு கேப்போம்.

கேட்டா அவுங்களோடயே ஆலயத்துக்குப் போயி எல்லாத் தீண்டாமை யையும் ஒழிப்போம். கேக்கலைனா நாமளே தீண்டாமைய ஒழிப்போம். தடுக்கிற உயர் சாதிக்காரங்கள அடிச்சி ஓட ஓட விரட்டுவோம். கோயில நாம கைப்பற்றுவோம். ஏன்னா அது நம்ம கோயில். இவ்வளவு நாளும் அவுங்க கட்டுப்பாட்டுல இருந்துச்சு. கோயில் தங்க சொத்து... தங்க பணத்துல கட்டுனதுன்னு சொல்லிக்கிட்டுத் திரிந்தாங்க... ஆனா கோயில் கட்ட அவுங்களுக்கு அந்த பணம் எங்க இருந்து வந்துச்சு. நம்ம ரத்தத்த குருதியா சிந்தவச்சு, நம்ம உழைப்ப சுரண்டி திருடுன பணத்துல கோயில் கட்டுனாங்க. அப்படீன்னா அந்த பணம் நம்ம பணம் நாம உழைச்ச பணம். அந்தப் பணத்துல கட்டின கோயில் நம்ம கோயில். கோயில் கட்டும் போதுகூட வீட்டுக்கு ஒருத்தர்னு தினமும் கூலியில்லாம வேலைக்குப் போயிருக்கோம். உயர்சாதிக்காரன் ஒருத்தங் கூட வேலைக்கு வந்தது கிடையாது. கோயில் முழுக்க முழுக்க நம்மளுடையது. நம்ம உரிமையக் காட்ட கோயிலுக்குள்ள நுழைவோம். எல்லா இடத்திலயும் உக்காருவோம். நம்ம சாமியார்க பூச வைக்கட்டும். நாமளே பாட்டுப் பாடுவோம். பூசைக்கு உதவி செய்வோம். வாசகம் வாசிப்போம். பூச முடிஞ்சி அந்த ஊர்ச் சப்பரத்த, நேர நம்ம தெருக்களுக்கு ஊர்வலமா கொண்டுபோவோம். கல்லறையில நம்ம கல்லறையையும், அவுங்க கல்லறையையும் பிரிக்கிற சுவரை இடிச்சி தரைமட்டமாக்கி சமனப் படுத்துவோம். மணல் குமியலா இருக்கும் நம்ம கல்லறைகளையும் தகர்த்து சமமாக்குவோம். புதுசா கல்லறைகள்ள சமத்துவமா புதைக்க அடித்தளமிடுவோம். ஒவ்வொரு ஊர் கோயிலுக்கும் அம்பது ஏக்கர் அறுபது ஏக்கர்னு நிலமிருக்கு. அத அந்த ஊர்ல இருக்கிற நம்ம ஆளுகளே கூட்டு விவசாயம் செய்றது மாதிரி நாமளே சென்று ஏர் பிடித்து உழுது விவசாயத்த ஆரம்பிப்போம். அரசாங்கம் நிர்ணயித்திருக்கிற - குறைந்த பட்ச கூலி ரெட்டியார்களும், நாயுடுகளும் அன்னையில இருந்து கொடுக்கணும்னு சொல்லுவோம். அவுங்க அப்படி கொடுக்கிற வரையில் கோயில் நிலத்த நம்ம ஆளுக பயிர் செய்து சாப்பிடட்டும். நம்ம பேரால பங்கில வாங்கின லோன், கரவ மாடுக, வண்டி மாடுக, வண்டி கொத்தடிமையா யாரை எவ்வளவு பணத்துக்கு எத்தனை வருஷமா வச்சிருக்காங்க போன்ற அநீதிகளையெல்லாம் எந்தெந்த ரெட்டியார் களும், நாயுடுகளும் செய்தாங்கன்னு லிஸ்ட் தயாரிச்சு அன்னைக்கு அத வெளியிடுவோம். அவுங்க எல்லாத்தையும் மத விலக்கு செய்வோம். என்னைக்கு செய்த குற்றத்த ஏத்துக்கிட்டு, பரிகாரமா வட்டியும், முதலுமா திருப்பிக் கொடுக்கிறாங்களோ அன்னைக்கு நாம மத விலக்கிலிருந்து அவுங்கள விடுவிப்போம். ஒரு ஊருல நாம இதுமாதிரி முடிச்சிட்டு அடுத்த ஊருக்குப் போவோம். இப்படி ஒரு புதிய

போராட்டம் மூலமா புதிய திருச்சபய, நீதியும் சமத்துவமும் நிறைந்த மக்கள் திருச்சபய உண்டாக்குவோம்." ஆவேசமாக உணர்ச்சியுடன் பேசினார் கித்தேரியான்.

அங்கே அமைதி நிலவியது. யாருமே பேசவில்லை. ஒவ்வொரு வருடைய நரம்புகளையும் கித்தேரியானின் பேச்சு சுண்டி இழுத்தது. காயப்பட்ட அந்த மனித உள்ளங்களில் பல்வேறு விதமான உணர்வுகள் கொப்பளித்தன. அமைதியான அந்த இரவில் உணர்ச்சிப் பூர்வமாக இருந்த அவர்கள் வேகமாக மூச்சுவிடும் சப்தம் மட்டுமே கேட்டது.

ஒரு சில நிமிட அமைதிக்குப் பின்னால் கூட்டத்திலிருந்து ஒருவர் கேள்வி கேட்டார். "இந்த மாதிரி திட்டமிட்டா அடி, குத்து, வெட்டு, கொலைன்னு வருமே... என்ன செய்றது?"

"இருக்கட்டுமே... சிலர் கொல்லப்படலாம். படுகாயமடையலாம். இப்படி நடந்தாத்தான் உலகத்தின் கவனம் நம்ம பக்கம் திரும்பும்... சட்டசபையில, பார்லிமென்டுல இதப்பற்றி சிலர் கேள்வி கேட்பாங்க. அநீதி வெளிச்சத்துக்கு வரும். அதுக்குப் பிறகுதான் நீதி உருவாகும். சமத்துவம் பிறக்கும். ரத்தம் சிந்தாம மாற்றமில்ல. யேசுவே ரத்தம் சிந்தித்தான மீட்பக் கொண்டுவந்தார். அந்த யேசுமேல நம்பிக்க வச்சு இந்தக் காரியத்துல இறங்குவோம். நீதிக்காகப் போராடுகிற நம்ம பக்கம் தான் கடவுள் இருப்பார். நிச்சயம் நமக்கு வெற்றிதான்!"

மறுபடியும் அங்கே அமைதி நிலவியது. திட்டத்தை நடைமுறைப் படுத்துவதில் உள்ள சிக்கலை உணர்ந்த முத்து, தன் சகோதரனிடம் தன் சந்தேகத்தைக் கேட்டார். "அண்ணே பாத யாத்திரையா பல நாள் செல்லணும்னா சாப்பாட்டுக்கு என்ன செய்றது? பெரிய கூட்டம் இருக்குமே? சாப்பாடுபோட ரொம்ப பணம் வேணுமே... என்ன செய்ய?"

"அதுக்கும் வழியிருக்கு. ரெட்டியார்களும், நாயுடுகளும் நிறைய பணம்வச்சிக்கிட்டு இயக்கத்த உடைக்கிறதுக்கு தயாரா இருக்காங்க. ஊருக்கு ரெண்டுபேர நாமளே நியமிச்சு இயக்கத்த உடைக்கிறதா அந்த உயர்சாதியினரிடம் சொல்லி பணத்த கரக்க வேண்டியதுதான். அந்த பணத்த வச்சு அந்த ஊர்க்காரங்க புனித யாத்திரைக்கு வருகிறவுங் களுக்கு சாப்பாடு தயாரிச்சி குடுக்கட்டும். நம்ம மச்சான் இஞ்ஞாசி அப்படித்தானே பணத்த வாங்கிக்கிட்டு செலவழிக்காரு."

"எனக்கு இன்னொரு பெரிய சந்தேகம் இருக்கு. போலீசு நம்ம பாத யாத்திரைக்கு உத்தரவு கொடுக்குமா...?"

"நாம போகிறது பாத யாத்திர, அரசியல் யாத்திர இல்ல. புனித யாத்திர. மத சம்பந்தப்பட்டது. மத சம்பந்தமா பழனிக்கு நடந்து

போகிற மாதிரி, மேல் மருவத்தூருக்கு போகிற மாதிரி வேளாங்கண்ணிக்கு போகிற மாதிரி நாம பிச்சூருக்கு போறோம், மற்ற ஊர்களுக்கும் போறோம். இதுக்கு எதுக்கு போலீசில உத்தரவு வாங்கணும்? நல்லா கேட்டுக்கோங்க. அடுத்த வாரம் இதே நாளு ராத்திரிக்குள்ள எல்லா ஊர்கள்ள இருந்தும் இங்க வந்து ஒண்ணு கூடுவோம். ஒவ்வொருவரும் ஒரு பெரிய சிலுவய கையில வச்சிக்கிட்டு வரட்டும். அந்த சிலுவ மரத்தினால் இருக்கலாம். இல்ல இரும்புக் கம்பியிலயும் இருக்கலாம். இரவு சாப்பாடுக்கு நானு ஏற்பாடு செய்றேன். மறுநாளு கருக்கல்ல இங்கிருந்து சிலுவைய பிடிச்சிக்கிட்டு பிச்சூருக்கு போவோம். செபம் சொல்லிக்கிட்டு, பாட்டுப் பாடிக்கிட்டு பக்தியா போவோம். அங்க போய் வன்முறைய பயன்படுத்துறோமா... இல்ல அகிம்சையில நடக்கப் போறமான்னு இப்ப பேசவேண்டாம். சூழ்நிலைக்குத் தகுந்த மாதிரி முடிவெடுப்போம். பிச்சூர் ரெட்டியார்க அகிம்சைய கடப்பிடிச்சா நாமளும் அகிம்சை வழியில நடப்போம். வன்முறைல இறங்கினா நம்ம கையில இருக்கிற சிலுவையே போர்க்கருவியா மாறட்டும். பிறகு நானு சொன்னது மாதிரி கோயில்ல நுழைஞ்சு செய்வோம். என்ன சரிதான...”

“செய்றோம்” என்று ஒரே குரலில் அனைவரும் சொன்னார்கள். ஒவ்வொருவரிடமும் இந்தப் போராட்டத்தை எப்படியும் வெற்றிகரமாக நடத்தி முடிக்கவேண்டும் என்ற வெறி பிறந்தது. அந்தப் போராட்டத்திற்கு மக்களைத் தயாரிப்பதற்காக அந்த இரவு நேரத்திலேயே நடந்து தங்கள் ஊர்களுக்குப் போக ஆரம்பித்தார்கள்.

26

ராயப்ப ரெட்டிக்கு ஒரு வழக்கமுண்டு. தனது வயலுக்கு அவர் எந்த நேரத்தில் சென்றாலும் ஒரு வேப்பங்குச்சியால் பற்களை விளக்கிக் கொண்டே வயலைச் சுற்றி வருவார். அது காலையாக இருந்தாலும் சரி, நண்பகலாக இருந்தாலும் சரி, மாலையாக இருந்தாலும் சரி, வாயில் வேப்பங்குச்சி இல்லாமல் அவரை வயலில் பார்க்கவே முடியாது. அப்படி ஒரு விசித்திரப் பழக்கம் அவருக்கு உண்டு.

அன்று மாலை பொழுதடையும் வேளையில் வயலுக்குச் செல்ல எண்ணிப் புறப்பட்டார். வேப்பங்குச்சி ஒன்றால் பற்களை விளக்கிக் கொண்டே தனது வயலைச் சுற்றிப் பார்த்தார். வாயில் உள்ள வேப்பங் குச்சி சிறிது சிறிதாகக் குறைந்து கையில் பிடிக்க முடியாத அளவு சிறிதாகி விட்டது. அந்தக் குச்சியைத் தூக்கி எறிந்தார். அவரால் வேப்பங்குச்சி இல்லாமல் இருக்க முடியவில்லை. சுற்றிலும் பார்த்தார். சிறிது தூரத்தில் ஒரு வேப்பமரம் இருப்பது தெரிந்தது. அந்த மரத்திற்குச் சென்று வேப்பங்குச்சி ஒன்றை ஒடிக்க எண்ணினார். மெதுவாகத் தூரத்தில் உள்ள அந்த மரத்தை நோக்கி நடக்க ஆரம்பித்தார்.

பொழுது போய் விட்டது. இருப்பினும் அந்தக் கருக்கலில் வேப்ப மரத்தை நோக்கி நடந்தார். மரத்தை நெருங்கிவிட்டார். அங்கே யாரோ இருவர் மரத்தடியில் அமர்ந்த வண்ணம் மிக மெல்லிய குரலில் ரகசியமாக ஏதோ பேசிக்கொண்டிருப்பதைப் பார்த்தார்.

இந்தக் காட்டில் இந்த நேரத்தில் யாரும் இங்கே இருக்க மாட்டார்களே... யாரோ இருவர் இங்கே இருக்கிறார்கள் என்றால் ஏதாவது ரகசியம் இவர்களிடம் இருக்குமோ.

அப்பொழுது நன்கு இருட்டி விட்டது. ரெட்டியாருக்கு அது மிகவும் வசதியாகப் போய்விட்டது.

மெதுவாக, அடிமேல் அடியெடுத்து வைத்து அவர்கள் இருந்த இடத்தை நோக்கிச் சென்றார். காதைக் கூர்மையாக்கி அவர்கள் என்ன பேசுகிறார்கள் என்று கேட்டார்.

"என்ன பணத்த வாங்கிட்டயா...?"

அந்தக் குரல் அவருக்கு நன்கு பழக்கப்பட்ட குரலாதலால் எளிதாக அவரால் அடையாளம் கண்டுகொள்ள முடிந்தது. ஆம்... அந்தக் குரல்

இஞ்ஞாசியுடையதுதான். இயக்கத்துச் செய்திகளை வெளிப்படுத்துவதாகவும், இயக்கத்தைப் பணத்தால் உடைத்தபின் அதிலிருந்து விலகுவதாகக் கூறி ஒரு பெரும் தொகை ஒன்றை வாங்கிச் சென்ற இஞ்ஞாசியை அதன்பின் அவரால் பார்க்கவே முடியவில்லை. தன்னை ஏமாற்றி, பணம் வாங்கிவிட்டானோ என்று நினைத்துக் கொண்டிருந்த வேளையில்தான் அவரை அங்கே பார்த்தார். இவரை விடக்கூடாது. பிடித்து பணத்தைக் கொடுடா பற நாயே என்று கேட்க வேண்டுமென்று நினைத்தார். அப்பொழுது -

வேறு ஒரு எண்ணம் தடுத்தது. ஏதோ ரகசியம் பேசுவது போல அவர்கள் பேசுகிறார்களே...! என்ன பேசுகிறார்கள் என்று கவனித்தபின் இஞ்ஞாசியைப் பிடிக்கலாம் என்று நினைத்த அவர் மறுபடி காதைக் கூர்மையாக்கி கேட்க ஆரம்பித்தார்.

"ம் வாங்கிட்டேன்..."

"எவ்வளவு?"

"ரூபா ஐயாயிரம், உனக்கு ரெட்டியார் எவ்வளவு கொடுத்தார்?"

"ஐயாயிரம் ரூபாதான். ஆமா எப்படி உங்க நாயுடுட்ட பணம் வாங்கின?"

"எங்க உண்டிகை நாயுடுட்ட நீ சொன்ன மாதரியே சொன்னேன். பணம் கொடுத்தா சாராயத்த வாங்கிக் கொடுத்து இயக்கத்த உடைக்க முடியும்னு சும்மா சொன்னேன். உடனே நம்பி பணத்த கொடுத்துட்டார். ஆமா... திட்டமிட்டபடி யாத்திர இருக்கா?"

"என்ன அப்படி கேட்டுட்ட. கட்டாயம் இருக்கு. எங்க ஊருக்குப் பிறகு உங்க ஊர்தான். எல்லா ஏற்பாடுகளையும் கவனி."

"நீ என்னென்ன ஏற்பாடு செஞ்சிருக்க?"

"மொதல்ல வருகிறவுங்களுக்கு சாப்பாடு போடணும். ஒவ்வொரு வீட்டுக்காரங்களும் பத்துப்பேருக்குச் சாப்பாடு போடணும்னு சொல்லியிருக்கேன். சரின்னு சொல்லிட்டாங்க. அதுக்கு மேல வந்தா நான் ஏற்பாடு பண்ணுவேன். யாத்திரையா வருகிறவுங்கள அழைச்சிக்கிட்டு வருகிறதுக்காக பறையடிக்க ஏற்பாடு செஞ்சிருக்கேன். எல்லாரும் கையில சிலுவையோட போயி ஊருக்கு வெளிய இருந்து கூட்டிக் கிட்டு வருவோம். கோயில்ல பூசைக்கு ஏற்பாடு எதுவும் செய்ய வேண்டியதில்ல. பூச வைக்கிறது நம்ம ரெண்டு சாமியார்க வேல. பூச முடிஞ்சி தேரக் கொண்டுவர மாட்டுவண்டி, தேர வண்டியில வச்சு கட்ட கயிறு, எல்லாம் ரெடி பண்ணிட்டேன். கல்லறைய உடைச்சு

சமப்படுத்த கடப்பாறை, மண்வெட்டி கூட எல்லாம் ரெடி. கோயில் நிலத்துல போயி உழுறதுக்கு காளைமாடு, ஏர், கலப்ப எல்லாத்துக்கும் சொல்லி வச்சிருக்கேன். ரெட்டியார்க செஞ்ச அநியாயம் பற்றிய லிஸ்ட்டும் தயாரா இருக்கு."

சிறிது யோசித்த இஞ்ஞாசி மறுபடி தொடர்ந்து கூறினார்.

"திடீர்னு எதிர்பாராம ரெட்டியார்க தாக்கினா என்ன செய்றது? அதுக்காக அரிவாள், கோடாலி, உருட்டுக்கட்டை எல்லாம் தயார் பண்ணிட்டேன். கிணறு தோண்டப் போகிறவனுககிட்ட பாறைய பிளக்கிற வெடிக ஒரு பத்து பதினைஞ்சு தயாரா வச்சிருக்கும்படி சொல்லியிருக்கேன். எல்லாம் ரெடி. வெள்ளிக்கிழமைதான் சீக்கிரம் வரணும்."

இஞ்ஞாசி சொல்லச் சொல்ல அதைக் கேட்ட ராயப்பரெட்டியின் ரத்தம் கொதித்தது. இயக்கத்தின் ரகசியத்திட்டத்தைக் கேட்ட அதிர்ச்சியில் தான் எங்கிருக்கேன் என்பதைக்கூட மறந்து விட்டார். இயக்கத்தின் திட்டத்தை உடைத்து பொடிப் பொடியாக்க வேண்டும் என்ற வெறி அவரிடம் ஏற்பட்டது.

இஞ்ஞாசியை நினைத்த பொழுது அவரது கண்கள் சிவந்தன. கோழை மாதிரி நடிச்சி இயக்கத்தை உடைப்பதாக ஐயாயிரம் ரூபாய் வாங்கி ஏமாற்றியதோடு மற்ற ஊர்க்காரங்ககிட்ட பணம் வாங்கி ஏமாத்தவும் ஆட்களத் தூண்டி விட்டிருக்கானே... அவனை விடக் கூடாது... வெட்டிக் கொல்ல வேண்டும் என்ற வெறி ஏற்பட்டது. அதே சமயத்தில் தனக்குத் தகவல் அவ்வப்போது சொல்லிக் கொண்டிருந்தவனை எப்படி இந்த இஞ்ஞாசி கண்டுபிடித்து தகவல் சொல்லாமல் இருக்கச் செய்தான் என்ற ஆச்சரியமும் இருந்தது.

இன்னும் மூன்றே நாட்கள்தான் இருக்கின்றன. இயக்கத்தின் திட்டத்தை நிறைவேற்ற விடக்கூடாது என்ற நினைவு கொடுத்த உணர்வு வேகத்தில் அங்கிருந்து புறப்பட்டு வேகமாக ஊருக்கு வந்தார். எல்லா ஊர்களுக்கும் உடனே தகவல் சொல்லி அனுப்பினார்.

மறுநாள் ராயப்ப ரெட்டியின் வீட்டில் எல்லா ஊர்களில் இருந்தும் வந்திருந்த ரெட்டியார்களின் பிரதிநிதிகளும், நாயுடுகளின் பிரதிநிதிகளும் ஒன்று கூடினர். அந்த ஊர் தர்மகர்த்தாக்களும் கூட்டத்தில் கலந்து கொண்டனர். எல்லாருமே மகிழ்ச்சியில் இருந்தனர்.

"என்ன ரெட்டியாரே... என்ன ஆச்சு உங்களுக்கு? நாங்க எல்லாரும் இயக்கத்த உடச்சிட்டோம்னு எவ்வளவு சந்தோஷமா இருக்கோம். நீங்க மட்டும் ஏன் உம்முன்னு இருக்கீங்க?"

"ரெட்டியாரே நீங்க சொன்ன மாதிரி ஒரு பறப்பயல பிடிச்சேன். பேசினேன். சாராயத்த வாங்கிக் குடுத்தா இயக்கத்த உடைச்சிரலாம்னு சொன்னான். ரூபாய் ஐயாயிரத்த முழுசா குடுத்து சாராயக்கடையே வச்சி இயக்கத்த உடைச்சி நொறுக்குடான்னு சொன்னேன்" என்று தனது செயலைப் பெருமையாகக் கூறினார் உண்டிகை நாயுடு.

அதைக் கேட்ட ராயப்ப ரெட்டியார் பதபதைப்போடு கேட்டார். "ஆமா... எல்லாருமே அந்த புறம்போக்குப் பயல்களுக்குப் பணத்தக் கொடுத்து இயக்கத்த உடைக்க ஏற்பாடு செஞ்சிட்டீங்களா?"

"ஆமா... செஞ்சிட்டோம்" என்ற பதில்தான் கிடைத்தது.

"மோசம் போயிட்டோம்... எல்லாருமே மோசம் போயிட்டோம். நம்மள அந்தப் பறப்பயலுகளும், பள்ளப்பயலுகளும், சக்கிலியப் பயலுகளும் நல்லாவே ஏமாத்திட்டானுக" என்று மிகுந்த வேதனையுடன் கூறினார் ராயப்ப ரெட்டி.

"என்னங்க சொல்றீங்க...?" படபடப்புடன் கேட்டார் உண்டிகை நாயுடு.

"ஆமாங்க... நல்லாவே ஏமாத்திட்டானுக" என்று கூறிய ராயப்ப ரெட்டி தான் முந்தின நாள் கேட்ட தகவல்களை விரிவாகச் சொன்னார்.

கேட்ட அனைவருமே கல்லாய்ச் சமைந்து விட்டார்கள். என்ன பேசுவது என்று யாருக்குமே தெரியவில்லை. ஒருவர் முகத்தை ஒருவர் பரிதாபமாகப் பார்த்துக் கொண்டு உட்கார்ந்திருந்தனர்.

ராயப்ப ரெட்டியே பேசினார். "இந்தச் செய்தியக் கேட்டு கலங்க வேண்டாம். இன்னும் ரெண்டு நாள் இருக்கு. என்ன செய்யலாம்னு நல்லா யோசிச்சு செய்வோம். அதுக்காகத்தான் கூடியிருக்கோம். என்ன செய்யலாம்னு சொல்லுங்க."

"என்ன செய்யலாமா... போலீசில சொல்லி அவனுக எல்லாரையும் அடிச்சி நொறுக்கணும். அந்த யாத்திரையே நடத்த விடாமச் செய்யணும்."

"செய்யலாம்... அப்படிச் செஞ்சா அதப்பற்றி பத்தி பத்தியா பத்திரிக்கைக்காரங்க எழுதுவாங்க. பிரச்சினை உலகம் பூரா தெரிஞ்சிரும். இப்ப இருக்கிற சூழ்நிலையில் அவுங்களுக்கு சார்பாத்தான் பத்திரிக்கயும் எழுதும். நம்மள எல்லாரும் காரித் துப்புவாங்க."

"அதுக்குன்னு அந்த சாதிகெட்ட பயல்கள வாங்கன்னு வெத்தல பாக்கு வச்சா அழைக்க முடியும்? என்ன பேசுறீங்க நீங்க? ஊருல நாம

மட்டும் தனியா இல்ல. மத்த உயர்ந்த சாதிக்கார இந்துக்களும் இருக்காங்க. அவுங்க நம்மளப்பத்தி என்ன நினப்பாங்க? இந்தத் தலித் பயகள சரி சமமா நடத்துறோம்னு நம்மளக் காரித்துப்பமாட்டாங்க? நம்மளயே அவுங்க விலக்கி வச்சி தீண்டத்தகாதவங்க மாதிரி நம்மள நடத்த மாட்டாங்க? சமூகத்துல நாம அவுங்களோட தான் வாழ்றோம். அவுங்க நம்மள மதிக்கணும். அவுங்க மதிக்கணும்னா அவுங்கள மாதிரிதான் நாமளும் இந்த தலித் பயகள நடத்தணும். அதனால நம்ம நிலய விட்டுக்கொடுக்கணுங்கிற பேச்சுக்கு இடமே இல்ல."

"ஆண்டவர்ட்ட சொல்லி அந்த ரெண்டு சாமியார்களயும் இதுல தலையிடக்கூடாதுன்னு சொல்லச் சொன்னா என்ன?"

"இதச் செய்யலாம். ஆனா இப்ப இருக்கிற நிலயப்பாத்தா அந்த ரெண்டுபேரும் கேக்கமாட்டாங்கபோல தோணுது. அவுங்க தூண்டுதல்லதான் இந்த போராட்டமே நடக்குதாம்."

"ரெட்டியாரே நீங்களே சொல்லுங்க... என்ன செய்யலாம்?"

ராயப்பரெட்டி ஏதோ நினைவில் இருப்பதுபோல ஒருசில நிமிடங்கள் இருந்தார். பிறகு மெதுவாக தனது கருத்துக்களை வெளியிட ஆரம்பித்தார்.

"நல்லா கேளுங்க... மனுஷ சாதி என்னைக்குமே ஒன்னா இருந்ததில்லை. கருப்பன்-வெள்ளையன்னோ, ஆண்டான்-அடிமையினோ, பணக்காரன் - ஏழையினோ, உயர்ந்தவன் -தாழ்ந்தவன்னோ தான் இருந்திருக்கு. மனுஷங்க எல்லாம் ஒன்றுதான், சமம்தான்னு காலம் காலமா யார் யாரெல்லாமோ சொல்லி சமத்துவத்துக்கு முயற்சி எடுத்திருக்காங்க. ஆனா அவுங்க முயற்சி வெற்றி பெறவே இல்ல. பாகுபாடு இருந்துக்கிட்டேதான் இருக்கு. கடைசியா கம்யூனிஸ்டுக இதச் சொல்லிக்கிட்டு வந்தாங்க. இப்ப என்ன ஆச்சி? ரஷ்யாவில ஒவ்வொரு இனத்துக்காரங்களும் தலித் தனியா பிரிஞ்சி இனம் இனமா நாடு சிதறிப் போச்சு. சமத்துவம்கிறது உலகத்துல இருக்க முடியாது. அதுதான் யதார்த்தம். நாம இங்க ஒன்னா வந்திருக்கோம்னா நம்ம இன உணர்வுதான் அதுக்குக் காரணம். இன உணர்வு இல்லாத எந்த மனுஷனாலயும், யாராலயும் வாழ முடியாது. இன்னைக்கு தலித்துக ஒன்னா சேந்திருக்காங்கன்னா அதுகூட அவுங்க இன உணர்வத்தான் காட்டுது. இதே தலித்துக பள்ளன், பறையன், சக்கிலியன், வண்ணான், அம்பட்டயன்னு பிரிஞ்சிதான் இருக்காங்க. இன்னைக்கு ஒன்னா இருக்குறோம்னு அவுங்க சொன்னாக்கூட அது ஒரு கனவுதான். நாளைக்கே ஒரு பிரச்சன வந்தா தனித் தனியா பிரிஞ்சி ஒருத்தனுக்கு

ஒருத்தன் சண்ட போட்டுக்கிட்டுத்தான் இருப்பான். அதனால இந்த தலித்துகளே விஷயத்த முழுசும் உணராம நடந்துக்கிறாங்க. இன உணர்வு, சாதி உணர்வுங்கிறது தப்பு இல்ல. அது உலகத்துல இருக்குது. இருக்கணும். அப்படி இல்லன்னா நாம மனுஷங்களே இல்ல. இத நாம நல்லா தெரிஞ்சுக்கிடணும். நாம ஏதோ தப்புச் செய்றோம்... சாதிங்கிறது தப்புன்னு நாம நினைக்கவே கூடாது. அந்த நினைப்பு இருந்தா அதத்தூக்கி முதல்ல எறிங்க. கடவுளே கூட இன உணர்வு உள்ளவர்தான். ஆபிரகாம் இனத்த பெருகச் செய்யலையா...? யூத இனத்த தான் பிறக்க தேர்ந்தெடுக்கலையா...? ஏன் நம்மள கூட அவர் ஆசீர்வதிக்கலையா?"

ஒரு நிமிடம் நிறுத்தி சிறிது மூச்சு வாங்கினார். பிறகு மறுபடி பேச ஆரம்பித்தார்.

"நம்ம ஆந்திராவுல இந்துக்களாத்தான் இருந்தோம். நாம கிறிஸ்தவ மதத்துக்கு மனம் மாறினப்ப நம்ம மதம் மாத்தினவுங்க யாரும் நாம சாதிய விடணும்னு சொல்லல. சாதியத் தூக்கிக்கிட்டுத்தான் கிறிஸ்தவத்துக்கு வந்தோம். கடவுள்கூட இத ஏத்துக்கிட்டார். ஏன்னா நம்ம எதிரிகளிடமிருந்து தப்ப நினைச்சபோது கடவுள் நினைச்சிருந்தா நம்ம இஸ்ராயேல் மக்கள பாலைவனத்துல்ல அழிச்சது மாதிரி அழிச்சிருக்கலாம். அழிக்கல. மாறா ஆசீர்வதிச்சார். நாம எங்கெங்க போனோமோ அங்க எல்லாம் நமக்கு நல்ல விளைநிலத்தக் கொடுத்து நம்ம ஆசீர்வதிச்சிருக்கார். இங்க தமிழ்நாட்டுக்கு வந்தப்பகூட நமக்கு நல்ல விளைநிலத்த கொடுத்திருக்கார். நாம எந்த ஊர்கள்ளயெல்லாம் போய் தங்குனோமோ அங்க எல்லாமே நமக்கு நிறைய நிலத்தக் கொடுத்து ஆசீர்வதிச்சிருக்கார். கடவுளின் இந்த ஆசீர்வாதம் இன்னும் தொடர்ந்து நமக்கு இருந்துக்கிட்டே இருக்கு. இல்லாட்ட கடவுள் நம்ம குடும்பங்கள்ள இருந்து வீட்டுக்கு ஒருத்தர தனது பணிக்கின்னு அழைச்சிருப்பாரா?... இப்ப நம்மள சாதி வெறியங்களா மற்றவுங்க சொல்றாங்க. கடவுள் நினைச்சிருந்தா நம்மள தண்டிக்கவுல செய்வாரு? அப்படி தண்டிக்காம தன் ஆசீர கடவுள் தொடர்ந்து கொடுக்கிறதுல இருந்து கடவுளுக்கு இந்த சாதிங்கிறது பிரச்சினையே இல்லங்கிற மாதிரிதான் தோணுது. இப்ப நமக்கு சந்தேகம் இருக்கலாம். கடவுளுடைய ஆசீர்வாதம் நமக்கு இருக்கான்னு பார்க்க மறுபடி நமக்கு ஒரு சந்தர்ப்பம் கிடைச்சிருக்கு."

"என்னங்க சொல்றீங்க. கொஞ்சம் விளக்கமாச் சொல்லுங்க."

"சொல்லறேன். அந்தக் காலத்துல பகைவர்களிடமிருந்து காக்கணும்னு வேண்டிக்கிட்டு ராத்திரியோட ராத்திரியா ஓடுனோம்.

கடவுள் அப்படிக் காத்ததன் மூலம் நமக்கு சார்பா இருக்கார்னு புரிஞ்சுக்கிட்டோம். இப்பவும் கடவுள் மேல பாரத்தப்போட்டுட்டு இந்த தலித் மக்கள எதிர்க்க திட்டமிடுவோம். நிச்சயமா அன்னைக்கு நம்மள காத்த கடவுள் இன்னைக்கும் நம்ம திட்டம் நிறைவேறுவது மூலமா காப்பார். அந்த நம்பிக்க எனக்கு இருக்கு. உங்களுக்கு இருக்கா."

எல்லாருமே இருக்கிறது என்றார்கள்.

ராயப்ப ரெட்டி தனது திட்டத்தை விளக்கினார். "மொதல்ல அந்த தலித் பசங்க ஓமலூர்ல ஒன்னுசேரவிடாமத் தடுக்கணும். அதுக்கு ஒருவழி வச்சிருக்கேன். இப்ப இங்க இருந்து போற நம்ம எல்லாரும் நம்ம ஊர்கள்ள தலித் ஆளுக இருக்கிற இடத்த நாம கொளுத்தப் போகிறதா ரகசியமா செய்தியப் பரப்பணும். அதுவும் அவுங்க என்னைக்கு யாத்திரை புறப்படுறாங்களோ அன்னைக்கு தீ வச்சு கொளுத்தப்போறதா செய்தியப் பரப்பணும். தலித் ஆளுக காதுகளுக்கு எட்டுகிற மாதிரி செய்தியப் பரப்பணும். அப்படிப் பரப்பினா தங்க ஊரக் காப்பாத்திக்கொள்ள தலித் பசங்க தங்க ஊர்லயே இருப்பாங்களே தவிர கட்டாயம் ஓமலூர்ல ஒண்ணு சேரணும்னு நினைக்கமாட்டாங்க. இப்ப நம்ம ஆளுக இல்லாத, தலித் ஆளுக மட்டும் இருக்கிற ஊர் நிறைய இருக்கு. அந்த ஊர்கள்ள உயர்சாதிக்கார இந்துக்க நிறைய இருக்காங்க, அவுங்ககிட்ட நம்ம பிரச்சினைனய எடுத்துச் சொன்னோம்னா கட்டாயம் நம்மள மாதிரி செய்திகளப் பரப்பி அந்த ஊர்கள்ள இருந்தும் ஆட்கள வரவிடாமச் செய்வாங்க."

"நல்ல யோசனதான். ஆனா நம்ம சாதி இந்து ஆளுக நாம் சொன்னா கேப்பாங்களா...? இது உங்க மதப் பிரச்சனன்னு கையக் கழுவிட்டா என்ன செய்றது?" என்றார் உண்டிகை நாயுடு.

"நிச்சயமா அப்படி நடக்காது. ஏன்னா மத உணர்வவிட சாதி உணர்வுதான் அதிகம். கொஞ்ச வருஷத்துக்கு முன்னால மண்டக்காட்டுல கிறிஸ்தவுங்களுக்கும் இந்துக்களுக்கும் கலவரம்னு சொன்னாங்க. ஆனா உண்ம அது இல்ல. கடற்கரையோரம் இருந்து கடல்ல மீன்பிடிக்கிற மீனவ சாதி கிறிஸ்தவங்களுக்கும், இந்து நாடார்களுக்கும் தான் கலவரம். இந்து நாடார்க ஒரு கிறிஸ்தவ நாடாரக் கூட தாக்கல, கிறிஸ்தவ மீனவர்களத்தான் தாக்கினாங்க. ஏன்னா மதத்துக்கும் மேல சாதி உணர்வுதான் நம்ம எல்லாருக்கும் இருக்கு. அதனால நாம நம்ம சாதி இந்து ஆளுகட்ட உதவிகேட்டா நிச்சயம் செய்வாங்க."

"சரி... அப்படியே செய்வோம். அதுக்கும் மீறி யாத்திரைக்கு யாரும் வந்தா என்ன செய்றது?"

"அதுக்கும் மீறி யாத்திரை புறப்படுதுன்னு வச்சிக்கிட்டே நாம திட்டமிடுவோம். நாமளும் நம்ம சக்தியக் காட்டணும். மொதல்ல அவுங்க இந்த ஊருக்குத்தான் வருகிறாங்க. அன்னைக்கு நம்ம எல்லா ஊர்கள்ள இருந்தும் நம்ம ஆட்க இங்கவந்து கூடணும். நம்ம பொண்டாட்டி, பிள்ளைக, கால்நடைக எல்லாத்தையும் வேற சொந்தக் காரங்க ஊருக்கு அனுப்பிவிடுவோம். இங்க வருகிற எல்லாரும் கத்தி, கம்பு, அரிவாள், கோடாலி எல்லாம் கொண்டு வரட்டும். நம்ம ஆளுக சிலர் துப்பாக்கி வச்சிருக்காங்க. அந்தத் துப்பாக்கிகளையும் கொண்டு வரட்டும். தயாரா இருப்போம். இந்த ஊர்க்காரப் பயலுக யாத்திரை வருகிற கூட்டத்த வரவேற்கப் போற பொழுது அவுங்க தெருவுக்குள்ள நுழைஞ்சு குடிசைக எல்லாத்தையும் தீ வச்சு கொளுத்துவோம். தீய அணைக்க எல்லாரும் ஓடிவருவாங்க. அவுங்கள வழி மறிச்சி தாக்குவோம். கொஞ்சப் பேரையாவது கொல்லுவோம். அப்பப் பாத்து போலீஸ் வரும்படி ஏற்பாடு செய்வோம். போலீஸ்ல இயக்கத்துக் காரங்க திட்டம்போட்டு வந்து தாக்குனாங்க... தற்காப்புக்காக நாங்க தாக்குனோம்னு சொல்லுவோம். வழக்கு நம்மமேல போட்டா போடட்டும். எந்தக் காலத்துல கலவரம் நடந்த கேஸ்ல குற்றம் சாட்டப்பட்டவுங்க தண்டிக்கப்பட்டாங்க? கொஞ்ச காலத்துல வெளிய வந்துவிடுவோம். அவுங்கள கோயிலுக்குள்ளேயோ, அல்லது கல்லறைக் கிட்டயோ போகவே விடாம கவனமா அங்கங்க நம்ம ஆளுகள நிறுத்தி வைக்கணும்."

"திட்டம் நல்லாத்தான் இருக்கு. ஆனா மறுபடி அதே பிரச்சினைதான... கலவரம்னு வந்தா செய்தி பரவும். பத்திரிக்கையில செய்தி வரும். நம்மளப்பற்றித் தானே கேவலமா எழுதுவாங்க."

"அதுக்குத்தான் நான் சொன்னேன் அவுங்க ஒன்னுசேர விடாம அந்தந்த ஊர்கள்ளயே வதந்தியப் பரப்பணும்னு. அதுக்கு மேல போனா கடவுள் விட்ட வழிதான். கடவுள் மேல பாரத்தப் போட்டுட்டு கலவரத்தில் குதிக்க வேண்டியதுதான். நாமளா சண்டைக்குப் போறோம்? அவுங்கதான வர்றாங்க. அதனால அவுங்க மேலதான தப்பு. தப்பு இருக்கிற பக்கம் கடவுள் இருக்கவே மாட்டார்."

"ஆமா அடிதடிக்கு நம்ம ஆளுக வருவாங்களா? அந்த தலித் பசங்களோட நம்மால சண்ட போட முடியுமா?"

"முடியுமாவாவது. சண்ட போட்டுத்தான் ஆகணும். நல்லா கவனிச்சுக்கோங்க. நம்ம ஆளுக எல்லார்ட்டயும் இன உணர்வத் தூண்டுங்க. இது ஒரு புனிதப் போராட்டம்னு சொல்லுங்க. நம்ம இன, சாதி உயர்வ இந்தப் போராட்டத்துலதான் நிரூபிக்கணும்னு சொல்லுங்க.

நிச்சயம் நம்ம இளைஞர்க இதுல கலந்துக்கிட ஆர்வத்தோட போவாங்க. இறைவன்மேல நம்பிக்க வச்சு காரியத்துல் இறங்குவோம்.”

“அப்படியே செய்ய வேண்டியதுதான். ஒவ்வொரு ஊர்லயும் கலவரம் வரப்போகுதுங்கிற வதந்தியப் பரப்பி, ஆயுதங்களோட ஆளுகள இங்க அனுப்பி வைக்கிறோம். கவலையே படாதீங்க. ஆனா ஒண்ணு. நாம எல்லாம் ஒரு வேண்டுதல் வைக்கணும். இந்த கலவரம் நம்ம சார்பா முடிஞ்சா நாம எல்லாரும் நம்ம ஊர்கள்ள மாதாவுக்கு ஒரு குருசடி கட்டுவோம்னும், செயிக்கற நாளுல ஒவ்வொரு வருஷமும் திருநாள் கொண்டாடணுமுன்னும் மாதாகிட்ட ஒரு வேண்டுதல் வைக்கணும். செய்றீங்களா?” என்றார் உண்டிகை நாயுடு.

அனைவரும் செய்வோம் என்ற உறுதிகூற, திட்டமிட்டபடி காரியத்தை நிறைவேற்ற உடனே அங்கிருந்து புறப்பட்டார்கள்.

27

அந்தப் பூங்கா முழுவதையும் வண்ண வண்ணக் குரோட்டன்ஸ் செடிகள் நிறைத்திருந்தன. அதன் இலைகள் பச்சையாய், மஞ்சளாய், சிவப்பாய், ஊதாவாய், பல கலர்கள் சேர்ந்த கதம்பமாய் என்று வெவ்வேறு நிறங்களிலும், வட்டமாய், நீளமாய், மிகச் சிறியதாய், மிகப் பெரியதாய் என்று வெவ்வேறு வடிவத்திலும் இருந்தன.

பூங்காவில் உள்ள மரங்களும் புது மாதிரியாக இருந்தன. வெவ்வேறு நாட்டைச் சார்ந்த அபூர்வமான மரங்கள் அங்கு நிறைந்திருந்தன.

நிழல் தரும் அம்மரங்களில் ஒருசில மரங்களின் நிழலில் சில சிமென்ட் இருக்கைகள் கட்டப்பட்டிருந்தன.

இனிமையான மாலை நேரத்தில் பறவைகள் அதிக எண்ணிக்கையில் அங்கு கூடி மகிழ்ச்சியில் கத்திக் கொண்டிருந்தன. மனிதர்கள் மட்டும் அமர்வதற்கா இந்த இருக்கைகள்.... எங்களுக்கும் தான் என்று சொல்வது போல அந்த இருக்கைகளில் ஜோடி ஜோடியாய் பறவைகள் அமர்ந்திருந்தன.

மெல்லிய தென்றல் வீசிக்கொண்டிருந்தது. அந்தத் தென்றல் காற்றை ரசித்து மகிழ்ந்து ஆடுவதுபோல குரோட்டன்ஸ் செடிகள் காற்றில் ஆடிக்கொண்டிருந்தன.

பூங்கா ஆயர் பங்களாவின் பின்புறம் இருந்தது. ஆயராக வருபவர்கள் உலாவுவதற்கென்றே அமைக்கப்பட்ட பூங்கா அது.

ஆயர் அவர்கள் வழக்கமாக பூங்காவில் மாலை நேரத்தில் உலாவுவது வழக்கம். குரோட்டன்ஸ் செடிகளை மகிழ்வுடன் பார்ப்பார். வெவ்வேறு விதமான மரங்களை வியப்புடன் ரசிப்பார். பறவைகளின் அழகில் பரவசப்படுவார். இவைகளைப் படைத்த இறைவனைப் புகழ்வார்.

அன்றும் அதேபோல ஆயர் அவர்கள் அந்தப் பூங்காவில் உலாவினார். அவரைக் குரோட்டன்ஸ் செடிகளின் நிறங்கள் கவரவில்லை. மரங்களின் புதுமை அவரை ஈர்க்கவில்லை. பறவைகளின் இனிமையான குரல் அவரை மயக்கவில்லை. தென்றல் அவரைப் பரவசப்படுத்தவில்லை.

வேதனையில் சோர்ந்து நடை தளர்ந்து அப்படியே அங்குள்ள சிமண்ட் பெஞ்சில் அமர்ந்தார். மரங்களையும், பறவைகளையும், குரோட்டன்ஸ் செடிகளையும் பார்க்காமல் கன்னத்தில் கை வைத்தபடி கீழே மண்ணை வெறித்துப் பார்த்தபடி அமர்ந்திருந்தார்.

அவர் அவ்வாறு அமர்ந்திருந்ததற்குக் காரணம் இருந்தது. தலித் இயக்கத்தினர் பாதயாத்திரையாக கோயிலில் தீண்டாமையுள்ள கிராமங்களுக்குப் போகப் போகிறார்கள் என்ற செய்தி அவரை மிகவும் பாதித்தது. நான் அதில் செய்ய வேண்டியது என்ன? என்ன நிலைப் பாடு எடுப்பது? சாதிக் கிறிஸ்தவர்களுக்கு என்ன சொல்லுவது? அவருக்கு ஒன்றும் புரியவில்லை. ஒரு நிலைப்பாடு எடுத்தால் அதனடிப் படையில் கருத்துக்களை விளக்கமுடியும். நிலைப்பாடே எடுக்காமல் இருக்கும் பொழுது என்ன நினைக்க முடியும்? என்ன சொல்ல முடியும்? என்ன செய்ய முடியும்?

குழப்பத்தில் தலை கவிழ்ந்து உட்கார்ந்திருந்த அவர் யாரோ வரும் காலடியோசை கேட்டு நிமிர்ந்து பார்த்தார்.

தூரத்தில் பாதர் ராஜா நடந்து வந்துகொண்டிருப்பது தெரிந்தது.

அவரையே பார்த்துக் கொண்டிருந்தார் ஆயர். அவரைப் பார்த்துப் பேச வேண்டும் போல் அவருக்குத் தோன்றியது. அதே நேரத்தில் அவரைப் பார்த்துப் பேசக்கூடாது என்ற எண்ணமும் தோன்றியது. இந்தச் சிறிய நிகழ்ச்சியில் கூட தான் ஒரு நிலைப்பாடு எடுக்க முடியாமல் இருக்கும் நிலையைக் கண்டு அவருக்கு அவர் மேலேயே கோபம் ஏற்பட்டது. நிலைப்பாடு எடுக்காத நிலைதான் தனது நிலைப்பாடோ...?

அதற்குள் ஆயருக்கு அருகில் வந்த பாதர் ராஜா ஆயரைப் பார்த்தார். அவர் தனிமையாக அமர்ந்திருப்பதைக் கண்டு தொந்தரவு செய்ய விரும்பாத பாதர் ராஜா திரும்ப நினைத்தார்.

“பாதர் ராஜா. இங்க வாங்க.” ஆயர் அன்புடன் பாதர் ராஜாவை அழைத்தார்.

“குட் ஈவினிங் மை லாட்” என்று வணக்கம் கூறியபடி சென்ற பாதர் ராஜா, “நீங்க இங்க இருக்கது தெரியாம வந்திட்டேன்” என்றார்.

“வாங்க பாதர்... உக்காருங்க...”

பாதர் ராஜா அந்தப் பெஞ்சில் அமர்ந்தார்.

சிறிது நேரம் ஆயர் அமைதியாக இருந்தார். பாதர் ராஜாவிடம் மனம் திறந்து பேச முடிவு செய்தார். ஆயர் என்றால் யாரிடமுமே

மனம் திறந்து பேசக்கூடாதா என்ன? மனத்தில் எழுந்த தடைகளை அகற்றிவிட்டு பாதர் ராஜாவிடம் மனம் திறந்து பேச ஆரம்பித்தார்.

"பாதர் ராஜா, தலித் இயக்கத்துக்காரங்க பாதயாத்திரை போறாங்களே! தெரியுமா?"

"தெரியும்" என்று கூறிய பாதர் ராஜா சிறிது நேர அமைதிக்குப் பின் "ஆண்டவரே... இதப்பத்தி நீங்க என்ன நினைக்கிறீங்க? என்ன செய்யப் போறீங்க?" என்று கேட்டார்.

"பாதர், இதப்பத்தி நெனைக்க என்ன இருக்கு? நான் மொதல்லயே எங்கருத்தச் சொல்லிட்டேன். சாதிப் பாகுபாடு மறைஞ்சுக்கிட்டே இருக்கு. இன்னும் கொஞ்சகாலத்துல தன்னால மறைஞ்சு போகும். சாதிப் பாகுபாட்ட எதுக்குற எந்த செயலும் சாதிப் பாகுபாட்ட வளக்குமே தவிர குறைக்காது. இந்த நம்பிக்க எங்கிட்ட ஆழமா இருக்கு. ஆனா எங்கருத்த யாருமே மதிக்கிறதில்ல. இந்த நிலையில நான் என்ன செய்ய முடியும்?"

"ஆண்டவரே... உங்க கருத்த நான் மதிக்கிறேன். இப்ப பிரச்சனயே வேற. இப்ப தலித் மக்க பாதயாத்திர போகப்போறாங்க. சாதிக் கிறிஸ்தவுங்களும் ஒன்று சேர்ந்து எதுக்கப் போறாங்களாம். பாதயாத்திரை நடந்தா என்ன நடக்குமோ தெரியல. எத்தன பேர் கொல்லப்படப் போறாங்களோ...? எத்தன பேர் காயப்படப் போறாங்களோ? எம்புட்டுச் சொத்துக அழியப் போகுதோ...? ஒண்ணுமே தெரியல. இப்பிடிப்பட்ட சூழ்நிலையில நீங்க இந்த பாதயாத்திரய ஆதரிக்கிறீங்களா? எதுக்குறீங்களா? ஆதரிச்சா பாதயாத்திரைக்குச் சார்பா அறிக்கை விடுங்க. சாதிக் கிறிஸ்தவுங்களக் கூப்பிட்டுப் பேசுங்க. தலித் மக்ககிட்ட இருக்கும் நியாயத்த எடுத்துச் சொல்லுங்க. எதுத்தா அதையும் வெளிப்படுத்துங்க. தலித் தலைவர்களக் கூப்பிட்டுப் பேசுங்க. பாதயாத்திரயக் கைவிடச் சொல்லுங்க. எதையுமே செய் யலைனா...!"

"பாதர்... நீங்க சொல்றத நான் நெனச்சுப் பாக்காம இல்ல. எல்லாம் நெனச்சிப் பார்த்தேன். நான் மொதல்லயே சொன்ன மாதிரி சாதிப் பிரச்சனயக் கிளப்பாம இருக்கிறதுதான் நல்லதுன்னு படுது. அப்படீன்னா தலித் தலைவர்களப் பாத்து யாத்திரயக் கைவிடச் சொல்லணும். ஆனா ஏங்கருத்து, ஏம் முடிவுதான் சரின்னு திட்டவட்டமா என்னால சொல்ல முடியல. தலித் மக்க நெனைக்கிறது மாதிரி யாத்திர மூலமா சாதிப் பிரச்சன ஓரளவு தீர்ந்தாலும் தீரலாம். அதனால் தலித் மக்க செயலச் சரின்னு சொல்லவோ, தப்புன்னு சொல்லவோ என்னால

முடியல. எந்த அளவுகோல வச்சி என்னால தீர்ப்பிட முடியும்? தலித் மக்க யாத்திர மூலமா நல்லது பிறந்தா பிறக்கட்டுமே! அத ஏன் தடுக்கணும்? அதனாலதான் பேசாம இருக்கேன்."

"ஆண்டவரே, அப்படீன்னா தலித் மக்க யாத்திரய ஆதரிச்சு அறிக்க விடலாமே!"

"பாதர்... நான் சொல்றது உங்களுக்குப் புரியலையா? என்னால் ஆதரிச்சு அறிக்க விட முடியாது. யாத்திர சரின்னு எந்த அளவுகோல வச்சி சொல்வேன். தப்புன்னும் எந்த அளவுகோல வச்சிச் சொல்வேன். இது பாதிக்கப்பட்ட மக்க போராட்டம். அவுங்க திட்டமிடுறாங்க, செயல்படுத்துறாங்க. நிறுவனத்துல இருக்கிற நம்மால ஒன்னும் சொல்ல முடியாது. மக்களுடைய செயல்பாட்டப் பார்த்துக்கிட்டு சும்மா இருக்க வேண்டியதுதான். அந்த போராட்டத்துக்கு சார்பா இல்லா விட்டாலும், தடையா இருக்க நான் விரும்பல."

"இப்படி அமைதியா இருப்பதே தடையா இருப்பதுதான்னு உங்க மனசுக்குப் படலையா? இப்ப நீங்க எங்கிட்டச் சொன்னதையே தலித் மக்ககிட்ட ஏன் சொல்லக்கூடாது?"

"பாதர்... என் நிலையிலயிருந்து யோசிச்சுப் பாருங்க. என்னால எப்படி பாதர் தலித் மக்ககிட்ட இதச் சொல்ல முடியும்? அப்படிச் சொன்னா தலித் மக்களுக்குச் சார்பா நான் இருக்கிறதா சாதிக் கிறிஸ்தவுங்க சொல்லுவாங்களே! அவுங்கள பகைக்க முடியுமா? எனக்கு தலித் கிறிஸ்தவுங்களும், சாதிக் கிறிஸ்தவுங்களும் ரெண்டு கண்க மாதிரி. இதுல எந்தக் கண்ணுக்குச் சார்பாகவும் நான் இருக்கத் தயாரா இல்ல. ரெண்டு கண்ணுமே எனக்கு வேணும்." தனது நிலைப்பாட்டை மிகவும் தெளிவாக விளக்கினார் ஆயர்.

ஆயர் அவர்கள் பேசப் பேச பாதர் ராஜாவுக்கு ஆயர் மேல் ஒரு விதமான சலிப்பு ஏற்பட்டது. ஆயர் அவர்கள் சுயமாக அப்படிப் பேசவில்லை... மாறாக ஆயர் பதவிதான் அவரை அவ்வாறு பேச வைக்கிறது என்று உணர்ந்த போது அப்பதவி மேல் வெறுப்பு ஏற்பட்டது. அப்பதவியைத் தூக்கிப் பிடிக்கும் நிறுவனமாக்கப்பட்ட மதத்தின் மேல் கோபம் ஏற்பட்டது. அந்தக் கோபத்தில் அவருடைய மனத்திலிருந்து பல்வேறு விதமான எண்ணங்கள் வெடித்துக் கொப்பளித்தன.

ஏழைகளுக்கு, தலித் மக்களுக்குச் சார்பா நெலைப்பாடு எடுக்காத மதம் ஒரு மதமா? இப்படிப்பட்ட மதம் தேவையா? நிறுவனமாக்கப் பட்ட மதத்துல இருந்து ஏழைகளுக்குச் சார்பா நெலைப்பாடு எடுக்க

முடியாதா? அப்படி நெலைப்பாடு எடுக்காத மதத்த ஏன் ஏழைக தூக்கிப் பிடிக்கணும்? ஏழைகளுக்கு சார்பா இல்லாத மதம் கடவுளப் பத்தி எப்படிப்பட்ட கருத்தச் சொல்லும்? கடவுளு பொறுமையானவரு, சாந்தமானவரு, பரிவானவரு, இரக்கமானவருனுதான சொல்லும். இந்தக் கருத்தத்தான ஏழைக மீது திணிக்கும். இது ஏழைகளுக்கு நல்லதா? இல்லயே! இது ஏழைகள கோழைகளா ஆக்கிப் போடுமே. அநீதத்தக் கண்டு பொங்கி எழாம அடங்கிப் போகச் சொல்லுமே! இந்தக் கருத்து உயர் மட்டத்துக் கருத்தே. நிறுவனமாக்கப்பட்ட மதத்துல உயர்ந்தவுங்கதானே இருக்காக. உயர்ந்தவுங்க தங்கநெலய தங்க வைக்க மதத்தக் காட்டி மதத்தின் தொணையால ஏழைகள் அடிமப்படுத்துறாங் களே! இத எப்படி எதுக்குறது? மதத்தில் பதவியில உள்ளவுங்கள எதுக்கணுமா? பதவியில உள்ளவுங்கள எதுத்தா மட்டும் நிலம மாறுமா? மாறாதே. ஏழைக திரும்பவும் அடிமப்படுத்தும் இந்த மதத்துலதான இருப்பாங்க. இல்ல பதவிய எதுக்குறதுக்குப் பதிலா கடவுளப்பத்திய சரியான விளக்கத்தக் கொடுத்தா என்ன? நானு ஒருத்தனா அந்த விளக்கத்த கொடுக்க முடியுமா? அப்பிடிக் கொடுத்தா இந்த நிறுவனம் என்ன அமுக்கிவிடாதா? நிறுவனத்துக்குரிய பலம் பூராம் எனக்கு எதிரா திரும்புமே? அத என்னால தாக்குப் பிடிக்க முடியுமா? இந்த மதம்கிற நிறுவனத்துக்குள்ள இருந்துக்கிட்டு மாற்றம் கொண்டுவர முடியுமா? இல்ல மதத்துக்கு வெளியே இருந்துதான் கொண்டுவர முடியுமா? மதத்துக்கு வெளிய இருந்து மாற்றம் கொண்டு வரனும்னா நானு மதத்தவிட்டுவெளியேபோகணுமே? இப்படி மதத்த விட்டு வெளிய போறதுன்னா மதத்த மறுக்கிறதுன்னு தானே அர்த்தம். ஆனா கடவுள் இருக்கார்னு நானு பூரணமா நம்புறேனே... என் நம்பிக்க என்னாவது...? கடவுள பூரணமா நம்புறவுங்க தங்க நம்பிக்கைய வெளிக்காட்ட நிறுவனமாக்கப்பட்ட கடவுளயும், மதத்தையும் மறுப்பதுலதான் வெளிக்காட்டணுமா? இதுதான் வழியா? இதவிட்டா வேற வழியே இல்லையா?"

"என்ன பாதர் ராஜா, ஒரே யோசனையில இருக்கீங்க. நான் சொன்னதப் பத்தி என்ன நெனைக்கிறீங்க."

"ஆண்டவரே நிறுவனமாக்கப்பட்ட மதத் தலைவரால இப்படித்தான் பேச முடியும், இப்படிப் பேசுகிற மதத் தலைவர்கிட்ட இருந்து கடவுளயும், ஏழைகளயும் விடுவிக்கணும். இதுதான் எம் பணிங்கிறத நான் புரிஞ்சுக்கிட்டேன்."

"பாதர் ராஜா! என்ன சொல்றீங்க? புரியும் படியாச் சொல்லுங்க" அதிர்ச்சியுடன் ஆயர் அவர்கள் கேட்டார்.

"ஆண்டவரே கடவுள் இருக்கார்னு நானும் முழுசுமா நம்புறேன். ஆனா அந்தக் கடவுள் உங்கள் செயலுக்கும், சிந்தனைக்கும் அப்பாற் பட்ட கடவுள். அந்தக் கடவுள, ஏழைகளுக்குச் சார்பா இருக்கும் அந்தக் கடவுளத் தேடி நான் போறேன். இந்த நிறுவனமாக்கப்பட்ட மதத்த தூக்கி எறிஞ்சிட்டு, குருத்துவத்தத் துறந்துட்டுப் போறேன். நீங்க தூக்கிப் பிடிக்கும் கடவுள் கடவுளே இல்ல. நிறுவனமாக்கப்பட்ட மதத்துல கடவுள் இல்லவே இல்லனு அறிவிக்கப் போறேன். அப்படி அறிவிக்கிறதுலதான் கடவுள் இருக்கார்னு நானு உணர்றேன். என்னைக்கு ஒருத்தன் நீங்க தூக்கிப் பிடிக்கும் கடவுள இல்லன்னு மறுத்துட்டு ஏழைகளுக்குச் சார்பா நெலப்பாடு எடுக்கானோ அன்னைக்குதான் அவன் கடவுள ஏத்துக்கிடுறான். அதுவர அவன் கடவுள ஏத்துக்கிடலைனு சொல்வேன். இன்னைக்கு நீங்க கூட கடவுள ஏத்துக்கிடல. பணத்தயும், பதவியயும், அதிகாரத்தையும், சாதி வெறியையும்தான் கடவுளா வச்சிருக்கீங்க. உங்க கடவுள நீங்களே வச்சுக்கோங்க. நான் போறேன்." பாதர் ராஜா எழுந்து விட்டார்.

"பாதர் ராஜா... என்னென்னமோ பேசுறீங்களே! என் நிலையில இருந்து யோசிச்சுப் பாருங்க. உக்காருங்க... உணர்ச்சியில முடிவெடுக்காதீங்க." ஆயர் படபடப்புடனும் ஆதங்கத்துடனும் பேசினார்.

"ஆண்டவரே! இந்த முடிவு உணர்ச்சிகரமான முடிவு இல்ல. என்னைக்கு நான் பங்கில இருந்து இங்க வந்தேனோ அன்னையில இருந்து யோசிச்சு யோசிச்சு, தியானிச்சு தியானிச்சு, செபித்து செபித்து எடுத்த முடிவு. நான் போறேன். இன்றைய தினம் நீங்க சொல்ற கடவுள மறுக்கிறது மூலம்தான் கடவுள் இருக்கிறார்னு நிரூபிக்க முடியும். அதுக்காகப் போறேன். இனிமே என்னத் தேட வேண்டாம். எங்கிட்ட தொடர்பு ஏற்படுத்த முயல வேண்டாம்." பாதர் ராஜா வேகமாக எழுந்து நடக்க ஆரம்பித்தார்.

"பாதர் ராஜா.... நில்லுங்க... போகாதீங்க... வாங்க... பேசுவோம்... போகாதீங்க... வாங்க... வாங்க..."

ஆயர் அவர்களின் வேண்டுகோளைக் கண்டுகொள்ளாத பாதர் ராஜா விரைவாக அந்தப் பூங்காவையும், ஆயர் இல்லத்தையும் கடந்து வெளியேறினார்.

28

சோம்பிப்போய் உயிரற்று இருந்த உண்டிகை தலித் மக்கள் காலனியில் திடீரென்று நிகழ்ச்சிகள் பரபரப்பாக நடக்க ஆரம்பித்தன.

இஞ்ஞாசியைச் சந்திக்கும் வரையில் செவத்தியானுக்கு என்ன செய்வது என்று ஒன்றும் புரியாமல் இருந்தது. என்னென்ன தயாரிக்க வேண்டும், எப்படிச் செயல்பட வேண்டும் என்று தெரியாமல் விழித்துக் கொண்டிருந்தார். இஞ்ஞாசியோடு பேசினபின்பு செவத்தியானுக்கு எப்படிச் செயல்பட வேண்டும் என்று விளங்க ஆரம்பித்தது. மடமட வென்று காரியத்தில் இறங்கினார்.

முதலில் ஊர்க்கூட்டம் போட்டார். ஊரில் உள்ள பெரியவர்கள், இளைஞர்கள், பெண்கள் முதலியவர்களில் பாதிப்பேர் ஓமலூரி லிருந்து புறப்படும் யாத்திரைக்குச் செல்ல வேண்டும் என்றும், மீதிப்பேர் உண்டிகையிலேயே இருந்து யாத்திரைக்குழு பிச்சூருக்குப் பிற்பாடு அங்கு வரும்பொழுது வரவேற்கத் தயாராக இருக்க வேண்டும் என்றும் கூறினார். யாத்திரைக்குச் செல்பவர்களின் பெயர்களைக் கேட்டுக் குறித்துக் கொண்டார். யாத்திரைக் குழுவுக்கு வரவேற்பளிக்க யார் யார் தப்படிப்பது, உணவுக்கு யார் யார் ஏற்பாடு செய்வது, ஆயுதங்களை யார் யார் சேகரிப்பது, நாயுடுகளின் கொடுமைகள் பற்றிய பட்டியலை யார் யார் தயாரிப்பது, தேர் தெருவில் வர யார் யார் ஏற்பாடு செய்வது, கோயில் நிலத்தை உழுக யார் யார் பொறுப்பெடுப்பது போன்ற அலுவல்களுக்கு ஆட்களைத் தேர்வு செய்தார். நாயுடுகளிடமிருந்து பெற்ற பணத்தை அந்தந்த வேலைகளின் கனாகனத்திற்கு ஏற்பப் பிரித்துக் கொடுத்தார். அனைவரும் பம்பரமாகச் சுழன்று தங்களுக்கு குறிக்கப்பட்ட வேலைகளைச் செய்து கொண்டிருந்தார்கள்.

இப்படிப் பரபரப்பாகச் செயல்பட்டுக் கொண்டிருக்கும் பொழுதுதான் பேரிடியாக அச்செய்தி செவத்தியானின் காதில் விழுந்தது. அதாவது யாத்திரையில் கலந்துகொள்ள ஓமலூருக்குத் தலித் மக்கள் புறப்படும் அன்று இரவு சாதிக் கிறிஸ்தவர்கள் ஒன்று சேர்ந்து தலித் மக்கள் காலனியில் தீ வைத்து, பொருட்களைக் கொள்ளையிடப் போகிறார்கள் என்ற செய்திதான் அது. நன்றாகச் சாராயம் குடித்துவிட்டு குடிபோதையில் செவத்தியான் இருப்பது கூடத் தெரியாமல் நாயுடுகளின் ரகசியத் திட்டங்களை உளறிக் கொண்டே தட்டுத் தடுமாறி நடந்து சென்றார் நொண்டி நாயுடு.

அதைக் கேட்ட செவத்தியான் முதலில் பதறினார். அந்தப் பதற்றம் அவரிடம் வேதனையை உண்டாக்கியது. வேதனை வெறுப்பாக மாறியது. வெறுப்பு கோபமாக கொப்பளித்து வெறியாக வெடித்தது. தங்கள் மீது தாக்குதல் நடத்தி, வீடுகளைத் தீயிட்டுக் கொளுத்தி, பொருட்களைக் கொள்ளையடிக்கத் திட்டமிட்டிருக்கும் நாயுடுகளின் திட்டத்தைத் தவிடு பொடியாக்க வேண்டும் என்ற வெறி அவரிடம் ஏற்பட்டது. ஆத்திரக்காரனுக்குப் புத்தி மட்டு என்று சொல்வார்கள். ஆனால் செவத்தியானுக்கு அந்த வெறியில் புத்திமிகத் திறமையாகச் செயல்பட்டது. நாயுடுகளின் திட்டத்தை நிறைவேற்ற அவருக்கு இன்னும் 24 மணி நேரம் இருந்தது. மிகத் தீவிரமாகச் சிந்தித்துச் செயல்பட ஆரம்பித்தார்.

முதன் முதலாக உயர்சாதியினர் தாக்கத் திட்டமிட்டிருக்கும் நாளும் நேரமும் ஊரில் பாதிப்பேர் யாத்திரையில் கலந்துகொள்வதற்காக ஓமலூருக்குப் புறப்பட்டுப் போன பின்பு என்று இருந்ததால் யாத்திரைக்கு யாரும் செல்ல வேண்டாம் என்று கூறினார்.

தலித் மக்கள் காலனி ஊரின் கிழக்கே இருந்தது. அந்தக் காலனியைச் சுற்றி மூன்று திசைகளிலும் நாயுடுகளின் வயல்கள் இருந்தன. அதில் நெற்பயிர் வளர்ந்திருந்தது. நாயுடுகள் தாக்க வந்தால் கட்டாயம் தங்கள் வயல்களை நாசம் செய்துகொண்டு வர மாட்டார்கள்; மேற்கே செல்லும் பாதையின் வழியாக மட்டும்தான் வருவார்கள் என முடிவு செய்தார். எனவே அந்தப் பாதையை அடைக்கத் திட்டமிட்டார்.

செவத்தியான் எப்பொழுதும் கிணறு வெட்டத்தான் செல்வார். அதிலும் கிணறு வெட்டும் பொழுது பாறையை தகர்க்க வெடி வைப்பதில் கை தேர்ந்தவர் அவர். எங்கெங்கு பாறையை உடைக்க வெடிவைக்க வேண்டுமோ அங்கு அவரைத்தான் கூப்பிடுவார்கள். அவரிடம் எப்பொழுதும் வெடி இருக்கும். அந்த வெடிகளில் பதினைந்து வெடிகளை எடுத்துச் சென்று மேற்கே செல்லும் பாதையில் இரவோடு இரவாக மண்ணுக்குள் புதைத்து வைத்தார். வெடிகளை ஒன்று போல் வெடிக்கச் செய்ய ஒன்றோடு ஒன்றை இணைத்தார். அந்த இணைப்பு வயரை மண்ணுக்குள் பதித்து காலனி வரை கொண்டு சென்றார். ஒரே ஒரு சுவிச்சை மட்டும் போட்டால் போதும். வெடிகள் வெடித்துச் சின்னாபின்னமாகும் விதத்தில் மிகத் திறமையாக வெடிகளைப் பதித்து வைத்தார்.

எதிர்பார்த்தது போன்று வெடிகள் வெடிக்கவில்லை என்றால் என்ன செய்வது? அதற்கான மாற்று ஏற்பாட்டையும் கவனித்தார். ஊரில் உள்ள அனைவரையும் கத்தி, அரிவாள், கோடாரி, கம்பி, உருட்டுக்கட்டை

போன்றவற்றைத் தயாராக வைத்திருக்கும்படி சொன்னார். பெண்களிடம் வீட்டில் உள்ள அனைத்து பானைகளிலும் தண்ணீர் நிரப்பி வைத்திருக்க வேண்டும் என்றும், கூரைவீடுகள் தீப்பிடிக்காத விதத்தில் மாலையிலேயே கூரைகள் மீது தண்ணீர் ஊற்றி நனைத்து வைத்திருக்க வேண்டும் என்றும் கட்டளையிட்டார்.

தலித் மக்களைத் தாக்க நாயுடுகள் கூட்டமாக வரும் பொழுது அதைக் கண்டு மக்களுக்கு அறிவிக்கும் விதத்தில் பறையடிக்க ஒருவனை நியமித்தார். அனைவரும் வேலைகளுக்குச் செல்லாமல் வீட்டிலேயே இருக்க வேண்டும் என்றும், பறைச் சத்தம் கேட்டதும் ஆயுதங்களுடன் ஓடிவந்து காலனியின் பொது இடத்தில் ஒன்றுகூட வேண்டும் என்றும் கூறினார்.

இவைகள் அனைத்தையும் மீறி நாயுடுகள் முன்னேறிவிட்டால் கிழக்குப் பக்கம் வயலில் இறங்கி ஓடுவதற்கு ஏற்ற விதத்தில் கிழக்கே இருந்த வயலில் உள்ள தண்ணீரை வடியவிட்டு காயப் போட்டார்.

அனைத்து ஏற்பாடுகளையும் திருப்தியுடன் செய்த அவர் நாயுடுகள் தங்களைத் தாக்க வரும் நேரத்திற்காக ஆவலோடு காத்திருந்தார். பாத யாத்திரையில் கலந்து கொள்பவர்கள் செல்வதற்காக முதலில் குறிக்கப்பட்டிருந்த நேரமும் கடந்தது. நாயுடுகள் திட்டமிட்ட நேரம் நெருங்கிக் கொண்டிருந்தது. வெடிகளை வெடிக்கச் செய்யும் சுவிச்சுக்குப் பக்கத்தில் பதட்டமில்லாமல் அமர்ந்திருந்தார் செவத்தியான். அவருடைய கண்கள் வெடி பதிக்கப்பட்ட ரோட்டிலேயே இருந்தன. பாறைகள் சிதறித் தூள்தூளாவதையே பார்த்த அவரது கண்கள் நாயுடுகளின் உடல்கள் சிதறித் தூள்தூளாவதைப் பார்க்க ஆவலுடன் காத்திருந்தன. பறையடிப்பவன் பறையுடன் அதே ரோட்டைப் பார்த்தபடி அமர்ந்திருந்தான்.

ஏறக்குறைய அதே நேரத்தில் ஓமலூரில் நிகழ்ச்சிகள் வேறு விதமாக நடந்து கொண்டிருந்தன. அன்று ஓமலூரே திருவிழாக் கோலத்தில் நிறைந்திருந்தது மக்களின் மனங்களில் மகிழ்ச்சிக் காற்று வீசிக்கொண்டிருந்தது. மகிழ்ச்சியின் வெளிப்பாடாக ஓமலூரிலுள்ள ஒவ்வொருவரும் ஒவ்வொரு விதமான வேலையை ஆவலுடன் செய்து கொண்டிருந்தார்கள்.

ஆண்களில் பெரும்பாலோர் விதவிதமான சிலுவைகளைச் செய்வதன் மூலம் தங்கள் திறமைகளை வெளிப்படுத்திக்கொண்டு இருந்தார்கள். சிறியதாய், பெரியதாய், உருண்டையாய், தட்டையாய் என்று வெவ்வேறு அளவில், வெவ்வேறு வடிவத்தில் சிலுவைகள் குவிய ஆரம்பித்தன.

ஆனால் ஒவ்வொரு சிலுவையின் நுனியும் ஈட்டிபோல் மிகக் கூர்மையாகச் சீவப்பட்டிருந்தது.

இளைஞர்கள் ஊரை அலங்கரிப்பதில் மும்முரமாக இருந்தார்கள். தெருவில் கட்டப்பட்டிருந்த மாடுகளைப் பிடித்து வீடுகளுக்குப் பின்னால் கட்டினார்கள். தெருவைக் கூட்டிச் சுத்தம் செய்தார்கள். தெருவின் ஓரத்தில் கம்புகளை வரிசையாகக் கட்டி அதில் மரக்கிளைகளை வெட்டி வந்து கட்டினார்கள். ஒருசில காலமாக உபயோகிக்காமல் இருந்த பறைகளை எடுத்து வந்து, தூசியைத் தட்டி, அவைகளைத் தீயில் நன்றாக வாட்டித் தோலின் தொய்வைப் போக்கினார்கள். பின்பு ஒரு சிலர் அந்தப் பறைகளை வெவ்வேறு தாளங்களில் அடிக்க சிலர் நடனமாட ஆரம்பித்தார்கள். இந்த நடனத்தில் சிறுவர் சிறுமியர்களும் கலந்துகொண்டு தாளம் தவறாமல் மனதுக்குப்பட்டபடி ஆடினார்கள்.

இளம்பெண்கள் வீட்டில் சாணமிட்டு மெழுகினார்கள். பிறகு செங்கல் பொடியால் அழகிய பார்டர் வரைந்தார்கள். வீட்டின் முன்னால் நீர் தெளித்து அழகிய கோலமிட்டார்கள்.

பெண்கள் சமையலில் மும்முரமாக இருந்தார்கள். ஒவ்வொரு குடும்பத்தினரும் யாத்திரையில் கலந்துகொள்ள வருபவர்களில் பத்துப் பேருக்காவது உணவு கொடுக்க வேண்டும் என்று சொல்லப்பட்டிருந்ததால் ஆவலுடன் சமைக்க ஆரம்பித்தார்கள். அன்று மட்டும் ஒரு பத்து மாடாவது கொல்லப்பட்டிருக்கும். எல்லார் வீட்டிலும் மாட்டுக் கறிதான். மற்றவர்களைவிடச் சுவையாகச் சமைக்க வேண்டும் என்று ஒவ்வொரு பெண்ணும் மிகக் கவனமாக உப்பு, காரம், மசாலா போட்டுச் சமைத்தார்கள். சிறுவர் சிறுமியர்கள் தெருவில் ஆடுவதும், பிறகு வீட்டிற்கு வந்து சமையல் ஆகிவிட்டதா என்று பார்ப்பதும், நேரமாகும் என்று தெரிந்தால் மறுபடி சென்று ஆடுவதுமாக இருந்தார்கள்.

கித்தேரியான் அமைதியாக அமர்ந்திருந்தார். மறுநாள் யாத்திரை எப்படி முடியுமோ என்ற எண்ணம் அவரை நிறைத்திருந்தது. அடுத்த நாளுக்குத் தன்னைத் தயாரிப்பவர் போல அமைதியாக அமர்ந்திருந்தார். தேவையில்லாமல் சக்தியைச் செலவிடக் கூடாது. அதிகம் உணர்ச்சி வசப்படாமல் அறிவுப் பூர்வமாகச் சிந்தித்துச் செயல்பட வேண்டும் என்று அவர் நினைத்துக் கொண்டிருந்தார்.

மாலை ஆனது. சூரியனும் மறைந்தது. ஆனால் எதிர்பார்த்ததற்கு மாறாக யாரும் வரவில்லை. அன்று இருட்டுவதற்கு முன்பாக கருக்கலிலேயே அனைத்துக் கிராமத்தாரும் வந்துவிட வேண்டும் என்று திட்டமிடப்பட்டிருந்தது. யாருமே வராததால் ஊரின் மகிழ்ச்சி சிறிது குறைந்தது.

வந்தவர்களை வரவேற்கப் பொறுப்பேற்றிருந்த முத்துவால் ஓரிடத்தில் அமைதியாக அமர்ந்திருக்க முடியவில்லை. ஊரின் எல்லை வரை செல்வதும், யாரும் வருகிறார்களா என்று பார்ப்பதும், பின்பு ஏமாற்றத்துடன் திரும்பி வருவதுமாக அவர் இருந்தார்.

கருக்கலும் மறைந்து இருட்ட ஆரம்பித்துவிட்டது. இன்னும் யாரும் வரவில்லை. என்னவோ ஏதோ என்று முத்துவின் மனம் சங்கடப் பட்டது. இளைஞர்களின் ஆட்டமும் குறைந்தது. சமைத்து முடித்த பெண்களையும் சோகம் அப்பிக் கொண்டது.

ஆனால் கித்தேரியான் கவலைப்படவில்லை. கட்டாயம் வருவார்கள் என்று சொல்லி நிதானத்தை இழக்காமல் அமைதியாக இருந்தார்.

ஆனால் இளைஞர்களால் பொறுமையாக இருக்க முடியவில்லை. முதலில் ஆட்டத்தை நிறுத்திய அவர்கள் நேரம் ஆக ஆக பொறுமையை முற்றிலும் இழந்தார்கள். காலம் கடந்தாவது கட்டாயம் வருவார்கள் என்று அவர்கள் மனங்களில் இழையோடிக் கொண்டிருந்த நம்பிக்கையும் சிறிது சிறிதாக மறைய ஆரம்பித்தது. ஏன் வரவில்லை? என்ன காரணம்? ஒட்டு மொத்தமாக எந்தக் கிராமத்தினரும் வரவில்லையே! ஏன்? ஏதாவது நடந்திருக்குமோ? அப்படி என்னதான் நடந்திருக்கும்? அப்படியே ஏதாவது நடந்தாலும் எல்லாக் கிராமத்திலும் ஒன்று போலவா ஏதாவது நடந்திருக்கும்?

யாருக்கும் ஒன்றும் விளங்கவுமில்லை. புரியவுமில்லை. வாடகைக்குச் சைக்கிளை எடுத்துக்கொண்டு மற்ற கிராமங்களுக்குச் சென்று ஏன் வரவில்லை என்று அறிந்து வர எண்ணினார்கள்.

அவர்கள் கித்தேரியானிடம் அனுமதி கேக்க நினைக்கவில்லை. இந்த பரபரப்பான சூழ்நிலையில் மற்ற கிராமங்களிலிருந்து எப்படியும் ஆட்கள் வந்துவிடுவார்கள் என்று மட்டும் கூறி அமைதியாக இருக்கும் கித்தேரியானின் நம்பிக்கையை இளைஞர்கள் கெடுக்க நினைக்கவில்லை.

எனவே கித்தேரியானிடம் கேட்காமலேயே செயல்பட வேண்டி யதுதான் என்று திட்டமிட்ட இளைஞர்கள் இருவர் இருவராகப் பக்கத்துக் கிராமங்களுக்குச் செல்லப் புறப்பட்டார்கள்.

அப்பொழுது...

தூரத்தில் எரிகின்ற தீப்பந்தங்களோடு சிலர் ஓமலூரை நோக்கி விரைந்து ஓடி வருவது தெரிந்தது.

மற்ற கிராமங்களிலிருந்து வருபவர்களை வரவேற்கும் பொறுப்பை ஏற்றிருந்த முத்து தீப்பந்தங்களோடு ஓடிவரும் கும்பலை வியப்புடன் பார்த்தார்.

'யார் இவுங்க? இந்த நேரத்துல ஏன் இப்படி ஓடிவரணும்? ஒருவேள பக்கத்து கிராமத்து தலித் கிறிஸ்தவுங்களா இருப்பாகளோ? யாத்திரயில கலந்துகொள்ள வாராங்களோ? அப்பிடினா மகிழ்ச்சியாவுல வரணும்...? ஏன் இந்த அவசரம்? ஓடில வாராங்க. ஓடி வாரதப் பாத்தா ஏதோ கலவரத்துக்கு வாரவுக மாதிரியில்ல இருக்கு... ஒருவேள இப்பிடியும் இருக்குமோ? பக்கத்து ஊரு உயர்சாதியினராக இருக்குமோ? ஆனா அவுக நம்ம மதத்த சார்ந்தவுங்க இல்லயே? ஒருவேள இவுங்கள ரெட்டியார்க தூண்டிவிட்டிருப்பாங்களோ? கட்டாயம் அப்பிடித்தான் இருக்கும். நம்மத் தாக்கத்தான் வரணும். விடக்கூடாது... நீயா நானான்னா பாக்க வேண்டியதுதான்.'

சிந்திக்க நேரமில்லை முத்துவுக்கு. தீப்பந்தக் கும்பலை பார்த்துக் கொண்டிருந்த இளைஞர்களை நோக்கிக் கத்தினார்.

"டேய்... மேச்சாதிக்காரங்க நம்ம தாக்க வாராங்க. இன்னைக்கு ரெண்டுல ஒண்ணு பாப்போம். வாங்கடா புறப்படுவோம்."

முத்து கத்தவும் இளைஞர்களின் ரத்தம் சுண்டியது. கோபம் கொப்பளித்தது. நரம்புகள் புடைத்தன. வெறி தலைக்கேற கையில் கிடைத்த அரிவாள், கம்பு, கடப்பாறை, மண்வெட்டி போன்ற ஆயுதங் களைத் தூக்கிக் கொண்டு இளைஞர்கள் ஓட ஆரம்பித்தார்கள்.

முதல் ஆளாக முத்துதான் ஓடினார். அவருடைய கையில் நீண்ட ஒரு வெட்டரிவாள் இருந்தது. பயங்கரமாக கத்தியபடி ஓடினார்.

அவரைத் தொடர்ந்து இளைஞர்களும் பயங்கரமாக வெறிக் கூச்சலிட்டபடி ஓடினார்கள்.

சில பெண்கள் ஓவென்று ஒப்பாரி வைத்து அழ ஆரம்பித்தார்கள். துணிச்சலான பெண்கள் சிலர் களைக்கொத்திகளைக் கையில் எடுத்துக் கொண்டு ஆண்களைத் தொடர்ந்து ஓடினார்கள்.

29

நேரம் கடந்து கொண்டே சென்றது. நன்கு இருட்டி விட்டது. அது தேய் பிறைக் காலம். நிலவு வானத்தில் இல்லை. ஏறக்குறைய நடுச் சாமத்தில்தான் நிலவு தோன்றும்.

அந்த இருட்டில் பதுங்கிப் பாயும் புலியைப் போல நாயுடுகள் மேல் பாய்வதற்குத் தயாராக இருந்தார் செவத்தியான்.

நேரம்தான் கடந்ததே தவிர நாயுடுகள் வருவதுபோலத் தெரிய வில்லை. வருவதற்கான எந்த அறிகுறியும் தோன்றவில்லை. இருப்பினும் இந்த நேரந்தான் தாக்குவதற்குத் தோதான நேரம். தாக்க வரலாம் என்று மிகக் கவனமாகக் காத்திருந்தார்.

அப்பொழுது...

யாரோ ஒரு ஆள் நடந்து வருவது இருட்டில் லேசாகத் தெரிந்தது.

செவத்தியான் சுதாரித்துக் கொண்டார். மிகமிகக் கவனமாகக் கூர்ந்து பார்த்தார். அவரது கை வெடிகளை வெடிக்கச் செய்யும் இணைப்பை நோக்கிச் சென்றது.

அதுவரை சோம்பிப்போய் உட்கார்ந்திருந்த பறையடிப்பவரும் எழுந்து நின்றார். பறையைத் தோளில் மாட்டிக்கொண்டார். கைகளில் பறையடிக்கும் குச்சியை வைத்துக் கொண்டு பறையடிக்கத் தயாரானார்.

அங்கே வந்துகொண்டிருந்தது ஒரே ஒரு ஆள்தான். வேறு யாரும் வரவில்லை. பொறுமையாக இருந்தார், 'ஒத்த ஆள்தான வருது. மத்த பயகளும் வரட்டும். நிமுசத்துல அவுங்க எல்லாத்தையும் சின்னாபின்ன மாக்குறேன்.'

நடந்து வந்த ஆள் ரோட்டைக் கடந்து தெருவுக்குள் வந்து விட்டார். அந்த இருட்டில் கூட அவர் யார் என்பதை செவத்தியானால் தெளிவாகப் பார்க்க முடிந்தது. அவருடைய கண்கள் வியப்பால் விரிந்தன. அது பிச்சூரைச் சார்ந்த தனிக்கிளாஸ்.

பதைபதைப்புடன் மறைவிடத்திலிருந்து வெளியே வந்தார். "என்ன தனிக்கிளாஸ் இந்த நேரத்துல இங்க" என்று ஆச்சரியத்துடன் கேட்டார்.

"ஆமா... இஞ்ஞாசிதான் அனுப்பிச்சாரு. யாத்திரக் குழுவ வரவேற்க எல்லாம் செஞ்சிட்டீங்களான்னு பாத்துட்டு வரச் சொன்னாரு."

“சரிசரி... இங்குட்டு வா... நாயுடுக இங்க எங்களத் தாக்க வரப் போறாங்க... அவனுகள என்ன செய்றேன் பாரு” என்று கூறியபடியே தனிக்கிளாசை மறைவிடத்திற்கு இழுத்தார் செவத்தியான்.

“நாயுடுக உங்கள தாக்கப் போறாங்களா... இருக்காதே... அவுங்க எல்லாரும் பிச்சூருக்கு இல்ல போறாங்க.”

“என்னப்பா சொல்ற.”

“நெசந்தான். நான் பாத்ததத்தான் சொல்றேன். இங்க வந்து பஸ்சில இருந்து இறங்கினேனா. அந்த பிச்சூர் பஸ்ல இங்க உள்ள நல்ல வாட்ட சாட்டமான நாயுடு இளவட்டப் பசங்க ஏறி பிச்சூருக்குப் போறாங்க. எப்பிடியும் எழுவது எம்பது பேராவது இருக்கும். பஸ்சே நெறைஞ்சு போச்சே.”

செவத்தியானுக்கு விஷயம் உடனே புரிய ஆரம்பித்தது. தங்களை யாத்திரையில் கலந்துகொள்ள விடாமல் செய்வதற்குத்தான் நொண்டி நாயுடு மூலம் வேண்டுமென்றே தங்களைத் தாக்கப் போவதாகச் செய்தியை நாயுடுகள் பரப்பியிருக்கிறார்கள் என்று.

இனி என்ன செய்வது...? யோசிப்பதற்கு நேரமில்லை. இனி ஓமலூருக்குப் பஸ் கிடையாது. நடக்கத்தான் வேண்டும். பதினைந்து கிலோ மீட்டருக்கு மேல் தூரம் இருக்கிறது. குறுக்கு வழியில் வேகமாகச் சென்றால் எப்படியும் இரண்டு மணி நேரம் ஆகும். கணக்கிட்ட அவர் உடனே பரப்பரப்பாகச் செயல்பட ஆரம்பித்தார்.

புதைக்கப்பட்ட வெடிகளைக் கவனமாகத் தோண்டி எடுத்தார். ஊரில் உள்ள எல்லாருக்கும் முதலில் செய்த முடிவுப்படி செயல்படச் சொன்னார். ஓமலூருக்குச் செல்லத் திட்டமிட்டவர்களை ஐந்து நிமிடத்திற்குள் வந்து கூடும்படி கூறினார்.

அடுத்த ஐந்தாவது நிமிடத்தில் ஓமலூரை நோக்கி செவத்தியான் தலைமையில் ஆட்கள் தீப்பந்தங்களையும், எரியும் சைக்கிள் டயர் களையும் பிடித்தபடி குறுக்குப்பாதை வழியாக ஓட ஆரம்பித்தனர்.

ஓமலூரை நெருங்கியபொழுது தங்களை நோக்கி வெறிக் கூச்சலிட் டபடி ஒரு கும்பல் ஓடிவருவதைக் கண்டு மிரண்டு அப்படியே நின்றனர். பின் வாங்கி ஓட நினைத்தனர்.

வெறிக்கூச்சலிட்டபடி முத்து ஓடிவருவதைக் கண்ட செவத்தியான் சத்தத்தை உயர்த்தி “மச்சான்... நான் செவத்தியான். உங்க ஆட்கதான் வாரோம்” என்று கத்தினார்.

அந்தச் சத்தத்தைக் கேட்ட முத்து அப்படியே நின்றார். கும்பலை உற்றுப்பார்த்தார். அவரது கையில் இருந்த அரிவாள் கீழே விழுந்தது. மேல் மூச்சு கீழ்மூச்சு வாங்க அப்படியே செவத்தியானைக் கட்டிப் பிடித்தார். அவரைத் தொடர்ந்து ஓடிவந்த ஓமலூர்காரர்களும் அப்படியே நின்றனர். அவர்கள் வெறி மகிழ்ச்சியாக மாறி வெடித்துச் சிதறியது. முதலில் இருந்த உற்சாகம் அவர்களிடம் பீரிட மகிழ்ச்சியுடன் ஆடிப்பாடி வரவேற்றபடி ஊரை நோக்கி நடந்தார்கள்.

செவத்தியான் மூலம் நடந்தவைகளைக் கேட்ட கித்தேரியான் வேகமாகச் செயல்பட ஆரம்பித்தார். யாத்திரைக்குத் தலித் மக்கள் செல்லாமல் தடுப்பதற்கே இத்தகைய தாக்குதல் செய்தி எல்லா ஊர்களிலும் பரப்பப்பட்டிருக்கும் என்று யூகித்தார். அதனால்தான் கிராமத்திலிருந்து ஆட்கள் வரவில்லை என்று நினைத்தார். உடனே இளைஞர்களை சைக்கிளில் எல்லாக் கிராமங்களுக்கும் அனுப்பினார். இரவோடு இரவாக மக்கள் புறப்பட்டு கருக்கலுக்குள் ஓமலூர் வந்து சேரும்படி அவர்கள் மூலம் செய்தியை அனுப்பினார்.

இவ்வாறு பரபரப்பாகச் செயல்பட்டுக் கொண்டிருக்கும் பொழுது அவர்கள் எதிர்பார்த்த அந்த இரண்டு தலித் குருக்களும் அங்கு வந்து சேர்ந்தார்கள்.

பிறகென்ன ஒரே மகிழ்ச்சிதான். பெண்கள் பாட்டுப்பாடி கும்மியடித்தார்கள். ஆண்கள் பறையடித்து ஆடிக்கொண்டிருந்தார்கள் ஒவ்வொரு கிராமமாக மக்கள் வந்த வண்ணம் இருந்தார்கள். வந்தவர்களுக்கெல்லாம் வீடுகளில் மாட்டுக்கறியுடன் கூடிய விருந்து கொடுக்கப்பட்டது. ...

ஆடிக்கொண்டும், பாடிக்கொண்டும் இருந்தவர்களைக் கித்தேரியான் அன்புடன் கடிந்து கொண்டார். மறுநாள் அதிகத் தூரம் நடக்க வேண்டும் என்றும், தங்களது சக்தியை வீணாக்கிவிட வேண்டாம் என்றும், சக்தியைச் செலவிட நாளை அதிக வாய்ப்புக் கிடைக்கும் என்றும், இப்பொழுது ஓய்வு முக்கியம் என்றும் அவர் கேட்டுக்கொண்டார்.

மறுநாள் கருக்கலிலேயே அந்தக் கிராமம் யாத்திரைக்குத் தயாரானது. இரவோடு இரவாக மற்ற கிராமத்திலிருந்து வந்தவர்களும் தங்களது களைப்பை மறந்து யாத்திரைக்குத் தயாரானார்கள். ஒவ்வொருவருடைய கரங்களிலும் சிலுவை இருந்தது. ஒவ்வொருவருடைய மனங்களையும் மகிழ்ச்சிதான் நிறைத்ததே தவிர என்ன நடக்கப் போகிறதோ... என்ற கவலையோ அந்த கவலையினால் தோன்றும் வேதனையோ, வேதனையின் வெளிப்பாடான பயமோ யாரிடமும் இல்லை.

கித்தேரியானிடமும் பயம் இல்லை. ஆனால் யாத்திரை என்ற புனித நிகழ்ச்சி எப்படி முடியப் போகிறதோ என்ற கவலை அவரை நிறைத்தது. பிரச்சினை வரும் பொழுது கலங்காமல், சோர்ந்து விடாமல் தெளிந்த மனதுடன் செயல்பட வேண்டுமே என்ற ஆதங்கம் அவரிடம் இருந்தது.

கிறிஸ்தவத்திலுள்ள சாதி அமைப்பை உடைத்தெறிய கையில் சிலுவையுடன் ஒரு புனித யாத்திரைக்குச் செல்லத் தயாராக இருக்கும் கூட்டத்தை இரண்டு தலித் குருக்களும் பார்த்தார்கள், கிறிஸ்தவத்திலுள்ள சாதிக் கொடுமைகளை நினைத்து அவர்களுடைய மனங்கள் குமுறின. அவர்களுடைய உள்ளத்தில் பல்வேறு விதமான உணர்ச்சிகள் எழுந்து மோதி வெடித்தன.

அவர்களில் ஒருவர் கூட்டத்தைப் பார்த்து சத்தமாக உணர்ச்சி பொங்கப் பேச ஆரம்பித்தார். "இப்ப உங்க எல்லாத்தையும் பாக்குறப்ப மனசுல என்னென்னமோ தோணுது. அதையெல்லாம் எப்படிச் சொல்லன்னு தெரியல. வார்த்த வராம தடுமாறுறேன். விம்மி விம்மி அழணும் போல இருக்கு. அழக்கூடாதுன்னு பிடிவாதமா உணர்ச்சியைக் கட்டுப்படுத்திக்கிட்டு இருக்கேன். இதுவரைக்கு எத்தனையோ பிரசங்கங்க கோயில்ல கொடுத்திருக்கேன். ஆனா அதெல்லாம் எம் புத்தியில இருந்து வந்துச்சு. ஆனா இன்னைக்கு நான் உங்ககிட்ட பேசுறது எம் மனசில இருந்து வருது. மனசின் அடித்தளத்திலிருந்து எழும் உணர்ச்சிகளத்தான் உங்ககிட்ட சொல்லப்போறேன்."

சற்றுநேரம் பேசுவதை நிறுத்திய அவர் தனது உணர்ச்சிகளைக் கட்டுப்படுத்திக் கொண்டு தொடர்ந்து பேச ஆரம்பித்தார். "உங்க எல்லாத்தையும் கையில் சிலுவையோட பார்க்கிறப்ப எனக்கு ஒரு நிகழ்ச்சி ஞாபகத்துக்கு வருது. ஒரு சில நூற்றாண்டுகளுக்கு முன்னால முகமதியர்கள எதுக்க ஒரு கையில கேடயத்தையும், மறு கையில வாளையும் பிடிச்சிக்கிட்டு சிலுவக்குறிபோட்ட ஆடைகளையும் அணிஞ்சிக்கிட்டு சிலுவப்போருக்குப் போன ஐரோப்பிய கிறிஸ்தவ இளைஞர்க ஞாபகம்தான் வருது. அன்னைக்கு அவுங்க புனிதப் போருக்குப் போனது மாதிரி இன்னைக்கு நாமளும் ஒரு புனிதப் போருக்குப் போறோம். ஆனா ரெண்டுக்கும் நிறைய வித்தியாசம் இருக்கு. அன்னைக்கு அவுங்களிடம் சிலுவையோட கேடயமும் வாளும் இருந்துச்சு. ஆனா இன்னைக்கு நம்ம கையில சிலுவ மட்டும்தான் இருக்கு. அவுங்க துலுக்கங்களுக்கு எதிரா போராடப் போனாங்க. ஆனா நாம திருச்சபையில இருக்கிற சாதியத்துக்கு எதிரா போராடப் போறோம். அன்னைக்கு பாப்பானவர், பிஷப்புக ஆசீர்வாதம் இருந்துச்சு. ஆனா

இன்னைக்கு அவுக ஆசீர்வாதம் இல்லாமலே போறோம். ஆனா ஒன்னே ஒன்று மட்டும் நிச்சயம் இருக்கு. கடவுளுடைய ஆசீர்வாதம் இருக்கு. இன்னைக்கு உண்மையில் நாம போகல. நம்ம வடிவத்துல யேசு தான் போறார். அன்னைக்கு சிலுவயச் சுமந்துக்கிட்டு உலகத்தயே மீட்ட யேசு, இன்னைக்கு சிலுவய நம்ம வடிவத்துல சுமந்துக்கிட்டு இந்த திருச்சபய மீட்கப் போறாரு. நிச்சயம் வெற்றிதான். அந்த வெற்றிய நான் இப்பவே பாக்கிறேன். எங்கண்களுக்கு அது நல்லாவே தெரியுது. சாதிய திருச்சப தோத்துப் போயி ஓடுறது எனக்கு நல்லாவே தெரியிது. மகிழ்ச்சியில எங்கண்ணுல இருந்து கண்ணீர் வழியிது. அன்னைக்கு அந்த மீட்பு போராட்டத்தில யேசு கொல்லப்பட்டது மாதிரி இந்த மீட்புப் போராட்டத்துல நாம..." அதற்குமேல் அவரால் பேச முடியவில்லை. அவருடைய கண்களிலிருந்து கண்ணீர் வழிந்தது. விம்மி விம்மி அழுதார்.

அவர் அழுததால் கூட்டத்தில் இருந்த பலரும் உணர்ச்சிவசப்பட்டு அழுதார்கள். பலமாக பெரு மூச்சுவிடும் சப்தத்தையும், மூக்கைச் சீந்தும் சத்தத்தையும் தவிர வேறு எந்த சப்தமும் இல்லை. எல்லாருமே உணர்ச்சியில் மூழ்கியவர்களாக இருந்தார்கள். ஒரு சில நிமிடங்கள் இப்படியே நீடித்தன.

இந்தச் சோகமான சூழ்நிலையை மாற்ற நினைத்தவராக, அதே சமயம் மக்களுக்கு நம்பிக்கையைக் கொடுப்பதற்காக மற்ற தலித் குரு பேச ஆரம்பித்தார்.

"இப்ப இந்த யாத்திர தொடங்கப் போகுது. இந்த யாத்திர மாதிரி பைபிள்ளயும் ஒரு யாத்திர இருக்கு. யாத்திராகமத்துல நாம அத வாசிக்கோம். எகிப்தியரின் அடிமத்தனத்துல இருந்து இஸ்ராயால் மக்க விடுபட்டு, பாலும், தேனும் ஓடும் கானான் நாட்டுக்கு யாத்திரையா போறாங்க. அந்த யாத்திரைய ஆரம்பிக்கிறதுக்கு முன்னாலயும், ஆரம் பிச்ச பெறகும் எம்புட்டோ பிரச்சினைக இருந்துச்சு. ஆனா அந்த யாத்திரைக்கு கடவுள் துணையிருந்ததுனால வெற்றியா முடிஞ்சிச்சு. அதுமாதிரி நம்ம யாத்திரை ஆரம்பிக்கவும் எம்புட்டோ பிரச்சினைக வந்துச்சு. உங்க எல்லாருக்கும் அது நல்லா தெரியும். ஆனா கடவுள் நம்மகிட்ட இருந்ததுனால அந்த பிரச்சினைக எல்லாம் மறைய, இப்ப யாத்திரைய ஆரம்பிக்கப் போறோம். நிச்சயமா கடவுள் நம்மோட கடசிவர இருப்பாரு. ஆனா அந்த இஸ்ராயேல் மக்க யாத்திரைக்கும் நம்ம தலித் மக்க யாத்திரைக்கும் சில வித்தியாசங்களும் இருக்கு. இஸ்ராயேல் மக்க அடிமத்தனம் இருந்த எகிப்து நாட்டுலயிருந்து விடுதலை பெற்று யாத்திரையா வேற நாட்டுக்குப் போனாங்க. ஆனா நாம அடிமத்தனம்

இருக்கிற நாட்டுலயே விடுதலை தேடி யாத்திரையா போறோம். ஏன்னா இது நம்ம நாடு. நாமதான் இந்த நாட்டு மக்க; இந்த மண்ணின் மைந்தர்க நாமதான். அவுங்க பாலும் தேனும் ஓடும் கானான் நாட்டப் பாத்துப் போனாங்க. ஆனா நாம நம்ம நாட்டுலயே பாலும் தேனும் ஓடுதுன்னு நம்புறோம். ஆனா அந்தப் பாலும் தேனும் இந்த நமது நாட்டுலயே ஓடுனாலும் அத அனுபவிக்கிறது சாதிக்காரங்க. அதனால் இந்த நமது நாட்டுல பொருளாதார சமத்துவம் வேணும்னு யாத்திரையா போறோம். அந்த யாத்திர பாலைவனத்துல நாப்பது வருஷம் நீடிச்சிச்சு. நாமளும் இப்ப பாலைவனத்துலதான் இருக்கோம். நம்ம இருக்கிற இடத்துல சால வசதியில்ல, தண்ணி வசதியில்ல, மருத்துவ வசதியில்ல, தெரு விளக்கு வசதியில்ல, கல்வி வசதியில்ல, புறம்பாக்கப்பட்ட புறம்போக்கு நிலம்கிற பாலை வனத்துல தான் வாழ்றோம். இந்த பாலைவனத்துல ஆண்டாண்டு காலமா இருந்த நாம இப்ப யாத்திரையா புறப்படுறோம். நம்ம யாத்திர எம்புட்டு வருஷம் நீடிக்கப் போகுதோ தெரியலே. ஆனா அந்த யாத்திர வெற்றி பெற்றது மாதிரி நம்ம யாத்திரயும் நிச்சயம் வெற்றி பெறும். அந்த யாத்திரைக்கு மோயீசன் தலம வகிச்ச மாதிரி இந்த யாத்திரைக்கு கித்தேரியான்தான் தலமை வகிக்கிறார். நாங்க ரெண்டு சாமியார்களும் தலமை வகிக்கல. நாங்களும் இந்த யாத்திரையில கலந்துக்கிடத்தான் வந்திருக்கோம். அதுனால எல்லாரும் கித்தேரியான் சொல்லுக்கு கட்டுப்பட்டு நடப்போம். அவர் சொல்றதச் செய்வோம். ஆளாளுக்கு கண்டதச் சொல்லி கூட்டத்துல குழப்பத்த உண்டாக்க வேண்டாம். நாங்க ரெண்டு சாமியார்களும் கித்தேரியான் என்ன சொல்லுறாரோ அதத்தான் கேப்போம். வழியில் நடந்து போகும்போது கத்திக்கிட் டுப்போக வேண்டாம். அமைதியாப் போவோம். எதுக்கு இதச் சொல்றேன்னா நம்ம சக்திய வீணாச் செலவிட வேண்டாம்னு தான். நம்ம சக்தியச் செலவிட வேண்டிய நேரம் பிச்சூர்லதான் வரும். அங்க நம் சக்திய கித்தேரியான் கட்டளைப்படி காட்டுவோம். அப்ப நம்மளுக்கு வெற்றி நிச்சயம்தான்."

அவர்கள் இருவரும் பேசியதால் தான் பேச வேண்டியதில்லை என்று கித்தேரியான் நினைத்தார். இருந்தாலும் ஒரு சில வார்த்தைகளாவது சொல்வது நல்லதென்று நினைத்த அவர் உருக்கமாகப் பேசினார். "எனக்கு என்ன சொல்றதுன்னு தெரியல. எம்புட்டோ கஷ்டப்பட்டு இங்க கூடியிருக்கோம். நம்மள ஒன்னுகூட விடாமச் செஞ்ச சதிய முறியடிச்சு மொத வெற்றியப் பெற்றுட்டோம். இப்ப ரெண்டாவது வெற்றியை பெற இவ்வளவு பெரிய கூட்டமா கூடியிருக்கோம். திருச்சபையில சாதியம் ஒழியணும்னு எம்புட்டோ போராட்டங்கள் நடத்தினோம். அறவழியாக நடந்த அனைத்து போராட்டங்களுக்கும் நமக்கு பதில் கிடைக்கல.

கடைசியில இந்த போராட்டத்த இறுதி ஆயுதமா எடுத்திருக்கோம். இந்தப் போராட்டம் ஒரு வீரப் போராட்டம். நாம கோழைகளல்லன்னு நிரூபிக்கிற போராட்டம். நாங்களும் மனுசங்கதான்... எங்கள ஆடுக, மாடுக மாதிரி அடக்கி ஒடுக்க முடியாதுன்னு நிரூபிக்கிற போராட்டம். சரித்திரத்தில இடம் பெறப்போற முக்கியமான போராட்டம். போவோம். வீரத்தோட போவோம். நெஞ்சில் துணிவோட போவோம். சிலுவைங்கிற ஆயுதத்தோட போவோம். தலித்துன்னு சொல்லி தலை நிமிர்ந்து போவோம். வெற்றி நமதேன்னு முழக்கமிட்டபடி போவோம்" என்று உணர்ச்சியுடன் பேசிய கித்தேரியான் "வெற்றி" என்று பலமாகக் கத்தினார்.

"நமதே." கூட்டம் பதிலிட்டது

"சாதி."

"ஒழிக."

"தலித் என்று சொல்லு."

"தலை நிமுந்து நில்லு."

கூட்டம் இவ்வாறு முழக்கமிட, பெண்கள் குலவையிட, பறையடிப்பவர்கள் சப்தமாகப் பறையை அடிக்க, ஒரு சில இளைஞர்கள் உற்சாகமாக மகிழ்ச்சியின் மிகுதியில் நடனமாட கூட்டம் கையில் சிலுவையை உயர்த்திப் பிடித்தபடி பிச்சூரை நோக்கிப் புறப்பட்டது.

அதே சமயத்தில் பிச்சூரிலும் நிகழ்ச்சிகள் பரபரப்பாக நடந்தன. உண்டிகை நாயுடு தலைமையில் பஸ்ஸில் உண்டிகையிலிருந்து புறப்பட்ட இளைஞர்கள் பிச்சூரை வந்து சேர்ந்தார்கள்.

வந்த உடன் ராயப்ப ரெட்டியைத் தேடிச் சென்ற உண்டிகை நாயுடு அவரைக் கண்டதும் தனது மனதிலுள்ளவைகளை அப்படியே கொட்டினார்.

"ரெட்டியாரே நீங்க சொன்னது மாதிரியே செஞ்சேன். அதாவது குடிகார நொண்டி நாயுடு மூலம் நம்ம ஆளுக அந்தப் பறப்பயலுகளத் தாக்கத் திட்டமிட்டிருப்பதா செய்தியப் பரப்பினேன். பரப்பிட்டு கவனமா அவனுக என்ன செய்றாணுகன்னு பார்த்தேன். ரெட்டியாரே என்னத்தச் சொல்றது? அந்தப் பயலுக பாதையில் கிணறு வெட்டும் போது பாறைய உடைக்கும் வெடியப் பதிச்சுவச்சு நம்ம ஆளுக தாக்க வரட்டும்னு தயாரா காத்துக்கிட்டு இருந்தானுக. இதத் தெரிஞ்சுக்கிட்ட நானு அங்கேயே இருந்து அவுங்களத்தாக்குற மாதிரி பாவலா காட்டிட்டு

பிச்சூருக்கு வரும் கடைசி பஸ்சப் பிடிச்சி வந்திட்டேன். இதயெல்லாம் பாத்தா அவனுக பெரிய திட்டத்தோடதான் இங்க வருவானுக போல. இப்ப நம்ம என்ன செய்ய...?"

அவர் சொன்னதைக் கேட்டு அதிர்ச்சியடைந்தார் ராயப்ப ரெட்டியார். சில நிமிட அமைதிக்குப் பின் தலையாட்டியபடி "பாதையில வெடிய பொதச்சு வச்சாங்களா... முள்ள முள்ளாலயே எடுக்கேன்" என்றார்.

"என்ன ரெட்டியாரே சொல்றீக?"

"அவனுக பாதையில வெடியத்தான் பொதச்சு வச்சானுக. நாமளும் வெடியப் பொதக்க வேண்டியதுதான். சேவியர் ரெட்டி கிணறு வெட்டிக்கிட்டு இருக்காரு. வெடிகள வாங்கி வச்சிருக்காரு. அதவச்சி அவனுகளத் தீத்துக்கட்ட வேண்டியதுதான். நமக்கு நல்ல யோசன கிடைச்சிருச்சு... இனி என்ன... நாமதான் செயிக்கப் போறோம்." உற்சாக மிகுதியில் கத்தினார் ராயப்ப ரெட்டி.

அதற்குப் பிறகு மடமடவென்று செயல்பட ஆரம்பித்தார் ராயப்ப ரெட்டி. சேவியர் ரெட்டியிடம் மொத்தம் ஐம்பது வெடிகள் இருந்தன. அந்த ஐம்பது வெடிகளையும் தலித் மக்கள் யாத்திரையாக பிச்சூருக்கு வரும் வழியில் பிச்சூரில் நுழையும் இடத்தில் பதிக்க ஏற்பாடு செய்தார். வரிசைக்கு ஐந்து வெடிகளாக ஐம்பது வெடிகளும் சுமார் நூறு அடி தூரத்துக்குப் பதிக்கப்பட்டன. அதில் இரண்டு வரிசை வெடிகளுக்கு ஓர் இணைப்பு என்று ஐந்து இணைப்புகள் கொடுக்கப் பட்டன, ஏதாவது ஓர் இணைப்பு வெடிக்காவிட்டாலும் மற்றவைகள் வெடிக்குமே என்பதற்காகத்தான் இந்த ஏற்பாடு. ஓர் இணைப்பை இயக்கினால் பத்து வெடிகள் வெடித்துச் சிதறும் விதத்தில் மிகமிகக் கவனமாக இணைப்புகள் கொடுக்கப்பட்டன. வெடிகளை இயக்க ஊரின் முதல் வீடு தேர்வு செய்யப்பட அவ்வீடு வரை இணைப்புகள் கொண்டு செல்லப்பட்டன.

ஏற்கனவே திட்டமிட்டபடி பிச்சூரில் உள்ள ரெட்டியார் பெண்கள், குழந்தைகள் எல்லாரும் பக்கத்து ஊர்களில் உள்ள உறவினர்களின் வீடுகளுக்கு இரகசியமாக அனுப்பப்பட்டார்கள். ரெட்டியார், நாயுடு இளைஞர்கள் பல கிராமங்களிலிருந்து ஆயுதங்களுடன் வர ஆரம்பித்தார்கள்.

இராயப்பரெட்டி அவர்களுக்கு வேலைகளைப் பிரித்துக் கொடுத்தார். யாத்திரைக் குழுவினர் வெடிகள் புதைக்கப்பட்ட பாதையில் வரும் பொழுது யார் வெடிகளை வெடிக்கச் செய்ய வேண்டும் என்றும்,

அதையும் மீறி தலித் மக்கள் வந்தால் யார் தலைமையில் யார் யார் அம்மக்களைத் தாக்க வேண்டும் என்றும், யார் தலைமையில் யார் யார் தலித் மக்கள் காலனிக்குச் சென்று குடிசைகளுக்குத் தீயிட்டுக் கொளுத்தி பொருட்களை அழிக்க வேண்டும் என்றும், யார் தலைமையில் யார்யார் கோயிலுக்குள் தலித் மக்கள் நுழைந்து விடாமல் பாதுகாக்க வேண்டும் என்றும் ஆட்களைப் பிரித்தார். அனைத்துப் பணிகளையும் ஒருங்கிணைப்பவராகத் தானே இருப்பதாகவும் கூறினார்.

ஊரில் பொதுச்சமையல் நடந்தது. பல ஊர்களிலிருந்து வந்த இளைஞர்கள் நன்றாக உண்டார்கள். நீதி, சமத்துவம், சகோதரத்துவம் என்று எந்த இளைஞனும் யோசிக்கக் கூடாது என்பதற்காக அவ்வப் பொழுது தங்களது சரித்திரத்தைக் கூறி சாதி வெறியைத் தூண்டிய ராயப்ப ரெட்டி, இளைஞர்களுக்குச் சாராயத்தையும் தாராளமாக வினியோகித்தார்.

மறுநாள் கருக்கலிலேயே விழித்துக்கொண்டார் ராயப்பரெட்டி. குடிவெறியில் உறங்கிக் கொண்டிருந்த இளைஞர்களை எழுப்ப ஏற்பாடு செய்த அவர், இளைஞர்கள் விரைவில் ஒன்றுபட வேண்டும் என்று உத்தரவிட்டார்.

கூடியிருந்த இளைஞர் கூட்டத்தைப் பார்த்து வீரமாகப் பேச ஆரம் பித்தார் ராயப்பரெட்டி. “இன்னைக்கு நாம எல்லாரும் எதுக்காக இங்க வந்திருக்கோம்னு நமக்கு நல்லா தெரியும். உங்க ஊர்கள்ள இதப்பத்தி வெவரமாச் சொன்னதாக சொன்னீங்க. அதுக்கு மேல சொல்றதுக்கு ஒன்றும் இல்ல. ஆனா ஒன்னே ஒன்னுமட்டும் சொல்ல நெனைக்கேன். நாம உசந்த சாதிக்காரங்க. நாம சாப்பிடத்தான் லாயக்கு. சண்ட போட முடியாதுன்னு அந்தப் பொறம்போக்குப் பயக நெனைச்சிருக்காங்க. இன்னைக்கு நீங்க உங்க வீரத்த காட்டுங்க. நாங்க எங்கள வளக்குறதே உங்கள அழிக்கத்தான்னு அவனுகளுக்கு நீங்க நிரூபிங்க. எதப்பத்தியும் கவலப்படாதீங்க. துணிஞ்சு சண்ட போடுங்க. ஒவ்வொருத்தனும் நாலு பேரையாவது கொல்லணும். நல்லா கேட்டுக்கோங்க. எல்லாரும் ஒன்னா கூடியிருப்போம். நம்ம ஊரு புறம்போக்கு பயலுக, யாத்திரயா வருகிற கொள்ளக் கூட்டப்பயலுகள நாம எந்த இடத்துல வெடியப் பொதைச்சிருக்கோமோ அங்கதான் வரவேற்பாங்க. அப்ப பொதைச்சு வச்ச வெடிக வெடிக்கும். ரொம்பப் பேரு செத்து விழுவானுக. அப்ப ஒரே குழப்பமா இருக்கும். இந்த நேரத்தப் பயன்படுத்தி துப்பாக்கியால சுடுவோம். அதயும் மீறி வருகிறவுங்கள வெட்டிக் கொல்லுங்க. அப்ப குறிக்கப்பட்ட ஆளுக காலனிக்குள்ள நுழைஞ்சு தீவச்சு கொளுத்துங்க. எதுக்கும் பயப்படாதீங்க. பக்கத்து ஊர்ல நம்ம சாமியார்க ஒன்னுகூடி

இருக்காங்க. அப்பக்கப்ப நான் விஷயத்த அவுங்ககிட்ட சொல்லி அவுங்க சொல்ற ஆலோசனைப்படி நாம நடப்போம். கேசு, கோர்ட்டுன்னு வந்தா பயப்பட வேண்டாம், நம்ம சாமியார்க பணத்தை தண்ணியா செலவு செய்ய தயாரா இருக்காங்க. துணிந்து காரியத்துல இறங்குங்க. உங்க வாழ்க்கையில இது மறக்க முடியாத நாளா இருக்கணும். காலம் காலமா இந்த நாள நெனச்சி நாமளும், நம்ம சந்ததியும் பெருமைப் படணும். மாதாவுக்கு குருசடி கட்டித் திருநா கொண்டாடுறோம்னு வேண்டுதல் வச்சிருக்கோம். மாதா கைவிட மாட்டா. வெற்றி நமக்குத்தான்."

ஒவ்வொருவரின் ரத்தமும் சூடேறியது. முகம் சிவக்க பற்களை நறநறவென்று கடித்தார்கள். கைகளில் உள்ள ஆயுதங்களை இறுக்கிப் பிடித்தார்கள். கோப வெறியுடன் பாத யாத்திரைக் குழுவைத் தாக்கு வதற்காகக் காத்திருந்தார்கள் அந்தச் சாதிக் கிறிஸ்தவர்கள்.

30

பின்னுரை

இதுவரை இந்த நாவலை வாசித்த தோழர்களே! கதாசிரியனாகி நான் இந்த இறுதி அத்தியாயத்தின் மூலம் உங்களுடன் உரையாட விரும்புகிறேன்.

இந்த நாவலை எப்படி முடிக்கலாம் என்று அதிகம் சிந்தித்தேன். பல நாட்கள் இதற்காகச் செலவிட்டேன். பல முடிவுகள் என் மனதில் தோன்றின. அந்த முடிவுகள் ஒவ்வொன்றும் ஒவ்வொரு விதத்தில் தனித்தன்மையுடையனவாக எனக்குப்பட்டன. அந்த முடிவுகளில் சிலவற்றை இப்பொழுது நான் உங்களுடன் பகிர்ந்து கொள்கிறேன். கவனமாக வாசியுங்கள்.

1

கித்தேரியான் தலைமையில் ஓமலூரிலிருந்து புறப்பட்ட யாத்திரைக் குழுவினர் பிச்சூரை அடைகிறார்கள். அங்கு சாதிக் கிறிஸ்தவர்கள் கையில் ஆயுதங்களுடன் ஒன்று கூடியிருப்பதைக் காண்கிறார்கள். சாதிவெறியை அடித்து வீழ்த்த வேண்டும் என்ற ஆவேசம் அவர்களிடம் அதிகரிக்கிறது. தலித் மக்களின் எழுச்சியை அழிக்க வேண்டும் என்ற வெறி சாதிக் கிறிஸ்தவர்களிடம் தோன்றுகிறது. அங்கே ஒரு பயங்கரமான மோதல் உண்டாகிறது. தரையில் பதிக்கப்பட்ட வெடிகள் வெடிக்க பல தலித் மக்கள் கொல்லப்படுகிறார்கள். அதனால் கோபம் கொண்ட தலித் மக்கள் ஆவேசமாகச் சண்டையிடுகிறார்கள். ஒரு சில தலைவர்கள் உட்பட இரண்டு பிரிவுகளிலும் பலர் கொல்லப் படுகிறார்கள். இரண்டு பிரிவினர்களின் இரத்தமும் ஒன்றாகக் கலந்து இரத்த ஆறு ஓடுகிறது. இதை இரண்டு பிரிவினர்களும் பார்க்கிறார்கள். இறந்தவர்களின் இரத்தம் இவர்கள் நெஞ்சைத் தொடுகிறது. சண்டையை விட்டு விடுகிறார்கள். இரண்டு பிரிவினர்களும் ஒன்று சேர்ந்து வேதனையுடன் இறந்தவர்களை ஆலயத்திற்கு எடுத்துச் செல்கிறார்கள். திருச்சபையில் சமத்துவத்திற்கான முதல் யாத்திரை தொடங்கியது.

2

ஆயர் இல்லத்திலிருந்து வெளியேறிய பாதர் ராஜா எங்கு செல்வது என்று புரியாமல் விழிக்கிறார். பின்பு ஒரு முடிவுடன் பிச்சூரை நோக்கி

செல்கிறார். பிச்சூரில் சாதிக் கிறிஸ்தவர்கள் பாறையை உடைக்கும் வெடிகளைப் பாதையில் புதைப்பதைப் படபடப்புடன் பார்க்கிறார். அவர்களின் திட்டம் புரிகிறது. உடனே சென்று இஞ்ஞாசியிடம் தான் கண்டதைச் சொல்கிறார். இஞ்ஞாசி உடனே விரைந்து சென்று யாத்திரையாக வந்து கொண்டிருக்கும் கித்தேரியானிடம் சொல்கிறார். கித்தேரியான் யோசித்து முடிவெடுக்கிறார். யாத்திரையின் பாதையை மாற்றிக் கொண்டு வேறு வழியாகப் பிச்சூருக்குள் யாத்திரைக் குழுவுடன் நுழைகிறார். இதைச் சாதிக் கிறிஸ்தவர்கள் எதிர்பார்க்கவில்லை. என்ன செய்கின்றோம் என்று தெரியாமல் வெறிகொண்டவர்களாய் தலித் மக்களைத் தாக்குகிறார்கள். உழைக்கும் வர்க்கமாகிய தலித் மக்கள், சாதிக் கிறிஸ்தவர்களின் எதிர்ப்பை எளிதாகச் சமாளிக்கிறார்கள். ஒரு சில சாதிக் கிறிஸ்தவர்கள் கொல்லப்படுகிறார்கள். பலர் காயமடைகிறார்கள். வெற்றி வீரர்களாய் தலித் மக்கள் ஆலயத்திற்குள் நுழைகிறார்கள். தலித் மக்களின் விடுதலை யாத்திரையின் முதல் அத்தியாயம் வெற்றிகரமாக ஆரம்பமாகி விட்டது.

3

கித்தேரியான் தலைமையில். அந்த இரண்டு தலித் குருக்கள் கலந்துகொள்ளப் புறப்பட்ட யாத்திரையானது பிச்சூரை அடைகிறது. பிச்சூரில் சாதிக் கிறிஸ்தவர்கள் ஆயுதங்களுடன் தலித் மக்களைத் தாக்கத் தயாராக இருப்பதை அந்த இரண்டு தலித் குருக்களும் பார்க்கிறார்கள். அவர்கள் மனதில் பல்வேறு விதமான எண்ணங்கள் தோன்றுகின்றன. இந்த இரண்டு குழுக்களும் இன்று மோதினால் எத்தனை பேர் இறக்கப் போகிறார்கள்? எத்தனைபேர் காலம் முழுவதும் ஊனமுற்றவர்களாய் திரியப் போகிறார்கள்? எவ்வளவு சொத்துக்கள் அழியப் போகின்றன? எத்தனை வீடுகள் எரியப் போகின்றன? எத்தனை பெண்கள் மானபங்கப்படுத்தப்படப் போகிறார்கள்? எத்தனைபேர் மேல் வழக்குத் தொடரப்படப் போகிறது? எத்தனை பேர் தண்டிக்கப்படப் போகிறார்கள்? இவைகள் எல்லாவற்றையும் பொறுத்துக் கொண்டால் கூட இதன் பின்பாவது திருச்சபையிலுள்ள தீண்டாமை மாறிவிடுமா? மாறாதே! அப்படியானால் இந்தப் போராட்டம் தேவைதானா? இதைப்போல எத்தனை போராட்டம் நடத்தினாலும் தீண்டாமை மறைந்துவிடுமா? மறையாதே! தீண்டாமை மறைய வழியே இல்லையா? யோசித்த அவர்களுக்குத் திடீரென்று ஓர் எண்ணம் நெருப்புப் பொறியாய்த் தோன்றியது. இயேசுவின் மதிப்பீடுகளாகிய நீதி, உண்மை, சமத்துவம், சகோதரத்துவம் போன்ற மதிப்பீடுகளையே பிரதானமாகக் கொண்ட

ஒரு திருச்சபையை, புதுத் திருச்சபையை, புனிதத் திருச்சபையை, தனித் திருச்சபையை, அதாவது தலித் திருச்சபையை உருவாக்க வேண்டும் என்ற எண்ணம் உதித்தது. ஆம். தலித் திருச்சபை என்ற புதிய திருச்சபையில் தலித் மக்களின் யாத்திரை ஆரம்பமானது.

4

கித்தேரியான் தலைமையில் அந்த யாத்திரைக் குழுவினர் பிச்சூரை அடைகின்றனர். யாத்திரையின் முன் வரிசையில் கித்தேரியான், இசக்கி, செவத்தியான், அந்த இரண்டு தலித் குருக்கள் முதலானோர் இருக்கிறார்கள். அவர்கள் பிச்சூரின் எல்லையை அடைந்தபொழுது பயங்கரமான ஆயுதங்களுடன் சாதிக் கிறிஸ்தவர்கள் இருப்பதைப் பார்க்கிறார்கள். பயப்படாமல் துணிவுடன் சிலுவையை உயர்த்திப் பிடித்த வண்ணம் யாத்திரையைத் தொடர்கிறார்கள். அப்பொழுது பயங் கரமான வெடிச்சப்தம் கேட்கிறது. நிலத்தில் புதைத்து வைக்கப்பட்ட வெடிகள் வெடித்துச் சிதறின. முன் வரிசையில் வந்த அனைவரின் உடல்களும் சிதைந்து சின்னாபின்னமாயின. இதைக் கண்ட தலித் மக்கள் சிதறி ஓடுகிறார்கள். சாதிக் கிறிஸ்தவர்கள் வெற்றி முழக்கமிட்டபடி சிதறி ஓடுபவர்களை விரட்டுகிறார்கள். சிதறி ஓடிய தலித் மக்கள் மீண்டும் ஒன்றாய்ச் சேர்ந்து தங்களின் விடுதலை யாத்திரையை மறுபடி ஆரம்பிப்பார்களா?

5

குருத்துவத்தை விட்டுவிட்டேன் என்று கூறி பாதர் ராஜா ஆயர் இல்லத்திலிருந்து வெளியேறிய நிகழ்ச்சியானது ஆயரை வெகுவாகப் பாதிக்கிறது. தான் ஒரு நிலைப்பாடு எடுக்காவிட்டால் இதைப்போன்ற நிகழ்ச்சிகள் தொடரும் என்ற கசப்பான உண்மையும் அவருக்குப் புரிய ஆரம்பிக்கிறது. எனவே துணிந்து தலித் மக்கள் சார்பாக ஒரு நிலைப்பாடு எடுக்கிறார். கித்தேரியான் தலமையில் செல்லும் யாத்திரைக் குழுவோடு சேர்ந்து ஆயரும் பயணத்தைத் தொடர்கிறார். யாத்திரைக் குழுவோடு சேர்ந்து ஆயரும் வருவதைச் சாதிக் கிறிஸ்தவர்கள் பார்க்கிறார்கள். இதைச் சற்றும் எதிர்பார்க்காத அவர்களுக்கு என்ன செய்வது என்று தெரியவில்லை. அவர்களது கரங்களிலுள்ள ஆயுதங்கள் நழுவிக் கீழே விழுகின்றன. கித்தேரியானோடும், யாத்திரைக் குழுவோடும் சேர்ந்து ஆயரும் ஆலயத்திற்குள் நுழைகிறார். அவர்களைத் தொடர்ந்து சாதிக் கிறிஸ்தவர்களும் நுழைகிறார்கள். திருச்சபையில் சாதிப் பாகுபாடற்ற ஒரு புதிய யாத்திரை தொடங்குகிறது.

6

கித்தேரியான் தலைமையில் யாத்திரைக் குழு பிச்சூரை நோக்கிச் செல்கிறது. ராயப்ப ரெட்டியின் செயல்பாட்டில் நம்பிக்கை இல்லாத தும்மா ரெட்டி போலீசுக்குத் தகவல் சொல்கிறார். உடனே ஒரு சில காவலர்கள் சென்று யாத்திரைக் குழுவைத் தடுத்து நிறுத்தி திருப்பிப் போகச் சொல்கிறார்கள். மக்கள் மறுக்கிறார்கள். தடையை மீறி துணிந்து மக்கள் முன்னேறுகிறார்கள். பொறுமையை இழந்த காவலர்கள் யாத்திரைக் குழு மேல் தடியடி நடத்துகிறார்கள். கோபம் கொண்ட மக்கள் காவலர்களைத் திருப்பித் தாக்கி அவர்களை விரட்டிவிட்டு யாத்திரையைத் தொடர்கிறார்கள். அடிபட்டுச் சென்ற காவலர்கள் மேலிடத்திற்குத் தகவல் அனுப்ப சிறிது நேரத்தில் பல லாரிகளில் நூற்றுக்கணக்கான போலீசார் வந்து யாத்திரைக் குழுவை அடித்து நொறுக்குகிறார்கள். தாக்குப் பிடிக்க முடியாத தலித் மக்கள் சிதறி ஓடுகிறார்கள். நூற்றுக்கணக்கானோர் கைது செய்யப்படுகிறார்கள். காயமுற்றவர்கள் மருத்துவமனையில் சேர்க்கப்படுகின்றனர். இப்பொழுது தலித் மக்களின் யாத்திரை காவலர் நிலையம் என்றும், மருத்துவமனை என்றும், நீதிமன்றம் என்றும் தொடர்கிறது.

இந்த நாவலைத், தங்களையே இறைவனுக்கு அர்ப்பணித்திருக்கும் குருக்களும், துறவிகளும் வாசித்திருக்கலாம். சாதிக் கிறிஸ்தவர்கள் வாசித்திருக்கலாம். தலித் மக்கள் வாசித்திருக்கலாம். ஏன் பிற மதத்தினர் கூட வாசித்திருக்கலாம்.

இந்த ஆறுமுடிவுகளில் எந்த முடிவு உங்களுக்குப் பிடித்திருக் கிறதோ அந்த முடிவை நீங்கள் உங்கள் முடிவாக ஏற்றுக் கொள்ளுங்கள்.

இந்த முடிவுகளில் ஒன்று கூட உங்களுக்குப் பிடிக்காமல் இருக்கலாம். பரவாயில்லை. உங்களது கற்பனையைப் பறக்க விடுங்கள். இன்னும் பல முடிவுகளை நீங்களே உருவாக்குவீர்கள். அந்த முடிவுகளில் உங்களுக்குப் பிடித்தமான முடிவுப்படி நாவலை முடித்துக் கொள்ளுங்கள்.

ஆனால் என்னைப் பொறுத்த அளவில் இந்த முடிவுகளில் எந்த முடிவும் எனக்குப் பிடிக்கவில்லை. எந்த முடிவை முன் வைத்தாலும் அது கற்பனையாகத்தான் இருக்குமே தவிர யதார்த்தத்தைப் பிரதிபலிக்காது என்பது எனது அசைக்க முடியாத நம்பிக்கை.

காரணம் என்னவென்றால் இந்த நாவலை வெறும் நாவலாக நான் எழுதவில்லை. பொழுது போக்கிற்காக உருவாக்கவில்லை. இலக்கிய ரசனைக்காகப் படைக்கவில்லை. மாறாக இன்றைய இந்திய

சூழ்நிலையில் ஏற்பட்டிருக்கும் தலித் மக்களின் எழுச்சியின் வெளிப்பாடாகத்தான் இந்த நாவலை எழுதியுள்ளேன். இந்த தலித் மக்களின் எழுச்சிக்கு இப்பொழுதே ஒரு முடிவைக் கொடுப்பது அந்த எழுச்சியையே கொச்சைப்படுத்துவதாகும் என்பது எனது எண்ணம்.

என்னைப் பொறுத்த அளவில் 27-ம் அதிகாரத்தோடு நாவல் முடிவடைந்து விட்டது. கதைக்காக இன்னும் இரண்டு அதிகாரங்களை எழுதினேன். இப்பொழுது முடிவு எப்படி இருக்க வேண்டும் என்று உங்களோடு சேர்ந்து சிந்திக்க விரும்புகிறேன்.

இப்பொழுது நான் ஒரு முடிவை முன்வைக்கிறேன். இந்த முடிவு உங்களுக்குப் பிடித்திருக்கிறதா என்று நீங்களே உங்களை சோதனை செய்து விமர்சனம் செய்து கொள்ளுங்கள்.

இந்த நாவலின் கதாபாத்திரங்கள் பல்வேறு விதமான நிலைப்பாடுகளை எடுத்தாலும் முக்கியமான மூன்று நிலைப்பாடுகள் இருக்கின்றன.

சாதியம் என்பது திருச்சபைக்கு எதிரானது. யேசுவின் மதிப்பீடு களுக்குப் புறம்பானது. இது திருச்சபையைப் பிடித்திருக்கும் ஒரு தொற்றுநோய். இதை அழிக்க வேண்டும். ஆனால் எப்படி அழிப்பது! இன்றைய சூழ்நிலையில் சாதியை அழிப்பது பற்றிப் பேசினால் சாதியம் இன்னும் வளரும். அதன் வேர்கள் இன்னும் ஆழமாகப் போகும். எனவே இன்று சாதியத்தை அழிப்பது பற்றிப் பேசக் கூடாது. சமூகத்தில் நிலைமை மாறிக்கொண்டே இருக்கிறது. கடந்த நூற்றாண்டில் இருந்த சாதியக் கொடுமையின் கோரம் இப்பொழுது குறைந்திருக்கிறது. இன்னும் ஒரு நூற்றாண்டில் தானாக மறைந்து விடும். இடைப்பட்ட காலத்தில் சாதியக் கொடுமை இருக்கத்தான் செய்யும். இதை எதிர்க் காமல் இதன் கொடுமையைப் பார்த்தபடி, இதை அனுபவித்தபடி இருக்க வேண்டும். சாதியத்தைப் போக்க வேண்டும் என்று பொங்கி எழும் ஒவ்வொரு முறையும் சாதியம் ஒழியும் காலத்தை ஒத்திப் போட்டுக் கொண்டே செல்கிறோம். எனவே பொறுமையாயிரு. நிதானமாயிரு. அமைதியாயிரு. சாதியத்துக்கு எதிராகப் பேசாதே. அதைப் போக்க முயற்சி செய்யாதே. சாதியம் தானாகவே மறையும். இது ஆயரின் நிலைப்பாடு."

சாதி என்பது சமூகத்தில் நாம் வாழும் முறை பற்றியது. மதம் என்பது கடவுள் சம்பந்தப்பட்டது. எனவே சாதி வேறு. மதம் வேறு. இரண்டையும் ஒன்று சேர்த்து விமர்சிக்கக் கூடாது. திருச்சபையில் சாதியம் இல்லையென்றே வைத்துக் கொண்டாலும் சமூகத்தில் சாதி இருக்கும். சமூகத்தில் வாழும் பொழுது சாதிய அடையாளங்களோடு

தான் வாழ முடியும். எனவே சாதியையும் மதத்தையும் இணைத்துப் பேசக்கூடாது. மதத்தில் மத சம்பந்தமான கடமைகளை ஒழுங்காகச் செய்வோம். கோயிலுக்குச் செல்வோம். திருவருட் சாதனங்களில் கலந்து கொள்வோம். திருவிழாக்கள் கொண்டாடுவோம். திருத்தலங் களுக்குச் செல்வோம். காணிக்கை கொடுப்போம். பக்தி முயற்சிகள் செய்வோம். ஒருத்தல் உபவாசம் என்று இருப்போம். தர்மம் கொடுப் போம். தேவ அழைத்தலுக்கு செவிசாய்ப்போம். இவை போன்ற மதக்கடமைகளை சிறப்பாகச் செய்வோம். ஆனால் சாதியைப் பற்றி மட்டும் பேசக்கூடாது. சாதியப் பாகுபாடு இருக்கத்தான் செய்யும். மதத்தையும் அரசியலையும் இணைக்கக் கூடாது என்று சொல்வது போல மதத்தையும் சாதியையும் இணைக்கக்கூடாது. இது சாதிக் கிறிஸ்தவர்களின் நிலைப்பாடு.

தலித் மக்கள் சாதியக் கொடுமைகளை திருச்சபையில் அனுபவித்துக் கொண்டு இன்னும் பொறுமையாயிருப்பதற்குத் தயாரில்லை. தீண்டாமையானது திருச்சபையிலிருந்து உடனே அகற்றப் படவேண்டும். சாதியம் எந்தெந்த வழிகளிலெல்லாம் செயல்படுகிறதோ அந்த வழிகள் அனைத்தும் உடனே அடைக்கப்பட வேண்டும். அழிக்கப்பட வேண்டும். அதற்கு உடனடியாகத் தீவிர நடவடிக்கை எடுக்க வேண்டும். இத்தகைய தீவிர நடவடிக்கை அதிகார வர்க்கத்திட மிருந்தும், சாதியத்தைத் தூக்கிப் பிடிப்பவர்களிடமிருந்தும், மதத் தலைவர்களிடமிருந்தும் வராது. மாறாக பாதிக்கப்பட்டவர் களிடமிருந்தும், விழிப்புணர்வடைந்தவர்களிடமிருந்தும்தான் வரும். எனவே பாதிக்கப்பட்டவர்களும், விழிப்புணர்வடைந்தவர்களும் சாதியத்தை ஒழிப்பதற்காக ஒன்று சேர்ந்து ஓர் இயக்கமாக மாற வேண்டும். மிகத் தீவிரமாகச் செயல்படவேண்டும். இது தலித் மக்களின் நிலைப்பாடு.

இப்பொழுது நான் உங்களிடம் கேட்கப் போவது இதுதான். இந்த மூன்று நிலைப்பாட்டில் எந்த நிலைப்பாட்டை நீங்கள் எடுக்கிறீர்கள்? நீங்கள் எந்த நிலைப்பாட்டை எடுப்பதென்பது உங்களைச் சார்ந்த விஷயம். ஆனால் அந்த நிலைப்பாட்டில் பாதிக்கப்பட்ட மக்களின் கண்ணோட்டம் இருக்கிறதா என்று பாருங்கள்.

இன்று ஆங்காங்கு தலித் மக்கள் விழித்துக் கொண்டார்கள். இயக்கமாக ஒன்று சேர்கிறார்கள். துணிவுடன் செயல்படுகிறார்கள். பல போராட்டங்களிலும் ஈடுபடுகிறார்கள். தலித் மக்களின் இந்த எழுச்சி நியாயமானதா? நியாயமானது என்றால் அவர்கள் போராட்டத்தில் உங்கள் பங்கு என்ன?

★★★